NGÔN NGỮ
TẠP CHÍ VĂN HỌC NGHỆ THUẬT
SỐ ĐẶC BIỆT – TRƯƠNG VŨ, BẰNG HỮU VÀ VĂN CHƯƠNG

NHÓM CHỦ TRƯƠNG:
Luân Hoán – Song Thao – Nguyễn Vy Khanh – Hồ Đình Nghiêm – Lê Hân – Trần Thị Nguyệt Mai – Uyên Nguyên Trần Triết

CỘNG TÁC TRONG SỐ NÀY:
Du Tử Lê • Duyên • Đào Như • Đinh Cường • Đinh Trường Chinh • Đinh Từ Bích Thúy • Đỗ Thanh Tùng • Hoàng Khởi Phong • Hoàng Kim Oanh • Hoàng Ngọc-Tuấn • Hoàng Xuân Sơn • Huy Viễn • Lê Hân • Luân Hoán • Lữ Quỳnh • Nguyễn An Bình • Nguyễn Hưng Quốc • Nguyễn Minh Nữu Nguyễn Sông Ba • Nguyễn Thị Thanh Bình • Nguyễn Thụy Đan • Nguyễn Trọng Khôi • Nguyễn Tường Giang • Nguyễn Tường Lân • Nguyễn Vy Khanh • Nguyễn Xuân Thiệp • Phạm Cao Hoàng • Phạm Nhuận • Phan Tấn Hải • Thụy Khuê • Trần Anh Chương • Trần Thị Nguyệt Mai • Trần Vũ • Trương Thị Thịnh • Trương Vũ.

Ảnh bìa: Nguyễn Sông Ba
Thiết kế bìa: Uyên Nguyên Trần Triết
Biên tập: Phạm Cao Hoàng
Dàn trang: Công Nguyễn
Phụ bản: Đinh Cường, Trương Thị Thịnh, Trương Vũ, Nguyễn Trọng Khôi, Nguyễn Sông Ba, Duyên, Đinh Trường Chinh.

LIÊN LẠC:
Thư từ bài vở mời gửi về:
- Luân Hoán: lebao_hoang@yahoo.com
- Song Thao: tatrungson@hotmail.com

TÒA SOẠN VÀ TRỊ SỰ:
Lê Hân: (408) 722-5626 han.le3359@gmail.com

MỤC LỤC

NGÔN NGỮ SỐ ĐẶC BIỆT
TRƯƠNG VŨ - BẰNG HỮU VÀ VĂN CHƯƠNG

PHỤ BẢN:

PHẦN 3: HÌNH ẢNH TRƯƠNG VŨ
BẰNG HỮU VÀ VĂN CHƯƠNG

TRƯƠNG VŨ
TÁC GIẢ - TÁC PHẨM

Nhà văn/Họa sĩ Trương Vũ - Photo by Phạm Cao Hoàng (2015)

Tên thật: Trương Hồng Sơn. Sinh năm 1941 tại Nha Trang. Tốt nghiệp Cử Nhân Giáo Khoa và học Đệ Tam Cấp Toán, Đại Học Sài Gòn. Thạc Sĩ Vật Lý Hạt Nhân, University of Pennsylvania. Thạc Sĩ Kỹ Sư Điện (Truyền Thông) và Tiến Sĩ Khoa Học (Điện trong Kỹ Thuật Không Gian), The George Washington University.

Trước 1975, dạy Toán và đặc trách Sinh Viên Vụ tại Đại Học Duyên Hải, Nha Trang.

Vượt biển và định cư tại Hoa Kỳ từ 1976.

Chuyên gia nghiên cứu cho NASA tại Trung Tâm Không Gian Goddard từ 1980 cho đến khi nghỉ hưu năm 2006. Tham dự và phụ trách nhiều công trình khác nhau, về khoa học và kỹ thuật. Đóng góp quan trọng nhất thuộc lãnh vực nghiên cứu và phát triển kỹ thuật xác định quỹ đạo (Orbit Determination) và phi hành tự động cho phi thuyền (Autonomous Spacecraft Navigation). Đăng tải nhiều công trình nghiên cứu với tư cách tác giả chính về vật lý và kỹ thuật không gian.

Luận án Tiến Sĩ: A Robust and Self-tuning Kalman Filter for Autonomous Spacecraft Navigation.

Ngoài công việc chính ở NASA, đóng góp vào một số sinh hoạt văn học ở hải ngoại. Đồng Chủ Biên tuyển tập văn chương chiến tranh The Other Side of Heaven (do Curbstone Press xuất bản năm 1995). Nguyên đồng chủ biên tập san Việt Học The Vietnam Review (1996-1998). Hợp tác, đóng góp bài vở cho một số tạp chí văn chương (giấy và mạng) như Văn Học, Hợp Lưu, Văn, Talawas, Tiền Vệ, Da Màu, Tương Tri, Phạm Cao Hoàng, Phố Văn, Trần Thị Nguyệt Mai…

Về hội họa, ngoài các lớp học rải rác tại đại học và tư nhân, phần chính là tự học. Riêng về tranh chân dung, theo học các lớp vẽ của danh họa Daniel Greene, New York. Tham dự một số triển lãm tại Hoa Kỳ.

Hiện cư ngụ với gia đình tại tiểu bang Virginia, chú tâm vào chuyện vẽ và viết.

TÁC PHẨM ĐÃ XUẤT BẢN:
ĐUỔI BÓNG HOÀNG HÔN (Tuyển tập tiểu luận - NXB Nhân Ảnh, Hoa Kỳ, 2019).

THƯ ĐẦU SÁCH

Số đặc biệt về Trương Vũ được tạp chí Ngôn Ngữ thực hiện và phát hành vào tháng 12 năm 2024.

Trương Vũ là một nhà khoa hoc, một nhà văn và là một họa sĩ.

Trong số đặc biệt này, chúng tôi giới thiệu văn chương Trương Vũ. Trong một dịp khác, chúng tôi sẽ giới thiệu hội họa Trương Vũ. Số báo này được thực hiện như một cuốn sách với 3 phần:

Phần 1: **Trương Vũ – Những bài tiểu luận và tùy bút**, gồm 33 bài viết đề cập đến các lĩnh vực chính trị, giáo dục, văn chương, hội họa… Do số trang có hạn, nhiều bài tiểu luận xuất sắc của ông không thể đưa vào số báo này được.

Phần 2: **Viết về Trương Vũ**, gồm bài viết của 30 tác giả: Du Tử Lê, Duyên, Đào Như, Đinh Cường, Đinh Từ Bích Thúy, Đỗ Thanh Tùng, Hoàng Khởi Phong, Hoàng Kim Oanh, Hoàng Ngọc-Tuấn, Hoàng Xuân Sơn, Huy Viễn, Lê Hân, Luân Hoán, Lữ Quỳnh, Nguyễn An Bình, Nguyễn Hưng Quốc, Nguyễn Minh Nữu, Nguyễn Thị Thanh Bình, Nguyễn Thụy Đan, Nguyễn Tường Giang, Nguyễn Tường Lân, Nguyễn Vy Khanh, Nguyễn Xuân Thiệp, Phạm Cao Hoàng, Phạm Nhuận, Phan Tấn Hải, Thụy Khuê, Trần Anh Chương, Trần Thị Nguyệt Mai, Trần Vũ.

Phần 3: **Trương Vũ – Hình ảnh bằng hữu và văn chương**. Gồm hình ảnh Trương Vũ qua các cuộc gặp gỡ với bạn bè văn nghệ khắp nơi.

Ngoài 3 phần trên, số báo này còn có 35 phụ bản. Đây là 35 bức tranh được vẽ bởi Đinh Cường, Trương Thị Thịnh, Nguyễn Trọng Khôi, Nguyễn Sông Ba, Duyên, Đinh Trường Chinh và của chính tác giả Trương Vũ.

Trương Vũ chỉ viết tiểu luận và tùy bút. Ông không viết truyện hay thơ. Theo nhà văn Hoàng Khởi Phong trong bài NHỮNG CHẶNG ĐƯỜNG CỦA TẠP CHÍ VĂN HỌC, *"Trương Vũ là người của khoa học, ông làm việc tại NASA, nhưng đã có những đóng góp đáng kể cho văn học Việt Nam ở hải ngoại"*.

Nhận định về văn Trương Vũ, trong bài GHI VỘI VỀ CUỐN "ĐUỔI BÓNG HOÀNG HÔN", nhà phê bình văn học Nguyễn Hưng Quốc viết, *"Và hay ở giọng văn: Xuất thân từ một nhà khoa học, Trương Vũ có giọng văn gọn gàng, trong sáng và rất khúc chiết. Bài nào cũng có cấu trúc chặt. Hoàn toàn không có những chỗ đẩy đưa thừa thãi. Tất cả các câu văn đều dừng lại ở chỗ chúng phải dừng. Đọc, rất thích"*.

Trong bài TRƯƠNG VŨ TRONG MÀU HOÀNG HÔN, nhà phê bình văn học Thụy Khuê viết: *"Bao nhiêu năm trước tôi đã «tiên đoán» Virginia có ba ngôi sao: Võ Đình, Trương Vũ và Đinh Cường, lúc đó là đoán mò, tôi nhìn Trương Vũ như một nhà Mạnh Thường Quân thành công trong khoa học, là một vì sao, vì chữ Nasa làm chúng tôi lác mắt. Bây giờ, không đoán mò nữa, tôi đã có một Trương Vũ văn chương hội họa như Võ Đình, Đinh Cường, trước mặt, như thể hai anh hiện về. Đó là sự phối hợp tài tình giữa hồn thơ và tài năng thiên bẩm hội họa."*
Mong rằng số báo đặc biệt này là một cuốn sách giá trị xứng đáng đặt trên kệ sách của các bạn.

LUÂN HOÁN
Tháng 12.2024

LUÂN HOÁN

NHỮNG DÒNG ĂN THEO NHÀ TRÍ THỨC TRƯƠNG VŨ

Từ trái: Phan Ni Tấn - Hoàng Chiều Nhân - Song Thao - Trương Vũ - Võ Kỳ Điền - Hồ Đình Nghiêm - Luân Hoán.
Montréal (Canada), 2012.

*

không dám gọi là bạn
bởi chưa biết anh nhiều
bắt quàng rủi ăn đạn
tiêu đời tuổi về chiều

anh biết tôi chút ít?
đồ chừng chắc chắn không
(bởi tôi, người lụt lịt
quanh năm trốn trong phòng)

*

hải ngoại, tên quen thuộc
gọi chung cõi sống thêm
của toàn thể người Việt
nối đời vào lênh đênh

anh đến Mỹ khá sớm
ngay sau năm 75
tôi đến Gia Nã Đại
sau đó tròn mười năm

tuy có chung biên giới
hai nước cùng mênh mông
ngoài trời xanh mây trắng
còn cả khoảng cách lòng

rất may nhờ báo chí
gặp danh anh nhiều lần
đọc để biết để cảm
giàu thêm vốn bâng khuâng

*

nói nghe như không thật
mà chữ nghĩa từ tâm
quí anh nhà khoa học
nhúng tình vào họa văn

có lần bạn quen rủ
qua thăm anh bày tranh
háo hức nhưng chẳng đủ
điều kiện ngộ người lành

biết anh họa nhiều bạn
cũng mơ mặt mũi mình
được sắc màu anh đắp
lên khung vải lung linh

đúng là một ảo tưởng
rất thường với riêng tôi
rụt rè hay mắc tịt
tự tạo làm niềm vui

*

bất ngờ anh ghé đến
thành-phố-lạnh-nửa-năm
(dịp chi đó không nhớ
có nhiều người ghé thăm)

gặp anh trong đồ lớn
tôi cũng "bận"[1] lớn đồ
bắt tay anh, chụp bóng
chắc có nói "dzô! dzô!"

rồi, không hô "cố gắng"
chúng ta cũng tan hàng
chia tay là cách biệt
dài bao mùa tuyết tan

năm hai-ngàn-mười-chín
anh *"Đuổi Bóng Hoàng Hôn"*
rớt vào nhà *"Nhân Ảnh"*
chúng tôi chợt ấm lòng

có sách, không ký tặng
(tình trạng tôi lâu nay)
lặng đọc tên đề sách
mơ bình minh suốt ngày

*

anh viết những chuyện lớn
cụ thể:

"Đêm Đại Dương",
"Những Cơn Mưa Ngày Cũ",
đến
"*Giáo Dục Việt Nam…*",

"*Chân Dung Thời Đại Dịch*",
"*Sống Chết Cho Tình Yêu*",(2)

hoặc luận tác phẩm bạn
giàu trí tuệ, cao siêu

chuyện lớn trong tiểu luận
"*hay*"(3) gần đủ mọi chiều
như nhà phê bình nói
lòng phất phới dập dìu

hôm nay trong tác phẩm
như tổng quan lớn này
sung sướng được bạn rủ
góp ké mồ hôi tay

thật tình chẳng dám viết
điều chi ra chuyện gì
ngũ ngôn tôi gõ đại
(đọc không khỏi kỳ kỳ)

mong anh cùng quí bác
lượng thứ những linh tinh
hy vọng mẩu bản vụn
dính lòng tôi chân tình

LUÂN HOÁN
Montréal, 20h15, 9 tháng 10.2024

Ghi chú:
1) bận, động từ
2) tên những bài viết của TV trong tập ĐBHH
3) chữ dùng và nhận định của nhà phê bình Nguyễn Hưng Quốc

PHẦN 1

TRƯƠNG VŨ
NHỮNG BÀI TIỂU LUẬN & TÙY BÚT

Phụ bản 1
CHÂN DUNG TRƯƠNG VŨ (1)
Tranh Trương Thị Thịnh,
sơn dầu trên bố, 18" x 24", (1986).

ĐÊM ĐẠI DƯƠNG

Cách đây 39 năm, tôi rời Việt Nam trên một chiếc ghe đánh cá nhỏ, cùng với bốn bạn đồng hành khác. Chúng tôi thay phiên nhau lái ghe, từ Nha Trang vượt đại dương nhắm hướng Manila, Phi Luật Tân. Không một ai trong chúng tôi có kinh nghiệm hay hiểu biết về hải hành. Một đêm, không trăng, sóng lớn, đang lái ghe tôi chợt nhớ đến một bài thơ của Victor Hugo, bài Oceano Nox (Đêm Đại Dương), mở đầu bằng những câu tạm dịch như thế này: *"Có biết bao thủy thủ, có biết bao thuyền trưởng, vui vẻ hăm hở lao mình vào các chuyến viễn du, có biết bao nhiêu người trong số đó, do định mệnh nghiệt ngã, mất hút theo chân trời mờ nhạt, tan biến vào lòng đại dương không đáy, trong một đêm không trăng..."* Khi còn đi học, nét bi hùng của bài thơ gây cho tôi nhiều xúc động. Vào lúc này, chơi vơi trên biển cả, không là thủy thủ, không là thuyền trưởng, trong lo sợ, trong sự cảm nhận sâu sắc thân phận nhỏ nhoi mong manh của mình giữa đại dương bao la, tôi càng xúc động hơn. May mắn, chúng tôi đến được Manila an toàn. Ghe chúng tôi là một trong những chiếc đầu tiên đến được Manila sau biến cố 1975.

Những ngày kế tiếp, những năm tháng kế tiếp, hơn một triệu đồng bào lần lượt lao mình vào đại dương. Từ hai trăm đến bốn trăm ngàn trong số đó không bao giờ đến nơi, không bao giờ trở về. Nhớ lại bài Oceano Nox của Victor Hugo, tôi không còn chút xúc động nào nữa. Cái bi hùng trong Oceano Nox không nghĩa lý gì với những thảm kịch kinh hoàng đồng bào tôi đang trải qua trên đại dương. Đói khát, tuyệt vọng, cướp bóc, hãm hiếp, giết người, bắt cóc, chìm tàu, và trong vài trường hợp, phải ăn cả thịt người để tồn tại.

Như đã kể trong một bài viết đã đăng vài năm trước đây, tôi có một người bạn trẻ, vào giữa thập niên 1990 tình nguyện làm việc trong một bệnh viện tâm thần ở Boston và tại một số tư gia do cơ quan tỵ nạn địa phương bảo trợ. Bệnh nhân của anh thuộc nhiều thành phần người Việt khác nhau, tuổi từ 15 đến 70. Ở đây, có những người đàn bà điên loạn sau khi trải qua những nỗi đau kinh hoàng trên biển, mất chồng, mất con, bị hãm hiếp,... Ở đây, có những đứa trẻ mới trước đó sống êm ấm với gia đình bỗng chứng kiến những cảnh hãi hùng, rồi vụt cái, mất cha, mất mẹ, mất anh em, rồi ngơ ngơ ngác ngác trong một xã hội hoàn toàn xa lạ. Ở đây, có những người qua tuổi trung niên hoàn toàn mất định hướng, không đương đầu nổi với những đổi thay quá lớn, quá nhanh về hoàn cảnh, văn hóa, ngôn ngữ, xã hội. Ở đây, có những thanh niên mắc các loại bệnh về ảo giác, lúc nào cũng trông thấy những hình ảnh kỳ lạ, nghe những âm thanh ma quái luôn thúc giục mình làm những điều không phải, v.v... Anh cho biết chỉ có khoảng 25% trong số bệnh nhân này hồi phục, có thể tiếp tục đời sống tương đối bình thường như nhiều đồng bào khác của họ. Những người còn lại, đa số không chữa trị được. Đời sống của họ như thế nào qua từng tháng ngày trong khu bệnh viện tâm thần, cho đến những giờ cuối cùng của đời họ, ít ai biết. Ngoài ra, còn biết bao thảm kịch khác, mà mỗi người trong chúng ta, hoặc đã chứng kiến, hoặc nghe kể lại. Nhưng, cái thảm kịch lớn nhất vẫn là cái thảm kịch của một dân tộc mà những người làm chính trị đã khiến người dân bình thường sợ họ hơn sợ nỗi chết. Đó cũng là thảm kịch của một đất nước mà quân đội luôn luôn vinh danh về sự hùng mạnh, về những chiến thắng trên trận mạc, nhưng hoặc bất lực, hoặc cố tình làm ngơ trước những cướp bóc, hãm hiếp, giết người man rợ của bọn cướp biển ngoại nhân chỉ có vũ khí thô sơ, dù rằng chiến tranh đã chấm dứt, dù rằng nạn nhân là những con người vô tội hầu hết không hề cầm súng, và họ cũng là những người được sinh ra từ trăm trứng của mẹ mình.

Bốn mươi năm đã trôi qua từ ngày chiến tranh chấm dứt trên quê hương. Gần ba mươi năm đã trôi qua từ lúc những chiếc ghe cuối cùng của thuyền nhân Việt Nam chìm sâu trong lòng đại dương. Hồi tưởng lại thảm kịch đó để thắp một nén nhang cho những người đã khuất, để nguyện cầu sự siêu thoát cho những oan hồn trên biển Đông. Và, cũng là lúc để mỗi người Việt Nam tự chiêm nghiệm về chính mình, về những gì đã làm, những gì đã không làm, những gì lẽ ra không nên làm. Quan trọng hơn hết, để thực sự dấn mình vào những nỗ lực của cá nhân và tập thể cần phải có cho thế hệ này, và cho những thế hệ kế tiếp. Để xã hội nhân bản hơn, tôn trọng những quyền căn bản của con người hơn, và để người dân có tự do, có cơ hội sống một đời có phẩm cách, như trong bao nhiêu quốc gia tiến bộ khác. Chỉ có như thế, cái thảm kịch như từng xảy ra trên biển Đông sau 1975 sẽ không còn xảy ra cho dân tộc Việt Nam trong tương lai nữa.

TRƯƠNG VŨ
California, tháng 4 năm 2015

NHỮNG CƠN MƯA NGÀY CŨ

Tôi sống ở Mỹ đã hơn 35 năm, hơn nửa đời người. Tôi yêu cây cỏ vùng tôi ở, miền đông bắc Hoa Kỳ, nhất là màu sắc của cây khi trời bắt đầu vào thu. Những năm sau này tôi thường vẽ cảnh thu ở đây. Cảnh nắng trên đồi, cảnh lá vàng trong rừng, cảnh thung lũng trong mù sương… Càng vẽ tôi càng khám phá những thay đổi của màu sắc, của tính cách, của ấn tượng, theo từng khoảnh khắc, như cỏ cây có linh hồn cuốn hút tôi vào đó. Vùng này thỉnh thoảng có mưa, nhưng mưa ở đây không để lại trong tôi những cảm giác đặc biệt để đi xa phải nhớ.

Tôi nhớ những cơn mưa ở Việt Nam, Nha Trang hay Sài Gòn. Mưa Sài Gòn thường đến ào một cái rồi ngưng. Mưa Nha Trang kéo dài lâu hơn, nhiều khi dầm dề, và cái cảm giác ướt át lành lạnh nó để lại thường dai dẳng. Tôi nhớ những buổi tối, ở xa về, tôi lang thang trên bãi biển dưới mưa, nhiều đêm mưa tầm tã vẫn không muốn về. Tôi nhớ những ngày còn ở trung học, ngồi trên thềm nhà đọc sách, nước mưa rơi xuống từ mái hiên, thỉnh thoảng những giọt mưa tạt nhẹ vào người. Tôi nhớ những đêm mưa dạy học trong một lớp luyện thi. Học trò từ nhiều trường khác nhau, Lê Quý Đôn, Võ Tánh, Nữ Trung Học,… Lớp học mượn của đình Phương Câu, trống một bên. Khi gió lớn, cả thầy lẫn trò đều ướt. Bốn mươi lăm năm đã qua rồi, tôi vẫn còn nhớ rất rõ nét mặt một số học trò trong lớp đó. Tôi còn cảm nhận được cái lành lạnh của nước và mường tượng âm vang tiếng cười giòn của các em khi cố lách mình tránh mưa. Tôi cũng nhớ những đêm mưa, lái xe chở các con trên một mini-truck có mui, chạy dọc theo đường Duy Tân. Vào những khúc vắng người và có nhiều vũng nước, tôi cho xe chạy nhanh làm nước bắn tung tóe, để nghe tiếng cười rú của mấy đứa nhỏ.

Đi xa, tôi nhớ những cơn mưa ngày cũ. Mỗi cơn mưa tồn tại trong tâm tưởng mang theo với nó một kỷ niệm, đánh dấu từng khoảng đời. Rất nhiều kỷ niệm đã giúp tôi trưởng thành. Không phải trưởng thành trong cái nghĩa chồng chất thêm tuổi tác, mà trong cái nghĩa hài hòa với cuộc đời. Dĩ nhiên không phải chỉ có kỷ niệm từ những cơn mưa giúp tôi trưởng thành. Cũng như với biết bao người khác, có rất nhiều thứ trong đời sống đã đóng góp vào đó. Có những tình nghĩa hay những cái chỉ vụt đến, chỉ trong một khoảnh khắc bất chợt, nhưng vẫn để lại ấn tượng sâu đậm, giúp mình lớn khôn hơn. Tôi viết ra đây vài kinh nghiệm riêng tư, những kinh nghiệm mà mỗi lần nghĩ đến, luôn cảm thấy mát lạnh, như cảm giác có được từ những cơn mưa ngày nào. Tôi viết ra không như một hồi tưởng, mà như một lời cảm ơn những cái đẹp mà cuộc đời đã mang lại. Đặc biệt, cuộc đời thầy giáo khi còn ở quê nhà.

Tôi dạy học từ rất sớm. Bắt đầu dạy trung học khi mới qua tuổi hai mươi. Chỉ là một anh nhóc con, từ kiến thức đến cung cách, thoải mái với cuộc sống và thương ghét một cách thường tình. Tuy nhiên, nghề dạy học, với thêm chút tự phụ, dần biến tôi thành một người "mô phạm" trong cái nghĩa "nghiêm túc và nghiêm khắc". Sau này lên dạy đại học, tôi càng trở nên nghiêm khắc hơn với học trò mình, với nhiều người xung quanh nhưng lại ít nghiêm khắc với chính mình hơn. Cho đến khi, vào những giây phút thật bất ngờ, tôi nhận ra và thấy thấm thía về những gì đã đánh mất hay đã không có.

Khoảng đầu năm 1974, tôi có mời nhà thơ Huy Tưởng đến thuyết trình về thi ca ở Trung tâm Sinh hoạt Sinh viên, số 4 Yersin. Một số sinh viên giúp tôi tổ chức buổi thuyết trình đó, đắc lực nhất là Trần Thị Thanh Thủy, Nguyễn Văn An, Nguyễn Ngọc Nam và

Phan Công Chinh (PCC). Đây là những sinh viên, xuất thân từ Võ Tánh và Nữ Trung Học, rất có khả năng tổ chức, thích hoạt động, yêu văn học, âm nhạc, nghệ thuật, mà nếu không có họ những sinh hoạt thường xuyên khác ở Duyên Hải trở nên tẻ nhạt. Buổi thuyết trình tối hôm đó có rất đông sinh viên tham dự. Khi được báo tin Viện trưởng cùng một số giáo sư và quan khách cũng sẽ đến dự, như một phản ứng tự nhiên, tôi yêu cầu một số sinh viên đang đứng gần ra xếp hàng nghiêm chỉnh chào đón họ. Bất ngờ, PCC đến gần tôi, nói nhỏ, chậm rãi: "Thưa thầy, cái này không hợp với tinh thần thi ca". Lúc đó, trời tốt và còn nóng, tôi vẫn cảm giác như vừa hứng lấy những giọt mưa lạnh, thật lạnh. Tôi tỉnh người ra, bỏ chuyện đón tiếp đó. Hôm đó, bài nói chuyện mang tính hàn lâm chỉ chừng mực, nhưng phần đọc thơ, ngâm thơ của Huy Tưởng và một số sinh viên, hợp với sự đam mê về thi ca của họ, lôi cuốn mọi người.

Ngày tháng qua đi, chuyện học hành cùng những sinh hoạt tất bật tiếp tục chiếm hết thời giờ của cả thầy lẫn trò trong ngôi trường đại học nhỏ bé đó. Tất cả dồn vào chuyện tương lai của mình, của trường. Cho đến một ngày, những biến cố ngoài trường học bỗng bất ngờ ập đến, đập mạnh vào đời sống, vào tâm tư mỗi con người ở đó. Mạnh như bão táp. Những tính toán về tương lai của học trò tôi, của chính tôi, bỗng trở thành ảo tưởng. Phía trước mù mịt. Lúc đó tôi mới qua tuổi ba mươi không lâu, đang rất năng nổ bỗng trở nên mất tự tin, trở nên e dè, ngỡ ngàng, lúng túng. Và, cố gắng "khôn ngoan" như một người đã trải qua bao thăng trầm, bị vùi dập biết bao lần trong đời, để không dám sống thật với mình. Một hôm đang đứng lớ ngớ trong sân trường, một sinh viên lớp Sư phạm Toán của tôi, Nguyễn Văn Vinh (NVV), bước đến nhìn thẳng vào tôi một lúc rồi nói, đại khái là: "Tại sao trước đây thầy như vậy mà bây giờ thầy lại như vậy?" Hôm đó, cũng trời đẹp, cũng cái nóng thường tình của Nha Trang, tôi vẫn có cảm giác hứng những giọt mưa lạnh và lần này, là những giọt rất lạnh của những cơn mưa dầm dề vào tháng Mười ta.

Vài tháng sau, tôi dạy bài cuối cùng trong cuộc đời thầy giáo ở Việt Nam. Tôi nhớ rõ lắm. Đó là một bài về giải tích số tạp (complex analysis), thuộc môn tôi phụ trách ở lớp Sư Phạm Toán. Lúc đó, tôi đã chuẩn bị rời Việt Nam nhưng cố gắng giữ thái độ bình thản như không có gì xảy ra. Học trò tôi, trong lòng đang rất chao đảo khi nghĩ về tương lai mình, cũng cố chăm chỉ ngồi nghe làm như không có gì khác quan trọng hơn. Mà ngoài kia, ngoài lớp học, những cái đang xảy ra, ảnh hưởng mạnh đến đời sống mỗi đứa thì nhiều vô kể. Lớp học lặng lẽ cho đến khi có một sinh viên, Vĩnh Như, đứng dậy đặt một câu hỏi khó. Ngày nay, mỗi lần nghĩ lại, tôi hãnh diện và thương các học trò tôi vô cùng.

Vài tuần sau, một buổi sáng mưa lất phất, ngồi trên một chiếc ghe đánh cá nhỏ, tôi nhìn lại bờ biển Nha Trang, nhìn những nhà tranh dọc theo xóm Cồn. Tất cả nhỏ dần. Quê hương! Chỉ còn những bóng mờ.

Mười năm sau, tôi đoàn tụ với gia đình, ở Mỹ. Mười lăm năm sau nữa, vợ chồng tôi về thăm Việt Nam. Có hai người ra đón chúng tôi ở phi trường Tân Sơn Nhứt. Một đứa em vợ tôi và PCC. Chinh vẫn giữ cách nói năng và xưng hô với tôi như ngày nào. Về khách sạn, lúc đó đã nửa khuya, trời mưa nhè nhẹ, tôi với Chinh lên quán nước trên sân thượng ngồi uống bia, nhìn xuống những hoạt cảnh về đêm trên đường Nguyễn Huệ. Hai mươi lăm năm trước, dù học xong sư phạm nhưng vì ba đi cải tạo, Chinh không được đi dạy. Chinh đã làm rất nhiều nghề, kể cả làm rẫy, để sinh nhai. Lúc gia đình tôi còn ở lại Việt Nam, lâu lâu Chinh ghé thăm, ở vài hôm, chơi với các con tôi như một người anh cả trong nhà. Thỉnh thoảng, Chinh tụ tập một ít bạn bè cũ tại đó, vui đùa, ca hát. Sau vài năm ở Nha Trang, Chinh bỏ vào Sài Gòn. Từ tay không, từ một đời sống gần như không nhà không cửa, Chinh gầy dựng lại tương lai. Vừa làm, vừa học. Giờ đây, Chinh là một giảng viên đại học ở Sài Gòn. Hôm đó và mãi sau này, chúng tôi không nhắc gì đến câu nói của Chinh vào một tối năm xưa, trong buổi thuyết trình của Huy Tưởng. Chúng tôi hỏi thăm từng người thân trong gia đình rồi hẹn đến thăm nhà Chinh vào hôm sau. Chinh không biết câu nói đó đã ảnh hưởng đến niềm đam mê của tôi về thi ca như thế nào. Ngày nay, bên cạnh kiến thức, Chinh là một thầy giáo với những kinh nghiệm về đời sống, với ý chí phấn đấu, với tính nhẫn nại, tính thẳng thắn và lòng trung thực, rất cần có ở trường học. Với thầy giáo, khả năng chuyển giao tri thức chỉ quan trọng có một nửa thôi. Chinh đã tạo được cho mình, trong hoàn cảnh vô cùng khó khăn dễ khiến người ta bỏ cuộc, những thứ mà tôi có rất ít khi rời Việt Nam trong đời dạy học của mình.

Vài hôm sau, trong chuyến về thăm đó, chúng tôi ra Nha Trang. Một đồng nghiệp cũ của tôi, thầy Trần Đăng Nhơn, tổ chức một buổi gặp gỡ với các cựu sinh viên Duyên Hải tại nhà hàng Ban Mê. Tối hôm đó, tôi gặp lại hơn một trăm học trò cũ, nhiều em tóc bạc hơn tôi. Sau một bài nói chuyện, có tính tâm tình, rất cảm động, của Nguyễn Thị Nga, tôi thấy NVV lên cầm micro. Em mở đầu bằng câu: "Hai mươi lăm năm trước, em có lỗi với thầy…" Tôi xúc động. Sau đó, tôi cũng cầm micro nói chuyện với các em. Về lời xin lỗi của Vinh, tôi có nói là thầy giáo phải có bổn phận khuyến khích học trò mình nói thật và hãnh diện khi các em làm điều đó. Phải nói lên những suy nghĩ rất thật của mình, đúng sai không quan trọng lắm. Riêng về câu nói của Vinh năm nào, tự thâm tâm, lúc đó và cả bây giờ, tôi biết em nói đúng, rất đúng. Ngày nay, Vinh cũng là một thầy giáo dạy môn Toán. Tôi mừng cho học trò của Vinh.

Trong chuyến về thăm đó, ngoài cuộc gặp gỡ ở Ban Mê, tôi cũng có gặp lại nhiều học trò khác, học tôi ở trung hay đại học. Tất cả đã giúp tôi cảm nhận sâu đậm niềm hạnh phúc tôi có được do những ngày tháng sống với trường học. Có những em đã trở thành thầy, cô giáo của các con tôi trước khi các cháu sang đoàn tự với tôi ở Mỹ. Như Liên Ba hay Nguyễn Thị Song. Liên Ba đã dạy dỗ các con tôi tận tình, và thường xuyên đến nhà, chia sẻ vui buồn với gia đình tôi trong những ngày lao đao nhất. Ở Mỹ, khi được tin tức bên nhà, cho biết về Liên Ba đang dạy mấy cháu, tôi nhớ đến một bài thơ trên hộp bánh LU ngày tôi còn bé. Bánh của Pháp nhưng lại có in một bài thơ tiếng Việt trên hợp, rất "vè" nhưng dễ thương:

Năm xưa khi còn bé
Mua bánh LU tặng thầy
Năm nay được làm thầy
Con thầy tặng gấp đôi

Tôi liền kiếm mua ít bánh LU và viết vài dòng cho LB, kèm trong thùng quà gởi về gia đình nhờ đưa lại LB. Bánh LU ở Mỹ không có bài thơ Việt, trong thư tôi viết lại bài thơ trên cho LB đọc.

Viết đến đây, tôi không thể không nhắc đến một khuôn mặt rất trong sáng đã để lại nhiều ấn tượng sâu đậm nơi tôi. Tôi muốn nhắc đến Dương Thái Đức (TĐ). Những ngày trước tháng Tư 75, rất nhiều đồng bào chạy nạn đổ dồn về Nha Trang. TĐ đã động viên cả gia đình tích cực giúp tôi trong các công tác cứu trợ. Sau này, TĐ lập gia đình với Trần Văn Điều, sinh viên của tôi ở SP Toán. TĐ thường đến thăm gia đình tôi trong suốt thời gian gia đình còn ở Việt Nam. Trong chuyến về thăm nói trên, suốt gần hai tuần lễ ở Nha Trang, gần như ngày nào vợ chồng TĐ cũng đến thăm hoặc đi chơi với chúng tôi. Về lại Mỹ sau chuyến đi đó được vài năm, một hôm, tôi được tin TĐ qua đời trong một ca giải phẫu. Em được chôn trong vườn của gia đình, phía sau căn nhà nhỏ của hai vợ chồng. Tôi cảm giác như có một người thân trong gia đình ra đi.

Như đã nói ở trên, tôi sống ở Mỹ hơn nửa đời người. Rất khó để nói rằng nước Mỹ không là một quê hương mới. Mỗi lần đi xa, sau vài ngày là tôi bắt đầu nhớ đến căn nhà ở đó, nhớ màu sắc của cỏ cây khi trời vào thu, nhớ những con đường, những con người, nhớ cả thức ăn,… Tâm trạng của tôi chắc cũng giống với tâm trạng nhiều người Việt khác ở Mỹ. Cũng giống như tâm trạng của người khách trong bài thơ Độ Tang Càn (Qua sông Tang Càn) nổi tiếng của Giả Đảo, một nhà thơ đời Đường:

Khách xá Tinh Châu dĩ thập sương
Qui tâm nhật dạ ức Hàm Dương
Vô đoan cánh độ Tang Càn thủy
Khước vọng Tinh Châu thị cố hương

Tạm dịch nghĩa: Khách từ Hàm Dương đến trọ ở Tinh Châu đã được mười năm, ngày đêm tưởng nhớ về Hàm Dương; ngày kia, ngẫu nhiên vượt sông Tang Càn, ngoảnh lại nhớ về Tinh Châu như đó mới là cố hương. Ý niệm về quê hương, không cố định mà thay đổi theo hoàn cảnh đổi thay của mình, theo trong bài thơ là như vậy. Tuy nhiên, tôi biết, chắc chắn phải có những hình ảnh, những kỷ niệm, những phút giây bất chợt, những vết son hay những vết hằn, đã đi theo người khách từ Hàm Dương đến Tinh Châu. Rồi từ Tinh Châu, theo khách, vượt sông Tang Càn. Chúng đã làm cho khách lớn hơn, và ở với khách cho đến ngày trút hơi thở cuối cùng.

Những cơn mưa ngày cũ, trong nghĩa thật hay ẩn dụ, với tôi cũng thế.

TRƯƠNG VŨ
Maryland, năm 2012

GIÁO DỤC VIỆT NAM: NHỮNG VẤN ĐỀ CĂN BẢN

Trong suốt hơn một thập niên qua, những vấn đề giáo dục của Việt Nam thường là những đề tài gây tranh luận trên báo chí. Hầu hết đều ghi nhận truyền thống hiếu học của học trò Việt Nam và sự hy sinh của bố mẹ cho việc giáo dục con cái họ. Sinh viên Việt Nam tốt nghiệp ở các trường giỏi trong nước khi ra nước ngoài tiếp tục học ở các trường cấp trên thường đạt thành công không mấy khó khăn. Thế nhưng, khi nhìn vào chương trình giáo dục của Việt Nam hiện nay và theo dõi báo động của các nhà giáo dục trong nước, khó có thể phủ nhận một thực tế là giáo dục tại Việt Nam đang có vấn đề, ở mức độ khủng hoảng. Khủng hoảng hiện diện trong rất nhiều lãnh vực khác nhau của giáo dục. Tình trạng bất cập, yếu kém trong chất lượng giáo dục và việc xem nhẹ hình thành nhân cách cũng đã được ghi nhận trong một báo cáo thẩm tra của Quốc hội [1]. Vấn đề còn lại là làm sao giải quyết những khủng hoảng đó dựa trên điều kiện thực tế của Việt Nam.

Bài viết này chú trọng vào những vấn đề liên quan đến mục tiêu căn bản của giáo dục. Để có được một cái nhìn bao quát và khách quan, trước hết tác giả xét đến kinh nghiệm của một vài nước Á Châu đã từng có những điều kiện kinh tế, văn hóa, xã hội tương tự. Tiếp đó, tác giả liên hệ đến trường hợp Việt Nam và phân tích những sai lầm căn bản trong giáo dục hiện thời, nói chung, và trong chương trình giáo dục trung tiểu học cũng như ở đại học, nói riêng. Sau cùng, đưa ra một số đề nghị giải quyết những sai lầm đó.

GIÁO DỤC TẠI MỘT SỐ NƯỚC Ở Á CHÂU

Singapore, Đại Hàn, Đài Loan là một số nước Á châu đã từng trải qua những kinh nghiệm tương đối giống Việt Nam. Nhìn quá trình phát triển giáo dục của họ trong nửa thế kỷ qua, ta có thể bắt gặp những vấn đề tương tự. Tuy nhiên, vấn đề đó của họ xảy ra ở những thời điểm sớm hơn. Ta cũng có thể nhìn thấy cách giải quyết của họ khác Việt Nam và quyết tâm của họ cũng khác. Bên cạnh, cũng có những vấn đề rất giống nhau, nhất là những vấn đề có cội rễ từ hàng ngàn năm phong kiến, từ hàng ngàn năm ở cửa Khổng sân Trình, từ cả trăm năm thuộc địa, và từ khát vọng vươn lên bằng con đường ngắn nhất và hợp với truyền thống nhất: con đường học vấn. Từ đó, sự giống nhau rõ nét nhất vẫn là khuynh hướng tập trung quyền kiểm soát giáo dục vào tay nhà nước, và khuynh hướng của một số đông thường coi nặng giáo dục như con đường tiến thân mà xem nhẹ mục tiêu chính của nó. Điều này luôn luôn tạo nên tranh cãi, và cách giải quyết khôn ngoan vẫn là làm sao áp dụng mô hình giáo dục của các nước tiên tiến Tây phương một cách thích nghi.

Mục tiêu của giáo dục, về căn bản, không khác nhau. Đi vào thực tế, sự phát triển hay trì trệ trên mỗi mục tiêu thay đổi tùy thuộc hoàn cảnh và mức độ phát triển của quốc gia. Trong số ba quốc gia nói trên, Singapore có lẽ là quốc gia xác định những nét căn bản trong nền giáo dục của họ rõ nhất và chú trọng đặc biệt vào việc giáo dục công dân họ trên những giá trị này. Sau đây là vài nét chính trong nền giáo dục đó:

- Nhiệm vụ của giáo dục là phát triển cá nhân và giáo dục công dân.
- Sự phát triển cá nhân phải toàn diện, bao gồm cả đức, trí, thể, mỹ và tính xã hội.
- Giáo dục đào tạo con người có ý thức trách nhiệm với bản thân, gia đình, và bè bạn.
- Giáo dục đào tạo con người có ý thức trách nhiệm với cộng đồng và đất nước.

Để làm tốt nhiệm vụ nói trên, các cơ quan giáo dục phải giúp trẻ em khám phá những tài năng riêng biệt của chúng, ý thức rõ tất cả tiềm năng và phát triển lòng đam mê học hỏi cho suốt cả cuộc đời. Hệ thống giáo dục của Singapore uyển chuyển, dễ điều chỉnh để thích nghi với những thay đổi của xã hội và đáp ứng với những đòi hỏi ngày càng cao của quần chúng. Hệ thống đó cung ứng nhiều lựa chọn cho học sinh, tạo thói quen đặt câu hỏi khi học, khuyến khích khả năng tự học, phát triển khuynh hướng suy nghĩ về những cái mới và độc đáo. [2]

Điều cần ghi nhận trong giáo dục toàn diện, không riêng gì cho Singapore, là phần đức dục phải bao hàm tính trung thực, trong sáng, hồn nhiên; phần trí dục phải bao hàm khả năng suy tư độc lập và tôn trọng sự khác biệt; phần mỹ dục phải bao hàm khả năng sáng tạo và khả năng làm đẹp cuộc đời; và phần giáo dục tính xã hội phải bao hàm khả năng biết tôn trọng tính đa dạng của cộng đồng và xã hội. Chúng ta sẽ trở lại những điều ghi nhận này khi bàn về những vấn đề căn bản trong giáo dục của Việt Nam.

Dành nỗ lực triệt để nhất cho giáo dục là Đại Hàn [3]. Những vấn đề về giáo dục luôn là đề tài sôi nổi của giới truyền thông và hầu hết dân chúng tin tưởng rằng tài nguyên quý báu nhất của họ là nguồn nhân lực được đào tạo qua hệ thống giáo dục. Những thành tựu của Đại Hàn trong bốn thập niên qua đã chứng minh lòng tin tưởng và quyết tâm của họ có cơ sở vững chắc. Hệ thống giáo dục của họ giúp đất nước phát triển nhanh vượt bực, nhưng sự phát triển nhanh vượt bực này ngược lại đòi hỏi những cải cách thích nghi của giáo dục, tạo nên những chính sách không ngừng đổi thay. Chỉ riêng về chế độ thi vào đại học, họ đã thay đổi ít nhất 20 lần kể từ 1945 đến nay.

Để có một cái nhìn cụ thể về quyết tâm của họ, ta thử nhìn vào vài sự kiện và vài con số. Sau đệ nhị thế chiến, quốc gia Triều Tiên thoát được sự đô hộ của Nhật nhưng lại bị chia làm hai, dọc vĩ tuyến 38. Đại Hàn là tên mới của phần đất phía nam, lúc đầu đạt một nền độc lập không trọn vẹn, theo chế độ Cộng Hòa, phụ thuộc lực lượng chiếm đóng Hoa Kỳ về quân sự và cả về ngân sách. Đến năm 1948, Đại Hàn vẫn chưa đủ tiền để thực hiện cưỡng bách giáo dục quá bậc tiểu học. Năm 1975, dù đang trong tình trạng bị đe dọa bởi một cuộc tấn công bằng quân sự từ phía bắc, họ đã dành 13,9% ngân sách quốc gia cho giáo dục. Đến năm 1986, tỉ lệ này tăng lên 27,3%. Kết quả là từ một nước mà tỉ lệ mù chữ là 78% vào năm 1945, đến cuối thập niên 80 chỉ còn 7%, và ngày nay Đại Hàn là một trong những quốc gia đạt tỉ lệ cao nhất về số học sinh tốt nghiệp trung học tiếp tục vào đại học, ngang hàng với Nhật và vượt cả Anh quốc.

Ngày nay, ưu tư hàng đầu của những người làm giáo dục của Đại Hàn không còn là những vấn đề căn bản, mà là những vấn đề ở cấp cao, những vấn đề đáp ứng với tham vọng của một quốc gia muốn tiến nhanh vào hàng đầu của thế giới. Họ đang dồn nỗ lực để xây dựng một nền giáo dục của thời đại toàn cầu hóa, với tiêu chuẩn quốc tế. Những chính sách cải cách của Đại Hàn ngày nay chắc chưa áp dụng thích hợp lắm vào trường hợp Việt Nam. Tuy nhiên, thái độ quyết liệt và cách giải quyết khôn ngoan đối với những khó khăn của họ rất đáng được ghi nhận khi nhìn lại những vấn đề của giáo dục Việt Nam ngày nay.

Quan trọng nhất vẫn là thái độ xem phát triển giáo dục là ưu tiên hàng đầu, rồi nỗ lực triệt để thực hiện thật tốt ưu tiên đó, như đã trình bày trên đây. Trong thực hiện, họ nghiên cứu cẩn thận, uyển chuyển, và táo bạo. Thử nhìn vài thí dụ:

1. Giáo chức được xã hội coi trọng và hưởng lương tương đối cao so với các quốc gia khác. Do đó, các chương trình đào tạo giáo chức đã thu hút được thành phần học sinh ưu tú (thuộc hàng 5% đầu của thành phần tốt nghiệp trung học).

2. Mặc dầu chính phủ Đại Hàn có khuynh hướng kiểm soát chặt chẽ hệ thống giáo dục, năm 1999 tổng thống Kim Đại Trọng đã ra lệnh hợp thức hóa nghiệp đoàn giáo chức. Từ đó, đoàn viên của nghiệp đoàn bắt đầu tham dự vào các quyết định làm chính sách và điều hành hệ thống giáo dục quốc gia. Nói khác đi, kể từ đó hệ thống giáo dục của họ đã được dân chủ hóa.

3. Trước 1985, chế độ "dạy kèm ngoài giờ học chính thức" khá phổ biến. Tình trạng này giúp nhiều giáo chức có khả năng kiếm thêm thu nhập đáng kể và giúp học sinh các gia đình giàu có cơ hội để đạt điểm số cao và nhiều khả năng được thu nhận vào các đại học

tốt. Tình trạng này gây nên một bất công lớn cho xã hội. Một chính sách cải tổ được đề xuất vào khoảng giữa thập niên 80, ngăn cản và trừng phạt việc dạy kèm đồng thời tăng lương giáo chức. Đến cuối thập niên 80, hiện tượng dạy kèm gần như biến mất.

4. Đại Hàn chủ trương một chính sách tiếp thu giáo dục nước ngoài một cách cởi mở và bạo dạn. Con số du sinh tăng 20 lần từ 1971 đến 1999, từ 7.632 người lên 154.219 người. Cũng vào năm đó, 130 trong tổng số 156 đại học bậc bốn năm đã kết nghĩa với 2.130 đại học nước ngoài thuộc 110 quốc gia khác nhau. Trong số này, 640 là các đại học ở Hoa Kỳ.

5. Sinh viên đại học không chịu sự kiểm soát về chính trị của Bộ Giáo dục. Ngay từ thời Tổng thống Lý Thừa Vãn, mà nhiều người vẫn coi như một nhà độc tài của Đại Hàn, sinh viên vẫn thường xuyên biểu lộ phản ứng chính trị của họ. Chính nhờ sự độc lập về chính trị này cùng với những trang bị cao về chuyên môn mà sinh viên Đại Hàn có những suy nghĩ độc lập, lòng tự tin và niềm kiêu hãnh đáng nể. Ngày nay đại học Đại Hàn đang tiến dần đến sự tự trị hoàn toàn, giống như đại học của các nước Tây phương, đặc biệt là Hoa Kỳ.

KHỦNG HOẢNG CỦA GIÁO DỤC VIỆT NAM HIỆN NAY

Nhìn toàn thể, trường học Việt Nam đào tạo khá tốt về các môn khoa học tự nhiên và một số ngành kỹ thuật. Khuyết điểm, nếu có, trong các lãnh vực này, có thể được khắc phục tương đối dễ dàng. Khủng hoảng căn bản của giáo dục Việt Nam nằm ở mô thức giáo dục và những chính sách liên quan đến mục tiêu hàng đầu là phát triển con người toàn diện. Nói khác đi, nó liên hệ đến mục tiêu phát triển những giá trị chính như sự trong sáng, khả năng sáng tạo, tư duy độc lập, và ý thức tôn trọng sự khác biệt, v.v…

Một nền giáo dục thực sự phát triển con người toàn diện không thể là một nền giáo dục nhằm phục vụ một chế độ, một quan điểm chính trị, một tập thể lãnh đạo, một giai cấp, một tôn giáo, v.v… Lỗi lầm quan trọng nhất trong giáo dục Việt Nam lại nằm ở điểm này. Ở miền Bắc trước khi chiến tranh chấm dứt, và ở cả nước trong khoảng gần 20 năm tiếp theo đó, nó là một nền giáo dục của xã hội chủ nghĩa, nó không chấp nhận những mô hình xã hội khác, những tư duy khác. Bên cạnh đó nó là một nền giáo dục mang tính giai cấp, dành đặc quyền giáo dục cho một thành phần của xã hội. Ngày nay, tính giai cấp quả thật đã giảm đi. Riêng về các môn học như Triết học Mác-Lê-nin, Chủ nghĩa khoa học xã hội, Lịch sử Đảng, Tư tưởng Hồ Chí Minh, v.v… dù thực tế cho thấy sự thất bại không thể chối cãi của mô hình xã hội chủ nghĩa, chúng vẫn còn là những môn học bắt buộc và chiếm một thời lượng không nhỏ trong chương trình học và cả trong thi cử [4]. Dù rằng, không phải đến bây giờ mà đã hơn mười năm trước đây, các môn học này đã được xem là những môn mà "thầy không muốn dạy, trò không muốn học" [5]. Sự bắt buộc này kéo theo một vấn nạn khác của giáo dục: buộc học trò chấp nhận và sống với sự giả dối và bất công. Nhất là bất công với những triết thuyết khác, những đóng góp trí tuệ khác trong suốt quá trình phát triển của nhân loại. Theo Quốc Việt, "Việc đưa lịch sử đảng cộng sản, chứ không phải lịch sử quốc gia và dân tộc thành một môn học bắt buộc là một việc không những đi ngược lại với yêu cầu của xã hội mà còn phản lịch sử, phản dân tộc, và phản tiến bộ." [6]

Ngoài sự bắt buộc giảng dạy các môn chính trị và triết học nói trên, phương pháp giáo dục của Việt Nam nói chung còn chịu ảnh hưởng nặng nề của một mô thức giáo dục mà Ngô Tự Lập gọi là mô thức áp đặt [7]. Công bình mà nói, mô thức áp đặt vẫn có một vị trí quan trọng của nó trong giáo dục, nhất là giáo dục ở bậc tiểu học, và phần nào ở trung học, với điều kiện nó chỉ là một phần của phương pháp giáo dục mà mô thức chính chú trọng vào việc gợi ý để học sinh phát triển óc sáng tạo và khả năng tư duy độc lập. Dùng phương pháp áp đặt như một mô thức chính cho giáo dục như trong trường hợp Việt Nam hiện nay hoàn toàn không hợp lý cho sự phát triển một nền giáo dục tiên tiến trong điều kiện toàn cầu hóa và thời đại của bùng nổ thông tin. Ngược lại, nó đang biến nền giáo dục này trở thành lạc hậu, dù nhìn trên mặt nổi, lượng thông tin trong các chương trình học ở Việt Nam nhiều hơn chương trình giáo dục của nhiều quốc gia tiên tiến. Theo Hà Thư Sinh (HTS), thế hệ của ông "đã lớn lên trong một nền giáo dục thiếu vắng những nguyên tắc căn bản như trung thực và sáng tạo" [8]. Chương trình giáo dục được cải cách và áp dụng từ vài năm nay không cho thấy thế hệ kế tiếp sẽ không còn đưa ra một nhận xét tương tự.

Một sai lầm căn bản khác của giáo dục Việt Nam là tính đồng phục trong giảng dạy. Ở Việt Nam, chỉ có một loại sách giáo khoa của nhà nước. Điều này không thấy có ở nước Pháp, nước Mỹ, và cả ở miền Nam Việt Nam trước đây. Trên nguyên tắc, thầy giáo phải theo đúng chương trình của Bộ Giáo dục, nhưng mỗi thầy giáo có khả năng tiếp cận và truyền đạt riêng và chỉ dạy giỏi với cách tiếp cận đó, cách truyền đạt đó. Mặt khác, một nền giáo dục tốt không thể là một nền giáo dục mà hàng triệu học sinh tốt nghiệp ngoài việc tiếp thu những bài vở giống hệt nhau, còn có cách nhận định, suy diễn như nhau và nói năng giống nhau. Thật ra, hiện nay vẫn còn nhiều quốc gia tập trung quyền soạn sách giáo khoa trung, tiểu học vào Bộ Giáo dục như trường hợp Việt Nam. Tuy nhiên, vấn đề của họ sẽ nhẹ hơn nếu việc soạn thảo công phu, có chất lượng cao, và sách giáo khoa được thay đổi và cập nhật nhanh. Những điều kiện này hiện nay Việt Nam đang thiếu. Nhiều sai lầm trong sách giáo khoa được phát hiện và khả năng cập nhật của Việt Nam lại rất chậm.

Sau cùng, giáo dục không thể là một thứ ghetto, hay một tháp ngà mà phải gắn liền với đời sống của xã hội. Nó ảnh hưởng lên xã hội và xã hội ảnh hưởng lên nó. Ảnh hưởng tiêu cực nguy hiểm nhất mà xã hội tác động vào giáo dục là những tệ đoan và tính phi nguyên tắc của xã hội. Thực tế của xã hội Việt Nam khó cho thấy khả năng cân bằng những ảnh hưởng tiêu cực này bằng những ảnh hưởng tích cực, ít ra trong tương lai gần. Ảnh hưởng tích cực lớn nhất mà mọi người đều nhìn thấy là sự hỗ trợ của gia đình trong việc giáo dục của con cái. Xuất phát từ ảnh hưởng của Nho giáo và truyền thống dân tộc, các gia đình Việt Nam thường mang lại cho học đường sự hỗ trợ và hy sinh đáng kể trong việc giáo dục con cái họ. Nhưng nếu giáo dục chỉ dừng lại ở những giá trị đào tạo chuyên viên và viên chức, thì không khéo, những hỗ trợ và hy sinh này chỉ còn lại mục tiêu là giúp tạo cơ hội tiến thân. Hiện nay, ý thức trách nhiệm của cá nhân với cộng đồng chưa được phát triển đúng mức trong học đường như một trong những mục tiêu chính của giáo dục. Nó gần như chưa có được bao nhiêu sức mạnh cần thiết để học đường ảnh hưởng tốt lên xã hội, để cuối cùng giữa học đường và xã hội có những ảnh hưởng hỗ tương, như có thể nhìn thấy ở Singapore, ở Đại Hàn, hay Đài Loan ngày nay. Hay cả mười hay hai mươi năm trước đây. Những trình bày sau đây liên quan đến một số vấn đề đang được bàn cãi nhiều nhất trong việc giảng dạy ở trung, tiểu học và ở đại học.

Những người đang ở ngoài nước, nếu nhìn vào nội dung các sách giáo khoa dành cho học sinh tiểu học ở Việt Nam hiện nay, không khỏi không kính phục. Nhưng sau đó, suy nghĩ lại, thái độ thay đổi ngay. Chương trình giảng dạy quá nặng, hướng về nhồi sọ, nhồi thông tin hơn là giáo dục thật sự. Thầy cô giáo không thể có đủ thời giờ giảng dạy tất cả với thời lượng cho phép ở trường. Không kể, với thực tế về trình độ hiểu biết nói chung của giáo chức hiện nay, thật khó để tin rằng họ có đủ khả năng truyền đạt tốt một nội dung như vậy. Đồng thời, rất khó để tin rằng những đầu óc non nớt của các em ở lứa tuổi tiểu học có thể tiếp thu rồi tiêu hóa phần nội dung đó một cách dễ dàng. Hậu quả là hầu như tất cả học sinh đều phải đi học thêm.

Một chương trình giáo dục như vậy dễ cướp đi sự hồn nhiên, và từ đó làm giảm sự phát triển trí thông minh của tuổi trẻ Việt Nam. Giáo sư Hoàng Tụy đã đưa ra những nhận xét sâu sắc và đáng báo động khi ông phân tích và so sánh giáo dục của Việt Nam với giáo dục của Đức. (Theo kết quả khảo sát công bố trên một tạp chí Đức ngày 8/8/2002 thì trình độ học vấn của học sinh tiểu học ở Hà Nội cao hơn ở Munich, nhưng học sinh Đức có phần thông minh hơn).[9]

Khi trao đổi với một số nhà giáo dục từ Việt Nam sang, tôi thường được nghe sự than phiền của họ về tình trạng giảng dạy ở đại học Việt Nam hiện nay. Câu kết luận thường giống nhau: đại học Việt Nam đang còn là một loại trường trung học cấp bốn. Dĩ nhiên, chương trình học có cao hơn ở trung học nhiều, phương tiện giảng dạy có đầy đủ hơn ở trung học và cả ở đại học trước đây, sinh viên tốt nghiệp ra nước ngoài học tiếp không khó khăn lắm (nếu xuất thân từ các trường giỏi trong nước). Điểm then chốt ở đây là đại học Việt Nam đang thiếu vắng những nét quan trọng nhất để phân biệt một trung học cấp bốn với một trường đại học. Đó là: quyền tự do phát biểu của sinh viên; sự bình đẳng giữa thầy trò trong trao đổi tri thức, trong tranh luận; và một môi trường để trưởng thành như một trí thức thực sự, không chịu ảnh hưởng bởi những áp lực chính trị bên ngoài khuôn viên đại học. Không phải sinh viên nào khi ra trường đều trở thành một trí thức, nhưng mục đích của đại học phải là để đào tạo trí thức và giúp sinh viên có khả năng độc lập để chọn lựa cách sống của mình. Kể cả sự lựa chọn không sống như một trí thức.

Để trưởng thành như một trí thức, sinh viên phải được khuyến khích có tinh thần sáng tạo, có suy nghĩ độc lập, có tính công bình, và ngoài những hiểu biết căn bản còn những hiểu biết đi sát với thực tế của đất nước và thực tế của một thế giới đổi thay nhanh đến chóng mặt. Ở đại học, nhiệm vụ của giáo sư không phải để tạo ra những phó bản của chính mình mà để giúp tạo nên những con người độc lập, có đóng góp đặc thù và có chất lượng, càng khác mình càng tốt. Ở đại học, thái độ phản kháng của sinh viên với những mẫu mực phải được xem là chuyện thường tình. Tôi không biết hiện nay có bao nhiêu sinh viên Sư phạm Việt Nam dám viết những luận văn kiểu như đặt vấn đề với một thái độ thẳng thắn là có nên giữ hay bãi bỏ giảng dạy các môn Triết học Mác-Lê-nin, hay đề nghị thay đổi mô hình chính trị hiện tại. Tôi cũng không biết có bao nhiêu sinh viên Văn học Việt Nam dám viết một luận án đại loại như cho rằng các tác phẩm của Võ Phiến phải được đánh giá cao và coi như một đóng góp lớn cho nền văn học của dân tộc, chỉ vì sinh viên đó tin vào sự công bình với mọi nhà văn bất kể khuynh hướng chính trị và tin vào khả năng phán đoán về văn chương của chính mình. Tôi cũng rất khó biết có bao nhiêu giáo sư đại học Việt Nam dám bảo trợ những luận án như vậy. Chính những cái "không biết" hay "khó biết" đó là những vấn đề quan trọng cho đại học Việt Nam, mà hầu như không thể nào trở thành vấn đề ở các đại học Tây phương.

VÀI ĐỀ NGHỊ

Giáo dục Việt Nam cần giảm bớt mô thức giảng dạy áp đặt và tăng cường mô thức gợi ý.

Cần giảm thiểu sự mệt mỏi của học sinh, nhất là học sinh cấp tiểu học. Đặc biệt, nên giảm bớt lượng kiến thức hay thông tin trong chương trình học. Nhắm đến một hành trình lâu dài hơn của con người. Không nên để họ gục ngã sớm về đầu óc.

Đặt nặng vào việc đào tạo giáo chức và dành những đãi ngộ đặc biệt cho họ. Trong trường hợp các nước đang phát triển như Việt Nam, giáo chức phải được tuyển chọn từ thành phần ưu tú nhất của đất nước. Trong thực tế, một thanh niên ở tuổi 18 mới bước chân vào đại học chưa có ý niệm gì về những vấn đề như yêu trẻ, như hết lòng đào tạo tốt những thế hệ tương lai của đất nước. Chỉ có lòng tự hào, sự đãi ngộ và vị trí xã hội mới lôi kéo được các sinh viên ưu tú nhất vào các trường Sư phạm, gần giống như cái cách mà nước Pháp đã dành cho sinh viên trường Cao đẳng Sư phạm của họ, hay chính sách của Đại Hàn như đã trình bày trên đây. Điều này đòi hỏi một chính sách ưu đãi từ phía chính quyền và một thái độ yểm trợ tinh thần từ xã hội.

Đối với các trường đại học, ngoài việc áp dụng chương trình giảng dạy theo mô hình của các quốc gia tiên tiến Tây phương, quyền tự trị đại học cần được ban hành cho đại học Việt Nam. Thiếu sự tự trị, đại học Việt Nam khó thể hoàn tất vai trò đào tạo trí thức của nó. Đây có thể là một liều thuốc đắng nếu chính trị xem đại học như một lực lượng đối kháng nguy hiểm. Nhưng, đây lại là một điểm chuyển hướng quan trọng để những thành phần tốt nghiệp đại học trong tương lai không mang mặc cảm nào với những đồng nghiệp ở các nước tiên tiến, đặc biệt ở các nước Á châu vốn trước đây có cùng điều kiện văn hóa, giáo dục, kinh tế với Việt Nam, như Đại Hàn và Đài Loan. Từ điểm chuyển hướng đó, họ mới có thể đóng góp cho đất nước bằng tất cả sức mạnh tinh thần, lòng hăng say và niềm kiêu hãnh của họ. Đừng nên quên một thực tế này, một sinh viên Việt Nam nếu bằng cách nào đó ra khỏi nước, vào học các trường đại học của Tây phương, khi trở về (ngay cả khi quyết định ở lại ngoài nước) thường được coi trọng hơn là nếu anh ta chọn ở lại với trường đại học trên quê hương. Sự kính trọng đó phát sinh từ những điều kiện về giáo dục mà sinh viên đó được hưởng ở nước ngoài, bao gồm những điều kiện mà anh ta hoàn toàn bị từ chối nếu chọn ở lại trên quê hương. Đây là một bất công rất khó giải thích.

Đề nghị sau cùng, và có lẽ là đề nghị quan trọng nhất, là nhà nước Việt Nam nên xem phát triển giáo dục toàn diện là ưu tiên hàng đầu của quốc gia, xem nguồn nhân lực được đào tạo qua giáo dục là tài nguyên quý giá nhất của đất nước. Và, khi làm chính sách giáo dục nên đặt trọng tâm vào những mục tiêu lớn như đào tạo con người trung thực, có sáng tạo, có tư duy độc lập, biết tôn trọng sự khác biệt, v.v… bên trên sự chuyển giao tri thức. Và, phải quên đi những gì thực sự không còn giá trị nữa.

TRƯƠNG VŨ
Maryland, tháng 4 năm 2005

CHÚ THÍCH

[1] Nguyễn Lân Dũng, "Năm kiến nghị về giáo dục", tạp chí Kiến Thức Ngày Nay, TP Hồ Chí Minh, số ra ngày 1/11/2004.

[2] Tài liệu của Bộ Giáo dục Singapore, trên website http://www.moe.gov.sq.

[3] Tài liệu của Bộ Giáo dục Đại Hàn, trên website http://www.moe.go.kr/en/ (bài viết của Jeong-Kyu nhan đề "Globalization and Higher Education: A South Korean Perspective", bài viết của John C. Weidman nhan đề "Recent Trends and Developments in Education in the Republic of Korea") và tài liệu trên website http://www.country-studies.com/south-korea/.

[4] Quốc Việt, "Về Quyết định của Bộ Giáo dục và Đào tạo ngày 23/2/2004", Diễn đàn talawas ngày 2/3/2004 (phần Xã hội/Giáo dục).

[5] Lý Chánh Trung, "Thử tìm giải pháp cho một môn học mà thầy không muốn dạy, trò không muốn học", Những Vấn Đề Việt Nam, nxb Trăm Hoa, California 1992.

[6] Quốc Việt, bđd.

[7] Ngô Tự Lập, "Giáo dục, Trí thức và nửa đường còn lại", Diễn đàn talawas ngày 5/5/2003 (phần Xã hội/Giáo dục).

[8] Hà Thư Sinh, "Tôn trọng sự khác biệt", Diễn đàn talawas ngày 6/1/2005 (phần Xã hội/Giáo dục).

[9] Hoàng Tụy, "Những nghịch lý giáo dục", tạp chí Tia Sáng, Hà Nội, số tháng 9/2002.

NÓI VỚI CHÀNG SIÊU

Dấu binh lửa, nước non như cũ
Kẻ hành nhân qua đó chạnh thương
Phận trai: già ruổi chiến trường
Chàng Siêu mái tóc điểm sương mới về [1]
(CHINH PHỤ NGÂM KHÚC)

Những năm gần đây, tôi gặp lại nhiều bạn bè cũ, những người mà vào tuổi thanh xuân có ít nhất một lần mơ ước được như tướng quân Ban Siêu của hai ngàn năm trước, một đời ruổi rong trên lưng ngựa. Khi gặp lại, tóc của bạn bè tôi đã điểm sương hay bạc xóa. Không được lãng mạn như trong ngâm khúc Chinh Phụ, tóc họ đổi màu không vì già ruổi chiến trường mà chỉ vì ở trong tù năm tháng dài hơn ngoài đời.

Bạn bè tôi hầu hết đều có tuổi trẻ đầy ước mơ. Trong gần hai mươi năm qua, họ lại phải thu mình hoặc chịu đày đọa trong bẫy sập của thực tế. Thực tế thứ nhất là cái quân lực mà họ phục vụ không còn nữa. Thực tế thứ hai là dù quân lực đó không còn nữa và cuộc chiến đã chấm dứt, họ cũng vẫn phải sống trong lao tù. Thực tế thứ ba, làm cho đời sống lao tù của họ cay đắng hơn, nhục nhã hơn, là vì quân đội đó tan vỡ quá nhanh chóng, tan vỡ trong hỗn loạn, và gần như không có chống cự. Thực tế thứ tư là dù ở tuổi nào, con người cũng vẫn biết mơ ước, và thông thường, chỉ cảm thấy hạnh phúc khi những ước mơ có cơ thực hiện.

Ước mơ, hoang tưởng và giả dối là những cái hoàn toàn không giống nhau. Đời sống ở Mỹ hay ở những nước phương Tây nói chung lại dễ cho phép những cái rất khác nhau này được sống lẫn lộn. Do đó, trước cùng một sự kiện, con người có những phản ứng hoàn toàn khác biệt. Người lạnh lùng, người thích thú, người phẫn nộ, người chua chát, người giễu cợt, v.v…

Tôi viết bài này cho những chinh phụ của hai mươi năm cũ mà dấu binh lửa vẫn còn. Đặc biệt, cho những người phải bắt đầu lại cuộc đời ở mái tóc chàng Siêu. Dù ít dù nhiều, họ đều có những ước mơ. Nhọc nhằn hơn cả là phải lựa chọn ước mơ nào để thực hiện cho kỳ được và ước mơ nào nên quên đi. Sự lựa chọn này nhọc nhằn cho bất cứ ai khác, không riêng gì họ.

Cách đây hai tháng, nhận lời mời của một người bạn thuộc binh chủng Thủy Quân Lục Chiến Việt Nam Cộng Hòa, tôi đến dự dạ tiệc kỷ niệm ba mươi chín năm thành lập binh chủng này.

Mới vào, tôi chứng kiến những cảnh thật cảm động. Lần đầu tiên trong một buổi dạ tiệc, tôi nghe nhiều quan khách cùng hát theo bài quốc ca Việt Nam Cộng Hòa và hát trong xúc động. Nét mặt của các cựu quân nhân Thủy Quân Lục Chiến thuộc đủ lứa tuổi, thuộc nhiều hoàn cảnh khác nhau, khi đứng trình diện quốc kỳ, quân kỳ, cùng với tiếng hát của họ đã làm mọi người quên hiện tại. Một không khí hoài niệm bao trùm. Một không khí của tiếc thương, của tình đồng đội, và của định mệnh, thứ định mệnh dành cho những người lính mà loại tuổi xanh của họ đã khiến họ lựa chọn một binh chủng có khả năng đưa họ đến cái chết nhanh hơn.

Tối hôm đó còn có vẻ như một đêm đoàn tụ của nhiều bạn bè xa cách lâu năm. Thời còn trẻ, họ cũng sống lăn lóc với nhau trong quân ngũ, trên chiến trường. Lúc đó, họ không khác nhau mấy. Ngày nay, gặp lại, mỗi người có một đời sống gần như hoàn toàn khác biệt. Có người đã rất thành công trong nghề nghiệp. Có người chưa rành ngôn ngữ mới, chưa biết làm gì để sống. Có người sống ở Mỹ từ 75. Có người trải qua gần mười lăm năm trong lao tù. Cùng tuổi nhau mà người này trông trẻ trung, nhanh nhẹn, còn người kia thì lụ khụ, tóc bạc, răng cỏ không còn. Có người sống khác hẳn đời sống cũ, đạo hạnh như một thầy tu. Có người vẫn hào hoa như ngày còn trong lính. Nhưng khi tiếng kèn chiêu hồn tử sĩ được thổi lên, trông họ thật giống nhau. Không phải chỉ vì họ khoác lại bộ quân phục cũ để trình diện quân kỳ, mà có lẽ vì trên tất cả, vào lúc đó, tình bạn, tình đồng đội, sự hồi tưởng về một tuổi trẻ đã mất và những bạn bè đã mất chế ngự mọi tình cảm của họ.

Phải chi cuộc đời ngừng lại ở đó và thời gian đóng khung ở đó.

Cuộc đời lại tiếp tục theo cách riêng. Bình thản. Bình thường. Và như thế hồn tử sĩ đã được mời gọi trở về trong không khí của một dạ tiệc. Có rất nhiều bài diễn văn và trình diễn văn nghệ giống như ở hầu hết các dạ tiệc có tính cộng đồng của Việt Nam. Khi dư âm của tiếng kèn chiêu hồn tử sĩ vẫn còn đâu đó và bài diễn văn của đại diện Thủy Quân Lục Chiến Việt Nam bắt đầu, thì những tiếng cười nói, giỡn cợt ồn ào cũng bắt đầu nổi lên. Cái ồn ào lên cao độ khi bài diễn văn cuối cùng chấm dứt và khi ban tổ chức chuẩn bị tiễn đưa quốc, quân kỳ.

Lúc đó, bạn tôi, cựu tiểu đoàn trưởng Tiểu đoàn 8 Thủy Quân Lục Chiến bước lên máy vi âm. Có vẻ như anh lấy hết sức bình sinh để hét lên một tiếng "nghi… ê… ê… m" rung động cả phòng tiệc. Tiếng hô của anh kéo dài hơn bình thường. Tiếng ồn ào giảm dần. Cuối cùng thì tắt hẳn. Tiếng hô của anh cũng ngừng lại ở đó. Nhờ vậy quốc kỳ và quân kỳ được tiễn đưa trong trang nghiêm.

Sau đó, nhạc dạ vũ trổi lên. Vui nhộn. Một số người tiến ra sàn nhảy, dẫn đầu là một cựu trung tướng thuộc quân lực Việt Nam Cộng Hòa.

Vợ chồng tôi phải về sớm. Trên đường về tôi còn nghe âm vang tiếng hô của bạn tôi. Tôi hiểu bạn tôi nhiều lắm. Cả tuổi trẻ của anh, anh dành cho binh chủng và đồng đội. Sang Mỹ, hơn mười lăm năm nay, gần như anh chỉ biết có binh chủng, đồng đội, và bè bạn. Nhiều khi tôi có cảm giác là gia đình anh và ngay cả chính anh cũng không quan trọng bằng. Dĩ nhiên là bạn bè thương anh, rất thương anh. Tiếng hô nghiêm của anh xoáy vào tâm can tôi. Nó khiến tôi nhớ đến tiếng hô của một sĩ quan Nhật trong cuốn phim mới nhất của đạo diễn lừng danh Akira Kurosawa.

Tôi muốn ghi lại đây phần xây dựng của Akira Kurosawa.

Nhan đề của phim là *"Những giấc mơ"* (Dreams), trong đó ông xây dựng những giấc mơ khác nhau để nói về những ước mơ, những sợ hãi, những ám ảnh trong cuộc đời. Từ giấc mơ của tuổi thơ đến những giấc mơ của tuổi thanh niên, trung niên và sau cùng là giấc mơ của tuổi già. Thật ra cũng có thể coi đây là những giấc mơ của một người trải qua nhiều giai đoạn khác nhau trong cuộc đời người đó. Tôi xúc động nhiều khi xem phần liên hệ đến những người lính, tựa đề *"Con đường hầm"* (The Tunnel).

Trong phim –tôi đoán đây là khoảng thời gian đầu tiên sau khi Nhật đầu hàng– có một sĩ quan Nhật thất thểu ra về từ trại tù. Chỉ có mình anh, giữa cái yên lặng của núi đồi. Khi gần đến một con đường hầm mà anh phải đi qua để trở về với đời sống bình thường, anh bỗng dừng lại. Từ trong hầm, một con quân khuyển chạy ra, trên người nó mang đầy chất nổ. Nó nhìn anh và sủa. Hình như anh nhận ra nó. Anh hơi sợ nhưng rồi cũng cố mạnh dạn bước vào đường hầm. Chỉ nghe tiếng chân anh vang động. Ra khỏi đường hầm, anh khẽ quay đầu nhìn lại và thấy bóng một người đang chạy ra. Một người lính trang bị súng ống đầy đủ như lúc lâm trận. Anh thốt lên:

"Binh nhì Noguchi?"

Người lính đứng nghiêm –một người lính rất trẻ– gập người xuống chào một cách kính cẩn rồi nói:

"Thưa đại đội trưởng. Chính tôi."

Sau đó người lính hỏi dồn dập:

"Đại đội trưởng, ông hãy nói thật với tôi đi. Có phải tôi đã tử trận rồi không? Tôi không tin điều đó. Tôi nhớ là tôi đã đi về nhà và đã ăn những cái bánh mẹ tôi đặc biệt làm cho tôi. Tôi nhớ rõ lắm."

"Noguchi, em đã từng nói với tôi như vậy. Em trúng đạn và ngất xỉu. Rồi em tỉnh dậy. Tôi đỡ em trên tay. Em nói với tôi là em đã đi về nhà và ăn những cái bánh đặc biệt do mẹ em làm. Tôi rất xúc động. Tôi nhớ rõ mồn một. Nhưng... Noguchi. Đó chỉ là một ước mơ. Em mơ ước điều đó khi em hôn mê. Khoảng năm, sáu phút sau em tắt thở. Em chết thật rồi mà."

Noguchi lảo đảo, rồi đứng nghiêm và gào lên:

"Vâng... Nhưng... ba mẹ tôi vẫn tin là tôi còn sống."

Noguchi khóc. Anh bước vài bước rồi chỉ tay về phía một ánh đèn ở đằng xa, quay lại nói với người sĩ quan:

"Nhà tôi đó. Mẹ tôi và ba tôi đang ở đó. Họ đang chờ tôi."

Người sĩ quan đến gần Noguchi, nói nhỏ nhẹ:

"Sự thật... em chết rồi. Tôi buồn lắm... Nhưng... sự thật em chết rồi."

Binh nhì Noguchi mếu máo. Anh lảo đảo bước trở lại đường hầm. Người sĩ quan yên lặng nhìn theo rồi bỗng kêu to "Noguchi". Noguchi quay lại, đứng nghiêm, bồng súng chào. Người sĩ quan nghiêm chỉnh chào lại. Noguchi thất thểu đi trở lại rồi biến mất trong đường hầm.

Người sĩ quan sắp sửa cất bước. Bỗng anh lại nghe từ trong đường hầm tiếng đi rầm rập của một toán quân. Một toán quân cũng trang bị đầy đủ như khi lâm trận, oai nghiêm, bước đều ra khỏi đường hầm. Anh giật mình thối lui, rồi đứng lại nhìn. Khi toán quân tiến đến gần anh, người dẫn đầu hô to ra lệnh toán quân dừng lại, ra lệnh bồng súng chào, rồi dõng dạc nói:

"Trình diện đại đội trưởng. Trung đội 3 đã trở về doanh trại... Hoàn toàn vô sự."

Người sĩ quan nhìn chằm chặp vào toán quân. Nửa cười, nửa mếu. Một phút im lặng... anh lấy hết bình tĩnh, rồi nói:

"Các anh em nghe đây. Tôi hiểu tâm trạng các anh em. Nhưng... sự thật là... Trung đội 3 đã hoàn toàn bị tiêu diệt... anh em đều tử trận. Tôi buồn lắm. Tôi lại không chết để sống sót đến ngày nay. Rất khó cho tôi nhìn thẳng mặt các anh em. Tôi đã tung Trung đội 3 vào trận chiến để rồi tất cả đều bị giết. Lỗi tại tôi. Tôi có thể đổ hết trách nhiệm cho cái phi lý của chiến tranh. Thế nhưng, tôi không làm điều đó được. Không làm sao để tôi có thể phủ nhận cách quyết định thiếu suy nghĩ và thái độ tắc trách của chính tôi. Thế nhưng, tôi đã bị cầm tù. Những năm tháng ở tù, tôi nhục nhã và chua xót đến độ tôi tin là nếu chết được vẫn hay hơn. Giờ này, nhìn thẳng mặt các anh em, tôi vẫn có cùng cảm giác như vậy. Tôi biết các anh em còn đau đớn hơn tôi nhiều. Nhưng... nói thật... tôi mong chết ngoài chiến trường. Tin tôi đi... tôi chỉ mong được chết như anh em. Tôi cảm nhận được nỗi cay đắng của anh em. Người ta gọi anh em là những "anh hùng", nhưng... anh em đã chết đau đớn như những con chó (2). Thế nhưng, dù gì đi nữa, trở lại thế gian như thế này chẳng chứng tỏ được gì cả. Hãy về lại nơi nằm nghỉ của mình đi. Hãy yên giấc với ngàn thu đi."

Gài lại nút áo cho nghiêm chỉnh, lấy hết sức bình sinh hô "nghiêm", hét thật to ra lệnh cho trung đội quay lại. Trung đội 3 làm theo lệnh anh, bước răm rắp trở lại đường hầm. Có tiếng kèn chiêu hồn tử sĩ.

*

Có phải cái ước mơ của Kurosawa là "một sĩ quan dù chỉ ở cấp đại đội trưởng cũng phải chịu ám ảnh và nhận trách nhiệm, với cả đau đớn lẫn thương yêu, về những cái chết của đồng đội, kể cả cái chết của một con quân khuyển mà có lẽ vào lúc tuyệt vọng nơi chiến trường, anh đã cho gắn chất nổ vào người nó và bắt nó lao đầu vào phía địch"? Dầu sao, đây cũng là một ước mơ của rất nhiều người trong chúng ta.

Có ai biết được sự thật trong trận chiến vừa qua, bao nhiêu thường dân Việt Nam đã bỏ mình, và bao nhiêu người còn sống sót đã phải hủy hoại tuổi xanh của họ? Một triệu? Hai triệu? Ba triệu? Có biết bao nhiêu người đã ngã gục, thường dân hay lính, chỉ vì do tham vọng cá nhân, do thái độ vô trách nhiệm, do kém tài năng, do những quyết định sai lầm vội vã của cấp chỉ huy? Không làm sao đếm được. Nhưng với những con người Việt Nam bình thường, đã từng nghe bom đạn, đã từng nhìn thấy xác chết vì bom đạn, đã lăn lóc trên quê hương trong những ngày chinh chiến, cũng hiểu được là con số đó không nhỏ. Đọc các hồi ký chính trị và quân sự của những cựu chính trị gia, cựu tướng lãnh, của cả miền Nam lẫn miền Bắc, mấy ai nghe thấy một lời nhận lỗi? Lính chết, dân chết, đồng bạn chết, nhiều khi chỉ do thái độ tắc trách, hốt hoảng, kém tài, hoặc hèn nhát của cấp chỉ huy ở bất kỳ cỡ nào. Các đài truyền hình Mỹ thỉnh thoảng chiếu đi chiếu lại cảnh những người lính Cộng Hòa vừa chạy vừa bắn bừa bãi vào dân chúng để giành đường thoát vào những ngày cuối của cuộc chiến. Người lính Việt Nam ngồi xem đau thắt cả ruột gan. Ai chỉ huy họ? Tiểu đoàn trưởng, đại đội trưởng, trung đội trưởng nào? Hiện giờ những người chỉ huy này đang ở đâu?

Sách báo Việt Nam ở hải ngoại hàng hàng lớp lớp. Vô số chữ nghĩa đã được dùng để chửi người Mỹ bỏ cuộc, chửi cấp trên, chửi cấp dưới, chửi lẫn nhau. Bao nhiêu chữ nghĩa đã được dùng cho những lời nhận lỗi?

Cuộc chiến triền miên trên quê hương Việt Nam đã cướp mất bao nhiêu tinh anh của đất nước. Đáng buồn thật. Nhưng đáng buồn nhất, là trong suốt sáu trăm năm qua, đâu có phải sự hy sinh lớn lao đó lúc nào cũng hoàn toàn là để bảo vệ đất nước chống ngoại xâm. Trong hơn bốn trăm năm, từ khi đánh đuổi quân Minh đến khi đánh đuổi quân Thanh, chiến tranh ít khi ngưng nghỉ nhưng nào có phải để bảo vệ lãnh thổ. Suốt gần hai trăm năm, vó ngựa chinh phu Việt Nam vượt qua vượt lại sông Gianh cũng chỉ để giết nhau mà thôi. Đi vào nơi gió cát hay xông vào bãi chiến trường, có khi vì bó buộc, vì bổn phận, vì không có cách thoát, mà có khi cũng chỉ do cái lãng mạn của tuổi trẻ. Nhưng dù vì lý do gì, và thây có được da ngựa bọc (chỉ có trong thơ văn!) hay chỉ để làm mồi cho kên kên quà quạ, thì những mất mát như vậy cũng là những định mệnh nghiệt ngã của người trai trẻ Việt Nam. Một vấn đề cần đặt lại là có phải điều này phát sinh từ cái định mệnh nghiệt ngã chung của dân tộc hay đó chỉ là hậu quả của những nhận thức sai lầm về giá trị của đời sống chồng chất từ thế hệ này đến thế hệ khác? Dẫu sao cũng vẫn là điều đau lòng. Phải xót xa lắm, cụ Đặng Trần Côn mới viết những câu:

Hồn tử sĩ gió ù ù thổi
Mặt chinh phu trăng dõi dõi soi
Chinh phu tử sĩ mấy người
Nào ai mạc mặt nào ai gọi hồn?
(Chinh Phụ Ngâm Khúc)

Thế nhưng, có lẽ cần phải dừng lại một chút để nhìn vấn đề cho kỹ hơn.

Trong loạn ly, cái đau thương đâu phải chỉ đến với người lính. Hay, nói cho đúng hơn, trong loạn ly, cái đau thương lớn nhất vẫn không đến với người lính. Nó đến với vô số người mẹ, người vợ, những đứa con thơ và cho rất nhiều thường dân vô tội. Mà ngoài cái đau đớn, sự hy sinh của những con người đáng thương này thì sự can đảm, sức chiến đấu kiên trì của họ nhiều khi phải được kể là vượt qua những người lính. Những ai đã ở lại miền Nam sau 75 chắc chứng kiến được điều đó. Người cầm súng đã bỏ cuộc nhưng những người không cầm súng đã không bỏ cuộc. Họ phải tiếp tục chiến đấu cật lực với cuộc đời. Và, nếu sau đó, cuộc đời đã không đến nỗi tàn mạt như bãi chiến trường, thì điều đó phải là do công của họ. Chính họ, chớ không phải những người cầm súng, đã khiến cho cuộc đời phải tiếp tục, theo một chiều hướng khác, không theo ý muốn của những người nắm quyền lực mới.

Trong tập hồi ký về tù cải tạo của Tạ Chí Đại Trường (3), người viết sử này nói nhiều về họ. Ông cũng ghi lại nhiều chuyện thật mà thường chỉ được nghe những cựu tù nhân kể lại ở ngoài đời. Những chuyện mà khi nghe, người lính Việt Nam không muốn nhớ. Rất ít thấy hay không thấy ghi lại trong những hồi ký khác. Ông kể chuyện những người vợ phải bán thân để nuôi chồng, hay tệ hại hơn, chỉ để chiều chuộng những thói quen hưởng thụ rất vị kỷ của chồng cho dù vào lúc đó các ông ấy đang ở trong tù. Nói chung, thì hầu hết phải vật lộn cực khổ với đời sống, chắt chiu tiền bạc, bồng bế dìu dắt con thơ, băng qua biết bao nhiêu dặm đường để mang quà đến trại học tập thăm nuôi chồng. Có ai đếm được bao nhiêu người đàn bà đã ngã quỵ trong những hoàn cảnh như vậy? Có ai đếm được bao nhiêu trẻ thơ chết oan uổng dọc bờ, bụi nào trên quê hương trong và sau cuộc chiến? Mấy ai gọi hồn họ?

Cụ Đặng Trần Côn ca ngợi người chinh phu. Nhưng cụ vẫn cảm thông được cái đau đớn của người chinh phụ. Khi vó ngựa những chinh phu Việt Nam vẫn liên tục vờn nhau trên khắp quê hương, cụ chong đèn ngồi viết Chinh Phụ Ngâm Khúc. Cụ chia sẻ nỗi lòng của người chinh phụ hơn. Tác phẩm của cụ sống mãi, có lẽ một phần vì nó gắn với cuộc đời thật. Cho dù, người chinh phụ mà cụ tả trong ngâm khúc chưa đến nỗi tiêu điều, tan tác như người chinh phụ mà chúng ta đã thấy hay đã biết trong cuộc chiến vừa qua trên quê hương Việt Nam. Dĩ nhiên, như đã nói ở trên, ngoài người chinh phụ, còn biết bao nhiêu người khác cũng tiêu điều tan tác như vậy.

Trở lại cuốn phim của Kurosawa. Sau chuyện "Con đường hầm", ông còn trình bày nhiều giấc mơ khác, liên hệ đến nghệ thuật, đến khoa học, đến nhân sinh quan, v.v… Cũng do tài tử đóng vai người sĩ quan thủ vai chính. Cũng có thể, những phần tiếp theo là những giấc mơ của chính anh sĩ quan đó. Sau khi ra khỏi đường hầm, anh tiếp tục cuộc đời của anh, với những ước mơ mới, những ám ảnh cũng như những lo sợ mới. Trên thực tế, sau khi thua trận, người Nhật đã sống như vậy. Họ đã để lại đằng sau lưng cuộc chiến cũ, xông vào những cuộc chiến mới. Họ đã thành công vượt bực, họ cũng đã quên khuấy đi rất nhiều điều phải làm để đời sống có nghĩa lý hơn. Cũng như đã hủy hoại nhiều điều lẽ ra phải được xem là giá trị thật của cuộc đời. Chính vì vậy mà Kurosawa đã phải nói lên những giấc mơ của ông. Những giấc mơ đó không phải chỉ dành cho người Nhật, mà cả cho chúng ta, mặc dù cái hiện thời ám ảnh chúng ta nhiều nhất vẫn còn loanh quanh ở chỗ con đường hầm.

Thử tưởng tượng tâm trạng của tướng quân Ban Siêu ngày xưa khi trở về. Ông sẽ có cảm giác ra sao vào một buổi sáng chợt thức giấc, nghe tiếng trẻ con nô đùa, tiếng chày giã gạo, tiếng khung cửi dệt vải, tiếng thầy đồ dạy học... tiếng sương phụ khóc chồng.

Không biết ông sẽ nghĩ sao nếu có một chàng trai trẻ giống như ông mấy mươi năm trước, hay một người bạn cũ hồn nhiên, đến nói với ông một cách say sưa về ước mơ một đời chỉ có sống trên lưng ngựa?

TRƯƠNG VŨ
Cuối năm 1993

(1) Trích từ bản dịch Nôm được ghi là của Đoàn Thị Điểm do Nguyễn Huy chú giải, nhà Đại Nam (California) in lại. "Chàng Siêu" chỉ tướng quân Ban Siêu đời Hán, chinh chiến từ lúc còn trẻ, lập được nhiều chiến công, khi trở về thì đầu đã bạc.

(2) Nguyên văn phụ đề tiếng Anh "I feel your bitterness. They called you "heroes"... but you died... like dogs." Phim "Dreams" do chính Akira Kurosawa viết truyện phim và đạo diễn. Ông là người đã thực hiện những phim nổi tiếng nhất của Nhật như Lã Sanh Môn, Địa Ngục Môn...

(3) Hồi ký tù cải tạo của Tạ Chí Đại Trường nhan đề Một Khoảnh Việt Nam Cộng Hòa Nối Dài gửi ra từ trong nước, do nhà Thanh Văn (California) xuất bản, 1993.

NẮNG VÀNG TRONG RỪNG KHÔ

Cách đây hơn ba mươi năm, khi còn ở Philadelphia, mỗi lần đi bộ từ nhà trọ đến trường đại học, tôi thường đi ngang một khu townhouse thuộc giới nghèo trên đường Chestnut. Nếu đi vào buổi sáng, khoảng mười giờ, có nắng tốt, thế nào tôi cũng nhìn thấy một người đàn bà ngồi trước thềm nhà. Da trắng, khoảng sáu mươi, tóc trắng như bạch kim, chải sát vào đầu. Lúc nào cũng vậy, người đàn bà ngồi im lặng, bất động, mắt nhìn xa, đăm chiêu, trông như một pho tượng của Rodin. Có vẻ như với bà những gì đang xảy ra trước mặt không có nghĩa gì cả. Tôi không biết bà đang nhìn gì, thấy gì. Chỉ có cảm giác là vào lúc đó trong đầu bà chắc bao nhiêu hình ảnh của quá khứ đang trở về, bao nhiêu tâm tư từng lắng sâu vào tâm khảm đang sống lại. Khó ai biết. Chỉ biết nơi con người đang ngồi bất động đó hiển lộ một sự sống khác, dường như chứa chất một thảm kịch nào. Những lúc như vậy, tôi đều mơ có khả năng vẽ nên một chân dung đích thực, biểu hiện được những phức tạp của con người, những thứ phức tạp thường tạo nên một cái đẹp kinh hồn cho nghệ thuật. Giấc mơ đó không thực hiện được. Cũng có lúc, tôi muốn tìm hiểu hơn về bà, hoặc tìm cách nói chuyện với bà. Nhưng, tôi luôn ngần ngại, không biết làm cách nào và cũng không chịu khó suy nghĩ kỹ hơn phải làm cách nào.

Từ lúc rời Philadelphia đến nay, thỉnh thoảng tôi có trở về, có đi ngang con đường cũ, nhưng không bao giờ gặp lại con người đó. Hình ảnh người đàn bà ngồi như pho tượng trước thềm nhà vào mỗi sáng rất khó quên. Nó khiến tôi liên tưởng đến một vài hình ảnh khác, để viết ra những dòng sau đây.

Tôi có một người bạn trẻ, LLT, tốt nghiệp về phân tâm học ở đại học Johns Hopkins, Baltimore. Thời gian làm nghiên cứu sinh, T. tình nguyện vào làm trong một bệnh viện tâm thần ở Boston và tại một số tư gia do cơ quan tỵ nạn địa phương giới thiệu. Bệnh nhân của T. thuộc nhiều thành phần người Việt khác nhau, tuổi từ 15 đến 70. Ở đây, có những người đàn bà bị điên loạn sau khi trải qua những nỗi đau kinh hoàng trên biển, mất chồng, mất con, bị hãm hiếp… Ở đây, có những đứa trẻ mới trước đó sống êm ấm với gia đình bỗng chứng kiến những cảnh hãi hùng, rồi vụt cái, mất cha, mất mẹ, mất anh em, rồi ngơ ngơ ngác ngác trong một xã hội hoàn toàn xa lạ. Ở đây, có những người qua tuổi trung niên hoàn toàn mất định hướng, không đương đầu nổi với những đổi thay quá lớn, quá nhanh về hoàn cảnh, văn hóa, ngôn ngữ, xã hội. Ở đây, có những thanh niên mắc các loại bệnh về ảo giác, lúc nào cũng trông thấy những hình ảnh kỳ lạ, nghe những âm thanh ma quái luôn thúc giục mình làm những điều không phải, v.v…

T. làm việc với những bác sĩ, y tá, cán sự xã hội địa phương. Sau năm năm, vì nhu cầu hoàn thành luận án, T. phải về lại trường rồi sau đó đi kiếm việc làm. Lúc T. rời Boston, có khoảng 25% trong số bệnh nhân này hồi phục để có thể tiếp tục đời sống một cách tương đối bình thường như nhiều đồng bào khác của họ. Những người còn lại, theo hiểu biết của T., đa số sẽ không chữa trị được. Đời sống của họ như thế nào qua từng tháng ngày trong khu bệnh viện tâm thần, cho đến những giờ cuối cùng, ít ai biết. Đến nay, vì làm việc ở xa, T. không thể tình nguyện trở lại bệnh viện đó như trước, nhưng mỗi lần nói về những bệnh nhân cũ của mình, T. vẫn còn đầy xúc động như nói về những người thân bất hạnh.

Viết đến đây, tôi chợt nghĩ đến trường hợp một người đàn bà tôi có nghe đến. Đó là một phụ nữ trẻ đẹp khi cùng chồng và hai đứa con còn rất nhỏ vượt biển khoảng cuối thập niên 70. Trên đường vượt biển, thuyền họ gặp nạn, hai đứa con rớt xuống biển, người chồng vội nhảy xuống cứu và cả ba đều chết đuối. Thảm kịch xảy ra nhanh như chớp trước mắt chị. Chị và một số người khác được cứu sống. Chúng ta có thể mường tượng ra những gì xảy ra sau đó cho người đàn bà bất hạnh này. Sau một thời gian ở trại tỵ nạn, chị được đi định cư ở Mỹ, luôn giữ bên mình những kỷ vật của chồng và hai con, góp nhặt được sau tai nạn trên biển. Suốt gần mười năm kế tiếp, chị sống âm thầm với kỷ niệm lẫn với những ám ảnh kinh hoàng từ chuyến đi định mệnh đó. Không ai nghĩ rằng chị có thể trở lại đời sống bình thường. Cho đến khi có một người đàn ông khác đến. Tình thương, hiểu biết, kiên nhẫn, ân cần… đã mang lại cho chị một niềm an ủi. Họ thành vợ chồng. Trong nhà vẫn để bàn thờ của hai con và người chồng cũ, nhưng họ quyết định sống một đời mới. Không biết những năm tháng sau đó, những ám ảnh của quá khứ có thỉnh thoảng quay về, chen vào giữa họ, nhưng đây vẫn là một "happy ending". Chị may mắn hơn rất nhiều người đàn bà khác cùng cảnh ngộ, cùng là nạn nhân của thảm kịch trên biển Đông trong thập niên đầu sau khi chiến tranh chấm dứt. Có nhiều người còn trải qua những kinh nghiệm hãi hùng hơn.

Cuối năm rồi, tôi hân hạnh gặp một thanh niên đến từ Việt Nam, do các con tôi mời về dùng cơm tối với gia đình. Người thanh niên ở khoảng tuổi ba mươi, nói năng nhỏ nhẹ, ăn mặc và ứng xử như mọi thanh niên bình thường khác. Khi trò chuyện với tôi, lúc nào cũng xưng "con" nên lúc đầu tôi ngỡ là bạn của các con tôi. Sau vài câu thăm hỏi mới biết đó là một linh mục thụ phong chỉ được vài năm. Sau khi thụ phong, ông tình nguyện đến coi sóc một viện mồ côi nhỏ ở Sài Gòn, dành cho những trẻ em bị HIV. Trong số này có những em còn cha mẹ nhưng bị bỏ vào đó vì cha mẹ không đủ khả năng nuôi dưỡng. Tuổi thọ của các em thường không quá mười lăm. Một số bác sĩ gốc Việt ở Mỹ khi về Việt Nam làm thiện nguyện có đến thăm viện mồ côi này. Xúc động về hoàn cảnh của các em và cảm kích về những nỗ lực của ban điều hành và những người tình nguyện đến chăm sóc, cùng những khó khăn về nhiều phương diện, nhóm bác sĩ quyết định vận động giúp đỡ viện. Phần lớn sự trợ giúp đến từ các thân hữu Việt và Mỹ ở hải ngoại. Do đó, vị linh mục cùng với một em bị HIV với một y tá đi theo săn sóc được mời sang Mỹ gặp gỡ các thân hữu. Tôi có gặp bé gái đó. Xinh xắn, nói năng rất tự nhiên và lễ độ, dễ gây cảm tình của người đối diện. Mới nhìn tưởng chừng đó là một em bé khoảng mười tuổi nhưng thật ra em đã mười sáu tuổi, mà sức trưởng thành chỉ đến đó. Em nói năng rất tự chế, chấp nhận số phận mình một cách tự tại. Những người đã đến thăm viện mồ côi cho tôi biết các em ở viện không được trường học bên ngoài nhận nên viện tổ chức lớp học riêng cho các em. Các em được học hành và vui đùa như mọi trẻ em bình thường khác, mặc dầu tất cả đều biết mình sẽ rời cõi nhân gian này bất cứ lúc nào. Dĩ nhiên, thực hiện được điều đó không dễ. Vị linh mục cần sự hỗ trợ của rất nhiều người.

Nói đến những bác sĩ thích làm thiện nguyện, tôi nghĩ đến một người bạn trẻ khác, bác sĩ LTL, một chuyên gia về ruột. Ông thường mang sách vở về tặng và mời một số giáo sư y khoa Mỹ và Việt về giảng ở Đại học Y khoa Huế. Trong một chuyến đi như vậy cách đây khoảng mười năm, mỗi ngày ông đều thấy một bà cụ đẩy xe bán bánh mì đến chợ Bến Ngự, sáng đi chiều về, ngang qua nhà ông. Ông để ý thấy một chân của bà cụ đi đứng không được bình thường. Một hôm ông đến chợ, đến nơi bà cụ bán bánh mì, ngồi xuống xin phép xem chân bà, thấy ghẻ lở ăn sâu vào thịt. Sau đó, cứ hai ba ngày ông mang thuốc đến, tự tay chăm sóc vết thương. Khi vết thương gần lành hẳn, có thể tự chữa lấy được, cũng là lúc ông từ giã bà cụ về lại Mỹ. Bà ôm ông khóc. Ngày nay, LTL là một bác sĩ rất thành công ở Maryland. Ông có phòng mạch riêng, nhận làm chủ nhiệm khoa ruột của một bệnh viện quan trọng một thời gian, và là giáo sư thỉnh giảng ở một đại học y khoa lớn, nhà cửa sang trọng, gia đình hạnh phúc. Mới đây, ông kể cho tôi nghe, vài tháng trước ông có về lại Việt Nam. Người đồng nghiệp ở Y khoa Huế thường làm việc chung với ông trong những chuyến về thiện nguyện, trước đây khá nghèo, bây giờ lái một chiếc Mercedes mới toanh ra đón ông ở phi trường. Tôi thực sự mừng cho sự thành công của họ, mừng họ có nếp sống cao, vì họ xứng đáng được hưởng thành quả do tài năng và sức lao động của họ. Tuy nhiên, mỗi lần nghĩ đến LTL, hình ảnh đầu tiên hiện ra trong đầu tôi vẫn là hình ảnh một bác sĩ trẻ ngồi xuống chăm sóc ghẻ lở nơi bàn chân một bà cụ bán bánh mì ở chợ Bến Ngự.

Ở hải ngoại, chúng ta thường nói, thường ca ngợi những thành công cá nhân của người tỵ nạn hay con cháu những gia đình tỵ nạn. Nhưng, chắc chúng ta cũng biết bên cạnh đó có rất nhiều người không thành công. Đặc biệt, có nhiều người rất thiếu may mắn đang kéo lê cuộc đời của họ trong âm thầm. Với bề ngoài lặng lẽ, họ chứa chất bên trong một thế giới riêng, thường khó hiểu với người xung quanh. Những cái thế giới như thế chắc phải có một sức mạnh nào đó, một sự nặng nề nào đó để kéo họ thu mình vào, không tìm được lối ra, hay không muốn tìm một lối ra. Cũng có thể, thế giới đó rất đơn giản, chỉ dung chứa một số phận không may, không thể làm gì khác hơn là chấp nhận nó như một định mệnh nghiệt ngã. Như trường hợp các trẻ em mồ côi bị HIV, như trường hợp bà cụ bán bánh mì ở chợ Bến Ngự, v.v… Nếu may mắn, họ có thể gặp những người có một tâm lượng lớn hơn bình thường, một sự thông cảm lớn hơn bình thường, cũng bằng một cách lặng lẽ đến giúp đỡ, chia sẻ nỗi đau của họ. Như người tu sĩ, người chồng, và những người trẻ tuổi tôi đã kể trên. Và, còn bao nhiêu người khác nữa chúng ta không thể nói hết ở đây.

Những việc làm đầy tình người của họ, dù nhỏ hay lớn, như những tia nắng vàng trong rừng cây khô, đã làm cuộc đời có ý nghĩa hơn. Và, nếu những cố gắng đầy chân tình đó biến đổi được một số phận không may hay mang lại một niềm vui, một tia hy vọng về tương lai cho một người bất hạnh, tôi cho đó là một thành công lớn. Một thứ thành công dễ khiến những người nghe đến trở nên thâm trầm hơn.

TRƯƠNG VŨ
Maryland, tháng 5 năm 2010

MƯA ƯỚT VỊ THÀNH

Cách đây hơn 20 năm, tôi bắt đầu tham dự khá thường xuyên vào các sinh hoạt văn học ở hải ngoại, trong suốt một thời gian khá dài kể cả lúc còn làm việc toàn thời gian ở NASA trước khi về hưu. Hợp tác với Wayne Karlin để thực hiện tuyển tập văn chương chiến tranh *The Other Side of Heaven*, hợp tác với Giáo sư Huỳnh Sanh Thông của đại học Yale cho tập san Việt Học The Vietnam Review, viết bài và hợp tác với một số tạp chí văn học Việt Nam ở hải ngoại, thuyết trình ở một số hội thảo về văn học, v.v... Sự tham dự tương đối năng động vào những sinh hoạt đó có vẻ như bất bình thường, vì văn học là một lãnh vực tôi không hề được đào tạo ở trình độ cao. Mà, ngay cả ở trung học, bạn bè đều biết tôi là một đứa học trò rất tầm thường về môn văn. Từ bé tới lớn, tôi chưa bao giờ có ý nghĩ trở thành một nhà văn hay một giáo sư văn chương.

Một hôm, trong một hội thảo hè dành cho các nhà văn trẻ tổ chức ở Đại Học St. Mary thuộc tiểu bang Maryland, một nhà văn trao đổi với tôi về trường hợp của cô. Cô mê văn chương, viết rất nhiều truyện ngắn, đang vật lộn với đời sống và phấn đấu với chính mình để xem có nên tiếp tục sống toàn phần cho văn chương và bán phần cho sinh kế, hay ngược lại. Cô muốn tôi lấy kinh nghiệm cá nhân để giúp cô ý kiến. Rất tiếc, hôm đó tôi chẳng giúp gì được vì chẳng có kinh nghiệm nào về chuyện này. Câu trả lời của tôi khá mông lung. Văn chương có giữ một vị trí đặc biệt trong đời sống của tôi thật nhưng không phải để tôi trở thành nhà văn, mặc dầu đôi khi, do những gì đã viết ra, nhiều người trong văn giới gọi tôi là nhà văn. Tuy nhiên, nhân câu chuyện trên, tôi thấy cần viết một bài về đề tài này, về cái vị trí của văn chương trong đời sống của mình, để từ kinh nghiệm riêng chia sẻ được gì với người khác. Đặc biệt, tôi muốn chia sẻ với những bạn trẻ giống như tôi trước đây, không được đào luyện tốt về văn chương ở trường ốc và sống với những ngành nghề gần như trái ngược. Tôi xin viết một cách tản mạn, và tản mạn từ những chuyện rất riêng tư.

Tôi tin mỗi người trong chúng ta đều mang trong tim mình những dấu ấn, những tì vết gây ra từ một biến cố trong đời, một chấn động mạnh hay có thể chỉ là một hình ảnh đến rất nhanh, như một nụ cười, một giọt nước mắt,... Để rồi, sau đó, vào một lúc rất bất chợt, con tim nhói lên, cái cách vui buồn thương ghét trong cuộc đời bỗng thay đổi. Một bài thơ, một cuốn sách đã đọc vào một lúc nào đó cũng có thể làm nên chuyện như vậy.

Tôi xuất thân là một thầy giáo toán, được gọi nhập ngũ khi có lệnh tổng động viên lúc chiến tranh ở miền Nam trở nên tàn khốc. Sau hơn hai năm, được biệt phái trở về dạy học lại. Cách sống của tôi thay đổi hẳn. Đời sống trong quân ngũ có làm tôi thay đổi thật, nhưng ảnh hưởng lớn nhất thật ra là từ một bài thơ, của một nhà thơ sống cách đây hơn ngàn năm ở một nơi xa lắm.

Cách đây gần 50 năm, sau khi tốt nghiệp trường Bộ Binh Thủ Đức, tôi đi trình diện đơn vị ở một hải đảo xa. Tôi nhớ, đó là một buổi sáng mưa nhẹ hột. Trên đường đi đến đơn vị, tôi và một người bạn cùng khóa mang ba-lô đi bộ lên một ngọn đồi, trên đó có một quán ăn nhỏ. Chúng tôi vào quán uống cà phê. Ngồi khá lâu vì mưa bắt đầu nặng hột. Đơn vị ở cách đó không xa nhưng qua mưa không nhìn thấy. Cả hai châm thuốc hút, rồi bỗng nhiên, tôi nhớ tới một bài thơ của Vương Duy. Tôi đọc lên. Bạn tôi chỉ mỉm cười, im lặng, phà khói thuốc, rồi lãng đãng nhìn những giọt mưa rơi từ mái tôn xuống bậc thềm. Năm đó, dù đã dạy học một thời gian trước khi động viên, tôi chỉ mới vừa qua tuổi 26.

Bạn tôi, cũng cùng tuổi và cả hai đều đã có gia đình. Tôi nhớ rất rõ bản tiếng Hán, *Vị Thành Khúc* (渭城曲), của Vương Duy:

渭城朝雨浥輕塵，*Vị Thành triêu vũ ấp khinh trần*
客舍青青柳色新。*Khách xá thanh thanh liễu sắc tân*
勸君更盡一杯酒，*Khuyến quân cánh tận nhất bôi tửu*
西出陽關無故人。*Tây xuất Dương Quan vô cố nhân*

Và, cả bản dịch của Ngô Tất Tố:

Trời mai mưa ướt Vị Thành
Xanh xanh trước quán mấy nhành liễu non
Khuyên chàng hãy cạn chén son
Dương Quan đến đó không còn ai quen

Đây chắc không phải là bài thơ hay nhất của Vương Duy và càng không phải là bài thơ hay nhất của Đường Thi. Chắc cũng không có bao nhiêu bạn đọc cảm xúc gì nhiều khi đọc bài này. Nhưng, với tôi, khi đọc lên tôi xúc động. Tôi biết tôi đã đọc nó lần đầu tiên từ cuốn Đại Cương Văn Học Sử Trung Quốc của Nguyễn Hiến Lê, lâu lắm rồi, khi còn ở trung học, trong căn nhà cũ gần bờ biển Nha Trang, nơi tôi đã sống suốt tuổi thơ. Bài thơ đó, thời gian đó, không gian đó, với những xúc cảm của lúc đó, tưởng quên đi, nhưng không. Cũng từ đó, tôi đọc nhiều sáng tác văn học hơn mỗi khi rảnh và nhớ lại nhiều bài thơ đã học và đã quên. Ở hải đảo có một thời gian tôi làm sĩ quan tuần tra. Tôi nhớ, một buổi tối, mưa tầm tã, khi hết phiên trực, tôi ghé vào lều của một ông thượng sĩ già, xin cà phê uống. Ở đó, người sĩ quan trực kế tiếp, MDT, cũng đang ngồi uống cà phê. MDT trước khi động viên dạy Pháp văn ở Huế. Trong khi trò chuyện, bỗng nhiên T. nói về những tiểu thuyết Pháp đang ăn khách như *Bonjour Tristesse, Un Certain Sourire,...* của Françoise Sagan, rồi quay trở lại nói về những tác phẩm học ở thời trung học, những tác phẩm của Alphonse Daudet hay Anatole France, rồi Nguyễn Du của ngày xưa, rồi Bùi Giáng của ngày nay, rồi quay sang nói về Sartre, về Camus, v.v… Chúng tôi nói say sưa, ông thượng sĩ già châm thêm cà phê, lặng lẽ nghe và thỉnh thoảng nở nụ cười độ lượng. Trước khi chia tay và bắt đầu phiên trực của mình, T. nói với tôi: "*Tụi mình... à la recherche de la jeunesse perdue!*" Tôi cũng thấy mình già đi thật. Bây giờ, mỗi lần nghĩ lại, thấy... tếu tếu. Tuy nhiên, những câu chuyện theo kiểu câu chuyện trong lều của ông thượng sĩ già đó, đã giúp tôi rất nhiều để những ngày tháng nơi hải đảo bớt đi cái nhớ nhà, cái lo sợ, cái nhàm chán. Và, dù hễ mở miệng là thích nói về cái tuổi trẻ đã mất, nhưng chính vào thời gian đó, từ những câu chuyện văn chương đó, tôi thấy cái tuổi trẻ thật sự của mình bắt đầu bừng lên một sức sống mãnh liệt. Tôi nghĩ đến những ngày tháng tới, khi không còn chinh chiến, hay khi được trở về với đời sống thường dân, tôi sẽ sống khác, nhìn cuộc đời cách khác. Và, quả thật, khi về lại, tôi vẫn tiếp tục dạy toán, nhưng tôi có khác.

Trên sách vở, trong nghiên cứu, toán học và văn học có một lằn ranh rõ rệt, nhưng trong mỗi con người, lằn ranh đó có thể rất mờ nhạt. Khi tìm hiểu về cuộc đời các nhà toán học, tôi ấn tượng nhất về một thiên tài mà cuộc đời ngắn ngủi của ông có thể là đối tượng tuyệt vời cho một tác phẩm văn chương. Một thiên tài đã sống tận cùng cho sự đam mê về toán học, về những lý tưởng nhân bản, và về chất lãng mạn trong tình người và tình yêu. Tôi muốn nói về Évariste Galois. Ông sinh ngày 25/10/1811 ở Bourg-la-Reine, Pháp. Năm 14 tuổi đã bắt đầu có những ý niệm mới và nghiêm chỉnh trong toán học. Đến năm 19 tuổi ông đã công bố những công trình quan trọng làm nền tảng cho "Lý Thuyết Galois" và "Lý Thuyết Nhóm" trong đại số trừu tượng (abstract algebra). Trong lúc chăm chú vào những phát kiến toán học, ông vẫn tham gia vào chính trị Pháp, tranh đấu cho nền cộng hòa Pháp, đi đầu trong cuộc biểu tình chống đối vua Louis Philippe. Bị bắt và bị xử sáu tháng tù. Trong tù, ông ngồi viết tiếp những công trình toán học. Ra khỏi tù tháng 4/1832. Qua tháng sau, để bênh vực danh dự của người yêu, Stephanie-Felice du Motel, ông chấp nhận tham dự một cuộc đấu súng. Năm ngày trước cuộc đấu, ông viết thư cho một người bạn, tâm sự về mối tình này. Đêm trước khi đấu, biết rằng mình sẽ chết, ông thức suốt đêm để hoàn tất những công trình toán học còn dở dang. Sáng sớm hôm sau, ông bị bắn ở bụng, mọi người bỏ đi, để ông nằm một mình ở đấu trường. Đến 10 giờ, một nông dân nhìn thấy đưa đến bệnh viện gần đó. Chỉ có người em trai, Alfred, được thông báo. Câu cuối cùng ông nói với em: "Đừng *khóc, Alfred! Anh cần sự can* đảm để *chết ở tuổi hai mươi*."

Một trăm bốn mươi năm sau, ở Nha Trang, tôi bắt đầu dạy sinh viên Lý Thuyết Nhóm của Galois. Chương trình trung học Pháp đưa Lý Thuyết Nhóm vào năm cuối của ban toán trước đó vài năm. Chương trình trung học Việt thì chưa.

Tôi không phải là một thiên tài như Galois, dĩ nhiên, nhưng toán học ảnh hưởng vào đời sống tôi rất nhiều. Những hiểu biết cơ bản về toán học cũng đã giúp tôi không ít khi đi vào các chuyên môn khác như vật lý hạt nhân, như kỹ sư điện hay như kỹ thuật không gian mà sau này tôi phải sống với nó một thời gian khá dài. Tuy nhiên, điều tôi muốn chia sẻ ở đây với các bạn trẻ là tinh thần toán học, nhất là, thói quen tìm giải đáp cho những nghi vấn, đã giúp tôi đến với văn chương thi vị hơn. Xin kể một câu chuyện. Thời còn ở trung học, tôi được đọc bản tiếng Việt một tác phẩm của Leo Tolstoy, nhan đề *Một Bản* Đàn, do nhà văn Trương Bảo Sơn chuyển ngữ, có lẽ từ một bản tiếng Pháp. Tôi đọc say mê. Tác phẩm xây dựng trên thảm kịch của một cặp vợ chồng. Vì nghi ngờ vợ mình có tình ý với một ông thầy dạy nhạc, một nhà quý tộc giàu có nổi cơn ghen giết vợ. Một truyện dài rất hay. Rất thích nhưng tôi luôn tự hỏi tại sao nhà văn TBS lại đặt nhan đề là *Một Bản* Đàn. Vì, sau này, sau khi được đọc bản dịch tiếng Pháp *La Sonate à Kreutzer*, tôi ngờ rằng Tolstoy rất có cố ý khi lấy tên một bản sonate của Beethoven, "*Bản Sonate cho Kreutzer*", làm nhan đề cho cuốn tiểu thuyết. Nó phải là bản sonate đó chớ không phải một bản đàn nào cũng được. Ý của Tolstoy, theo tôi, là chính bản nhạc đó, bản sonate đó của Beethoven, đã đóng góp vào thảm kịch. Nhưng, tôi không chắc lắm, vì không biết gì về bản sonate này.

Hơn hai mươi năm sau, khi sống ở Philadelphia, một hôm có dịp vào thư viện thành phố. Tình cờ, thấy bản tiếng Anh, *The Kreutzer Sonata*, tôi nhớ lại cái nghi vấn ngày nào. Tôi vào phòng thính âm, xin được nghe bản sonate này. Bản "Sonate cho Kreutzer" được Beethoven soạn cho dương cầm và vĩ cầm. Bản tôi được nghe do Arthur Rubinstein và Henryk Szeryng trình tấu. Rubinstein phụ trách dương cầm, Szeryng vĩ cầm. Tôi nghe đi nghe lại nhiều lần. Tiếng dương cầm hòa với tiếng vĩ cầm một cách tài tình, réo rắt, tha thiết, làm ruột gan người nghe thắt lại. Tôi hình dung ra buổi hòa nhạc trong ngôi nhà vị quý tộc. Tôi tưởng tượng ra cảnh ông quý tộc ngồi nhìn vợ mình với ông thầy dạy nhạc say sưa trình tấu, như không cần biết có ai xung quanh. Ông quý tộc giàu có nhưng trong người ông không có bao nhiêu chất âm nhạc, chất thi ca. Ông nhìn cảnh vợ ông (chơi dương cầm) với ông thầy (chơi vĩ cầm) để hết tâm hồn vào bản nhạc. Tiếng nhạc quyện lẫn vào nhau da diết mãnh liệt. Ông hình dung ra một cảnh khác. Ruột gan ông bấn lên nhưng ông ghìm lại. Sau buổi trình tấu, ông vẫn giữ cung cách của một quý tộc, cười nói khen ngợi vợ. Một thời gian ngắn sau đó, thảm kịch xảy ra.

Cách đây ba năm, tôi lên Amazon tìm mua CD bản *The Kreutzer Sonata* cũng do Rubinstein và Szeryng trình tấu để nghe lại. Tôi tin rằng tôi hiểu được ý của Tolstoy khi chọn bản sonate này làm nhan đề cho cuốn tiểu thuyết. Tôi tin rằng cái nghi vấn của tôi đúng. Nhưng, thật ra, đúng hay sai không quan trọng. Quan trọng là chính cái nghi vấn đó đã cuối cùng mang đến tôi một niềm vui, một may mắn, được thưởng thức một bản sonate tuyệt vời. Riêng đối với nhà văn Trương Bảo Sơn, dù vẫn không đồng ý với ông về cách đặt tên cho bản dịch cuốn tiểu thuyết, tôi luôn kính trọng ông, và rất cám ơn ông đã đem đến cho lớp trẻ chúng tôi vào thời đó một món ăn tinh thần rất có giá trị của Leo Tolstoy.

Leo Tolstoy và Fyodor Dostoevsky là những tên tuổi lớn của văn học cổ điển Nga, và của cả nhân loại. Ngoài hai nhà văn này, sự hiểu biết của tôi về văn học Nga vào thời còn đi học rất giới hạn. Về sau, do tình cờ, tôi đọc Anton Tchékhov qua các bản dịch tiếng Anh và thích tác giả này, đặc biệt các kịch phẩm của ông như *Three Sisters* (Ba Chị Em), *The Cherry Orchard* (Vườn Anh Đào),... Do thích vở Three Sisters nên khi biết vở này được trình diễn tại một kịch viện nhỏ, *The Studio Theatre*, tôi đến xem. Nhân vật chính trong kịch là một gia đình có ba chị em và một em trai. Thời trẻ họ sống ở Moscow khi ông cha chỉ huy một lữ đoàn ở đó, cho đến khi ông về hưu cách đó mười một năm. Sau đó họ mất cả cha lẫn mẹ. Giấc mơ của ba chị em là một ngày nào đó họ sẽ về lại Moscow. Nhiều tình tiết và bi kịch được dựng lên từ đó. Lời lẽ trong vở kịch trình diễn ở The Studio Theatre hơi khác trong bản dịch tiếng Anh trong sách một chút. Tối hôm đó, sau khi dự vở kịch xong, về lại nhà, nghĩ lại vở kịch, tôi nhớ nhất câu nói và cách nói của người đóng vai Irina (cô em út) nói với Olga (cô chị cả): "*Chị Olga, em sẽ lấy Nam Tước, em sẽ về Moscow. Tụi mình sẽ về Moscow.*" Và rồi, tôi nghĩ đến một buổi tối ở giảng đường của trường Đại Học Duyên Hải trên đường Yersin, Nha Trang. Tối hôm đó, bạn tôi, Giáo sư Bửu Ý, thuyết trình một đề tài đặc biệt: "*Văn Chương Trên Giấy, Văn Chương Trên Sàn Gỗ.*" Trong phần thuyết trình, một sinh viên Việt Hán, Dương Đề, được Bửu Ý chọn lên trình bày vài diễn xuất ngắn. Những câu nói trong phần diễn xuất của Dương Đề luôn chấm dứt bằng câu "*Ngày mai tôi sẽ về Sài Gòn.*" Bao nhiêu năm đã trôi qua, tôi vẫn còn nhớ khá rõ dáng điệu của Dương Đề khi vừa đi vừa nói câu đó trên sân khấu. Bửu Ý là một học giả nổi tiếng, dạy văn chương Pháp ở Đại Học Huế, và cũng là một kịch tác gia. Kịch phẩm *Sương Hồng và Tuyệt* Địa của Bửu Ý đã được xuất bản và trình diễn ở Sài Gòn trước 1975. Bửu Ý được mời phụ trách tín chỉ nhiệm ý về kịch nghệ cho sinh viên Duyên Hải và cùng với thầy Bửu Phi giúp sinh viên thực hiện một vở kịch cho đại học. Sau 1975, Bửu Ý có thời gian làm chủ nhiệm ban Văn Chương Pháp ở Đại Học Huế, nhiều lần được mời sang giảng dạy ở Pháp. Anh cũng được tưởng thưởng một huy chương cao quý của Pháp do chính đại sứ Pháp tại Việt Nam đích thân trao tặng. Tuy nhiên, không thấy Bửu Ý còn dính dấp gì đến kịch nghệ. Vở kịch năm xưa chắc chắn không thể nào được tái bản. "*Văn chương trên sàn gỗ*" cùng với trường Đại Học Duyên Hải đã hoàn toàn đi vào quá khứ.

Nhiều thứ đã đi vào quá khứ nhưng vẫn để lại những dấu vết sâu đậm trong tim mình. Tôi muốn nói về một câu chuyện thật, được kể lại để làm nền cho tác phẩm *The Bridge on the Drina* (Chiếc Cầu trên sông Drina) của nhà văn Nam Tư (Yugoslavia) Ivo Andrić, giải thưởng văn chương Nobel 1961. Tác phẩm lấy bối cảnh của thành phố Visegrad của Bosnia từ thế kỷ 16 trở về sau. Đây là nơi thường xuyên chứng kiến những tranh chấp tàn bạo giữa hai đế chế Thổ và Áo-Hung, và cũng là tranh chấp giữa Hồi Giáo với Thiên Chúa Giáo (gồm Công Giáo và Chính Thống Giáo) liên tục suốt 400 năm. Để ngăn chặn sự phát triển của Thiên Chúa Giáo, người Thổ tổ chức bắt cóc những đứa con nít thuộc gia đình Thiên Chúa Giáo, thường là những gia đình nghèo, đưa sang vùng cai trị của Thổ, bên kia sông Drina. Những đứa bé này được cải sang đạo Hồi và lớn lên như người Thổ. Rất nhiều bà mẹ đưa con đi chợ với mình, quay nhìn lại không thấy con đâu, rượt theo kẻ cướp cho đến bờ sông Drina, dừng lại, ngơ ngác nhìn theo chiếc phà chở con qua sông. Lúc đó, phà là phương tiện duy nhất để qua sông. Bên kia là vùng cai trị của đế quốc Thổ.

Thời gian đầu ở Mỹ, cả gia đình tôi còn lại Việt Nam. Hình ảnh những bà mẹ đứng ngơ ngác bên này sông Drina luôn ám ảnh. Có nhiều đêm, tôi nằm mơ thấy dẫn các con đi chơi, đang ngồi ăn uống vui vẻ, chợt nhìn lại không thấy con mình đâu. Tôi thức dậy, tim còn nhói. Mãi sau này, bao nhiêu năm sau khi đã đoàn tụ đầy đủ với gia đình, những giấc chiêm bao như vậy thỉnh thoảng vẫn hiện ra. Tôi đồng cảm với cái nhói tim của ông Tể Tướng Thổ, Mehmed Paša Sokolović. Một trong những đứa bé bị bắt qua sông Drina như đã nói trên đây được một gia đình quyền quý Thổ nhận làm con nuôi, đổi đạo, đổi tên. Lớn lên, nhờ tài năng, thăng lần lên đến bậc thang cuối cùng của danh vọng, giúp đế quốc Thổ bành trướng tận Trung Âu, giữ chức Tể Tướng (First Grand Vizier) cho Thổ. Với ông Tể Tướng Thổ, chuyện đứa bé bị bắt đưa qua sông ngày nào tưởng đã hoàn toàn đi vào quá khứ. Nhưng không, có người nói là ông thường bị những cơn nhói tim. Vào một lúc như vậy, có lẽ, ông làm một quyết định lớn là cho xây một chiếc cầu qua sông Drina. Xây từ năm 1566 nhưng mãi đến 5 năm sau mới hoàn tất. Và, từ đó, cây cầu cũng như con sông tiếp tục chứng kiến bao đổi thay, bao bi hài kịch của cuộc đời, và cả bao tàn phá lẫn xây dựng.

Ở trên, tôi có nói về buổi thuyết trình của Bửu Ý trong một giảng đường của Đại Học Duyên Hải. Cũng chính trong giảng đường đó, một người bạn khác, nhà thơ Huy Tưởng, đã trình bày một đề tài về Thi Ca. Tôi xin kể lại đây câu chuyện mở đầu của Huy Tưởng. Có một ông thần, một buổi tối đẹp trời ông bay qua một con sông, nhìn xuống thấy một người con gái đang tắm dưới ánh trăng. Ông đoán đó là một hình ảnh đẹp và ông muốn biết nó thực sự đẹp như thế nào, ông muốn tận hưởng nó. Ông phải đến gần. Sợ gây tiếng động mạnh làm cô gái hoảng sợ, ông biến thành một con chuột, nhẹ nhàng đến gần cô gái. Tuy nhiên, là chuột thì cái ham thích chỉ là những rác rưới trên bờ sông, nó không màng gì đến cô gái, nó không thấy cô gái đẹp chỗ nào. Thất bại. Ông biến ra nhiều hóa thân khác. Có hóa thân là một vị hoàng đế trẻ đẹp, quyền uy. Nhưng, khi thấy cô gái, vị hoàng đế chỉ muốn ra lệnh đưa nạp cô vào cung. Thất bại. Và, nhiều thất bại tiếp theo. Cuối cùng, ông quyết định biến thành một thi sĩ. Người thi sĩ thấy được cái hồn nhiên, thanh thoát của cô gái, và cái đẹp tuyệt vời của sự quyện lẫn giữa thân xác mịn màng với trăng vàng long lanh trên mặt nước. Ông thành công.

Huy Tưởng! Bạn đang ngồi đâu đó, nếu có đọc những dòng chữ này xin đừng cười. Dĩ nhiên là tôi… cương. Bao nhiêu năm tháng đã qua rồi, làm sao tôi nhớ cho đúng hết những gì bạn nói. Nhưng, tôi tin là tôi không sai ý. Dầu sao, tôi cũng chỉ muốn mượn câu chuyện này để nói đôi lời với các bạn trẻ. *Hãy đem văn chương vào đời sống. Dù có làm thơ hay viết văn hay không, hãy đến với cuộc đời bằng tâm hồn của một thi sĩ. Bạn sẽ thấy cuộc đời đẹp hơn. Bạn sẽ thấy con người đẹp hơn.* Dĩ nhiên, bạn vẫn có thể làm thơ hay viết văn mà lại không đến với cuộc đời bằng tâm hồn một thi sĩ. Nhưng, đây là câu chuyện khác.

Khi nhắc đến thành phố Visegrad, nơi có cây cầu được xây qua sông Drina, tôi nhớ đến cái thành phố tôi đã sống suốt tuổi thơ. Như nhiều người, tôi thỉnh thoảng vẫn có một ước mơ biết là không thể có, là có lại cái tuổi trẻ của mình. Của những ngày mà ba má tôi còn, tất cả anh chị em tôi còn và cái hồn nhiên của tôi còn. Chỉ là mơ ước, dĩ nhiên! May mắn là bên cạnh những cái không còn đó, có những cái vẫn còn. Những con sông chảy qua thành phố, và biển. Từ một con sông chảy ra biển, một sớm nào tôi đã theo đó mà ra khơi. Tôi đã hò hẹn với con sông, với biển, và với bao nhiêu người là tôi sẽ trở lại. Và, tôi đã gặp lại rất nhiều trong số đó. Tôi nhớ mấy câu thơ của một người bạn Nha Trang của tôi, nhà thơ Hải Phương:

Cám ơn biển
biển trùng khơi con sóng vỗ
trăm nhánh sông hò hẹn chuyến đò qua
...

TRƯƠNG VŨ
Maryland, cuối tháng 7 năm 2017

VỊ TRÍ CỦA SÁNG TẠO TRONG SỰ PHÁT TRIỂN VĂN HỌC MIỀN NAM SAU 1954

(Bài viết này đã được tác giả trình bày tại cuộc hội thảo HAI MƯƠI NĂM VĂN HỌC MIỀN NAM 1954-1975 tổ chức tại Nam California – Tháng 12.2014)

Tháng 10 năm 1956, tạp chí *Sáng Tạo* ra đời, đóng góp vào sự phát triển của nền văn học miền Nam vào một giai đoạn đầy biến động của đất nước. Trong suốt hơn 20 năm, từ 1954 đến 1975, có rất nhiều nỗ lực khác nhau, cá nhân hay tập thể, trong hay ngoài văn giới, đóng góp vào sự phát triển này. Thế nhưng, đóng góp của *Sáng Tạo*, như một tạp chí, một vận động văn học, và như một tập thể, vẫn có một tính cách đặc biệt, và giữ một vai trò quan trọng.

Những trình bày sau đây nhằm nhìn lại và đánh giá vị trí đặc biệt đó của *Sáng Tạo* trong sự phát triển của văn học miền Nam sau 1954.

MIỀN NAM TRƯỚC KHI SÁNG TẠO XUẤT HIỆN

Để nhận định công bình và đứng đắn về vị trí của *Sáng Tạo*, không thể không nhìn lại bối cảnh của miền Nam trước khi tạp chí này ra đời. Một bối cảnh chằng chịt với những biến cố dồn dập tại Việt Nam, cùng lúc với những đổi thay vùn vụt trên thế giới.

Miền Nam, một bộ phận quan trọng của Quốc Gia Việt Nam, cho đến 1954 vẫn chưa thật sự là một quốc gia độc lập. Quân đội được đặt dưới quyền chỉ huy tối cao của Bộ Tổng Tư lệnh Pháp. Các giáo phái có quân đội riêng, kiểm soát một số địa phương riêng. Lực lượng Bình Xuyên nắm công an cảnh sát, làm chủ sòng bạc Kim Chung và khu ăn chơi Đại Thế Giới. Dinh Độc Lập, biểu tượng cho uy quyền quốc gia, trực thuộc Cao ủy Pháp. Viện Đại Học cũng do người Pháp quản lý.

Một khúc quanh lớn của lịch sử bắt đầu vào tháng Bảy năm 1954 khi hiệp định đình chiến Genève được ký kết, chia đôi đất nước dọc vĩ tuyến 17. Chỉ một tháng sau đó, cuộc di cư của gần một triệu đồng bào miền Bắc bắt đầu. Tháng Chín, Pháp giao trả Dinh Độc Lập về chính phủ miền Nam. Tháng Mười, lực lượng Pháp rút ra khỏi Hà Nội. Tháng Mười Hai, Hoa Kỳ tuyên bố viện trợ cho miền Nam. Tháng Giêng năm sau, thủ tướng Ngô Đình Diệm ra lệnh đóng cửa sòng bạc Kim Chung và khu ăn chơi Đại Thế Giới. Tháng Tư, chính phủ miền Nam dẹp tan lực lượng Bình Xuyên và thống nhất quân đội. Cũng trong tháng Tư, Viện Đại Học được Pháp chuyển giao. Tháng Bảy, Chủ tịch Hồ Chí Minh công du Trung Quốc, Liên Xô và tiếp nhận viện trợ của hai nước này. Tháng Mười, Thủ tướng Ngô Đình Diệm tổ chức trưng cầu dân ý truất phế Quốc trưởng Bảo Đại, thành lập Việt Nam Cộng Hòa. Tháng Mười Hai năm đó miền Bắc cho thi hành chính sách cải cách điền địa và mở chiến dịch đấu tố địa chủ trước các tòa án nhân dân.

Tháng Hai năm 1956, tại Đại hội Cộng sản lần thứ 20, Khrushchev kịch liệt đả kích cá nhân và sai lầm trong chính sách của Stalin. Tháng Sáu, chính phủ miền Nam tuyên bố các quần đảo Hoàng Sa và Trường Sa thuộc chủ quyền Việt Nam. Cũng trong tháng đó, thợ thuyền ở Poznan (Ba Lan) biểu tình bạo động, bị lực lượng nội an thẳng tay đàn áp. Tháng Bảy, Ai Cập quốc hữu hóa kênh đào Suez. Tháng Mười năm đó, cuộc chiến giữa Ai Cập với Do Thái và Anh-Pháp xảy ra. Đồng thời, cuộc cách mạng Hung Gia Lợi bùng nổ.

Những biến cố trên đây, cùng với nhiều biến cố dồn dập khác, ảnh hưởng mạnh vào tâm tư các thành phần thanh niên và trí thức trẻ ở miền Nam, đặc biệt là thành phần mới di cư từ miền Bắc. Những sự kiện mang ảnh hưởng tiêu cực từ phe xã hội chủ nghĩa đã củng cố niềm tin vào sự chọn lựa chính trị và vào đời sống con người ở vùng đất mới của quê hương. Thanh niên miền Nam cũng choàng tỉnh sau một thời gian sống khá lặng lẽ giữa những mâu thuẫn về lý tưởng và thực tế phát sinh từ biến động Mùa Thu 1945. Sự va chạm giữa đồng bào miền Nam với đồng bào di cư từ miền Bắc hay những đồng bào trở về từ các vùng do Việt Minh kiểm soát chỉ xảy ra trong một thời gian rất ngắn, sau đó lại là những hội nhập vừa có tính bổ sung vừa có tính kích động. Những mặc cảm lệ thuộc trước đây cũng không còn nữa. Những ý thức mới trong văn học và nghệ thuật và không khí hồi sinh của thế giới phương Tây sau thế chiến bắt đầu đánh thức họ.

Trong khi đó, ở lãnh vực văn học nghệ thuật và báo chí, miền Nam có một hụt hẫng rõ rệt. Tờ tạp chí có nhiều ảnh hưởng đối với thành phần trí thức và thanh niên Sài Gòn là tờ *Đời Mới* của Trần Văn Ân, với sự cộng tác của Hồ Hữu Tường, Nguyễn Đức Quỳnh, thì vì liên hệ của các ông Ân, Tường với nhóm Bình Xuyên nên bị đóng cửa. Mà thật ra, đến thời điểm đó, nội dung *Đời Mới* cũng không còn thích hợp với những suy nghĩ mới của quần chúng. Một số nhà văn miền Nam được ưa chuộng như Vũ Anh Khanh chẳng hạn, thì ra Bắc tập kết [(1)]. Nhà văn được trọng vọng như Nhất Linh thì hoàn toàn im lặng. Lớp trẻ học bài nói về ông ở trung học rất hâm mộ ông, không hề biết là ông đang ở đâu. Nhà văn Đỗ Đức Thu làm chủ tịch Văn Bút Việt Nam nhưng chẳng có sinh hoạt hay công trình sáng tác văn học nào đáng kể. Cho đến nay, chẳng mấy ai nhớ là vào lúc đó ông làm những gì.

Trong một hoàn cảnh như vậy, một bên là không khí sôi động về tâm lý và xã hội nơi quần chúng và nhất là nơi giới trẻ, một bên là thái độ lặng lẽ nơi đa số trí thức và văn nghệ sĩ đã thành danh, tạp chí *Sáng Tạo* ra đời. Thật ra, vào lúc đó, cũng có một số nỗ lực tương tự xuất hiện, như trường hợp của các tạp chí *Mùa Lúa Mới* hay *Thế Kỷ Hai Mươi*, nhưng chỉ được vài số và ảnh hưởng không đáng kể. Chỉ có sự xuất hiện cũng như cách xuất hiện của *Sáng Tạo* mới có thể được xem là "điểm đổi hướng" trong sinh hoạt văn học nghệ thuật miền Nam.

Điều đáng để ý là cũng vào thời điểm này, miền Bắc chứng kiến sự bùng nổ của phong trào *Nhân Văn-Giai Phẩm*. Không biết những phản ứng của văn nghệ sĩ và trí thức đối với thực tại ở hai miền chỉ là ngẫu nhiên hay thật ra, cả hai đều chịu sức đẩy chung của thời đại và lòng khao khát đưa nghệ thuật vươn tới trước. Thế nhưng, nhìn sâu hơn, cách dấn thân của văn nghệ sĩ và trí thức ở hai miền quả có khác nhau, và, như mọi người đều biết, phản ứng của quần chúng và, đặc biệt, của giới cầm quyền thì hoàn toàn trái ngược.

ĐÓNG GÓP CỦA SÁNG TẠO

Số đầu tiên của *Sáng Tạo* ra mắt vào tháng 10 năm 1956. Trước đó, những khuôn mặt chính của *Sáng Tạo* như Mai Thảo, Thanh Tâm Tuyền, Duy Thanh, Ngọc Dũng, v.v... đã có một số công trình tạo cho họ một vị trí khá đặc biệt trong văn học và nghệ thuật ở miền Nam. Mai Thảo xuất bản "*Đêm Giã Từ Hà Nội*" vào năm 1955. Duy Thanh, Ngọc Dũng đã tổ chức nhiều cuộc triển lãm hội họa. Thanh Tâm Tuyền đã hoàn thành tập thơ tự do "*Tôi Không Còn Cô Độc*" và ra mắt cũng trong tháng 10 năm đó.

Người chủ trương cũng là người đứng đầu nhóm *Sáng Tạo* là nhà văn Mai Thảo, lúc đó chưa tới 30 tuổi. Trong một bài viết trên báo *Văn* (Sài Gòn) vào 1970, Mai Thảo có ghi lại về thời kỳ này như sau:

"Bấy giờ là vào khoảng hai năm 1956-1957. Những dấu chân một triệu của vượt tuyến kín trùm đất nước, vừa đặt xuống những ruộng đồng và những rừng núi mênh mông bát ngát của miền Nam. Những hành trình trong đêm tấp nập cập bến lúc ngày dựng. (...) Lịch sử và chuyển đổi tàn nhẫn đột ngột của thời thế đẩy trọng tâm đời sống từ một vùng trời này tới một vùng biển khác. Nhưng cái hướng xô đẩy đích thực là từ sau lưng đẩy về trước mặt, quá khứ đẩy vào tương lai. (...) Không khí cũ, không thở cùng được nữa. Nhưng khuôn vàng thước ngọc xưa không còn đo lường được những kích thước bây giờ. Và đời sống là đi tới. Không lùi, không giậm chân một chỗ.

Trong một thực tại đầy đặc những chất liệu của sáng tạo và phá vỡ như vậy, văn học nghệ thuật mặc nhiên không thể còn là tả chân Nguyễn Công Hoan, lãng mạn lối Thanh Châu, những khái niệm Xuân Thu, những luận đề Tự Lực. Mà vươn phóng từ một thoát ly để đưa tới một hình thành, hóa thân từ một chặt đứt, bằng những thí nghiệm và những khám phá, chứng minh rằng cái bây giờ ta đang sống tuyệt đối không còn một đồng dáng một đồng tính nào với cái hôm qua đã tách thoát đã lìa xa. Chất nổ ném vào. Cờ phất. Xuống núi, xuống đường. Ra biển ra khơi. Và cuộc cách mạng tất yếu và biện chứng của văn chương đã bắt đầu." (2)

Trong suốt 31 số liên tiếp, *Sáng Tạo* đã không ngừng cổ võ cho những thí nghiệm và khám phá trong nghệ thuật. Điển hình nhất cho những thí nghiệm và khám phá này là những sáng tác của Thanh Tâm Tuyền và Duy Thanh.

Thanh Tâm Tuyền xuất hiện như một hiện tượng trong thi ca. Ông được đón nhận khá vồn vã. Có thể vì là hiện tượng hơn là sự cảm nhận thật của độc giả đối với thơ của ông. Nhu cầu có một cái gì mới quá lớn vào thời kỳ đó. Cả một thời gian dài, khi nói đến sự khám phá hay phá vỡ trong văn học, người ta nghĩ đến Thanh Tâm Tuyền hơn là Mai Thảo. Mặc dầu Mai Thảo đứng đầu nhóm *Sáng Tạo* và chủ trương khám phá trong nghệ thuật với tất cả nhiệt tình, văn của ông và cả thơ của ông cũng không hàm chứa một phá vỡ thật sự như vậy. "*Đêm Giã Từ Hà Nội*" của Mai Thảo là tác phẩm đầu tiên và cũng là một trong những tác phẩm nổi tiếng nhất của ông, không có tính phá vỡ đó. Nhiều bài thơ của ông khá hay. Cũng không có tính phá vỡ đó. Trong một bài thơ ông chép tặng cho Đinh Cường vào 1956, có những câu như thế này:

Tôi đứng hoàng hôn trong cửa tối
Nhìn người bình minh vào cuộc đời
Người đi ánh sáng qua đêm tối
Người đi ánh sáng qua thời gian
(MT - Ngày Mai Vui)

Thanh Tâm Tuyền hoàn toàn khác. Ông đến với độc giả Việt Nam, đa số vào lúc đó chỉ quen thuộc với cách làm thơ của Xuân Diệu, Huy Cận, hay những nhà thơ tiền chiến nói chung, một cách đột ngột, vừa phũ phàng vừa hấp dẫn. Bằng những câu như:

một câu thơ hay tự nhiên như lời nói
bài thơ hay là cái chết cuối cùng

giã từ cái giường cái bàn cái ghế
một người hai người và ba người

một người hai người và ba người
(TTT - Định Nghĩa Một Bài Thơ Hay)

hay:

tôi thèm giết tôi
loài sát nhân muôn đời
tôi gào tên tôi thảm thiết
thanh tâm tuyền
bóp cổ tôi chết gục
để tôi được phục sinh
(TTT - Phục Sinh)

Những bài thơ của ông, cùng với cách trình bày những bài thơ đó trong *Sáng Tạo*, quyến rũ nhiều độc giả. Hiểu được hay không, cảm được hay không, qua thơ Thanh Tâm Tuyền, họ bắt đầu tin rằng thi ca có một cái cõi khác, ngoài cái cõi thi ca mà họ vốn biết. Điều đó khích động sự tìm tòi của nhiều người. Những người mới làm thơ sợ những nét ước lệ hơn trước. Đồng thời, miền Nam cũng bắt đầu có nhiều thi sĩ làm thơ thật lạ lùng, so với trước đây. Có nhiều bài thơ hay cũng như có rất nhiều bài thơ dở. Thơ dở không ai nhớ, nhưng những bài thơ hay đã làm giàu cho nền văn học ở miền Nam, thật ra còn khá nghèo so với nhiều nền văn học khác trên thế giới.

Một điều cần ghi nhận là mặc dầu thường được nói đến như một nhà thơ, Thanh Tâm Tuyền viết nhiều truyện dài đặc sắc. Truyện đầu tay là "*Bếp Lửa*", xuất bản năm 1957, lúc ông hai mươi mốt tuổi.

Duy Thanh là một họa sĩ, cùng với các họa sĩ khác thuộc nhóm *Sáng Tạo* hay gần gũi với Sáng Tạo như Ngọc Dũng, Thái Tuấn, Tạ Tỵ... có rất nhiều nỗ lực tạo sức sống mới cho hội họa Việt Nam. Theo Huỳnh Hữu Ủy, trong vòng 5 năm, từ 1955 đến 1960 "*những cuộc triển lãm của Duy Thanh, Ngọc Dũng, Thái Tuấn, Tạ Tỵ liên tục mở cửa, đã gây được nhiều hào hứng, đặt thành vấn đề suy nghĩ cho anh em sáng tác cũng như giới nghiên cứu, phê bình và thưởng ngoạn*". (3)

Duy Thanh cũng là một nhà văn. Các truyện ngắn của ông thường được xây dựng trên những cảm xúc thật, mãnh liệt và thầm kín, và trên một quan niệm về cái đẹp và về tính nhân bản có thể rất khác với những quan niệm đương thời. "*Giấc Ngủ*" là truyện ngắn tiêu biểu và thành công của ông. Truyện là lời kể của một cô gái quê, nghèo, xấu xí, tàn tật, suốt ngày chỉ bò lê la quanh quẩn trong vài chục thước đất. Ngoại trừ lòng thương của bà mẹ, nghèo khổ và kém may mắn, cuộc đời chẳng có gì để dành cho cô. Một hôm, chợt bất ngờ, một thanh niên vì quá "túng bấn", làm ẩu với cô. Cô mang thai, làm ngạc nhiên và xấu hổ cả làng. Kể từ đó, cô bắt đầu cảm nhận được sự hiện hữu của mình, cảm nhận được tình yêu, ý nghĩa của sự sống, và bắt đầu có hy vọng. "*Đêm ấy tôi mơ thấy tôi đi về làng như một người thường. Bằng hai chân. Ai nấy đều chào hỏi tôi như chính tôi cảm thấy từ trước mình vẫn là người thường. Đến nhà thì có một thằng nhỏ ra đón với mẹ tôi. Trông tôi thằng bé chỉ cười. Mẹ tôi dắt nó đến và bảo: Sao không chào mẹ mày đi. Tôi giơ tay bế nó hôn, rồi hai mẹ con rong chơi trong vườn. Giữa lúc đang đùa với con và đang sống tràn trề hạnh phúc thì tôi hãi hùng chợt thấy cảnh vật như lớn lên và tôi nhỏ dần, nhỏ dần lại. Một cảm giác ớn lạnh suốt sống lưng và tôi chợt thức dậy. Bấy giờ còn là đêm*". (4)

Những cây viết nổi bật khác của Sáng Tạo như Doãn Quốc Sỹ, Quách Thoại, Tô Thùy Yên, v.v... không đặt nặng lắm về những phá vỡ.

Doãn Quốc Sỹ là một nhà giáo. Thế giới văn chương của ông là thế giới rất nhân hậu. Ông không thích tạo dựng nhân vật ác. Nếu phải tạo dựng, cái ác chỉ có tính biểu tượng, ông không làm cho nó sống động. Bộ trường thiên "*Khu Rừng Lau*" gồm 5 cuốn, là một công trình lớn. Ông xây dựng mẫu người yêu quê hương, yêu con người, và rất hết lòng với văn hóa. Qua tác phẩm của ông, văn chương gần gũi với giáo dục. Qua con người thật của ông, nhà văn không xa cách với những điều được viết ra trong văn. Ông trở thành biểu tượng của một loại trí thức dấn thân, kiên trì với lý tưởng, quyết liệt với cái xấu mà vẫn nhân ái và độ lượng. Đối với thành phần sinh viên và trí thức trẻ ở miền Nam, ảnh hưởng tích cực đó của ông không nhỏ.

Tô Thùy Yên cũng làm thơ tự do nhưng khác với Thanh Tâm Tuyền, thơ ông không khó hiểu hay không làm ra khó hiểu. Ông không tỏ ra quyết liệt trong nỗ lực phá vỡ những khuôn sáo cũ. Thế nhưng, thơ của ông vẫn có nét riêng, sâu sắc và vẫn có nhạc, vẫn ngang tàng, cô đơn, và rất dễ len vào tâm hồn của người đọc.

> *tôi mang khắp hình hài những vết bỏng*
> *đi suốt hoàng hôn không hỏi chào ai*
> (TTY - Tội Trạng)

giữa tầng trời cao chim giục giã
từng giàn như những thủy triều sôi
bạn có nghe, này bạn có nghe
trên đỉnh non nhòa, mây xôn xao
về nơi hẹn nào không hẹn trước
bạn có nghe, này bạn có nghe
vũ trụ miên man chuyển động đều
chim đã bay quanh từ vạn cổ
gió thật xưa, mây thật già nua
...
bìm bịp chiều chiều kêu nước lớn
đi, đi đâu, chèo chống mỏi mê
đến ngã ba, đành theo một lối
tiếc ngẩn không cùng theo lối kia
(TTY - Đãng Tử)

Trước 1975, Tô Thùy Yên chưa xuất bản tập thơ nào. Thật khó để viết về ông cho đầy đủ. Mặc dầu vậy, những người phê bình thi ca miền Nam đứng đắn đều dành cho ông những lời lẽ thật trang trọng.

Quách Thoại cũng là một tài hoa của nhóm. Ông mất sớm. Thơ ông quằn quại nhưng vẫn không cầu kỳ, và gần với thơ cổ điển.

ta thức một đêm trắng
tỏ tình với trăng hoa
ta chết nằm liêu vắng
không bóng người đi qua
(QT - Liêu Vắng)

Ngoài những cây viết nêu trên, *Sáng Tạo* thường xuyên có sự góp mặt của những tên tuổi khác như Trần Thanh Hiệp, Nguyễn Sỹ Tế, Nguyên Sa, Thanh Nam, Thạch Chương, Lý Hoàng Phong, v.v... Đặc biệt trong suốt thời gian tạp chí này hiện diện, nó là một môi trường khích động, làm phát sinh nhiều tài năng của văn học Việt Nam.

Sáng Tạo ra được 31 số thì tạm đình bản. Sau đó tái xuất hiện (*Sáng Tạo* Bộ Mới) được một thời gian nữa thì ngưng hẳn. Thế nhưng, ảnh hưởng của Sáng Tạo đối với sự phát triển của văn học miền Nam thì quả thật đã vượt xa cái đời sống ngắn ngủi của tạp chí này.

NHỮNG CỌ XÁT

Cách xuất hiện của Sáng Tạo cùng với chủ trương "*những trào lưu cạn dòng phải nhượng bộ dứt khoát cho những ngọn triều lớn dậy thay thế*", nếu nó lôi cuốn được thành phần thanh niên và trí thức trẻ thì ngược lại đã làm buồn lòng rất nhiều người. Đặc biệt là những nhà văn đã thành danh hay những người chịu ảnh hưởng nặng của văn chương tiền chiến. Theo Võ Phiến, "*cuộc "cách mạng" của* Sáng Tạo *như vậy động chạm đến sự có mặt đầy uy tín của một dĩ vãng: Nhất Linh. Sau đó hai năm, Nhất Linh "xuống núi"...*" (5)

Điều cần nhớ là vào lúc "xuống núi", Nhất Linh được gần như cả nước kính trọng như một thần tượng đầy quyền uy trong văn học Việt Nam hiện đại. Tạp chí *Văn Hóa Ngày Nay* (*VHNN*) của ông ra mắt ngày 17 tháng Sáu 1958 bán hết sạch ngay lập tức và sau đó phải in thêm cho đủ tiêu thụ. Một hiện tượng chưa từng thấy.

Trên số đầu tiên, trong bài nhan đề "*Văn Hóa Ngày Nay Với Văn Hóa Việt Nam*", ông viết:

"*Văn nghệ Việt Nam hơn mười năm nay vẫn ở trong một tình trạng ngưng đọng, chưa tìm được lối đi. (...) Sở dĩ ngày nay văn nghệ chưa rung cảm được độc giả vì văn nghệ chưa nói được lòng người. Văn nghệ cần phải tìm* chân giá trị của nó ở lòng người, và vĩnh viễn sống với loài người. (...)"

Khi Nhất Linh viết những dòng chữ trên đây, tạp chí *Sáng Tạo* đã liên tiếp xuất hiện trong suốt gần hai năm. Nhất Linh chủ trương "*đăng những bài và truyện có giá trị bất cứ thời nào nơi nào.*"

Như vậy, vào lúc đó, miền Nam chứng kiến hai vận động văn học đối nghịch nhau. Sự cọ xát giữa hai vận động đó không nhỏ và cũng đồng thời biểu trưng cho sự cọ xát giữa hai quan điểm, hai tâm tình khác nhau của quần chúng thưởng ngoạn.

Không biết rõ trong thực tế phản ứng của nhóm *Sáng Tạo* như thế nào đối với *VHNN*, nhưng sự cọ xát phải lên đến một mức độ trầm trọng. Đến nỗi Nhất Linh đã cho đăng những bài công kích hay chế giễu *Sáng Tạo*. Một cách không công khai như bài viết của Thu Vân trên *VHNN* số 3, hay tương đối công khai như bài viết của Duy Lam trên số VHNN Giai Phẩm Xuân 1959: "*... đến gần mới biết đó là một họa sĩ của nhóm* Sáng Tạo *(...) Họa sĩ vẽ tài thật, tác phẩm của họa sĩ thật thể hiện được hết tinh thần và tinh túy nội ngoại của đống rác (...) Bước chân vào tòa báo* Sáng Tạo *tôi lấy làm lạ vì thấy mỗi người đứng một góc phòng trước một bàn thờ nhỏ treo một bức ảnh bán thân. Họ làm đèn khấn vái rất thành kính và lễ luôn tay. (...) Tôi đến sau lưng văn sĩ M.T. người chủ trương nhóm* S.T. *anh cũng không hay biết. Lắng tai tôi nghe thấy anh khấn:*

"Trời ơi! Người là một người siêu phàm! Người là tất cả. Người ngự trị trên thế giới này! Ta kính phục người, trọng người vô vàn!..."

Tò mò tôi nhìn lên bàn thờ thì chợt giật mình kinh hoảng vì lạ thay anh M.T. đang lễ ảnh anh M.T.! Qua thăm những bàn thờ khác thì đại loại đều thế cả (...)" [6]

Thực tế, mặc dầu được sự đón nhận vô cùng nồng nhiệt từ lúc đầu, trong sự cọ xát đó, người đọc hờ hững với *VHNN*. Tạp chí *VHNN* kéo dài không được hai năm thì đình bản. *VHNN* quy tụ được rất nhiều cây viết có thực tài. Thế nhưng, nếu nhìn *VHNN* như một vận động văn học thì ảnh hưởng của nó trong sinh hoạt văn học nghệ thuật của miền Nam lại rất khiêm nhường.

Ghi lại những cọ xát đó cùng với cách kết thúc đó chỉ để nói lên một điều: miền Nam đã thay đổi nhiều lắm. Mặc dầu rất kính trọng Nhất Linh, người đọc sách ở miền Nam không còn muốn thu mình trong cái thế giới văn chương của ông nữa. Họ gần với *Sáng Tạo* hơn. Không có gì sai trong chủ trương "*văn phải dựa vào thời gian và dựa không gian để vượt không gian*". Rất đúng là đằng khác. Tuy nhiên cái thế giới văn chương của Nhất Linh ở *VHNN* vẫn còn quẩn quanh trong văn chương của trường ốc. Ngoài văn chương cổ điển Việt Nam và Trung Quốc, nó thu hẹp trong ảnh hưởng văn chương Pháp của thế kỷ 19 cộng với Leo Tolstoy và Dostoevsky của Nga. Trong suốt các số *VHNN*, người đọc không thấy sự hiện hữu của thế kỷ 20, cũng như không thấy có dòng văn học nào khác ở thời đại này.

Vào thời điểm đó, sự khao khát sống vượt ra ngoài cái thế giới nhỏ bé của miền Nam đã rất lớn. Những ý thức về độc lập và bình đẳng cũng đã bắt đầu ăn sâu. Có lẽ vì vậy mà tính cách của xã hội miền Nam và của văn học miền Nam gần với *Sáng Tạo* hơn là với *VHNN*.

VÀI NHẬN XÉT THÊM VỀ NHÓM SÁNG TẠO

Bên cạnh những đóng góp như đã trình bày trên đây, khi nói về *Sáng Tạo* không thể không nói đến một vài khía cạnh khác, tiêu cực hay tích cực, rất đặc thù của *Sáng Tạo*.

Những cọ xát với *VHNN* có lẽ không phải chỉ phát sinh từ sự khác biệt về quan điểm, và giá trị nghệ thuật của tác phẩm, mà có thể còn do những yếu tố rất con người. Nếu cái đẹp của nhóm *Sáng Tạo*, ngoài chuyện làm văn chương nghệ thuật, là ở tình bằng hữu của họ, thì có thể cũng chính cái tình bằng hữu đó cũng đã bủa vây họ để tạo thành tinh thần phe nhóm. Không biết sự thật như thế nào, nhưng khi nghĩ đến *Sáng Tạo*, không mấy ai không cảm thấy điều này. Nếu những phản ứng của Nhất Linh hay của Duy Lam chỉ hoàn toàn phát sinh từ vấn đề nghệ thuật, những điều được viết ra về *Sáng Tạo* chắc phải khác đi. Tinh thần phe nhóm trong sinh hoạt văn học nghệ thuật không là điều mới lạ. *Tự Lực Văn Đoàn* chắc cũng có tinh thần đó. Thế nhưng trong những bài viết của họ, những sự xưng tụng lẫn nhau không nhiều, và không có những chữ "quá lớn".

Một khía cạnh tiêu cực của nhóm *Sáng Tạo* là sự thiếu vắng những cây viết nữ nòng cốt, khác với trường hợp của *VHNN*, cũng như của các tạp chí văn học khác xuất bản về sau này. Bên cạnh đó, mặc dầu cổ võ cho những trào lưu tiến bộ, những sáng tác văn học ở Sáng Tạo vẫn chưa bao gồm được những sắc thái liên hệ đến người nữ ở những khía cạnh có tính thời đại, xã hội và trí thức, như thấy rõ trong văn học Nhật Bản từ thế kỷ 19.

Sáng Tạo đưa ra những tiêu chuẩn rất cao cho văn học nghệ thuật, nói nhiều đến những phá vỡ, những thử nghiệm, những xông tới. Thế nhưng, ngoại trừ Thanh Tâm Tuyền, hầu hết những văn nghệ sĩ của nhóm đã không đi trọn con đường nghệ thuật của họ theo tinh thần đó. Không phải là tác phẩm sau này của họ tầm thường. Nó chỉ đi không đúng tinh thần đó. Mai Thảo, có công lớn trong vận động văn học của *Sáng Tạo,* bắt đầu sự nghiệp của ông bằng những tác phẩm hay. Sau đó, ông viết nhiều và tạo một thế giới riêng của ông. Thế giới đó phần lớn lại nặng về tánh cá biệt ở phong cách hành văn, sử dụng ngôn từ. Ở độ sâu của nghệ thuật, văn chương của ông không thực sự mới theo cái nghĩa phá vỡ. Sáng tác của ông hầu hết cũng không đủ lớn để tồn tại lâu với thời gian, như nhiều tác phẩm của Tự Lực Văn Đoàn trước 1945, hay của Võ Phiến, ở cùng thời với ông. Duy Thanh cũng vậy, ông viết được một vài truyện ngắn hay và có thể xem là rất mới ở thời điểm đó. Ông cũng được xem là một họa sĩ có khả năng tiên phong, được mến chuộng về cả tài năng lẫn tánh tình. Không hiểu vì sao, sau đó không thấy ông tiếp tục theo chiều hướng như vậy. Sau này, không mấy ai còn thấy những sáng tác mới của ông, cả trong văn chương lẫn hội họa.

Sau biến cố 1975, *Sáng Tạo* có nhiều người ở tù, và ở tù rất lâu. Như Doãn Quốc Sỹ, Tô Thùy Yên, Thanh Tâm Tuyền, v.v… Đặc biệt, những nhà văn, nhà thơ này vẫn tiếp tục sáng tác, ở trong tù, cũng như sau khi ra khỏi tù. Có một số bài đặc sắc, như bài thơ Ta Về của Tô Thùy Yên. Điều đáng tiếc là nói chung sáng tác của họ không nhiều, không lớn để biểu trưng đúng mức nỗi đau kinh hoàng của dân tộc và của cả chính họ. Điều đáng ghi nhận, văn chương của họ không mang chút oán hờn nhỏ bé. Riêng về Thanh Tâm Tuyền, sáng tác của ông có những nét đặc biệt cần được trình bày ở đây.

Trước 1975, đọc thơ Thanh Tâm Tuyền, người ta thấy ở nơi ông nhiều ý tưởng lạ. Người ta thấy ông đặt tiêu chuẩn cao cho thơ. Người ta biết ông có một quan niệm về thơ không giống rất nhiều người, ông có một cõi thơ riêng. Tuy nhiên, ngoại trừ một ít bài, thơ ông khó gần với người đọc. Sau này, đọc thơ ông xuất hiện ở hải ngoại dưới bút hiệu Trần Kha hay những bài trong tập thơ mới xuất bản năm 1990 (7), sự xa cách đó không còn nữa. Nhiều bài thơ sau này của ông tuyệt vời. Bây giờ ông là một nhà thơ tự do đúng nghĩa. Ông không tránh né thơ cổ điển. Ông làm thơ lục bát, thơ ngũ ngôn, thơ thất ngôn... và dĩ nhiên rất nhiều thơ tự do. Gần như bài nào cũng đặc sắc. Và, vẫn là thơ Thanh Tâm Tuyền. Tôi cho rằng ông là người duy nhất trong nhóm vẫn tiếp tục đi tới trên con đường rất khó mà ông đã chọn.

Trông lên đồi núi mờ sương
Mưa bay tất tưởi mưa rong tần ngần
Tiêu điều ngơ ngác trại quân
Đất lầy bùn đỏ gánh chân ghê người
(TTT - Ngày Đến)

Tuột dốc té nhào trên hẻm núi
Chết điếng toàn thân trong giây lâu
Mưa rơi đều hạt mưa phơi phới
Ngày đang tàn hiu quạnh rừng sâu
(TTT - Ngã Trên Núi Việt Hồng
Ở Yên Bái Khi Đi Vác Nứa)

Em, em có hay kẻ tội đồ biệt xứ
sớm nay về ngang cố quận
Xao xuyến ngây ngô hắn dọ hỏi
bóng tối sâu thẳm

Đêm vây hãm lụn dần
Thủ thỉ mưa ru ngày khốn đốn
(TTT - Bài Nhớ Thi Sĩ)

Cho đến nay, giữa những bài thơ tù đã được xuất bản của Việt Nam, khó tìm những bài thơ hay hơn.

KẾT LUẬN

Những trình bày trên đây chỉ nên được xem như một cố gắng đánh giá công bình về sự đóng góp quan trọng của một nhóm văn nghệ sĩ cho văn học, nghệ thuật Việt Nam. Dù sống trong hoàn cảnh chiến tranh của đất nước, dù sống tha hương, dù trong tù tội.

Nhận định những công trình cũ cũng có thể được xem như một cách thưởng ngoạn hay như một hồi tưởng. Quan trọng hơn cả, đó cũng là một cách để nhìn, để đánh giá hiện tại và tương lai. Văn Học Miền Nam phát triển trong hoàn cảnh một đất nước bị chia đôi và chỉ có năm năm vắng tiếng súng. Đất nước chúng ta ngày nay đã thống nhất và trải qua gần bốn mươi năm thanh bình, theo cái nghĩa không có bắn giết nhau bằng súng đạn. Qua cái thời gian dài đó, văn học chúng ta, ở trong hay ngoài nước, đã vượt đi những chặng đường nào?

Bài viết này không nhằm trả lời câu hỏi đó. Chỉ xin ghi lại những dòng chữ của Mai Thảo, viết 45 năm trước đây tại Sài Gòn:

"Nghệ thuật hôm nay phải nói được chúng ta, trình bày được tâm trạng, đời sống lớp người chúng ta, nếu không nó sẽ chẳng bao giờ nói được gì hết. (...) Đời sống không dừng lại. Nghệ thuật thì không ngừng đổi thay theo đời sống đi tới, và nhà văn luôn luôn đứng trước những vấn đề mới đặt ra, từng phút từng giây (...) nghệ thuật ta đã và vẫn còn phải là một lên đường. bằng những thí nghiệm không ngừng. Bằng những khám phá không mỏi." (2)

TRƯƠNG VŨ
Virginia, December 2014

CHÚ THÍCH:

(1) Vũ Anh Khanh là tác giả bộ truyện "*Nửa Bồ Xương Khô*", trong đó có bài thơ nổi tiếng "*Tha La Xóm Đạo*". Theo nhà văn Võ Phiến, Vũ Anh Khanh sau 1954 vượt tuyến vào Nam bị bắn chết trên sông Bến Hải.

Xem "*Văn Học Miền Nam Tổng Quan*" của Võ Phiến, nhà Văn Nghệ (California) xuất bản.

(2) Mai Thảo, *Đứng Về Phía Những Cái Mới*, in lại trong *Tuyển Tập Sáng Tạo*, Sống Mới xuất bản (California, 1980)

(3) Huỳnh Hữu Ủy, *Nghệ Thuật Tạo Hình Sài Gòn Trước Năm 1975*, tạp chí *Hợp Lưu* số 10 (California, 1993)

(4) Duy Thanh, *Giấc Ngủ*, in lại trong *Tuyển Tập Sáng Tạo*.(sđd)

(5) Võ Phiến, sđd, trang 185.

(6) Duy Lam, *Đầu Năm Xông Đất, Văn Hóa Ngày Nay* số 8, Giai Phẩm Xuân (Sài Gòn, 1959)

(7) Thanh Tâm Tuyền, *Thơ Ở Đâu Xa*, Trầm Phục Khắc xuất bản (California, 1990)

CUNG GIŨ NGUYÊN
TÁC GIẢ VÀ TÁC PHẨM

Nhà văn Cung Giũ Nguyên (1909-2008)

Nhà văn Cung Giũ Nguyên sinh năm 1909 tại Huế. Lấy tên thật làm bút danh. Cựu học sinh trường Quốc Học Huế. Trước 1954, làm phóng viên và biên tập viên nhiều nhật báo và tạp chí tiếng Việt và tiếng Pháp. Chủ bút nhật báo Le Soir d'Asie (Á Châu Buổi Chiều) (1940-1941) và nhật báo La Presse d'Extrême-Orient (Viễn Đông Thời Báo) vào 1954. Từ 1947, dạy Pháp văn ở trung học và sau đó làm hiệu trưởng trường trung học Lê Quý Đôn ở Nha Trang. Từ 1972 đến 1975, giáo sư và chủ nhiệm ban Pháp văn tại Đại học Duyên Hải Nha Trang. Từ 1989 đến 1999, giáo sư ngôn ngữ và văn chương Pháp tại trường Cao đẳng Sư phạm Nha Trang. Ông là thầy của rất nhiều thế hệ học sinh và sinh viên Nha Trang, kể cả thế hệ đầu tiên, bước chân vào trường trung học Võ Tánh năm 1947, lúc đó còn mang tên Collège de Nha Trang.

Cung Giũ Nguyên viết văn bằng tiếng Pháp, Việt, và Anh. Ông đã sáng tác và dịch trên 50 tác phẩm. Sáng tác đầu tiên bằng tiếng Việt là một truyện ngắn nhan đề "Tình ái mỹ" đăng ở Đông Pháp Thời Báo Sài Gòn năm 1928. Sách tiếng Pháp đã xuất bản gồm có: Volontés d'Existence ("Những ý chí sống còn", tiểu luận), Le Fils de la Baleine ("Kẻ thừa tự của ông Nam Hải", tiểu thuyết), Le Domaine Maudit ("Vùng Cấm", tiểu thuyết),... *Le Fils de la Baleine đã được dịch sang tiếng Đức và xuất bản năm 1957 tại Genève và Francfort dưới nhan đề Der Sohn des Walfischs.* Trong vòng một năm, 1958, tiểu thuyết này đã được tái bản đến lần thứ mười tại Pháp, do nhà xuất bản Arthème Fayard, Paris.

Tác phẩm quan trọng nhất của Cung Giũ Nguyên là Le Boujoum, tiểu thuyết. Tác phẩm được khởi sự viết một năm sau biến cố 1975 và hoàn tất năm 1980 tại Nha Trang. Cũng trong năm này, một chương trong tác phẩm, Khúc Hát của Amdo ("Le Chant d'Amdo"), đã được đăng tải trên một tạp chí văn học ở Pháp, với lời giới thiệu và ngợi khen đầy nhiệt tình của Giáo sư Camille Souyris, chủ biên của tạp chí. *("Fer de Lance", Rythmes et Couleurs, Cannes, France, Décembre 1980).* Le Boujoum được dự trù xuất bản ở Pháp vào đầu thập niên 80, nhưng vì nhiều lý do khác nhau, đặc biệt là sự khó khăn tài chánh của nhà xuất bản Arthème Fayard vào lúc đó, sách không ra đời được. Đây là một tác phẩm khó đọc, nó giới hạn số độc giả, và không ai hy vọng nó mang lại một lợi tức tài chánh cho nhà xuất bản. Năm 1993, nhà xuất bản Đại Nam ở Hoa Kỳ đề nghị tác giả dịch Le Boujoum sang tiếng Việt. Tác giả đồng ý và Le Boujoum chuyển sang tiếng Việt thành Thái Huyền, chia làm hai tập. Sau khi xuất bản tập I vào năm 1994, nhà xuất bản lỗ vốn, và quyết định không xuất bản tập II. Cách đây hai năm, một vài học trò cũ của nhà văn Cung Giũ Nguyên quyết định cho xuất bản Le Boujoum. Với một lý do rất đơn giản, ít nhất với những người học trò này, đây là một cuốn sách rất cần được xuất bản, rất đáng được đọc, và không hẳn là một cuốn sách khó đọc như nhiều người nghĩ. Năm 2002, Le Boujoum, tiểu thuyết, dày 654 trang, được Trung Tâm Cung Giũ Nguyên ở Hoa Kỳ xuất bản. Như cái số phận vốn long đong của nó, đến mãi hôm nay, ngày 16 tháng 11 năm 2003, nó mới được chính thức ra mắt người đọc, tại giảng đường Luật Khoa Đại Học George Mason, Virginia, Hoa Kỳ.

Trong bài viết này tôi không nhằm làm công việc của một nhà phê bình văn học. Tôi chỉ muốn đóng góp một ít thông tin về con người của tác giả và về cái bối cảnh để tác giả xây dựng nên tác phẩm.

Cuốn tiểu thuyết được xây dựng bằng một cấu trúc kỳ lạ, có lẽ không giống cấu trúc của bất cứ một cuốn tiểu thuyết nào mà bạn đã đọc. Mở những trang đầu của sách, người đọc có thể cảm nhận được điều đó ngay, khi đọc những câu rất đặc biệt mà tác giả trích dẫn từ cuốn The Hunting of the Snark của Lewis Carroll: "*Bởi Snark* (...) *là một boujoum, các bạn hãy hình dung đi. Trước kia tôi chẳng hiểu nghĩa nó là gì. Bây giờ tôi vẫn không hiểu.*"

Tác giả là một trí thức thuộc tinh thần Phục Hưng, a Renaissance man, có một hiểu biết sâu rộng về nhiều vấn đề khác nhau, nhất là những vấn đề đang chi phối nếp sống, cách suy nghĩ, ước mơ và thao thức của con người. Những nhân vật của truyện và những vấn đề đặt ra trong truyện ít nhiều chịu ảnh hưởng của tinh thần này. Có vẻ như cuốn sách đòi hỏi người đọc phải có kiến thức trong nhiều lãnh vực khác nhau, những kiến thức về toán học hay về cơ học lượng tử chẳng hạn. Thật ra, dù người đọc không có những kiến thức đó, ông ta vẫn có thể tiếp cận được với tác phẩm một cách thoải mái. Cũng giống như trong đời sống thật có biết bao vấn đề mà mình chẳng biết gì hết, mà mình vẫn có thể sống hết mình và tận hưởng được mọi cái thi vị của cuộc sống. Chính những cái "không biết" hiện diện ở trong truyện làm cho nó gần với đời sống thật hơn. Tuy nhiên, nếu bạn cố gắng đi tìm cốt truyện thì không khéo, bạn lạc vào một khu rừng rậm không lối ra, cho dù sau khi bạn tin rằng bạn đã tìm được nó.

Là một tín đồ Công giáo, tác giả vẫn hâm mộ và nhận thức một cách sâu xa những tinh hoa của các tôn giáo khác, như Lão giáo và Phật giáo, và đặc biệt là Lão giáo. Amdo và Domicella được tái tạo từ Vườn Địa Đàng, cùng với cái đối đãi giữa âm và dương, cái quan niệm trong dương có âm, trong âm có dương, hoặc ý niệm về đâu là chỗ bắt đầu, đâu là chỗ kết thúc, ý niệm về chiều thời gian, lúc nào tới, lúc nào lui, v.v... Tính cách này cũng được biểu lộ rõ rệt khi tác giả chọn hai chữ Thái Huyền cho bản dịch tiếng Việt. Cũng như, khi tác giả cho đăng lại vài dòng trên bức hí họa ở bìa sau của Le Boujoum, lấy từ câu nói của đệ tử một thiền sư Trung Quốc (*Trước khi theo Thầy lên núi học đạo, thấy núi là núi thấy sông là sông. Khi học đạo, thấy núi không còn là núi thấy sông không còn là sông. Sau khi học đạo, thấy núi cũng chỉ là núi thấy sông cũng chỉ là sông)*. Có phải là để người đọc tự vấn "khi đọc sách này, anh thấy sông là sông, hay không phải là sông?"

Cách đây hơn 30 năm, các cựu học sinh của trường trung học Võ Tánh Nha Trang tổ chức một buổi họp mặt tại trường cũ, để thăm lại trường xưa và đồng thời cũng để tỏ lòng nhớ ơn thầy cô giáo cũ của mình. Nhiều cựu học sinh lên phát biểu cảm tưởng. Có người cho rằng cái thời còn đi học ở mái trường thật là tuyệt vời và ước sao mình vẫn còn cắp sách đến trường như thuở nào. Có người tiếc rằng hồi đó mình còn trẻ thơ nên không hiểu được lòng thương yêu vô bờ của thầy cô đối với mình, nếu bắt đầu trở lại, chắc chắn sẽ khác đi, v.v... Nghĩ thật mà nói cũng có, nói cho đúng "sách vở" cũng có, và nói cho phải đạo cũng có. Khi đến lượt thầy Nguyên lên phát biểu, thầy kể câu chuyện về Orpheus trong thần thoại Hy Lạp. Orpheus là vị thần của âm nhạc. Những bài thơ và tiếng hát của ông có khả năng cứu sống cả một đoàn thủy thủ bị ma quỷ hóa hình mỹ nhân ngư để dụ dỗ và ám hại. Ông có một người vợ rất đẹp mà ông rất yêu quý là Eurydice. Trong một cuộc săn đuổi vì chính sắc đẹp của mình, Eurydice bị rắn độc cắn chết. Vô cùng thương xót, Orpheus tìm mọi cách để cứu vợ. Nhờ tiếng đàn tuyệt vời khiến những vị thần giữ cửa địa ngục xao nhãng, ông lẻn vào được âm cung. Cảm động trước tấm lòng và tiếng hát của Orpheus, các tử thần đồng ý cho Eurydice đi theo ông trở lại thế gian, chỉ với điều kiện là trên đường đi

Orpheus không được ngoái nhìn lại Eurydice. Nhưng Orpheus đã ngoái lại, Eurydice liền tan biến và mất vĩnh viễn. Orpheus trở nên điên loạn, cuối cùng kết thúc cuộc đời mình một cách thảm khốc.

Câu chuyện thần thoại đó hầu như ai cũng biết, nhưng những lời phát biểu của ông vào lúc đó gây cho chúng tôi một ấn tượng mạnh về cái ngụ ý ông muốn gởi đến chúng tôi. Có điều, không phải bất cứ bài học nào của thầy cũng được học trò mang theo ra khỏi cổng trường. Nhưng với ông, về điều ông muốn nhắn nhủ chúng tôi, tôi tin ông sống rất thật với nó. Tôi tin chắc thầy Nguyên có rất nhiều mất mát trong đời ông, và dĩ nhiên là ông ý thức rất rõ về những mất mát đó, nhưng ông không bao giờ chịu để những mất mát đó đánh gục ông. Tinh thần này bàng bạc trong những sáng tác của Cung Giũ Nguyên. Đồng thời, trong Le Boujoum, cũng có rất nhiều bài thơ và tiếng hát biểu lộ phong cách đó.

Cung Giũ Nguyên khởi đầu viết Le Boujoum từ 1976 và hoàn tất năm 1980 ở Nha Trang. Người đọc có thể cảm nhận được ảnh hưởng sâu đậm của thời gian và không gian này trong tác phẩm. Tôi còn nhớ rất rõ những kỷ niệm với ông vào những ngày cuối tháng Ba năm 1975 tại Nha Trang. Thành phố hỗn loạn. Người chạy tứ tán. Từ nơi khác chạy đến thành phố, từ thành phố chạy đi, chạy loanh quanh ngơ ngác. Một buổi sáng, đài phát thanh phát lệnh truyền cho mọi quân nhân và công chức ở nguyên tại nhiệm sở. Tôi với ông đến dự một phiên họp bất thường của đại học. Phiên họp chưa bắt đầu thì được tin riêng cho biết thành phố đã bỏ ngỏ. Đài phát thanh thật ra chỉ phát lại thông lệnh đã thâu hôm trước, và vẫn còn tiếp tục phát. Tôi thấy ông ngồi im lặng, cuối cùng ông chỉ nói một câu, làm lạnh cả phòng họp: "*Chúng ta thua trận vì chúng ta có quá nhiều người có quyền hành mà vô trách nhiệm*". Tối hôm đó, tội phạm từ quân lao thoát ra, súng nổ suốt đêm, khắp mọi hướng, từ mọi góc đường, không ai phân biệt được từ phe nào, nhóm nào. Thành phố giãy chết. Vài hôm sau, tiếng súng ngưng, những chiếc T54 đầu tiên tiến vào thành phố, và một giai đoạn mới bắt đầu.

Tôi vẫn tiếp tục gặp ông, trò chuyện, hay làm chung với ông vài công việc lỉnh kỉnh ở trường, cho đến ngày tôi lặng lẽ rời quê hương, tháng Ba năm sau. Từ đó tôi không còn có mặt để cảm nhận thật sâu sắc tâm trạng và cuộc sống của mỗi con người ở thành phố này. Nhưng tôi nghĩ tôi có thể hiểu một cách đơn giản là những con người đó đang bị thời gian bỏ quên và thế giới bỏ quên. Và mặc dầu tôi có thể cảm nhận được nỗi cô đơn cùng cực của họ, tôi không thể hình dung nổi làm sao mỗi một con người mà tôi biết, tồn tại được khi thân phận của họ mong manh như vậy. Tôi không dám nghĩ đến những điều gì lớn hơn. Tôi hoàn toàn không biết rằng trong khoảng thời gian đó Thầy Nguyên đã ngồi viết Le Boujoum. Mà lúc đó chỉ riêng cái chuyện trên thế gian không ai tưởng tượng nổi lại có thể là một vấn đề cho con người, là chuyện kiếm một tờ giấy để viết, thì ở nơi thầy đang sống, học trò lớn nhỏ được nhà trường khuyến khích đi nhặt giấy vụn từ những đống rác, gọi là kế hoạch nhỏ. Tác phẩm Le Boujoum đã được hoàn tất trong một bối cảnh như vậy. Nhưng điều quan trọng cho một trí thức, đặc biệt cho người làm văn học, là tác phẩm dù có lấy chất liệu từ tim óc, từ thực tế của thời gian và không gian đó, giá trị của nó và cái nó nhằm đạt tới đã vượt qua khỏi cái thời gian ngắn ngủi và không gian nhỏ hẹp này. Ngày nay, hơn hai mươi năm sau, ở xa nửa vòng trái đất, khi đọc Le Boujoum, chúng ta có thể vẫn thấy bóng dáng mình, quẩn quanh đâu đó trong tác phẩm. Bóng dáng mình của ngày hôm nay, ở đây. Cũng như, có thể cảm thấy rằng cái kết thúc trong Le Boujoum của Cung Giũ Nguyên lại biết đâu cũng là cái khởi đầu một cách rất "Boujoum" của chính cuộc đời mình?

Nhà văn Cung Giũ Nguyên đã mở đầu cuốn tiểu thuyết Le Boujoum không giống như cách mở đầu thường thấy trong những cuốn tiểu thuyết khác, mà... chỉ như một tiếp nối: "*... một vật lơ lửng trên vực thẳm, được những sợi tơ mành của hy vọng giữ lại. Hy vọng nơi ai? Hy vọng nơi gì? Và có lý do nào để hy vọng? Nhờ biệt lệ nào được nâng đỡ như thế này, trong thời gian có giới hạn nhất định. Hay ta lại muốn cho thời gian còn kéo dài mãi, hay ít ra còn lâu nữa mới chấm dứt. Bởi tánh cách đột ngột của sự việc quá rõ ràng, nhưng một mối đầu luôn luôn phải có đối ứng tất* *yếu là đầu mối kia. Tuy sự quên lãng những quy luật thường đi đôi với ảo tưởng. / Dưới kia là một vực thẳm âm u cuồn cuộn...*" Và, cuối sách, kết thúc bằng một câu giống như câu đã bắt đầu với chỉ thêm một tĩnh từ.

Trong những năm gần đây ở hải ngoại, nhiều nhà phê bình văn học tranh luận về văn chương hậu hiện đại, nhưng chưa thấy ai khẳng định và được sự đồng ý của hơn một nhà phê bình, là một tác phẩm nào đó của văn chương Việt Nam được xem là hậu hiện đại. Le Boujoum, được viết cách đây hơn 20 năm ở trong nước, theo tôi, rất đáng để trở thành một đề tài tranh luận nghiêm túc về văn chương hậu hiện đại của những nhà văn Việt Nam, dùng bất cứ ngôn ngữ nào để hoàn thành tác phẩm.

Hôm nay, 16 tháng 11 năm 2003. Chỉ còn 4 ngày nữa là sinh nhật thứ 94 của Thầy Nguyên. Chín mươi bốn tuổi. Tuy vậy, hằng ngày, ông vẫn ngồi trước máy vi tính, cặm cụi làm việc, hoặc sáng tác, hoặc trao đổi điện thư với bạn bè, người thân, và các học trò cũ ở những nơi rất xa. Tôi tự hỏi, không biết những lúc cặm cụi làm việc như vậy, ông có nghĩ đến những dòng chữ ông đã dùng để kết thúc Le Boujoum: "*... một vật mỏng manh lơ lửng trên vực thẳm, được những sợi tơ mành của hy vọng giữ lại.*" Và, tôi cũng tự hỏi, không biết, ông có mỉm cười một cách hài lòng là ông đã chỉ kết thúc như vậy rồi "chấm chấm chấm" mà không viết tiếp, như khi bắt đầu: "*Hy vọng nơi ai? Hy vọng nơi gì? Và có lý do nào để hy vọng?*"

TRƯƠNG VŨ
Virginia, tháng 11 năm 2003

PHỤ CHÚ:

Nhà văn Cung Giũ Nguyên mất lúc 3 giờ 15 phút sáng ngày 7 tháng 11 năm 2008 trong căn nhà riêng của ông trên đường Hoàng Văn Thụ, Nha Trang. Rất đông hướng đạo sinh mặc đồng phục cùng với học trò cũ và đồng nghiệp tiễn đưa ông đến nơi an nghỉ cuối cùng. Đại diện các học trò đã đọc điếu văn trước khi hạ huyệt. Ông được chôn bên cạnh mộ vợ và con gái, mất trước đó khoảng hai năm. Ông thọ gần đúng một trăm tuổi. Hiện diện trong tang lễ có một thiếu phụ cầm lư nhang đi trước quan tài. Thiếu phụ này là con gái ông với nhà văn NTH, kết quả một mối tình lãng mạn và đầy sóng gió vào cuối thập niên 50.

Bài điếu văn do Trương Vũ viết, thay mặt Trung Tâm Cung Giũ Nguyên và các học trò của ông ở hải ngoại. Sau đây là một vài trích đoạn trong bài điếu văn đó:

"… học trò Thầy rời mái trường đã lâu lắm rồi, hầu hết đầu đã bạc, vậy mà âm vang những câu chuyện hay bài học "ngoài môn học", hay những lời giảng về cách nhìn cuộc đời, cách nhìn một thế giới lớn rộng hơn cái không gian nhỏ bé của mình hay vượt ngoài cái thời gian hạn hẹp của mỗi đời người, dường như vẫn còn đâu đó…

Bài học nhiều lắm. Chúng con chỉ muốn nhắc lại ba bài học chính của Thầy, được nhắc đi nhắc lại rất nhiều, mà chúng con phải học mãi trong suốt cuộc đời mình. Những bài học ngỡ rằng đơn giản nhưng thật không dễ học… Nhắc lại ở đây như một lời biết ơn trước khi nói lời vĩnh biệt Thầy:

Hãy luôn nhìn về tương lai. Hãy luôn làm việc hết mình và không ngừng học hỏi. Hãy nuôi hy vọng.

Thời gian mấy mươi năm qua, học trò Thầy và cả chính Thầy, đã trải qua bao thăng trầm. Càng thấm thía với những lời dạy này. Với rất nhiều học trò của Thầy, nó trở thành một cái phao tinh thần cho cuộc đời họ. Bởi vì, trong suốt mấy mươi năm qua, có mấy ai không có những lúc muốn quỵ xuống, muốn buông xuôi, muốn bỏ cuộc, muốn mặc cho thế sự quay cuồng như thế nào, quay mình đi như thế nào. Bài dạy chỉ thật sự có tác dụng nếu chính người dạy tin và sống theo đó. Từ những nơi rất xa nhìn về quê nhà, thấy cách sống của Thầy, ở vào tuổi của Thầy mà vẫn lừng lững không chịu thua với khả năng tàn phá của thời gian, của thời cuộc, học trò Thầy ngưỡng mộ vô cùng…"

Maryland, tháng 8 năm 2017

LỜI BẠT
CHO CHỦ ĐỀ "YÊU"
CỦA TẠP CHÍ HỢP LƯU

"Alexandre Lucien Abel de Rhodes mang gương mặt thống khổ và si mê của oan hồn chưa hề biết đến tình yêu. Những ai bắt gặp giáo sĩ những năm thánh chiến, thảng thốt nhận ra bóng ma mang nỗi buồn chín thối ruột gan của một người đàn ông chưa toại nguyện thân xác."

Đây là những dòng chữ đầu tiên tôi đọc được sau khi nhận viết bạt cho chủ đề Yêu của Hợp Lưu. Bài đầu tiên tôi đọc là Giáo Sĩ của Trần Vũ và chỉ với những dòng chữ này thôi, một vấn đề nhức nhối về thân phận được đặt ra. Có tất cả 26 truyện ngắn đóng góp cho chủ đề này. Truyện ngắn của Phạm Hải Anh, Nguyễn Thị Minh Ngọc, Mai Ninh, Nam Dao, Trần Thị NgH., Nguyễn Thị Hoàng Bắc, Nguyễn Thị Thu Huệ, Đỗ Kh., Lê Minh Hà, Dã Tượng, Trần Vũ cho HL số 68 và của Thơ Thơ, Phan Huyền Thư, Nguyễn Hòa Trước, Thuận, Trần Tiễn Cao Đăng, Miêng, Nguyễn Quang Lập, Nguyễn Thị Ngọc Nhung, Hồ Đình Nghiêm, Nguyễn Thị Ngọc Lan, Lệ Hằng, Trân Sa, Thùy Dương, Phùng Nguyễn, Trần Mộng Tú cho HL 69. Ngoài ra, còn một số truyện ngắn, như Khỏa Thân Đêm của Nguyễn Thị Thanh Bình, vì gởi đến trễ nên không thể đăng vào hai số này.

HL 68 có hai bài tiểu luận về văn học, của Thụy Khuê và của Nguyễn Hưng Quốc, mà nội dung không khỏi làm người đọc suy nghĩ đến những bài vở đóng góp cho chủ đề Yêu của HL.

Khi bàn về chuyện đoạn tuyệt với quá khứ, Thụy Khuê cho rằng, "... nhiều nhà văn trẻ thuộc lòng những câu nói của Mai Thảo: Đoạn tuyệt, Xuống đường, Phất cờ, v.v... Những tác động ấy, một cách thầm kín trở thành châm ngôn của những người viết trẻ hải ngoại: đoạn tuyệt với quá khứ để lên đường." Trong phần kết luận, chị đề nghị, "... Nhà văn viết gì thì viết, trước hết hãy gắng là mình. Không thành kiến. Không mặc cảm. Cũ, mới đều có chỗ đứng, nếu đó là văn chương đích thực." Dĩ nhiên, cái cũ, mới mà Thụy Khuê nói đến ở đây là chỉ nhằm về cái quan niệm sáng tác, hay cái nhân sinh quan, còn khi hình thành một tác phẩm văn học, nghệ thuật thì nó phải mới, nó không thể chỉ là một sự lặp lại cho dù có ngụy trang dưới hình thức nào. Còn về tình yêu và tình dục, Nguyễn Hưng Quốc cho rằng: "... có một đề tài chúng ta dễ tưởng là vĩnh cửu thì không chừng lại chỉ là chuyện nhất thời: tình yêu"; trong khi đó thì chuyện tình dục "ngay từ xưa, đã xuất hiện trong văn chương nghệ thuật". Trong phần kết luận, anh cũng đưa ra một đề nghị: "Nỗ lực phục hồi thể loại truyện tình và thơ tình, để tránh nguy cơ quẩn lại chủ nghĩa lãng mạn vốn đã thuộc về quá khứ, cần phải thay đổi cả cái văn hóa cá nhân chủ nghĩa hiện nay hoặc cần khám phá một kích thước khác của tình yêu, ở đó, tình yêu không còn bị ràng buộc trong quan hệ giữa cái tôi của mình và tha nhân trong một môi trường thiên nhiên đã được/bị 'nhân hóa'."

Vì đây không phải là một bài phê bình văn học nên tôi sẽ không làm công việc đánh giá chất lượng từng bài mà chỉ muốn đưa ra một cái nhìn tổng quát. Ấn tượng đầu tiên của tôi khi đọc xong 26 truyện ngắn về Tình Yêu của HL 68 và 69 cùng với truyện chưa đăng của Nguyễn Thị Thanh Bình, là về nỗ lực sáng tạo của các tác giả. Văn phong có mới, không khí có mới, nội dung có mới. Cũng có gặp lại những nét quen thuộc, nhưng không nhiều. Cũng không phải cứ mới là hay, nhưng đa số là truyện hay. Tôi rất thích những đề nghị của Thụy Khuê và Nguyễn Hưng Quốc mà tôi ghi lại trên đây, và rất vui mừng khi thấy rằng dù bằng những phong cách khác nhau và với tài năng có thể rất khác nhau và chắc là tác giả đã không đọc những tiểu luận này trước khi sáng tác, đa số tác phẩm đã được hình thành như là tác giả đã đi theo những đề nghị đó, một cách tự nhiên hoặc, như trong một số bài, vẫn còn để lộ sự cố gắng.

Mặc dầu có sự tham dự đông đảo của những nhà văn, trong và ngoài nước, đã được biết đến nhiều trong giới sinh hoạt văn học và nghệ thuật của Việt Nam trong nhiều năm qua, thành phần tham dự vào chủ đề Yêu có những nét đặc thù đáng để ý. Trước hết, đa số là phái nữ, không phải chỉ đa số mà có đến 70% là phái nữ. Đàn ông đang khựng lại khi viết về Tình Yêu chăng? Đa số, cả nam lẫn nữ, ở dưới tuổi 50. Có phải khi về già người ta khó viết về Tình Yêu hay không còn muốn viết về Tình Yêu nữa? Tôi liên tưởng đến một người, nhà văn/ họa sĩ Võ Đình, là phái nam và đang vào tuổi 70, không tham dự vào hai số HL này vì đang chuẩn bị cho một chuyến đi xa, nhưng ông đã có những bài viết mới đây về Tình Yêu thật đặc sắc. Có thể, Võ Đình là một trường hợp khá đặc biệt.

Kinh nghiệm trường ốc cũng là một nét khá tiêu biểu ở số nhà văn tham dự vào chủ đề. Ở đây, đa số, trong hay ngoài nước, đều đã tốt nghiệp hay được đào tạo ở cấp đại học. So với trước đây, có một khoảng cách khá xa. Hầu hết những nhà văn tiền chiến, ngoại trừ nhóm Tự Lực Văn Đoàn, chưa học hết trung học. Hầu hết những nhà văn miền Nam trước 75 chưa học hết đại học. Trong văn học nghệ thuật, kinh nghiệm trường ốc không bảo đảm cho tài năng, cho thành công trong sáng tác. Kinh nghiệm trường ốc được ghi nhận ở đây chỉ như là một yếu tố xã hội hay giáo dục, có ít nhiều ảnh hưởng đến cách hình thành tác phẩm, nội dung, hay không khí của tác phẩm, và điều đó thông thường có thể nhìn thấy được. Hay dở, lại là chuyện khác. Ở đây, tính nghiệp dư cũng khá tiêu biểu. Tất cả những nhà văn hải ngoại đều là nghiệp dư và có nhiều người thành công trong những nghề nghiệp hầu như không có liên hệ gì đến văn chương. Là chuyên gia vật lý hạt nhân, là giáo sư kinh tế đại học, là chuyên viên điện toán, v.v... Nhưng khó ai có cảm giác là họ yêu cái nghề đang làm và nuôi sống họ hơn là yêu văn chương.

Cách xây dựng tác phẩm có khác nhau. Có tác giả đặt nặng vào việc xây dựng cốt truyện, nghĩa là có đầu có đuôi, người đọc có thể kể lại cho người khác nghe. Có tác giả xem nhẹ cốt truyện mà chỉ chú trọng vào cái không khí của truyện, của điều muốn chuyên chở. Ở đây, đa số những truyện đặc sắc lại thuộc loại thứ hai, và trong loại thứ hai này, sự sử dụng ẩn dụ cũng khá nhiều. Cái nguy hiểm của việc xây dựng tác phẩm đặt nặng trên cốt truyện, nhất là truyện ngắn, là nếu không khéo, người đọc có thể đoán được kết cuộc thì truyện chẳng còn gì nữa để bàn và ít ai muốn đọc lại lần thứ hai.

Một điều cần được ghi nhận là tuy cả 27 bài đều viết để đóng góp cho chủ đề Yêu, đều nói đến Tình Yêu, nhưng lại không phải là cái Tình Yêu mà thông thường chúng ta nghĩ đến. Ở đây, đa số là thảm kịch, hay là thân phận. Thân phận của một dân tộc, thân phận của con người nói chung, hay thân phận của con người sống trong những nước nghèo đói, hay nói riêng, nói hẹp hơn nữa, thân phận của người đàn bà, đặc biệt hơn nữa, những người đàn bà có những đam mê, những suy nghĩ, cách sống, hoàn cảnh sống, khác với những người bình thường ở xung quanh họ. Ở đây, không thấy một "happy ending" cho tình yêu, hay cả cho tình dục. Hầu hết đều là thảm kịch.

Trong *Chuyện Phố*, Nguyễn Thị Hoàng Bắc muốn xây dựng một "utopia" cho những người không thể tìm được hạnh phúc trong tình yêu trong xã hội bình thường, như cô bé tàn tật bị động kinh yêu ông anh rể lái xe lam, như cặp dì cháu yêu nhau và muốn sống với nhau như bất cứ một cặp tình nhân nào. Nhưng cái "utopia" mà chị xây cho họ, cùng lắm cũng chỉ là một khu phố không đến hơn mười căn nhà, vẫn còn vài căn bỏ hoang, vì không có nhiều người dám đến đó ở vì ở đó người ta phải biểu lộ một cách tự nhiên tình cảm của mình. Khu phố, đẹp một cách hoang dại, nhưng đìu hiu và ảm đạm như cái nghĩa địa ở gần đó, như sự chọn lựa của người dân ở đó, với "những hạnh phúc có vẻ muốn bình thường trong thách thức" lại đưa họ đến gần cái chết hơn. "Nghĩa địa vẫn chừng ấy hoang phế như đã hoang phế đủ, những nấm mồ lưa thưa vô chủ, có cái đổ sụp thành những nấm đất bèn bẹt cỏ xanh chết lốm đốm vàng, có cái uy nghi sạm nắng đen đủi nhưng vẫn gan góc uy nghi, thời gian, không thấy ai tới chôn thêm, cũng không ai sửa sang săn sóc gì."

Trong *Ảo Đăng*, Mai Ninh viết về đời sống của hai người đàn bà độc lập, thông minh, ý thức rõ về thân xác mình, về những ước vọng thầm kín và bình thường của mình, về những tàn bạo mà định mệnh dành cho thân xác hay cuộc đời mình. Không gian trong Ảo Đăng huyền ảo nửa như một bức thủy mặc, nửa như không gian trong một bức tranh ấn tượng. Động tác và âm thanh chậm rãi. Hai người đàn bà sợ trực diện với những thèm khát về tình yêu hay tình dục, nhưng đồng thời cũng muốn đạt đến cái đỉnh cao của nó, như một ảo thuật. Ảo thuật chỉ dừng lại ở những trò chơi của ảo thuật. Cuộc đời họ kết thúc cách khác. "Hai ngày sau, sốt ruột, tôi gõ cửa ngoài rồi xoay nắm. Nó thường không khóa như bên tôi nên bật ra ngay. Tôi chẳng phải tìm đâu nữa cả. Người đàn bà ngã sóng soài, đầu đập trên góc chiếc bàn đá. Dòng máu từ đấy tuôn ra bệt dính những sợi tóc, thấm lan sậm đặc tấm thảm và mảng áo ngủ trắng mỏng manh. Bàn chân trần vấp quấn sợi dây điện của cây đèn ngay cửa vào đã đổ nhào lăn tới gần chiếc ghế mây. Những ngón tay tôi từng yêu quý còn nắm giữ một chùm khăn mềm lụa mỏng."

Truyện của Trần Thị NgH. có vẻ như một chuyện cải lương tân thời theo như tên gọi *Cải Lương* của nó, nhưng lại được viết với những động tác dồn dập, những âm thanh dồn dập như với nhịp điệu của một concerto, và với cái dí dỏm và sâu sắc thường thấy nơi truyện của Trần Thị NgH. Đây là một liên hệ tình cảm giữa Hạnh, 56 tuổi "đã từng có nhan sắc", thông minh, giỏi âm nhạc và hội họa, và Diễn, một "thằng nhãi ranh" 34 tuổi, "làm chi chịu nấy... đưa bài nào hát bài nấy, trưng bức vẽ nào ra trầm ngâm bức nấy." Không ai cho đó là tình yêu, vì không ai dám nghĩ đó là tình yêu, không biết đó là cái gì, và cũng không muốn nhận diện nó, cũng như những bức chân dung vẽ mặt người chồng chéo lên nhau để không nhận diện được người trong tranh. Nó cũng mang lại niềm vui, cũng nhớ nhung, cũng "buồn rụng lóng tay". Nhưng cuối cùng, nó phải được kết thúc. "Một cái xác lõa lồ vặn vẹo, đầu trật khỏi gối, mồm há hốc, tay phải còn nắm chặt một cọc gỗ, đầu nhọn cắm phập vào hồng tâm phần mềm yếu nhất của người đàn bà."

Một Trăm Linh Tám Cây Bằng Lăng của Nguyễn Thị Thu Huệ phảng phất một không khí của Thạch Lam, tình nghĩa, nhẹ nhàng, thâm trầm, chịu đựng, nhưng khác với Thạch Lam, có... cái không chịu đựng, cái nổi giận của một người đàn ông trong truyện. Cái nổi giận trước thân phận của người đàn bà Việt Nam, là mẹ mình hay là mẹ của những đứa trẻ nào khác, và thảm kịch phát sinh từ sự nổi giận đó. Người đàn ông cuối cùng không có được cái tình yêu đáng ra đã có được và đánh mất luôn cả mạng sống của mình. Và, với người đàn bà ở lại, "chị cay đắng sau lần thứ năm đi dọc phố một trăm linh tám cây bằng lăng để quyết định lên xe về nhà khi nhận ra những điều nhỏ nhoi nhất là nếu có đi thế này mãi cũng chẳng có ai chờ chị ở cuối đường. Và, với những điều mơ ước ngày xưa của anh, chị sẽ không làm được một việc gì, dù nhỏ nhất."

Với nhiều ẩn dụ, Trần Tiễn Cao Đăng viết về thân phận của người đàn bà Việt Nam trải qua nhiều thế kỷ, và đi tìm những nhân tố vi tế đã cấu tạo nên người đàn bà Việt Nam của ngày nay hay ngày sau. "Dự cảm về cái-chết-dành-cho-mình ở thế kỷ hai mươi đến với Hương từ đó, mạnh hơn lý trí Hương và mạnh như lòng ham sống của Hương. Dự cảm đó mạnh như dự cảm về sự tái sinh của nàng, của bản thân nàng sau khi kinh qua cái chết dữ dội đó ở thế kỷ hai mươi, sự tái sinh ở một thế kỷ khác nơi một lần nữa Hương (đúng hơn là hậu kiếp của Hương) sẽ bần bật khóc không nước mắt trước những thống khổ và đau đớn khủng khiếp của con người."

Tình Made In Vietnam của Thuận viết về đời sống ở một làng nhỏ, làng Quyết Thắng, cách Hà Nội hai mươi ki-lô-mét chỉ xe đạp mới vào được. "Người dân ở đây mặc dù đã từng nhiều lần đi bộ ba mươi ki-lô-mét ra chơi thị xã Hà Sơn Bình nhưng lại chưa khi nào đến Hà Nội nên không biết mình là nhà quê. Cả làng không biết nhà máy nước là ông nào." Ở đây chưa có nhu cầu nói về tình yêu. Đặc biệt, thân xác hay cái đời sống nam, nữ của người đàn bà không có nghĩa lý gì lắm, ngay cả với cha mẹ chồng. Nó không lớn hơn một tấm hình chụp cái ô-tô màu đỏ gởi đi từ nước Đức. Trong truyện ngắn này, Thuận viết cường điệu một cách duyên dáng, đau xót và chua chát một cách lạnh lùng.

Nguyễn Thị Ngọc Lan cũng viết về những người nghèo khổ tại Việt Nam, trong truyện ngắn *Mái Nhà*. Một người đàn ông lấy một người đàn bà chỉ vì họ phải lấy nhau. Vì nghèo quá, người đàn ông bỏ đi làm ăn xa kiếm tiền nuôi vợ con. Người đàn bà đỡ khổ hơn, lâu lâu nhận được từng lượng vàng của chồng gởi về, và chị bắt đầu ý niệm lờ mờ về sự cô đơn, và bắt đầu nhớ chồng. Chị cất giữ những lượng vàng như những kỷ niệm và đợi chồng trong suốt hai mươi năm. Chị đã có một gian nhà ba chái nhưng vẫn tiếp tục đi quét rác. "Chị không bận tâm về cái ăn, cái ở nữa, nhưng chị phải quét rác bến xe, lỡ anh có về, biết chị ở đâu mà kiếm."

Với một cấu trúc đặc biệt, dựa trên sự đào kiếm một xác ướp của một người đàn bà đã chết gần hai ngàn năm, Miêng viết *Tĩnh Lặng*. Trong Tĩnh Lặng, người đàn bà khi sống là người đẹp Điêu Thuyền được nói đến nhiều trong Tam Quốc Chí. Người đẹp được cha nuôi sử dụng nhan sắc của mình, theo đề nghị của cô, để làm kế ly gián giữa Lữ Bố, một võ tướng có sức mạnh không ai địch nổi và cha nuôi của ông là thái sư Đổng Trác, một gian hùng. Kế ly gián thành công, Lữ Bố giết Đổng Trác và cứu được ngai vàng của vua Hán. Từ đó, bao nhiêu sách vở đã nói về Điêu Thuyền, bao nhiêu vở tuồng đã được dựng lên về Phụng Nghi Đình, nơi Lữ Bố hò hẹn với Điêu Thuyền và bị Đổng Trác bắt gặp. Nhưng ngoài cái chuyện nhan sắc của Điêu Thuyền cứu giang san nhà Hán, có ai nói gì hơn về những gì thực sự là Điêu Thuyền, dưới lớp phấn son mà mọi người thích nói đến. Điêu Thuyền nằm trong tĩnh lặng suốt gần hai ngàn năm cho đến khi một đoàn tìm kiếm xác ướp tìm ra được nàng. Lần đầu tiên, trong suốt gần hai ngàn năm, nàng được một người đàn ông nâng niu, trân trọng như sợ nàng tan rã như sương khói. Nhưng, có phải vì đó là Điêu Thuyền như chính Điêu Thuyền muốn được nhìn muốn được sống? "Và thiếp đã chờ, đã chờ, mỏi mòn gần hai mươi thế kỷ, rồi chàng đã đến và cũng lại bỏ đi... Phải chi chàng ở lại cho thiếp được sống trọn tình, cho thiếp được nâng chén quỳnh với tất cả niềm yêu nỗi thẹn..."

Lê Minh Hà cũng có một cách nhìn tương tự về thân phận người đàn bà, qua hàng ngàn năm của huyền sử. Từ thế kỷ này qua thế kỷ khác, thế hệ này qua thế hệ khác, sách vở hay người lớn tiếp tiếp nhau kể cho con nít nghe về Sơn Tinh, Thủy Tinh. Trong truyện cổ tích, Mỵ Nương chỉ giống như một món hàng đắt giá, Sơn Tinh đến trước và chiếm được món hàng đó; Thủy Tinh tức giận đem quân đánh để giành lại, và rồi, năm này sang năm khác, lụt lội, mưa bão, sấm sét. Không ai nói rằng Mỵ Nương là một người con gái biết chải tóc, biết chọn cái váy nào để mặc, biết mê mệt những buổi chiều sông nước. Lê Minh Hà sửa lại chuyện cổ tích. Trong truyện của Lê Minh Hà, Mỵ Nương con người hơn, và Thủy Tinh cũng con người hơn. "Vị thần Nước dừng phắt lại lúc vừa thoáng bóng nàng. Và chàng quên hết, quên đám tùy tùng đang lúng túng với bao nhiêu lễ vật mà kẻ ở nơi đất bằng còn chưa một lần được nghe nói đến, nói gì mong có. Voi chín ngà. Gà chín cựa. Ngựa chín hồng mao... Chàng thành kẻ bại. Chỉ vì chàng đã đắm đuối trước người con gái trần gian, trước xương thịt ấy, trước dáng đi bay múa ấy, trước vẻ đột nhiên e ấp ấy, trước mùi hương nồng ấm hoàn toàn mới mẻ với chàng."

Hũng Lốc của Nam Dao nói đến cái thảm kịch của những người dân trong các xứ nghèo đói ở châu Phi. Ở đó, bệnh tật, ngu dốt, tham vọng điên cuồng và tàn bạo của quyền lực địa phương cộng với cái tham lam lạnh lùng của những con buôn quốc tế, cách cư xử man rợ giữa con người với con người chế ngự toàn thể. Ở đó, cái sống, chết của một cá nhân không có nghĩa, nói gì đến tình yêu. Tình yêu và lòng thương hại lại được mang đến một cách trang trọng từ một số người ở rất xa, không liên hệ gì đến những mỏ kim cương ở đó. Tình yêu và những thèm khát về thân xác thật ra vẫn luôn luôn có ở đó, nơi những con người bình thường, đẹp một cách tự nhiên và man rợ một cách hồn nhiên. Nhưng, những viên kim cương mà ở đây chúng ta dùng để biểu lộ cho tình yêu (một cách nào đó) thì lại là nguyên nhân cho sự hủy hoại tàn bạo của tình yêu ở nơi đó. "Tôi nhỏm lên cố nhìn ra sau tìm đôi mắt Rosa. Nhưng bây giờ, chỉ còn bụi đường, bụi bốc mù dưới bốn bánh xe, bụi che không cho tôi thấy gì, những hạt bụi khốn khổ hóa kiếp mang hình hài con người, như Rosa, như tôi, mệt nhoài kề cạnh thần chết và những cuộc biệt ly."

Bài viết về thân phận nói chung, bao gồm những thảm kịch của tình yêu và thân xác, khá nhiều. Thân phận của tình yêu, của nam lẫn nữ.

Sắc của Nguyễn Thị Minh Ngọc, đúng như tên gọi của nó, là một truyện thật sắc, thật góc cạnh. NTMN viết về tình yêu, về tình dục thật quyến rũ, lôi cuốn người đọc từ đầu, nhưng đọc vẫn rợn người. Không có thứ tình yêu tách rời khỏi thân xác, không có loại tình yêu thuần mơ mộng, tình yêu không tách rời với phần thú rất man rợ nhưng tuyệt vời, "... Là cô công chúa giết con bằng nụ hôn chứa lưỡi dao rút từ nơi đỉnh cao hoan lạc nên cũng là cửa tử... Khi tôi tỉnh dậy, thấy mình vẫn trần truồng nằm trên nệm lá, áo quần tung vãi ở những ngọn cây thoát khỏi tay tôi với một vùng hạ bộ đau buốt cho thấy những điều đã xảy ra là có thật."

Trong *Những Sợi Tóc Mai* của Dã Tượng, không có tình yêu đi cùng với tình dục, không có một thứ tình yêu thuần nhất và có thể bắt nắm được, tình yêu bao giờ cũng đi kèm với bội phản. Truyện xây dựng khá nặng, khá phức tạp, nhưng lôi cuốn. Yêu Chúa phải phản bội người, yêu người không thể làm phúc phận bề tôi Chúa, yêu người này phải phản bội người kia, nắm tình dục thì mất tình yêu, được tình yêu lại mất thân xác. Mượn thân xác này để được tình yêu kia cũng không ổn. Những sợi tóc mai nằm trong tay không biết của ai. "Lạy Chúa, nếu thực linh hiển thì xin Người chứng cho còn một thế giới khác. Ở đó chắc chắn Nhi đang đợi tôi trong cuộc hẹn cuối cùng với vĩnh cửu. Cầm bằng chẳng có gì ngoài cõi này, thì cứ mặc cho tôi cười, cười bi phẫn, ngạo mạn, thách thức kẻ xòe tay siết lấy họng mình."

Sắc Không của Phạm Hải Anh viết ngắn, gọn, linh động, dí dỏm, trong sáng nhưng không đơn giản. Ở đây, tình yêu chỉ có trong mơ, khi tưởng là có thì không phải có, khi tưởng là không thì lại có, mà có ở chỗ không thể có, như thấy tình yêu nơi cửa Phật. "Thân giơ cao cây đèn, cố tìm trên mặt Đại đức lời giải đáp. Ánh đèn tù mù không đủ soi sáng đến chỗ người đứng. Cái dáng thân thuộc như đã từng nhìn thấy ở đâu. Khuôn mặt chìm trong bóng tối. Gần hơn chút, cao phía trên lơ lửng một giò phong lan đang nở bung những cánh vàng màu mật. Thân choáng váng như có ai đánh mạnh vào đầu…"

"*Ai Đã Bỏ Muối Vào Máu Tôi?*" của Trân Sa được viết như một tự thuật. Người kể chuyện không có một khuôn mặt nhất định, nó biến đổi theo thời gian, theo cả không gian. Đam mê cũng biến đổi, giấc mơ cũng biến đổi, nhân vật trong truyện cũng biến đổi. Ở đây hoàn toàn không có truyện, nó như một dòng sông cuồn cuộn cuốn theo nó những tình cảm, những suy tư, những hồi tưởng, những hạnh phúc, những mất mát, và những cái đó cũng thay đổi theo dòng sông. Có cảm giác như một bài thơ dài. Ở đây không có nhân vật đàn ông. Chỉ có nói đến đàn ông khi nói đến số phận tàn nhẫn nhất của đàn bà. Những câu chuyện có vẻ như vụn vặt và không liên hệ gì với nhau, kết tụ lại với nhau một cách tài tình và tự nhiên. Viết trầm tĩnh, đầy tình cảm nhưng cũng đầy phẫn nộ dù phẫn nộ với chính mình. "Có đêm tôi nằm mơ thấy mình đang ở giữa một rừng con gái đang nằm úp mặt. Một người có thân thể đầy sẹo, mỗi cái sẹo một màu sắc như những đốm hoa rực rỡ chằng chịt xâm trên lưng. Tôi cúi xuống hôn lên những cái sẹo hoa; kẻ ấy trở mình cho tôi nhìn thấy một khuôn mặt rất đẹp rất buồn. Trong thứ không gian bặt hết mọi âm thanh chúng tôi hôn nhau, hai đôi môi mơn man, xao xuyến, một sự rung động buồn bã nhẹ nhàng. Trong giấc mơ tôi nhận ra người ấy là tôi nhưng lại mang khuôn mặt của Nàng. Tôi rùng mình hiểu ra tôi yêu đau những vết thương không đếm xuể."

Trái Tim Trên Đầu Chữ của Lệ Hằng, *Chân Trời Không Nằm Ngang* của Nguyễn Hòa Trước, *Những Nốt Nhạc Xanh Xao* của Phan Huyền Thư, *Người Đàn Bà Đau Đớn* của Nguyễn Quang Lập, và *Mưa Của Biển* của Thùy Dương là những truyện tình về những mối tình có vấn đề. Qua những truyện ngắn này, người đọc thấy được một cách linh hoạt những bi hài kịch trong những liên hệ tình cảm không được hay không bắt đầu được xây dựng trên tình yêu chân thật. Có một điều đáng để ý, là rõ ràng trong tất cả các truyện ngắn này và phảng phất trong rất nhiều truyện ngắn nói trên đây, không có anh đàn ông nào coi được. Không biết đây chỉ là một sự trùng hợp có tính cách hư cấu và tình cờ trong hai số HL mang chủ đề Yêu này, hay bởi vì người đàn ông trong xã hội Việt Nam hiện nay thật sự là như vậy. Hãy xem Lệ Hằng tả một nhân vật đàn ông trong truyện, ông ta là tình nhân cũ của người kể chuyện, là một lãnh tụ chính trị ở hải ngoại: "Choang! Ly rượu bể tan trên nền nhà lót marble. Bà chán quá không muốn nhìn cái bản mặt của ông nữa. Đúng là mặt trơ trán bóng mà. Báo đời tôi mấy chục năm chưa vừa bụng. Bà cũng không muốn nhìn vũng rượu màu hổ phách chảy loang trên mặt đá hồng. Rượu bầm, chóng mặt nhìn như máu."

Ngày Gió của Nguyễn Thị Ngọc Nhung cũng là một truyện tình về một mối tình có vấn đề, nhưng vấn đề ở đây là do người đàn ông muốn tất cả nhưng không chịu mất gì cả. Bối cảnh là hai căn hộ trong một khu chung cư trong những ngày gió. Trong một căn, đôi tình nhân không thể tiếp tục sống với nhau được vì người đàn ông đã có vợ con và không thể bỏ vợ con, ở nơi kia đôi tình nhân khác sống tự nhiên, thoải mái, hai thân xác như một, hai nụ cười ròn rã lẫn vào nhau như một. Ở căn hộ có vấn đề, khi người đàn ông quyết định ra đi, một sự hụt hẫng lại đến, tất cả trở nên hoang vắng, không có sự sống, cũng như không cần có sự sống, cho đến khi người đàn ông trở lại, mà cũng chẳng có quyết định gì khác. Nhưng sự sống cũng trở lại, vì "không ai mang lại cái sướng ngất cho Cảo ngoại trừ Biện ra. Cái sướng ngất này có nhiều nghĩa, trên nhiều thứ và đủ thứ. Biện không có gì cho Cảo ngoại trừ cái tình yêu rất thật rất tượng hình của anh. Yêu thì nói. Yêu thì chiều chuộng âu yếm. Yêu thì làm cho người tình của mình hạnh phúc và sướng, trước mình. Yêu thì lo lắng. Yêu thì bực bội ghen tuông."

Đánh Dấu Dòng Sông của Trần Mộng Tú là một truyện tình không có kết thúc. Một thanh niên ở Mỹ về lại bờ sông Hồng, tìm một bãi nổi mà hai năm trước đó anh đã gặp một người con gái, đã yêu, và ở với nhau. Anh không tìm được lại dòng sông cũ, không tìm lại được bãi nổi trên sông, cũng không thấy tăm hơi người tình năm xưa. Mọi sự thay đổi như một dòng sông. "Cũng một con sông Hồng ngày cũ mà sao bây giờ khác thế! Những bãi nổi trồng rau hiền lành không còn nữa, người trồng rau như bông hoa chưa nở hết cánh cũng đã bỏ đi chẳng để lại một mùi hương. Bây giờ thì chỉ còn mông mênh nước, con sông không còn mang cái vẻ an bình của ngày đầu anh gặp, nó lạnh lùng và nó cay nghiệt quá, nó cứ cuồn cuộn phù sa, trôi băng băng sóng, không một chút lưu luyến, như người dạo trên đê ngày cũ không hề quay đầu lại."

Động của Hồ Đình Nghiêm không thật sự là một chuyện tình, nhưng là một thảm kịch xây dựng trên bối cảnh của một ổ điếm ở Sài Gòn. Ở đây mọi giá trị đạo đức hay chính trị xã hội đều mơ hồ. Chị tú bà ngày xưa là "cán bộ cách mạng" có huy chương, và chị sở dĩ vào bưng vì bị hiếp dâm, mà người hiếp dâm khi thì được kể là một anh lính ngụy khi thì một anh Việt cộng, điều đó thay đổi tùy hứng và tùy người nghe là ai. Còn cái anh Việt kiều đến động chỉ để nhờ một cô gái bán dâm ở cùng quê tìm kiếm giùm người thân và gốc gác của chính anh. Kết cục, anh khám phá ra có thể chính chị tú bà kia là mẹ anh.

Trong *Không Ai Trói Tôi*, Đỗ Kh. cũng đến với những cô gái bán dâm, không phải ở Việt Nam nhưng ở Thái Lan, tỉnh táo, thoải mái, không nhằm để nói đến chuyện gì lớn lao, mà chỉ xem đó là một chuyện bình thường, giữa con người này với những con người khác.

Trong *Khỏa Thân Đêm*, Nguyễn Thị Thanh Bình làm một công việc tương đối khó là tự thuật như một người đàn bà đi vào sòng bài để kiếm khách. Truyện hàm ý một câu hỏi có vẻ như rất tầm thường là người đàn bà có thể tự bán thân xác một cách thoải mái cho một mục đích nào khác, dù rất cao đẹp, chẳng hạn như để cứu mạng sống cho con mình. Truyện xây dựng trên sự đối chọi giữa cái không khí sang trọng rất giả ở sòng bài với cái man rợ rất thật trong một căn hầm gần đó, và giữa cái lạc quan mà rất hèn của một người đàn ông này với cái bi quan và nhân bản của một người đàn ông khác. Phần hay nhất của truyện là cách kết thúc bằng một bài thơ văn xuôi. "... Em đọc được trong mắt anh ước muốn hoan lạc của một tình yêu với một thân xác. Một sự hòa hợp nhịp nhàng như sấm sét và mưa. Cho anh tan chảy như trăng trong ngõ ngách đêm..."

Hai Tháng Cho Một Tình Yêu của Thơ Thơ được xây dựng một cách khá độc đáo. Nó dựa trên sự mời mọc của Hợp Lưu để tác giả viết một truyện tình cho chủ đề Yêu, và tác giả có hai tháng để viết truyện tình. Truyện của Thơ Thơ là chuyện về việc viết truyện, viết truyện tình. Tình yêu là để sống chứ không để viết, và tác giả không thể chỉ hư cấu tình yêu mà phải tạo ra tình yêu để viết truyện. Tình yêu đòi hỏi phải đến cái tận cùng của thân xác. Và, khi đến đó chuyện tình cũng chấm dứt, các nhân vật bắt đầu đi ra khỏi truyện. Nhưng cuối cùng vẫn không biết cái nào của truyện, cái nào không phải. Có thể tất cả là của truyện, và thật hay giả chỉ là một phối hợp tài tình cho truyện. "Tôi cho rằng mình đã đi đến tận cùng... Anh hôn tôi một lần nữa, cái hôn coi chừng đã đuối. Bàn tay kéo lại áo quần ngay ngắn, bàn tay vuốt ve đã mỏi. Điều tôi tìm kiếm khao khát bây giờ đã thỏa. Tôi thở hắt như vừa bước ra khỏi cơn hoan lạc (tôi không cảm thấy hoan lạc). Thật ra đó là tiếng thở của một người khác."

Ca Bin của Phùng Nguyễn được viết với một cấu trúc rất lạ, một phối hợp của tân hình thức và hậu hiện đại. Một bài thơ tiếng Anh với lời chuyển ngữ cố ý làm khác và cả một màn hình điện toán đã được sử dụng thật thành công cho cấu trúc này. Truyện ngắn của Phùng Nguyễn có khả năng mở đầu cho một phong trào viết truyện mới. Ở đây không có thảm kịch. Nó lẫn lộn cuộc đời thực với cuộc đời trong mơ, đuổi bắt lẫn nhau, và đôi lúc không phân biệt được cái mơ và cái thực. Nó là cái đẹp tuyệt vời của một tình yêu tự nhiên và rộng mở, không ràng buộc, không tự nhốt mình lại như trong một ca-bin. "Cô đi thẳng vào phòng ngủ, ném chiếc túi xách xuống sàn gỗ, ngồi vào cuối giường để cởi giày. Bỗng dưng cô cảm thấy gáy mình nóng lên. Có ai đang nhìn trộm cô từ phía sau. Cô quay lại và bắt gặp đôi mắt của cô gái trong khung hình nhỏ đặt trên chiếc kệ gỗ đầu giường. Cô biết rất rõ xuất xứ của tấm hình. Đó là một buổi sáng đầu mùa Thu. Bên ngoài là khu rừng phong lá lốm đốm vàng chạy dài đến tận bờ chiếc hồ lớn. Và cô, đàng sau khung cửa sổ mở rộng, trần truồng, xinh đẹp, và hạnh phúc. Khung cửa sổ này. Rừng phong này. Bờ hồ này."

Giáo Sĩ của Trần Vũ cũng không giống với bất cứ truyện ngắn nào khác trong số này, và có lẽ cũng không giống với bất cứ truyện ngắn nào của Việt Nam đọc được từ trước tới nay. Thế giới của Trần Vũ là thế giới của những hồn ma và của những nhân vật hư cấu từ tiểu thuyết mà đã trở thành như những hồn ma của những người đã từng hiện hữu. Gọi là một thế giới của những hồn ma, nhưng lại là một thế giới rất gần với mỗi người trong chúng ta, một thế giới của tình yêu, của thân xác, của chiến tranh, của lịch sử, của tôn giáo, của văn chương, của tri thức,... và của tất cả những thứ này quyện lẫn với nhau. Thế giới đó khác nhau trong mỗi người, vì mỗi người có một khả năng sáng tạo khác nhau, phong phú hay lười biếng theo những mức độ khác nhau. Trần Vũ tạo cái thế giới đó cho anh từ những thảm kịch của thân phận, hay anh cho đó là thảm kịch của thân phận, của những nhân vật quen thuộc với anh, đã đến với anh qua trí óc hay con tim. Anh cho những nhân vật đó sống đầy đủ hơn, và anh làm như vậy một cách rất thông minh, rất chí tình, rất nghệ thuật. Alexandre Lucien Abel de Rhodes là một giáo sĩ đầy tài năng, sống hết lòng với tôn giáo, với chữ nghĩa. Nhưng có phải ông đã sống hết mình với chính ông, với thân xác ông? Trần Vũ đã cho ông ta cái ông thiếu. Tuyết là một nhân vật đã được Nhất Linh và Khái Hưng dựng nên, nhưng các tài năng văn học Việt Nam này đã không chịu hay là không dám dựng nên một cách đầy đủ, và khi cho Tuyết sống cuộc đời của một người đàn bà lại không cho sống như một người có một thân xác đầy đủ. Và, Trần Vũ cho Tuyết cái cô ta thiếu. Đi xa hơn, Trần Vũ cho Alexandre de Rhodes và Tuyết giúp nhau sống cái phần đời mà họ thiếu. Một cách rất nhân bản... trong cái thế giới riêng của Trần Vũ. "Về sau khi thành thân trong âm thầm lén lút với cha cố, Tuyết vẫn không quên tiếng chuông kinh hoảng của buổi sáng đó. Buổi sáng có những gào la thống thiết trầm thống của gió và tiếng chuông co giật từng cơn tựa các quả chuông phát khùng đánh loạn lẫn nhau. Tiếng chuông nhức nhối tuôn những bài kinh La ngữ hỗn độn. Tiếng chuông ma quái khiến người nghe ý thức rõ rệt cuộc đời mình trước và sau đó. Trước, Tuyết có một quá khứ tiểu thuyết An Nam, sau, nàng trở thành một nhân vật lấy Tây và không còn gì giống như trước nữa." Trong cái thế giới đó chúng ta còn bắt gặp rất nhiều nhân vật khác, như Bernard de Lattre, như Nhất

Linh, như Lê Quý Đôn, như dì phước Louise Marie, v.v... Đó cũng vẫn là một thế giới của chiến tranh, của lịch sử, của tôn giáo, của văn chương, của tri thức, của tình yêu, của thân xác,... như trong đời thật của họ, như trong tiểu thuyết của họ. Nhưng ở đây, họ sống tới nơi hơn, họ sống đẹp hơn, ít ra cho chính họ, và cũng có thể là họ sống man rợ hơn, tàn bạo hơn vì Trần Vũ đã cho họ sống tự nhiên với con người thật hơn. Dĩ nhiên là thật hơn dưới cái nhìn của Trần Vũ. Người đọc có thể không đồng ý với cách nhìn đó nhưng khó thể không thấy đây là một truyện ngắn độc đáo, tuyệt vời, rất khó có một truyện ngắn khác để so sánh cả về nghệ thuật, óc sáng tạo, và nội dung chuyên chở.

*

Hai mươi sáu truyện ngắn đóng góp cho chủ đề Yêu của Hợp Lưu qua hai số 68 và 69. Không phải tất cả là những truyện ngắn độc đáo nhưng đa số là những truyện hay. Giở lại tất cả những chồng sách báo cũ, chẳng hạn như những tập Sáng Tạo hay Văn Hóa Ngày Nay ở miền Nam trước 75, mấy ai tìm thấy có hơn một nửa số bài hay cho mỗi tập? Văn chương cần người đọc. Văn chương ở trong nước ngày nay hay ở miền Nam trước 75 có rất nhiều người đọc. Ở hải ngoại ngày nay còn lại bao nhiêu người tiếp tục đọc văn chương Việt Nam? Được hơn một phần ngàn không? Cái nỗ lực như thế này quả thật không bình thường, nhưng chắc cũng không nên được đánh giá trên cái thực tế rất hạn hẹp đó và càng không nên bằng những con số. Văn chương chỉ được đánh giá bằng chất lượng. Nỗ lực này có chất lượng.

Trong đời sống, quá khứ thường là một chỗ dựa an toàn. Trong văn chương, nó có thể là những tàn cây, dù là cổ thụ, che bớt ánh sáng mặt trời. Không điên khùng gì đi chặt cây để thấy ánh sáng, nhưng không nên chỉ dựa vào tàn cây để có bóng mát. Người đọc sách lười biếng thường có thói quen chỉ nhìn bóng mát của những cây cổ thụ trong văn chương, mà không muốn thấy cái gì khác nữa. Văn chương do đó rất cần những người đọc không lười biếng để phát triển. Và văn chương cũng rất cần có những người viết không vì người đọc mà vì chính mình, vì cái đam mê của mình, bằng tài năng của mình, viết tự do và với tự tin. Không sợ thần tượng.

Hợp Lưu 68 có một bài thơ của Lưu Hy Lạc, *Chợ Chiều Thứ Sáu*, bắt đầu bằng những câu:

> *Ông nội tôi đặt ông Nguyễn Du đứng*
> *nghiêm chỉnh trên đầu cha tôi, đến đời*
> *cha tôi cũng đặt ông Nguyễn Du ngồi*
> *nghiêm trang trên đầu tôi đêm ngày, để*
> *đời tôi cứ chạng vạng tối thứ Sáu*
> *tôi về đứng lầm lũi sắp hàng trong*
> *chợ Safeway tay thủ sẵn coupon*
> ...

Nói vậy nhưng Lưu Hy Lạc đã không làm thơ bắt chước theo Nguyễn Du. Đây là một niềm vui, cái loại niềm vui mà tôi có được khi đọc 27 truyện ngắn nói trên đây.

TRƯƠNG VŨ
Maryland, đêm đầu năm 2003

HUY

Tôi gặp Cao Xuân Huy lần đầu tiên cách đây khoảng 40 năm khi Huy phục vụ tại một căn cứ huấn luyện quân nhân gốc Thượng ở Pleiku. Tôi còn nhớ vóc dáng và nét mặt Huy lúc đó. Cao, gầy, phảng phất chút thư sinh, chút buồn, và ít nói.

Hơn 15 năm sau, gặp lại ở hải ngoại, Huy vẫn ít nói nhưng bề ngoài thay đổi nhiều. Phong sương, dày dạn, ngang tàng. Tác phẩm Tháng Ba Gãy Súng (TBGS) đến với tôi như một bất ngờ thú vị. Cho tới lúc đó tôi vẫn chỉ nghĩ đến Huy như một người lính thứ thiệt, hơn là một nhà văn. Huy viết ít, TBGS không nhiều chữ nhưng đủ để tạo cho nó một chỗ đứng riêng biệt và quan trọng trong văn học Việt Nam. Huy yêu quân đội, yêu binh chủng, yêu đồng đội vô cùng. Gần gũi Huy, ai cũng thấy rõ. Đọc TBGS, càng thấy rõ. Thế nhưng, cũng trong TBGS, chúng ta thấy Huy yêu sự thật và trân trọng với ngòi bút đến như thế nào.

Đối với rất nhiều người lớn lên trong chiến tranh, suốt hơn 35 năm qua, âm vang từ cuộc chiến chưa bao giờ dứt. Trong từng gặp gỡ, từng câu chuyện, từng tranh cãi gần như bất tận, những kinh nghiệm cá nhân khởi đi từ cuộc chiến, những hào hùng, những cuồng nộ, những bi phẫn, những thắt gan thắt ruột, được tuôn trào ra, luôn sôi nổi. Nhưng khi phải viết, thường chúng ta dừng tay lại. Hay, nếu không dừng lại, thường cũng chỉ viết… giống như ai ai. Trong TBGS, điều cần viết, có thắt ruột thắt gan đến như thế nào, Huy cũng viết. Thản nhiên, sống động, và văn chương. Không cường điệu. Không kịch tính. Không sử thi. Viết như thế đâu có dễ! Từ ngày tàn cuộc chiến đến nay, có bao nhiêu tác phẩm đạt được những giá trị này trong kho sách văn chương Việt Nam viết về chiến tranh? Dù rằng, những thảm kịch do cuộc chiến tranh này gây ra đến nay vẫn còn lãng đãng trong từng gia đình, len lỏi trong da thịt máu mủ từng con người.

Cao Xuân Huy mang trong thân phận mình hầu hết những thảm kịch của cuộc chiến cùng với tính phức tạp của nó. Gia đình chia cắt. Cha Bắc, mẹ Nam. Không sống với cả cha lẫn mẹ. Tuổi thơ cơ cực. Học xong trung học thì đi lính, và chọn một binh chủng dễ đưa mình vào cái chết. Rồi tù tội. Rồi vượt biển. Rồi sống lưu vong. Rồi, gần như làm bất cứ thứ nghề nào có thể làm được để sinh nhai, để giúp đỡ vợ con. Rồi… vẫn với tâm tư một người lính luôn tự hào với binh chủng, luôn xem đồng đội như gia đình, Huy trở thành một nhà văn, và sau đó, điều hành tờ Văn Học, một tạp chí văn học nổi tiếng ở hải ngoại. Huy điều hành tạp chí này một cách khá đặc biệt, có vẻ như lẫn lộn chuyện nhà binh với chuyện chữ nghĩa. Nhiều người không hài lòng nhưng ai cũng biết không ai khác có thể làm hơn được trong hoàn cảnh chợ chiều của văn chương trên giấy. Khi Huy kiệt sức, tạp chí chết. Dù sự nghiệp văn chương của Huy có thể không lớn nhưng rất nhiều nhà văn dù lớn hay bé, đặc biệt những nhà văn có liên hệ bài vở với tờ Văn Học, phải nợ nần Huy. Nợ nần chồng chất trong suốt thời gian khá dài Huy làm Tổng thư ký, rồi Tổng thư ký, rồi Tổng thư ký… rồi sau cùng, Chủ biên tờ tạp chí này.

Cùng lúc, cuộc đời Huy luôn chứa đựng nhiều mảnh khác nhau. Có những mảnh rõ ràng không ăn khớp. Thế nhưng, trong từng mảnh, Huy sống thật lòng, chơn chất, đôi lúc lặng lẽ nhưng luôn trắng đen rõ rệt. Cái trắng đen rõ rệt đó thường gây tranh cãi, bực dọc với cả những người thân, rất thân. Nhưng, khó ai ghét Huy được. Những ai gần gũi Huy đều biết Huy không hề hưởng ân sủng của may mắn nhưng lại được tình thân đặc biệt của nhiều người. Gia đình, bè bạn, đồng đội cũ. Rất nhiều trong số này khác tánh Huy, hay ít ra cũng từng "gây gổ" với Huy. Cái tình thân đặc biệt đó có được do chính con người Huy. Lầm lì. Thỉnh thoảng chửi thề. Thỉnh thoảng nở một nụ cười châm biếm. Thỉnh thoảng nói một câu rất ngắn nhưng đủ để "chọc tiết" người nghe. Tuy nhiên, người gần gũi Huy dù có thể buồn lòng đôi chút vẫn cảm thấy thoải mái, cảm thấy tin cậy. Bạn bè ở xa về chơi, khó có ai không muốn gặp Huy. Dù ít ai nghe Huy nói về vợ con nhưng những bạn bè rất thân đều biết Huy thương yêu vợ con vô cùng. Dù Huy không sống với cha mẹ từ bé nhưng Huy yêu cha mẹ cũng vô cùng. Đặc biệt là với cha. Tình cảm đó sâu đậm, mãnh liệt. Thế nhưng, những vết hằn của thân phận vẫn rõ nét trong tâm tư, khiến những biểu lộ tình cảm thường lững lờ. Với bạn bè cũng thế, với người thương yêu cũng thế. Có thể có người cho là hời hợt. Thật ra, không phải. Tôi muốn ghi lại đây chút tâm tình của Huy, trích từ tác phẩm Cây Tùng Trước Bão của Hoàng Khởi Phong. Chỉ một chút nói về cha, nhưng qua đó, ta có thể hiểu con người toàn diện của Huy như thế nào.

"... Ngày xa đất Bắc tôi mới có sáu bảy tuổi gì đó, chưa gặp mặt cha. Cha con xa nhau gần ba mươi năm mới gặp lại lần đầu. Tôi từ nhà giam ở Bình Điền mò ra, năm năm trong câm nín, năm năm trong u hoài. Gần ba mươi năm... cha và con, cha và con. Tôi gặp lại bố tôi ở Huế, hai cha con đi ăn chè tại một quán chè bên bờ sông Hương. Con sông này mấy năm nay hình như con nước trôi cũng... chậm chạp, lững lờ hơn trước. Hai bố con đang ăn. Ông cụ buông thìa nhìn tôi hỏi:

"Chắc là mày ghét Việt Cộng lắm hay sao mà đi cái thứ lính ác ôn thế này?"

Tôi trả lời ngay lập tức:

"Ghét thì không ghét gì, nhưng mà bắn được thằng nào đỡ thằng ấy".

Ông bố tôi trầm ngâm một chút rồi hỏi:

"Như vậy là mày bắn cả bố mày à?"

Tôi cũng trả lời ngay lập tức:

"Bắn chứ, ở ngoài mặt trận thì phải bắn để mà sống chứ, với lại có biết ai là bố đâu?"

Đó là lần duy nhất hai bố con gặp gỡ nói chuyện. Tính ra từ năm 54, tôi theo mẹ vào Nam cho tới khi xuống ghe vượt biên hai bố con nói được có vài câu lại chẳng ra làm sao cả... Tôi không phải không muốn dịu dàng với người đã sinh ra tôi. Bố tôi thì như bác đã biết, đã tham gia Nhân Văn Giai Phẩm thì chắc cũng chẳng ưa gì Cộng Sản. Nhưng cái hoàn cảnh gặp nhau nó kỳ cục quá. Chính tôi đã không được sửa soạn tâm lý, lại cộng với những năm tháng trong tù bề gì cũng đã ảnh hưởng tới phản ứng xốc nổi của tôi..."

Từ ngày bước vào cõi nhân sinh, trải qua bao thăng trầm, Huy luôn tỉnh bơ với cuộc đời. Vẫn tỉnh bơ khi biết một con bệnh quái ác đang chụp đến. Cách đây một năm, khi tôi về chơi Quận Cam mấy hôm, hầu như ngày nào tôi cũng đi ăn hay trò chuyện với Huy cùng với vài bạn thân khác. Huy vẫn tỉnh bơ về chuyện bệnh hoạn của mình. Tôi cứ ngỡ tình trạng chưa đến nỗi nào. Cách đây vài tuần, sau một chuyến đi xa về, tôi được tin Huy bệnh nặng, nặng lắm, y học bó tay rồi. Tôi liền gọi điện thoại cho Huy, chỉ nghe giọng thều thào. Tôi lặng người. Có bao giờ trong đời tôi nghe Huy thều thào. Tôi tìm cách thu xếp nhanh những việc riêng cần thiết để bay về Quận Cam. Hai ngày trước khi tôi lên đường, nhận được điện thoại của Trịnh Y Thư cho biết đúng 4 giờ 53 phút chiều thứ Sáu 12 tháng 11 năm 2010, Cao Xuân Huy đã từ biệt vợ con và vài bạn bè thân nhất đang ở bên cạnh, bình thản đi vào nơi vô tận. Trịnh Y Thư nói Thư biết là Huy đau lắm, con bệnh quái ác đó hoành hành Huy dữ lắm, nhưng Huy vẫn dằn cơn đau để khỏi buồn vợ con, để như không có sao cả, để bình thản ra đi.

Khi đến Quận Cam, tôi chỉ được nhìn thấy thân xác Huy trong quan tài, trong quân phục Thủy Quân Lục Chiến. Huy ốm và già đi nhiều, nhưng vẫn giữ nét bình thản. Hai hôm sau, Huy được đưa vào lò thiêu. Khoảng sau 11 giờ trưa hôm đó, tức thứ Năm

18 tháng 11 năm 2010, khói lò thiêu bốc lên. Bây giờ, Huy hoàn toàn trở về với tro bụi. Bây giờ, Huy có thể thảnh thơi trở lại các chiến trường xưa, thăm bạn bè cũ. Huy có thể vui đùa với họ thâu đêm suốt sáng. Chẳng cần phải ngâm câu Chinh Phụ... nào ai mạc mặt nào ai gọi hồn... , vì Huy đã ở nơi đó với họ rồi. Chẳng cần phải bắn ai, phải giết ai. Cũng chẳng phải lo nhìn thấy đứa bạn thân nào bất thần gục ngã máu trào lên bát cơm. Và, chẳng phải hận thù đứa nào.

Huy, hãy vui với ngàn thu đi! Hãy giúp mang bình an đến những người thân yêu còn lại. "Chị Hai" và các cháu Chúc Dung, Xuân Dung.

TRƯƠNG VŨ
23.11.2010

PHÙNG

Tôi nghe tiếng Phùng Nguyễn (PN) khá lâu, tuy nhiên chỉ thực sự có giao tình với nhau từ đầu năm 2003. Thời gian đó, tạp chí Hợp Lưu ra chủ đề Yêu với sự tham dự của 27 nhà văn. Trần Vũ nhờ tôi viết Bạt cho chủ đề này. Lúc đó, PN vừa mới nhận chức vụ Chủ Bút của Hợp Lưu, đồng thời đóng góp một truyện ngắn cho chủ đề. Đọc hết 27 sáng tác được chọn đăng, tôi đặc biệt chú ý đến **Ca Bin** của PN. Tôi đã viết như thế này về truyện ngắn đó:

Ca bin của Phùng Nguyễn được viết với một cấu trúc rất lạ, một phối hợp của tân hình thức và hậu hiện đại. Một bài thơ tiếng Anh với lời chuyển ngữ cố ý làm khác và cả một màn hình điện toán đã được sử dụng thật thành công cho cấu trúc này. Truyện ngắn của Phùng Nguyễn có khả năng mở đầu cho một phong trào viết truyện mới. Ở đây không có thảm kịch. Nó lẫn lộn cuộc đời thực với cuộc đời trong mơ, đuổi bắt lẫn nhau, và người đọc khó phân biệt được cái mơ và cái thực. Đó là cái đẹp tuyệt vời của một tình yêu tự nhiên và rộng mở, không ràng buộc, không tự nhốt mình lại như trong một ca bin.

PN chỉ phụ trách Chủ Bút Hợp Lưu trong một thời gian ngắn. Từ đó, tôi không có nhiều cơ hội liên hệ với PN nữa. Thỉnh thoảng có gặp nhau mỗi khi về thăm California, hay liên lạc với nhau qua email về một số sinh hoạt văn học hay về đời sống của một số bạn văn. Không trao đổi với nhau nhiều. PN rất thâm trầm, ít nói, hầu như chỉ nói những gì cần thiết. Tuy nhiên, theo dõi bài vở trên các tạp chí văn học, giấy hay mạng, hay qua những câu chuyện với bạn bè, tôi biết được khá rõ về những đóng góp của PN cho văn học Việt Nam. Đặc biệt, đóng góp của PN vào nỗ lực sáng lập tạp chí mạng Da Màu. Những ấn tượng tôi có về PN kể từ lúc tôi viết những dòng đầu tiên sau khi đọc truyện ngắn Ca Bin, càng rõ nét.

Mấy năm sau này, khi Quỳnh Loan nhận công việc mới ở Maryland, vợ chồng dời về đây, chúng tôi mới gặp nhau khá thường xuyên, hiểu nhau hơn, và thân nhau hơn. Nếu không có việc đi xa, PN có mặt hầu hết trong những họp mặt với bạn bè trong sinh hoạt văn học nghệ thuật. Chúng tôi chia sẻ với nhau những ưu tư về văn học Việt Nam, trong lẫn ngoài nước. Chia sẻ với nhau về những đóng góp cần có của người cầm bút, của người làm nghệ thuật, vào những sinh hoạt liên hệ đến sáng tác và phẩm chất của tác phẩm. Họp mặt bạn bè thường bao gồm những nhận định, những bàn thảo, hay những tranh cãi về văn chương. Chẳng hạn, tranh cãi về ảnh hưởng của Gabriel García Márquez trong một số tác phẩm nổi tiếng của văn học Việt Nam hiện nay. Rất khó quên cách diễn đạt trầm tĩnh và sâu sắc của PN trong những họp mặt như vậy.

Khoảng cuối tháng 10 vừa qua, nhân có các bạn thuộc nhóm chủ trương tạp chí Quán Văn ở Việt Nam, như Nguyên Minh, vợ chồng Trương Văn Dân, Lữ Kiều, Đoàn Văn Khánh, cùng một số nhà văn, nhà thơ từ Boston và San Jose về thăm vùng D.C., chúng tôi tổ chức một cuộc họp mặt, khá đông, rất vui và thân tình. Hôm đó, có cả người bạn thân của tôi, Nguyễn Đình Vinh. Vinh cho biết rất cảm kích về đóng góp của PN trên blog "Rừng & Cây" trên VOA và mong có dịp chuyện trò lâu với PN. Tôi hứa sẽ mời cả hai đến nhà chơi một ngày nào đó rất gần. Ngày đó không bao giờ đến!

Xế trưa ngày thứ Ba, 17 tháng 11 năm 2015, tôi nhận được báo tin của Nguyễn Quang và Đinh Cường cho biết PN đã qua đời, vẫn còn nằm trong bệnh viện. Tôi bàng hoàng, ngỡ ngàng. Tôi định sau khi đón thằng cháu ngoại ở trường về sẽ chạy ngay vào bệnh viện thì nhận được điện thoại của Đinh Từ Bích Thúy. Thúy cho biết bệnh viện chuẩn bị đưa PN xuống nhà quàn, không ai vào thăm được. Xót xa! Không nói được lời cuối với bạn mình khi còn nằm trên giường bệnh. Buổi gặp gỡ với đông đảo bạn bè cách đây ba tuần là buổi gặp gỡ sau cùng với PN.

Sự ra đi của PN quá bất ngờ với mọi người. Tuy nhiên, trong con người lặng lẽ, tế nhị, sâu sắc đó dường như có một linh cảm nào. Như Nguyễn Minh Nữu đã khám phá từ một bài viết của PN, **Xuôi Dòng Ký Ức**, viết nhân ngày giỗ đầu của nhà văn Nguyễn Xuân Hoàng (NXH). Trong bài, PN ghi lại hình ảnh NXH tại một quán cà phê trong một gặp gỡ năm nào. Rồi, liên tưởng đến một gặp gỡ với NXH trong tương lai. "... *Ở đó, ông đặt mua không phải một mà hai ly cà phê, mang đến chiếc bàn nhỏ ở một góc quán rồi bình thản ngồi xuống, không hề bồn chồn, chờ đợi. Bởi vì tôi sẽ đến, như đã hứa. Tôi nhất định sẽ đến, không thể nào khác đi được.*" Và, khi tôi báo tin buồn cho Nguyễn Đình Vinh, Vinh xúc động vô cùng, rồi hỏi tôi có biết bài viết sau cùng của PN trên VOA tựa đề là gì không. Tựa đề của bài viết là **Mệnh Trời**.

Mệnh Trời! Đành vậy thôi. Không thể nào khác đi được.

TRƯƠNG VŨ
Maryland, tháng 11 năm 2015

Đứng, từ trái: Nguyễn Ngọc Phong Phùng Nguyễn.
Ngồi, từ trái: Phạm Nhuận Trương Vũ Nguyễn Trọng Khôi.
Maryland, 10 tháng 9.2013 - Ảnh Phạm Cao Hoàng.

Phụ bản 2

CHÂN DUNG PHÙNG NGUYỄN

Tranh Trương Vũ,

sơn dầu trên bố, 12” x 16”, (2015).

LÁ MÙA THU

Lần đầu tiên tôi gặp Đinh Cường là vào một buổi xế trưa đầu hè 1974. Tôi và Lê Thành Nhơn ra phi trường Nha Trang đón Cường về nhà, chuẩn bị cho một cuộc triển lãm cá nhân do Đại Học Duyên Hải tổ chức. Chúng tôi trở thành bạn thân từ đó. Cùng với Lê Thành Nhơn, Trịnh Công Sơn, Bửu Ý, Huy Tưởng, chúng tôi làm việc chung với nhau ở Duyên Hải trong một số chương trình nhân văn, chia sẻ những ước mơ đẹp về một tương lai cần có cho những thế hệ tiếp nối đào tạo từ ngôi trường này. Thời gian sinh hoạt chung với nhau khá ngắn nhưng đã để lại nhiều kỷ niệm khó quên.

Sau 1975, Đại Học Duyên Hải không còn nữa. Lê Thành Nhơn đi tỵ nạn ở Úc, sau đó tôi đi Mỹ. Hơn hai mươi năm sau tôi mới gặp lại Cường, chị Tuyết Nhung và các cháu, sang định cư ở Virginia. Tôi có phụ với Phạm Nhuận và một số bạn khác tổ chức cuộc triển lãm đầu tiên của Cường ở Mỹ. Từ đó, chúng tôi gặp gỡ nhau khá thường xuyên. Tôi ngờ rằng đời sống ở Mỹ có thể tốt cho các cháu nhưng không chắc nó hợp với Đinh Cường, vốn sống nặng về nội tâm, quen gần gũi những bạn bè thân tình từ thuở còn trẻ. Tuy vậy, tôi vẫn thấy được nơi Cường một thái độ nhẫn nại, thâm trầm trong cố gắng giữ cân bằng giữa đời sống một con người bằng xương, thịt phải đương đầu với những vấn đề rất thực tế của xã hội Mỹ với đời sống của một nghệ sĩ có một thế giới rất riêng tư. Một thế giới của nghệ thuật, của tình bạn, của những nơi chốn luôn gắn liền với cuộc đời mình, như Huế, như Sài Gòn, như Dran, như Bình Dương,... và của hồi tưởng, nói chung. Thỉnh thoảng, tôi vẫn cảm nhận được nơi Cường ít nhiều chao đảo trong nỗ lực cân bằng đó.

Đinh Cường là một tài danh lớn của hội họa Việt Nam, và là một bạn hiền, bạn tốt của hầu hết họa sĩ, văn thi sĩ được biết đến, thuộc nhiều thế hệ khác nhau. Lớp già, không còn trên trần gian nữa, như Bùi Giáng, Nguyễn Tuân, Bùi Xuân Phái, Mai Thảo, Võ Phiến, Võ Đình, Thái Tuấn, Thanh Tâm Tuyền,… Cùng trang lứa, như Trịnh Công Sơn, Bửu Ý, Bửu Chỉ, Phạm Nhuận, Hải Phương, Nguyễn Đức Sơn, Trịnh Cung, Nguyễn Trung,... Lớp trẻ hơn, như Trần Vũ, Nguyễn Thị Thanh Bình, Hoàng Ngọc-Tuấn, Phạm Cao Hoàng, Nguyễn Trọng Khôi, Trần Hoài Thư, Nguyễn Đình Thuần,... Không giống như nhiều văn nghệ sĩ nổi tiếng, Đinh Cường rất trân trọng công trình của người khác, một cách đặc biệt. Hầu như tất cả được Cường vẽ chân dung hay phác họa chân dung, hay làm thơ đề tặng, không phải chỉ một lần, mà có người, rất nhiều lần. Có lẽ Đinh Cường là người họa sĩ nổi tiếng duy nhất của Việt Nam đã viết sách, rất công bình, với nhận định sâu sắc và từ tốn, về những họa sĩ thuộc lớp đàn anh đã có công lớn cho hội họa Việt Nam, bằng tác phẩm của họ hay bằng công trình đào tạo tài năng cho các thế hệ sau.

Có một điều tôi muốn thổ lộ ở đây, vì, có thể, nó cũng giống với tâm trạng nhiều bạn bè khác hay của nhiều người xem tranh, đọc thơ Đinh Cường. Dù luôn luôn là bạn tốt, trong suốt một thời gian khá dài, tôi với Cường sống trong hai thế giới khác nhau, phần trùng hợp không lớn. Thế giới của tôi khá bình dị, gần với thực tế, không có những lực đè nén để buộc tôi phải chìm đắm vào những lớp sâu của tâm hồn. Tôi thích thơ của Đinh Cường, tôi ngưỡng mộ tranh của Đinh Cường. Tôi cảm được có một giá trị cao nơi tác phẩm của bạn tôi. Bố cục, màu sắc, hình họa, và tính trừu tượng rất đặc thù. Tôi cũng cảm được rằng ở đây dường như có một chút phối hợp hài hòa giữa Modigliani với Picasso, và trên hết là của chính tài năng và tâm hồn của Đinh Cường, rất riêng. Tuy nhiên, dù ngưỡng mộ, tôi vẫn cảm thấy một chút xa cách. Chẳng hạn, tôi biết được, thấy được những thiếu nữ trong tranh Đinh Cường đẹp, rất đẹp, nhưng tôi không thấy gần với họ, không có cảm giác mình đụng được những con người như thế. Cho đến khi, tôi bắt đầu vẽ, bắt đầu xa rời dần cái thực tại bình thường của đời sống hằng ngày để đi vào cái thực tại của nội tâm. Lúc đó, những thiếu nữ của Đinh Cường cũng bắt đầu rời khỏi những con đường nhỏ của cố đô Huế năm xưa, hay rời khỏi những nấm mồ hoang sau nhà Bồ Tùng Linh, để đi vào thế giới riêng của tôi, như những con người rất thật. Cả cái nhà thờ con gà ở Đà Lạt, những phố xá, núi đồi trong mù sương ở Dran, hay anh da đen thổi kèn đồng ở Mỹ, v.v..., đều như thế. Tất cả khiến cho cái thế giới nội tâm của tôi nhộn nhịp lên, làm cho đời sống giàu hơn.

Người vẽ tranh, người làm thơ Đinh Cường chắc chắn có được một niềm hạnh phúc lớn khi bằng nỗi đam mê, tài năng, trí thông minh, và sức làm việc kiên trì để tạo nên những tác phẩm để đời, ưng ý. Niềm hạnh phúc đó không mấy ai khác có được. Tuy nhiên, khi tập tễnh bước vào cái thế giới của nghệ thuật, tôi cũng bắt đầu hiểu ra rằng mọi thứ không hẳn đơn giản như thế. Không hẳn chỉ có cái hạnh phúc đó. Nó còn có đau đớn, dằn vặt. Nó phải như thế nào để có chuyện Van Gogh tự cắt lỗ tai ông. Đam mê càng lớn, ước vọng càng cao, càng dễ thấy cái giới hạn của sức lực mình. Ráng tạo một tác phẩm như ý rất thường khi không khác như lao đầu vào một cuộc chiến của nội tâm. Dù xung quanh có bao người thân yêu, có bao bạn bè tốt, cuối cùng cũng chỉ có một mình mình thôi phải đương đầu với nó. Nỗi cô đơn rất khó tả.

Thường tình là như vậy, huống chi, khi biết mình mắc thêm một chứng bệnh trầm kha. Lúc đầu, bạn tôi vẫn giữ nguyên cái an nhiên, tự tại thường tình, và tin tưởng nhiều vào khả năng của y học. Vẫn vẽ nhiều, vẫn viết nhiều, vẫn gặp gỡ bạn bè thường xuyên, như không có gì xảy ra. Chấp nhận những đau đớn của chemo như điều không thể tránh. Cho đến khi, cơ thể yếu hẳn dần. Lúc đó, theo dõi những bài thơ trên blog Phạm

Cao Hoàng, những bài thơ được viết ra như viết nhật ký, tôi có cảm tưởng nửa khuya nào bạn tôi cũng thức dậy. Ngó qua khung cửa sổ, nhìn bóng đêm, nhìn vầng trăng. Rồi, nhìn lên kệ sách. Rồi đi tìm những cuốn sách, những bài thơ của bạn bè. Rồi viết cho người này, người nọ, cho những người còn sống, cho những người đã chết. Thi thoảng còn từ ký ức phác họa vài chân dung của bạn bè. Tôi cảm phục sức làm việc phi thường, ý chí cống hiến thanh thoát, nhưng đồng thời, tôi cũng cảm nhận được nỗi cô đơn cùng cực của bạn. Nói như Đinh Trường Chinh, "cô đơn đi vào bóng tối".

Chỉ trong ba năm sau cùng, Đinh Cường đã đăng 875 bài thơ cùng với một số lượng tranh tương tự, theo ghi nhận trên blog của Phạm Cao Hoàng. Chúng ta không cần phải trở về thi ca đời Sơ Đường, đọc Lý Thương Ẩn để cảm thán với câu "xuân tàm đáo tử ti phương tận" mà Nguyễn Du dịch là "con tằm đến thác vẫn còn vương tơ". Chỉ cần đọc hết một phần những bài thơ đó, xem hết một phần những bức tranh đó, cũng đủ kinh hoàng với sức nhả tơ của một con tằm như chúng ta biết.

Họa sĩ Đinh Cường đã cống hiến cho hội họa Việt Nam một tài sản lớn. Nhà thơ Đinh Cường đã làm thơ rất nhiều, như một cách thể hiện cái vi tế và phong phú của đời sống, rất đặc thù. Tôi nhớ, có một câu nói ở đâu đó, "nhân tài như lá mùa thu".

Một chiếc lá mùa thu rất đẹp vừa rơi xuống!

TRƯƠNG VŨ
Maryland, ngày 12 tháng 1 năm 2016

Hình Trương Vũ và Đinh Cường
trong phòng triển lãm tranh Đinh Cường
tại Đại Học Duyên Hải, Nha Trang, tháng 7.1974.

Hình Đinh Cường và Trương Vũ 41 năm sau.
Virginia, 20.9.2015 - Ảnh Phạm Cao Hoàng.

Phụ bản 3

CHÂN DUNG ĐINH CƯỜNG

Tranh Trương Vũ,

sơn dầu trên bố, 24" x 20", (2015).

THƠM MÃI MÙI HƯƠNG

Tôi quen nhiều người làm thơ. Thơ có hay, có không hay. Bạn có thân, có sơ. Thế nhưng, không phải ai cũng để lại trong tôi những ấn tượng đẹp, những tình cảm sâu đậm, dù với người có nhiều thơ tôi thích. Giữa thơ với người thường có khoảng cách.

Tôi nhận được tập thơ "ĐẤT còn thơm mãi mùi hương", ấn bản sau cùng, của Phạm Cao Hoàng (PCH) vào đầu thu 2018 khi đang ở San Jose, California. Ấn bản mới đẹp hơn, nhiều thơ hơn, nhiều phụ bản hơn. Mở tập thơ ra xem, tôi có cảm giác như vẫn ngồi đâu đó ở Virginia, với vợ chồng Hoàng, cháu Thiên Kim, với bè bạn thường lui tới, giữa cái rộn ràng của cỏ cây đang rực màu thu của vùng đông bắc. Ở PCH, thơ và người luôn đi liền nhau. Trong tập thơ nhỏ, khoảng 100 trang, tôi thấy ở đó cả một đời người. Có tình yêu đậm đà cho quê hương, nồng nàn cho cha mẹ, vợ con, gia đình, và tình bạn thắm thiết. Nhiều bạn. Người mất, người còn.

Tôi xa quê đã hơn 40 năm. Nhớ quê nhiều. Nhưng, khi đọc thơ Hoàng lần này, tôi lại cảm được ở nơi mình có một nỗi nhớ khác, bình dị nhưng da diết, từ mấy câu thơ như:

bữa đó con về thăm Phú Thứ
gặp lại mùi hương của ruộng đồng
gặp lại những năm và tháng cũ
mây khói quê nhà nhẹ bước chân
(MÂY KHÓI QUÊ NHÀ, trang 61)

Khi đọc những dòng thơ PCH viết cho cha mẹ, cho chị, cho người thân, tôi có thể tưởng tượng ra hình ảnh của những con người này. Hoàng không vẽ chân dung, nhưng qua vài dòng cảm xúc, tôi hình dung ra được ánh mắt của họ, nhận ra được cái bên ngoài mộc mạc đó chất chứa bao tình thương nào, bao hy sinh, bao khắc khoải nào. Như, khi Hoàng viết về cha:

ngày mùa đông cha mặc áo tơi ra ruộng
ngày nắng lửa cha gò mình đạp lúa
những sáng tinh mơ cùng đàn bò lầm lũi đi về phía bờ mương
...
thương chiếc áo cha một đời thơm mùi đất
thương đất quê mình thơm mãi mùi hương
(CHA TÔI, trang 71)

Và, nỗi đau khi nhớ về các bậc sinh thành đã "*về làm cát bụi*":

lớn lên dưới trời khói lửa
mẹ thương, lo từng bữa ăn
cha thương, lo từng giấc ngủ
chị thương, an ủi dỗ dành
...
nhớ ngày tôi đi biển khóc
bóng cha tôi ở cuối đường
...
nhớ ngày tôi đi mẹ khóc
ruộng vườn bỏ lại sau lưng
mây mù che ngang đèo Cả
đường xa mưa gió mịt mùng
(MAI KIA TÔI LÀ HẠT BỤI, trang 61)

PCH viết nhiều về bè bạn. Như Đinh Cường, Nguyễn Xuân Thiệp, Nguyễn Xuân Hoàng, Trần Hoài Thư, Phạm Văn Nhàn, v.v… Đinh Cường là một người bạn chung. Những năm tháng sau này, trước khi Cường mất, chúng tôi gặp nhau khá thường xuyên, cùng với nhiều bạn bè khác ở vùng Virginia. Tình bạn giữa tôi với Cường trải dài hơn bốn mươi năm, cùng chứng kiến bao thăng trầm, cùng trải qua một thời tuổi trẻ với sức sống hừng hực như hàng ngàn cây phượng nở rực trên ngọn đồi một đại học chúng tôi cùng làm việc với nhau. Và, cùng trải qua những tháng ngày hiu hắt khi trở về thăm ngọn đồi đó chỉ còn thấy vài gốc phượng xác xơ. So với tôi, PCH chỉ thân với ĐC nhiều năm sau, nhưng tình bạn giữa PCH với ĐC lại rất thâm trầm và ẩn chứa một chất tri kỷ rất ít thấy mà chính tôi không có được. PCH đã cảm nhận sâu sắc tâm trạng của ĐC khi sau bao nhiêu năm về lại một chốn cũ, Dran (Đơn Dương), một thị trấn cao nguyên nhỏ mà ở nơi đó Cường có vài năm dạy học. PCH đã viết lên những câu như:

khi trở về chàng đứng ngẩn ngơ
giọt nước mắt rơi trên nền đất cũ
đêm Dran
nhớ tiếng xe thổ mộ
về hướng Kado về phía Lạc Lâm
đêm Dran
...
nhớ những mảng màu của một thời tuổi trẻ
chiếc giá vẽ gian nan cùng năm tháng sương mù
(DRAN, NGÀY VỀ, trang 44)

Và khi ĐC thình lình ngã bệnh nặng phải nhờ trực thăng cấp cứu đưa vào bệnh viện,

chàng ngã xuống
sau khi đã đi nửa vòng trái đất
và dừng chân bên khu rừng Burke
nghe tiếng chim hót buổi sáng
nghe tiếng lá xào xạc buổi chiều
những ngày mưa hiu hắt
những ngày bão tuyết hoang mang
trong garage
đằng sau giá vẽ

chàng lặng lẽ
vẽ chân dung mình
và nỗi nhớ quê hương
(ƯỚC MƠ CỦA NGƯỜI HỌA SĨ, trang 39)

Tôi thấy được ở đây cả một bức tranh "biểu tượng" vẽ cho ĐC, dù PCH chưa bao giờ thực sự cầm cọ tô màu trên giá vẽ.

Trong bài thơ đề tặng Trần Hoài Thư, tôi thích nhất hai câu sau đây, nói lên được rất nhiều về bạn mình, nỗi niềm lẫn thế sự:

mười năm một thoáng phù vân
tiếng chim vườn cũ mùa trăng quê người
(DÙ SAO VẪN CÁM ƠN ĐỜI, trang 30)

Xếp sách lại, cố nhớ những câu thơ đã đọc, cố mường tượng những hình ảnh ẩn hiện trong sách, tôi thấy ra ngay, rất rõ, hình ảnh của Cúc Hoa. Rất rõ. Không chút liêu trai nào. Và, đây cũng là một yếu tố tạo nên sắc thái riêng của thơ PCH. Yêu một người con gái nay đã thành sương khói hay yêu một người đẹp chỉ có trong mộng, để làm thơ. Tôi đọc được khá nhiều thơ loại này, nhưng cả với nhiều bài nổi tiếng, cái không thật nếu có rất dễ nhận ra, người đọc thấy ngường ngượng. PCH làm nhiều thơ cho vợ mình, một người vợ đã cùng chia sẻ ngọt bùi ba bốn mươi năm nay, cùng chịu đựng bao nhiêu chông gai trong cuộc đời. Tôi thân với họ, tôi hiểu họ, kín đáo, thâm trầm. Tôi đọc thơ PCH, tôi cảm nhận được từ đó một thứ tình yêu chơn chất, đậm đà, nhưng thật, như con người rất thật của họ.

bây giờ nhớ núi nhớ rừng
nhớ sông nhớ biển nhớ trăng quê nhà
thương em ngày nắng Tuy Hòa
chiều mưa Đức Trọng, sáng Đà Lạt sương
thương em và những con đường
một thời tôi đã cùng em đi về
(BÂY GIỜ, trang 32)

Cách đây khoảng mười năm, Cúc Hoa bị tai nạn xe khá nặng ở Virginia. PCH viết về cảm giác của mình khi đưa vợ từ bệnh viện về, ngồi trên xe lăn:

hôm em ở bệnh viện về
cụm hoa trước ngõ cũng vừa ra bông
đã qua rồi một mùa đông
và qua rồi những ngày không tiếng cười
(ĐÃ QUA RỒI MỘT MÙA ĐÔNG, trang 34)

Tình yêu của họ, gắn liền với tình yêu của đất. Đất ở quê nhà:

ngày xưa, ngày xưa, ngày tôi và em lang thang
trong sương mù Đà Lạt
ngày xưa, ngày xưa, ngày em chở con đi học
ngày xưa, ngày xưa, bữa ăn chín phần mười là bắp
đêm em nằm trằn trọc
vì không đủ sữa cho con
(CHIA TAY NGỰA Ô, trang 46)

Đất ở tha hương, ngay sau nhà mình, trong tuyết giá:

cùng em ra sân cào tuyết
gió đêm lạnh đến tê người
tuyết nhiều cào xong thấm mệt
và đôi chân bước rã rời
(ĐÓA HOA HỒNG TRONG TUYẾT, trang 67)

Và, nắng gió ở tha hương, khi dừng chân bên dòng Potomac:

gió lồng lộng cả một trời Đông Bắc
tóc em bay trong nắng thu vàng
(KHI DỪNG LẠI BÊN DÒNG POTOMAC, trang 24)*

Để qua bên phần chữ nghĩa của bao nhiêu bài thơ, tập sách nhỏ "ĐẤT còn thơm mãi mùi hương" cần được xem là một tác phẩm nghệ thuật với sự sắp xếp, chăm sóc chu đáo và tài tình. Cảm giác này tôi luôn có được khi thường xuyên theo dõi Trang Văn Học Nghệ Thuật Phạm Cao Hoàng trên web. Ở đó không phải chỉ có thơ, có văn, có họa mà ở đó người đọc còn cảm nhận cái thi vị, vi tế lẫn một thứ hồn nhiên rất đặc biệt. Chẳng hạn, đang nghiêm túc với những sáng tác văn học, hội họa, của rất nhiều tác giả, cùng những truyện dịch chọn lọc của Thân Trọng Sơn, v.v… để đi vào một thế giới rộng mở của nghệ thuật, thì thình lình nghe một bản nhạc do Sylvie Vartan hát da diết tự năm xưa, hay một độc tấu tây ban cầm rất thời thượng. Cũng có thể, rất bất ngờ, xuất hiện một lịch trình các trận túc cầu, nếu đang mùa World Cup. Rồi, trở lại ngay với… văn học nghệ thuật. Sinh động! Rất "Phạm Cao Hoàng", trong thơ hay ngoài thơ.

Về thơ của PCH, tôi đồng ý với nhận xét của Nguyễn Xuân Thiệp trong lời bạt: "*Đọc thơ Phạm Cao Hoàng, ta thấy tâm hồn anh đầy nhân hậu, bao dung và độ lượng, luôn mở rộng đón nhận những âm vang của đất trời. Ở Phạm Cao Hoàng, không có sự ganh ghét, thù hận hay ra vẻ trí thức triết lý với đời. Thơ anh trong sáng, tự nhiên, bình dị; nhẹ nhàng đi vào hồn người*".

Xin nói thêm. Thơ PCH có nhạc. Lời thơ chơn thật nhưng vẫn luôn bàng bạc nét cao sang trầm lặng của một tâm hồn đẹp.

Thơ, văn, âm nhạc, nghệ thuật, cùng với những đóng góp và cách đóng góp như nói trên, đã giúp làm cho mảnh đất mà chúng ta đang sống ở đây luôn **còn thơm mãi mùi hương**. Không có nó, đất cằn cỗi và trơ trẽn.

TRƯƠNG VŨ
Maryland, 12.2018

Phụ bản 4
CHÂN DUNG CÚC HOA
Tranh Trương Vũ,
sơn dầu trên bố, 18" x 24", (2016).

VỀ LẠI SORRENTO

"… *Anh vẫn nhìn thấy đôi mắt em trong những đêm mơ... đừng nói lời vĩnh biệt... hãy về lại Sorrento…*" Đây là những lời tôi dịch vội từ bản tiếng Anh, Come Back to Sorrento, phiên bản Dean Martin của bản tình ca bất hủ Torna a Surriento của Ernesto De Curtis. Tôi mê bản nhạc này từ những ngày mới bước chân vào trung học, qua lời ca tiếng Việt của Phạm Duy, Trở Về Mái Nhà Xưa. Lúc đó, tôi chưa hề thật sự sống xa nhà, chưa thật sự có những mất mát lớn nào, nhưng mỗi lần nghe vẫn thấy thắt ruột, cảm giác như mình đang trong tâm trạng một kẻ tha phương trở về ngôi nhà cũ. Cho đến một ngày, tôi vĩnh biệt tuổi thơ, rồi sống biền biệt xa nhà, sống xa bao người thân, trải qua bao mất mát kinh hoàng. Lúc đó, đêm nào nghe Luciano Pavarotti hát Torna a Surriento, tôi không ngủ được. Tôi không hiểu thổ ngữ Neapolitan của Ý, không hiểu ý nghĩa lời ca nguyên gốc, nên nghe nhạc tôi liên tưởng đến lời ca của Phạm Duy. Tôi mơ thời gian đi ngược, tôi mơ tôi thấy lại, tôi có lại… Tôi tưởng chừng đang nghe tiếng chân những hồn ma từ quá khứ trở về.

Tôi vào trung học Võ Tánh năm 1952, cùng lúc với các bạn Đặng Như Đức, Nguyễn Công Thuần, Nguyễn Đình Vinh, Lê Ánh, Tôn Thất Chuyết, Từ Văn Minh, Nguyễn Văn Tài, Trương Túy Trúc, Hoàng Thị Ngọc Táo, Trần Thị Hảo, v.v… Lúc đó trường chưa có cơ sở riêng, phải mượn một số lớp của trường Nam Tiểu Học, trên đường Hàn Thuyên. Đến giữa năm, trường dời về trụ sở mới trên đường Bá Đa Lộc. Cũng trong năm đó, trường không còn mang tên Collège de Nhatrang, hay trường Trung Học Công

Lập Nha Trang do anh cả tôi, Trương Văn Như, làm hiệu trưởng mà mang tên mới, Võ Tánh, với thầy hiệu trưởng mới, Lê Tá. Bây giờ trường mang tên Lý Tự Trọng. Đã bao nhiêu biển dâu kể từ những ngày xa xưa đó. Nhưng mỗi khi hồi tưởng, hình ảnh nổi bật vẫn thường là hình ảnh những thằng bé sau giờ học chạy ra biển, chạy theo những con dã tràng, rong chơi, rượt bắt với bạn bè trên cát, hay hái trộm trái tra của Sở Thuốc dọc bờ biển Nha Trang. Biển gắn liền với tuổi trẻ chúng tôi.

Năm mươi ba năm sau, do lời mời của Tôn Thất Chuyết, chúng tôi, một số bạn bè từ năm xưa, những thằng nhóc con của trường Võ Tánh ngày nào, lại gặp nhau, sống chung với nhau một tuần lễ trong cùng một ngôi nhà trên bãi biển. Không phải biển Nha Trang mà biển Puerto Vallarta của Mễ Tây Cơ. Bãi biển chúng tôi đến còn khá hoang sơ, không giống với Nha Trang bây giờ nhưng khá giống với Nha Trang của 53 năm trước. Với mái tóc đã bạc hay ít nhất cũng đã muối tiêu, Nguyễn Xuân Ngật, Nguyễn Công Thuần, Từ Văn Minh, Nguyễn Lưu Phương, và tôi đều mang bà xã theo. Đến đây để thăm Chuyết, đang làm đồn điền ở đó, và để được sống trong một không gian ít nhiều giống cái không gian những ngày cũ. Trong số này, có vài người hơn 40 năm chưa gặp lại. Khi gặp, tất cả đều đã qua những chuỗi dài ngày tháng khác hẳn nhau.

Những ngày ở Puerto Vallarta, mỗi sáng chúng tôi đều xuống ngâm mình dưới biển, không bơi nhưng tụm lại nói chuyện xưa. Đứa nào còn, đứa nào mất. Đứa này bây giờ ra sao, đứa kia bây giờ ra sao. Tôi muốn nói ra đây vài lời về hai người bạn được nhắc đến trong những câu chuyện đó: chị Trần thị Hảo và Đồng Sĩ Thạnh. Các bạn tôi không biết hiện giờ chị Hảo ra sao nhưng tôi biết. Tôi không biết những gì đã xảy ra cho Đồng Sĩ Thạnh nhưng các bạn tôi biết rõ. Nghĩ đến họ, tôi không thể không hồi tưởng đến căn nhà cũ của tôi trên đường Hàn Thuyên. Từ trong nhà ngó ra, tôi có thể theo dõi bước chân biết bao bạn bè đi học phải đi ngang qua đó. Có nhiều người tôi không bao giờ gặp lại, trong đó có chị Hảo. Tôi không bao giờ quên được nét mặt phúc hậu của chị. Chị lớn lên trong một gia đình có đức tin tôn giáo mạnh. Anh ruột chị, anh Trần Bá Lộc có thời gian làm quận trưởng Diên Khánh và từng là một giáo viên giỏi ở Nha Trang. Một người anh khác, Trần Bá Khương, là con rể của thầy Cung Giũ Nguyên. Sau 1975, chị Hảo dắt đứa con gái duy nhất vượt biển nhưng cả hai không bao giờ tới nơi, không bao giờ trở về. Số phận đó cũng đến với một số người thân của anh Lộc. Về Đồng Sĩ Thạnh, đến lúc đó tôi mới biết là Thạnh đã tử trận từ trước 1975. Một năm sau lần hội ngộ ở Puerto Vallarta, tôi có về thăm Việt Nam. Tình cờ, khi đến một nghĩa trang tư ở ngoại ô Nha Trang viếng mộ ông bà nhạc, tôi chợt thấy ngôi mộ của Thạnh, không biết mộ xây từ lâu hay mới dời về đó. Trên mộ, có hình của Thạnh, còn rất rõ, trong áo nhà binh, tóc ngắn, khoảng tuổi 25 đến 30, đẹp trai, trong sáng. Tôi cắm trên mộ Thạnh một nén nhang.

Một buổi tối ở Puerto Vallarta, chúng tôi được mời đến dùng cơm tại nhà một gia đình người Ý, bạn của Chuyết. Gia đình này sang Mễ Tây Cơ lập nghiệp khá lâu. Họ có một phòng tranh gần chỗ chúng tôi ở. Tranh trưng bày ở đó không có gì đặc sắc, nhưng ngôi biệt thự của họ thật xinh xắn. Từ sân thượng nhìn ra xa, qua những mái nhà ngói đỏ san sát là biển Puerto Vallarta. Hôm đó họ có mời vài người bạn Ý và một người Đức mới đến làm ăn ở đây từ Canada. Sau bữa cơm tối kiểu Ý, tất cả lên sân thượng ngồi uống cà phê, nói chuyện và ca hát. Người bạn Đức phụ họa bằng accordéon. Tôi yêu cầu họ hát Torna a Surriento. Bài ca bất hủ này người Ý nào cũng biết. Những người Ý và Đức đều xa quê hương nên họ hát và đờn Torna a Surriento một cách say sưa. Hát rất to. Đang nửa chừng bỗng chúng tôi nghe một giọng nữ cao vút... *Về đây nghe tiếng hú hồn mê oan...* Giọng hát của chị Oanh, bà xã của Thuần, trong sáng, tha thiết. Nhóm bạn Ý vội ngưng để lắng nghe, để chị hát tiếp một mình. Những người bạn Ý chắc không biết rằng Torna a Surriento với lời Việt của Phạm Duy đã gắn liền với tuổi trẻ chúng tôi như thế nào, đặc biệt vào những tháng ngày chúng tôi sống xa quê. Lời của Phạm Duy trong Trở Về Mái Nhà Xưa không hẳn là bản phỏng dịch của Torna a Surriento. Trong bản tiếng Việt, về lại Sorrento không phải chỉ để mong gặp đôi mắt ngày cũ, mà để *nghe tiếng hú hồn mê oan,* để *đốt ánh đèn im bóng vào rêu xanh,* để *thấy kiếp xưa bước nhẹ về,* để *ngồi im bóng lắng nghe tháng ngày qua...* Và, dù lời hát có khác nhau, tiếng nhạc của Torna a Surriento lúc nào nghe cũng tha thiết, thắt ruột.

Tháng 8 năm đó, nhân một chuyến du lịch vùng Địa Trung Hải, vợ chồng tôi cùng với hai người bạn quyết định đi thăm Sorrento. Từ Naples về Sorrento, xe bus chạy dọc theo bờ biển khoảng bốn tiếng đồng hồ. Tuyệt đẹp. Khi gần đến, một thiếu phụ Mỹ ngồi cạnh hát khe khẽ bản Come Back to Sorrento,... *when I pass a garden fair and the scent is in the air in my mind a dream awakes and my heart begins to break...* Come Back to Sorrento không còn là của riêng của Ernesto De Curtis, cũng không còn là của riêng người Ý. Nó trở thành một bài hát của bao nhiêu người đã từng có một tình yêu sâu đậm cho một người, một mái nhà, một vùng đất đã rời bỏ đi mà nếu có trở về cũng chỉ còn cảm nhận được những hồn ma ngày cũ. Sorrento cũng là một thành phố biển, không có những bãi cát thoai thoải như Nha Trang mà từ biển nhìn lên chỉ thấy những vách đá thẳng đứng. Trong tác phẩm của thi hào Homer, Sorrento là nơi trú ngụ của những mỹ nhân ngư, chuyên dùng tiếng hát mê hoặc mấy tay thủy thủ lỡ dại đi ngang vùng biển này, để rồi từ từ ru họ vào cõi chết. Ngày nay, Sorrento là một thành phố du lịch khá nổi tiếng của Ý. Tuy nhiên, rất nhiều du khách đến đây không phải vì thành phố biển đó đẹp, mặc dầu nó đẹp thật, mà chỉ vì bản Torna a Surriento mà trong tuổi trẻ của họ, họ đã từng nghe, đã từng hát và đã giao cảm với tâm trạng của tác giả.

Mỗi người trong chúng ta đều có một Sorrento cho riêng mình. Với nhiều người trong chúng tôi, Nha Trang có thể cũng là một Sorrento, nhưng Nha Trang trong nghĩa này chắc không phải chỉ là biển, chỉ là thành phố. Biển thì ở đâu lại không có, và có rất nhiều bãi biển đẹp hơn. Thành phố cũng thế. Nhưng cái gì khiến mỗi lần nghe Come Back to Sorrento tôi thắt ruột và nhớ đến

Nha Trang? Hay, có nhiều đêm, chỉ nghe tiếng sóng biển cũng nhớ đến Nha Trang, ngửi hơi gió biển cũng khiến nhớ đến Nha Trang? Có lẽ vì Nha Trang liên hệ chặt chẽ đến một thế giới của tuổi trẻ, trong đó có biển, có phố, có những hàng cây, những con đường… Và, trên hết, ở đó, không phải chỉ có hạnh phúc mà còn có đau buồn, mất mát. Không phải chỉ có niềm vui mà còn có luyến tiếc, ray rứt, nợ nần. Không phải chỉ có thành công mà còn có thất bại. Không phải chỉ có điều tốt mà còn biết bao lỗi lầm… Nhưng đặc biệt, đó là một thế giới mang đầy dấu vết sâu đậm từ những liên hệ con người. Rất đặc thù. Một thế giới riêng cho mỗi người trong chúng ta.

Thời gian ở Puerto Vallarta, chúng tôi thường nhắc đến những hình ảnh từ thời còn đi học ở Nha Trang mà mỗi đứa đều nhớ rõ. Những hình ảnh đó không hoàn toàn giống nhau với mỗi đứa. Chẳng hạn, với tôi, hình ảnh còn in sâu đậm là cảnh sau đêm bão Nhâm Thìn, đèn điện đều tắt, nước biển tràn lên đến tận nhà Bưu Điện. Lúc đó, tôi khoảng hơn 10 tuổi, kéo vài bạn bè chạy xuống xem sóng lớn trong đêm, vừa vui vừa sợ vừa lạnh. Trước đó vài tháng, cũng ở khoảng biển đó, khi nghe tin một thiếu nữ tự tử, tôi chạy xuống xem vừa kịp nhìn thấy cảnh một số thanh niên đang đưa xác cô gái lên bờ. Hôm đó biển động. Đó là lần đầu tiên tôi chứng kiến một xác chết trên biển. Tôi bắt đầu thấy rằng biển cũng khá tàn bạo, không phải lúc nào cũng êm đềm như lúc biển lặng để mình nhào xuống tung tăng bơi lội hay kéo nhau rượt đuổi trên cát.

Một hình ảnh chúng tôi nhớ khá nhiều là hình ảnh những người đàn bà điên trong thành phố. Khi nhắc đến họ tôi có một ray rứt. Trong đời sống, những ray rứt hay những luyến tiếc nhiều biết chừng nào. Nhưng có những cái thoạt nghĩ không có gì quan trọng mà lại luôn luôn còn đó, để trở thành một phần bất khả ly của một thế giới trong hồi tưởng. Một người đàn bà điên tôi nhớ đến nhiều nhất là bà Hai, ở trước ngôi nhà cũ của tôi trên đường Hàn Thuyên. Bạn bè hầu hết đều nhớ đến hình ảnh một người đàn bà thường ngồi vắt vẻo trên bức tường trước nhà, la hét, chỉ chỏ, cười nói, chửi rủa. Năm tôi khoảng mười tuổi, bà chưa điên. Một buổi chiều gần tối, khi đang chia phe đánh lộn với lũ bạn trong xóm thì có một đứa bé khoảng năm tuổi đến nói với tôi là bà Hai gọi tôi. Tôi theo nó vào nhà, một căn nhà tăm tối nhỏ như một cái am, ở sau những căn nhà cất cho nhân viên quan thuế. Bà Hai muốn tôi viết giùm một bức thư cho mạ và những bà con của bà ở Huế. Bà đọc cho tôi viết và hứa sau khi viết xong sẽ cho tôi hai đồng. Đang viết nửa chừng, tôi nhớ đến "trận đánh" ngoài kia nên nói với bà tôi phải chạy ra chơi sau đó sẽ trở lại viết tiếp. Tôi đã không trở lại viết tiếp. Rồi quên bẵng đi cho đến khi tôi đã trở thành người "lớn", đã lập gia đình, có con, và bà Hai đã trở thành bà Hai "điên". Các con tôi mỗi khi gặp bà đều trốn chạy. Những lúc bà tỉnh táo tôi có hỏi thăm gia đình bà nhưng không dám nhắc lại chuyện bức thư viết dở. Cách đây tám năm, tôi có về lại Nha Trang, có đến những căn nhà đó. Mọi thứ hoàn toàn thay đổi. Bà Hai điên không còn nữa. Lúc đó, tôi thật sự có một mơ ước, là ngày xưa, tôi đã viết xong bức thư cho bà, để bà gửi cho mạ. Bức thư tôi viết dở dang chẳng dùng được gì cả, chẳng có nghĩa gì cả. Một ước mơ nhỏ nhưng sẽ không bao giờ thực hiện được. Mà trong đời tôi, có rất nhiều ước mơ rất nhỏ, có từ thời còn đi học ở Nha Trang, ấp ủ rất lâu nhưng đến khi có cơ hội thực hiện thì lại coi thường rồi để vuột mất. Không nói chi đến những ước mơ lớn.

Tôi bắt đầu tập chơi guitare cổ điển khi lên trung học, nhưng chỉ học lóm với bạn bè và thường thì tự học. Dĩ nhiên không thể nào đờn hay được bằng một cách học như vậy. Dầu sao, tôi cũng mê đờn một thời gian khá lâu, và đặc biệt nhờ đó tôi làm quen và ham thích nhạc cổ điển tây phương. Lúc đó Nha Trang không có trường hay lớp dạy nhạc cổ điển. Qua một số đĩa nhạc do một người du học ở Mỹ mang về, tôi nghe được tiếng đàn guitare của Andres Segovia và một số bài giao hưởng trình tấu bởi dàn nhạc nổi tiếng của thành phố Philadelphia dưới sự điều khiển của nhạc trưởng thời danh Eugene Ormandy. Đĩa cũ, máy cũ, tiếng nhạc rè rè khiến tôi mơ một ngày nào đó được tận mắt nhìn và nghe Segovia hay dàn nhạc Philadelphia với Ormandy trình tấu.

Những giấc mơ đó tuy tầm thường nhưng lại rất xa vời với một học trò tỉnh lẻ ở Việt Nam vào lúc đó. Quá xa vời để không dám ấp ủ, và rồi lần lần quên đi. Guitare thì thỉnh thoảng vẫn cầm lên chơi cho đỡ buồn và càng lúc càng biết mình chơi sai.

Đầu tháng tư 1975, Nha Trang đổi chủ. Bao nhiêu ước mơ lớn ấp ủ đến lúc đó bay biến hết, nói chi đến chuyện đờn địch. Một buổi sáng, tôi còn nhớ rõ, Nguyễn Văn Tài đến chơi. Thấy cây đờn tôi treo trên tường, Tài lấy xuống và bắt đầu đánh một số đoản khúc của Francisco Tárrega. Tôi rất ngạc nhiên. Tôi chơi với Tài từ lâu lắm, nhưng không hề biết là Tài chơi guitare classique và chơi rất hay, rất đúng sách vở. Khi Tài sắp về, tôi bảo Tài lấy cây đàn của tôi về đi, cây đàn tương đối tốt cho guitare classique. Tài lắc đầu. Sau đó không lâu, tôi từ biệt Nha Trang. Sang Mỹ, tôi có mua một cây đàn rẻ tiền và thỉnh thoảng cầm lên chơi dù vẫn chơi dở như ngày nào. Thành phố tôi ở là Philadelphia. Dàn nhạc giao hưởng của thành phố này vẫn đang nổi tiếng và nhạc trưởng Ormandy vẫn còn đó. Rất nhiều lần tôi đi qua lại trên đường Broad nơi trình diễn của dàn giao hưởng và định mua vé vào xem. Nhưng tiền học bổng ít, những thứ cần chi lại nhiều, tôi không dám mua vé, và luôn tự hứa là để khi nào có tiền sẽ trở lại xem. Sau này khi về vùng D.C. làm việc, đã có điều kiện tương đối về tài chánh, định trở lại Philadelphia thực hiện giấc mơ nhỏ ngày nào. Lúc đó mới biết Ormandy đã nghỉ hưu và dàn nhạc Philadelphia không còn phong độ như trước nữa. Eugene Ormandy là một thiên tài âm nhạc. Ông sinh ở Hung Gia Lợi, mới 7 tuổi đã trình tấu vĩ cầm, và tốt nghiệp thạc sĩ về âm nhạc năm 14 tuổi. Ông di cư sang Hoa Kỳ năm 1921, điều khiển dàn giao hưởng Philadelphia từ 1936 đến 1980 và mất ở đó năm 1985. Cũng trong khoảng đầu thập niên 1980 đó, tôi được tin Andres Segovia đến vùng Washington D.C. để trình diễn guitare cổ điển tại trung tâm Kennedy, không xa nơi tôi ở. Không nhớ vì lý do gì tôi không đến xem, để rồi sau đó mới biết đây là lần trình diễn cuối cùng của Segovia ở vùng này. Segovia, người Tây Ban Nha, là một bậc thầy vĩ đại của guitare cổ điển, người đã đưa cây đàn guitare lên hàng nhạc cụ hòa tấu. Ông mất ở Madrid năm 1987, lúc 94 tuổi.

Trở lại câu chuyện với Nguyễn Văn Tài. Tài là bạn thân của tôi từ thời trung học. Khi về thăm Việt Nam, chúng tôi thường đi chơi với nhau, nhắc lại những chuyện tình xưa cũ như kể chuyện trong mơ. Tài vẫn còn độc thân, đã về hưu, và được giữ lại dạy toán cho một ít học trò theo chương trình Pháp. Tôi tỏ ý tiếc là Tài không tiếp tục chơi đàn nữa. Tài không nói gì. Trong một buổi họp mặt với một vài thầy giáo và nhiều đồng nghiệp, bạn bè cũ, tôi có mời thầy Ngân lên hát lại cho chúng tôi nghe bản One Day của Johann Strauss. Thầy Ngân với thầy Đào là hai thầy dạy Anh văn của chúng tôi thời trung học, cả hai đều rất tài hoa, và đều có mặt trong buổi tối hôm đó. Lần đầu tiên trong đời tôi nghe được bản One Day là do thầy Ngân hát trong lớp khoảng năm tôi 14 hay 15 tuổi. Tôi không bao giờ quên được hình ảnh của thầy khi hát bản này. Khi tôi yêu cầu thầy lên hát, thầy cười nhưng từ chối, có lẽ thầy nghĩ là mình đã già rồi. Nhưng một đồng nghiệp cũ của tôi, cô Lộc, dạy Pháp văn, và trước 1975 có thời gian là bí thư của Viện trưởng Đại học, lên hát bản đó. Cô Lộc hát rất hay, rất có hồn, nhưng lại không thuộc hết bản, vì chắc cũng đã lâu lắm rồi không hát. Bất ngờ, Tài bước lên lấy micro từ tay cô Lộc, hát tiếp. Tài hát một cách say mê. *One day when we were young, one wonderful morning in May, you told me you loved me…*

Trong những lúc ngâm mình ở biển Puerto Vallarta, chúng tôi nhắc nhiều đến những bạn từ nhỏ đã đi vào con đường văn chương. Không kể lớp đàn anh như Nguyễn Xuân Hoàng, Nguyễn Hữu Trí, hay lớp sau như Nguyễn Thị Hoàng Bắc, Tôn Nữ Nha Trang, đồng lớp với chúng tôi cũng có khá nhiều, như Nguyễn Mộng Giác, Nguyễn Thị Hoàng, Nguyễn Đức Sơn, Nguyễn Văn Liễu (tức Trịnh Cung, họa sĩ và cũng là nhà thơ), Trần Văn Nam, Bùi Cao Hoành (Cao Hoành Nhân), Lê Hữu Phước (Hải Phương), v.v…

Tôi và Nguyễn Đức Sơn có những liên hệ đặc biệt. Chúng tôi học chung với nhau từ tiểu học. Ba Sơn, thầy Nguyễn Đức Nhơn, là thầy dạy Pháp văn của tôi ở trung học. Má Sơn là bạn của má tôi. Thầy Nhơn đi kháng chiến từ 1945 hay 1946. Cô ở lại Nha

Trang, tần tảo nuôi con. Thời gian chúng tôi sinh hoạt Hướng Đạo, hầu hết những cái lều bị rách đều được cô vá lại. Năm 1954, sau hiệp định Genève, thầy Nhơn không đi tập kết, trở về lại Nha Trang. Không hiểu vì sao sau đó hai người ly dị nhau, các con chia đôi. Chúng tôi đều để ý là từ lúc đó Sơn là một đứa học trò đầy phẫn nộ. Mọi người đều thấy rõ là Sơn luôn tỏ ý bất mãn với thầy. Tuy nhiên, mãi sau này, khi Sơn đã là một nhà thơ nổi tiếng, Sơn có viết một bức thư cho cha, rất cảm động, đăng trong một cuốn thơ xuất bản trước 1975. Trong chuyến về thăm Việt Nam cách đây tám năm, tôi có gặp Sơn nhiều lần, và có lúc tôi định hỏi vài vấn đề riêng tư liên quan đến gia đình, đặc biệt, liên quan đến thầy cô Nhơn, nhưng rồi không có dịp thuận tiện nên thôi. Sơn có một cá tính đặc biệt, một cá tính mạnh, điều đó bạn bè và những người đọc sách của Sơn đều biết. Sơn có một thế giới riêng, có vẻ như cố làm cho quái dị. Thật sự, dưới lớp ngoài trông rất phức tạp, Sơn là một người chơn chất. Sơn là một tài năng của văn học Việt Nam. Nhưng vượt lên cả tài năng, Sơn là một mẫu nhà văn và trí thức rất hiếm hoi, dám sống và nói thật về điều mình tin, nhất là trong hoàn cảnh xã hội Việt Nam của vài chục năm qua. Có thể những điều Sơn tin và sống hết lòng với nó không hẳn được mọi người chia sẻ, nhưng cách sống đó đáng được kính phục. Thơ của Sơn phản ảnh hoàn toàn con người Sơn. Mỗi lần chạy lòng vòng với cuộc sống ở Mỹ và cả lòng vòng với trí óc của chính mình, tôi thường nghĩ đến một bài thơ của Sơn, và thường đọc cho bạn bè nghe:

Khi thấm mệt tôi đi luồn ra núi
Cuối chiều tà chỉ gặp bãi hoang sơ
Bước lủi thủi tôi đi luồn vô núi
Nghe nắng tàn run rẩy bóng cây khô
Chân rục rã tôi đi luồn ra núi
Hồn rụng rời trước mặt bãi hư vô.

Đầu năm ngoái, khi xem một phim vidéo quay lại buổi họp mặt bạn bè Võ Tánh 1952-1958, tôi rất vui khi thấy Sơn trong đó. Khá bất ngờ, vì tôi biết Sơn rất kỵ những họp mặt như vậy. Tôi chờ đợi Sơn lên nói điều gì nhưng không thấy. Sau đó, tôi biết sở dĩ không ai dám mời Sơn lên nói vì sợ những điều Sơn nói… gây rắc rối. Tôi thông cảm với bạn bè nhưng tôi không vui. Chúng ta thường chỉ thích nghe hay nói những lời "phải đạo" và do đó những gì được nói ra trong những họp mặt của trường này trường nọ, ở nơi này nơi nọ, thường rất giống nhau. Mà nếu cuộc đời chỉ được tạo nên bằng những gì "chung chung", những gì "phải đạo" thì làm sao có được một "Sorrento" riêng cho mỗi người, để phải thắt ruột mỗi khi muốn về lại.

Nói đến Sơn tôi không thể không nhớ đến những bài học với thầy Nhơn. Bài học khó quên nhất là bài giảng về truyện ngắn La Chèvre de Monsieur Seguin (Con dê cái của ông Seguin) của Alphonse Daudet. Con dê con của ông Seguin rất dễ thương, ngoan ngoãn, được nuôi tử tế trong vườn sau của ông. Nhưng rồi, một ngày kia, cũng như những con dê trước đó, nó phá rào, chạy lên núi, nơi đó những con sói hung tợn đang chờ. Dê con đã dùng chiếc sừng nhỏ bé tử chiến với sói suốt đêm. Đến hừng đông, nó gục ngã. Thầy Nhơn giảng bài đó rất hay. Khi giảng, thầy như sống với tâm trạng của dê con. Tôi nhớ mãi bài học đó, thích thú với câu chuyện của Alphonse Daudet nhưng càng lớn tôi càng không đồng ý với cái kết thúc của truyện. Tôi biết, từ đời sống thật, có rất nhiều, rất nhiều dê con đã vượt khỏi nanh vuốt của sói để tự do tung tăng trên đỉnh non cao.

Một bài khác cũng rất khó quên, được học từ khoảng thời gian này, là bài J'accuse (Tôi tố cáo) của Émile Zola. Nhà văn Émile Zola viết J'accuse để tố cáo chính phủ Pháp, quân đội Pháp, giáo hội Công giáo Pháp và cả nhân dân Pháp vì tất cả đã sai lầm trầm trọng khi kết tội đại úy Alfred Dreyfus làm gián điệp cho Đức. Cả nước Pháp nổi giận, kết tội Émile Zola. Rất ít người đồng ý với ông. Émile Zola phải trốn sang Anh và chết năm 1902. Bốn năm sau, nước Pháp chính thức công nhận Émile Zola đúng, đại úy Dreyfus vô tội. Cho mãi đến hôm nay, hơn một trăm năm sau, hầu như các trường học nào trên thế giới cũng đều có giảng dạy về vụ án Dreyfus và bài J'accuse của Émile Zola. Với tôi, hai bài học này lúc nào cũng được tiếp tục học và không phải lúc nào cũng thuộc.

Bài J'accuse tôi không học từ thầy Nhơn mà học từ thầy Nguyễn Suyên, một thầy dạy văn rất giỏi về Đường thi. Thầy dạy bài này vào một thời gian ngắn thầy tạm phụ trách môn Lịch sử Thế giới thay người khác. Trong một chuyến về Houston cách đây hai năm, tôi đi ăn tối với vợ chồng Nguyễn Tấn Hường, một bạn thân, cùng với một số bạn khác. Trong buổi tối đó chúng tôi có nhắc đến thầy Suyên. Hường là học trò giỏi của thầy, có kể lại một kỷ niệm. Khi chúng tôi còn học ở Sài Gòn, thầy Suyên mất. Hè năm đó, khi về lại Nha Trang, tôi và các bạn Hường, Phê, Thái có đến thăm mộ thầy, ở bên kia cầu Hà Ra. Đứng trước mộ, Hường bắt chước giọng ngâm của thầy, ngâm bốn câu đầu trong Binh Xa Hành của Đỗ Phủ. *Xa lâng lâng mã tiêu tiêu, hành nhân cung tiễn các tại yêu, gia nương thê tử tẩu tương tống, trần ai bất kiến Hàm Dương kiều*. Nghe Hường kể lại kỷ niệm này, tôi giật mình. Tôi nhớ, thầy Suyên thường ngâm bốn câu này trong lớp, bằng cách ngâm theo giọng Bình Định rất đặc biệt của thầy. Về văn, tôi là một học trò loại trung bình và khá lười biếng nên ít khi thuộc thơ. Tuy nhiên, bốn câu đó tôi thuộc và thỉnh thoảng đọc lên mà thật sự không nhớ mình học được từ đâu. Bây giờ thì tôi nhớ. Ngày nay, cái nghĩa trang nơi chôn thầy Suyên đã bị san bằng, nhà cửa xây san sát trên đó. Trong chúng tôi, không ai biết nắm xương tàn của thầy hiện nằm đâu. Cũng như, chắc không mấy ai biết ngôi mộ của thầy Nhơn nằm đâu. Nhưng tôi tin rằng những bài học của các thầy vẫn còn nằm đâu đó trong tiềm thức rất nhiều học trò cũ.

*

Trong chuyến về Việt Nam đầu tiên, năm 2001, tôi thường đến thăm thầy Cung Giũ Nguyên. Lúc đó, thầy còn rất khỏe và hai thầy trò đi ăn tối với nhau nhiều lần. Năm 2006, tôi có về lại. Lần này, thầy đã yếu lắm, không đi đâu. Buổi chiều trước khi rời Nha trang, tôi đến từ giã và ngồi nói chuyện với thầy khá lâu. Thầy nói nhiều. Nói chuyện cũ, nói chuyện mới, nói cả suy nghĩ của thầy về những gì đang xảy ra nơi tôi sống, bên này bờ đại dương. Đôi lúc, theo phản ứng tự nhiên của một anh học trò ưa cãi, tôi định ngắt lời thầy nhưng kịp dừng lại. Tôi ngồi im lắng nghe từng lời nói của thầy và bắt đầu cảm nhận mình đang hưởng những giây phút có thể không bao giờ có lại. Tối hôm đó, tôi đi bộ xuống biển, nhìn từng đợt sóng vỗ nhẹ vào bờ, rồi nhớ lại, như mới ngày nào, những dấu chân thon trên cát, những đêm dìu nhau dưới mưa, những nụ hôn bất chợt,…

Về lại Mỹ, tôi bắt đầu viết bài này. Sau đó bỏ ngang vì thấy chứa quá nhiều cái riêng tư, lỉnh kỉnh. Không lâu sau, tôi được tin vài học trò cũ, rất gần gũi, mới gặp lại sau hai mươi lăm năm xa cách, đột ngột ra đi. Nguyễn Lương Thuật, tôi mới biết là có một thời cùng sinh hoạt Hướng Đạo với nhau, định khi gặp lại sẽ hỏi han thêm những kỷ niệm thời đó, cũng đột ngột ra đi. Vài bạn bè khác cũng thế. Rồi, một hôm, đến thăm bà xã anh Nguyễn Nho nằm trên giường bệnh. Mới ngày nào, anh chị đến nhà tôi chơi, bây giờ chị nằm đó, ngó thẳng vào tôi, không chớp mắt, không nhận ra ai. Qua anh Nho, tôi thấm thía với bài học về tình yêu, lòng tận tụy và tính tự tại. Rồi, hè năm ngoái, má tôi mất. Cuối năm, thầy Nguyên mất. Đầu năm nay, một bạn thân từ những năm đầu đại học, Trần Duy Nhiên, đột ngột qua đời. Tôi ngồi vào bàn computer, sửa lại chút đỉnh rồi tiếp tục bài viết này. Tôi tin rằng, nếu bây giờ tôi có nói lan man chuyện cũ chắc bạn bè không mấy ai trách.

Mỗi người trong chúng ta đều có một Sorrento, để về lại trong hồi tưởng. Dù có lẫn lộn với bao cảm xúc trái nghịch nhau, khi về lại, ít nhiều chúng ta cũng tìm được ở đó một góc để nghỉ ngơi. Tôi xin kết thúc bài viết bằng một câu chuyện phỏng dịch từ cuốn sách nhỏ, The Giving Tree, của Shel Silverstein. Ông viết và minh họa cho trẻ con lẫn người lớn. Những minh họa của Silverstein độc đáo, tôi đề nghị các bạn tìm xem cuốn sách, do HarperCollins Publishers xuất bản. Câu chuyện như thế này:

Ngày xưa có một cây táo... nó yêu một thằng bé

Mỗi ngày thằng bé đến chơi với cây

Kết lá làm vương miện, đội lên đầu như chúa tể rừng xanh.

Thằng bé trèo lên thân cây, đu cành cây, ăn trái

Rồi chơi trò cút bắt với cây.

Khi mệt nó nằm ngủ dưới bóng mát.

Nó yêu cây táo vô cùng

Cây thấy mình hạnh phúc.

Thời gian qua...

Thằng bé lớn lên và không còn đến chơi với cây như ngày nào.

Cây thấy cô đơn.

Một ngày kia, thằng bé trở lại, cây bảo:

"Này thằng bé, hãy đến đây, trèo lên thân ta, đu cành ta, ăn trái cây của ta, và vui đùa dưới bóng mát của ta."

Thằng bé trả lời:

"Ta lớn rồi, đâu còn leo trèo và chơi đùa như thế nữa.

Ta cần tiền để mua sắm và vui chơi như người lớn.

Ngươi có tiền cho ta không?"

Cây bảo:

"Ta không có tiền. Ta chỉ có lá và trái cây.

Này thằng bé, hãy hái táo của ta đem ra chợ bán.

Mi sẽ có tiền và mi sẽ sung sướng."

Thằng bé liền trèo lên cây, hái thật nhiều táo rồi mang đi.

Cây thấy mình hạnh phúc.

Nhưng rồi, lâu lắm không thấy thằng bé

Cây táo buồn.

Bỗng, một ngày kia thằng bé trở lại, cây rung cành lên hớn hở:

"Lại đây, thằng bé, hãy trèo lên thân ta, đu những cành ta, và hãy vui đùa thỏa thích."

Thằng bé bèn nói:

"Ta đâu có thì giờ để leo trèo

Ta lạnh lẽo và cần một mái ấm

Ta muốn có vợ, có con, nên cần một mái nhà.

Ngươi có nhà cho ta không?"

Cây trả lời:

"Ta không có nhà, cả khu rừng này xem như nhà của ta.

Nhưng, mi có thể chặt những cành cây của ta để cất nhà.

Mi sẽ sung sướng."

Và như thế, thằng bé chặt hết những cành cây, rồi mang đi cất nhà.

Cây táo thấy mình hạnh phúc.

Nhưng rồi... lâu lắm, thằng bé không trở lại.

Khi nó trở lại, cây vui mừng khôn xiết, nhưng chỉ thều thào:

"Này thằng bé, hãy lại đây nô đùa với ta."

Thằng bé bảo:

"Ta già rồi, và buồn nữa, làm sao vui đùa được.

Ta muốn có một chiếc thuyền để đi thật xa khỏi nơi này.

Ngươi có thuyền cho ta không?"

Cây trả lời:

"Hãy chặt thân ta để làm thuyền

Rồi giăng buồm đi xa... và sống hạnh phúc."

Thằng bé bèn chặt thân cây, làm thuyền rồi giăng buồm đi xa.

Cây táo thấy mình hạnh phúc...

Thật ra... không hẳn như thế.

Sau đó rất lâu, thằng bé trở lại.

Cây bảo:

"Thằng bé ơi, ta xin lỗi. Bây giờ, ta chẳng còn gì cho mi nữa.

Ta chẳng còn trái táo nào cả."

Thằng bé trả lời:

"Răng ta yếu lắm rồi, đâu còn ăn táo được nữa."

Cây lại bảo:

"Ta cũng chẳng còn cành cây nào để mi đánh đu trên đó."

Thằng bé trả lời:

"Ta già lắm rồi, còn sức nào mà đánh đu trên cành nữa."

Cây lại bảo:

"Ta cũng chẳng còn thân cây nào để mi trèo lên chơi."

Thằng bé trả lời:

"Ta yếu lắm rồi, đâu còn leo trèo gì được nữa."

Cây thở dài:

"Ước chi ta còn chút gì cho mi.

Giờ đây, ta chỉ là một gốc cây già cỗi. Thế thôi..."

Thằng bé liền nói:

"Ta có thiết tha gì nữa đâu.

Ta chỉ cần một chỗ vắng vẻ ngồi xuống nghỉ ngơi.

Ta mệt mỏi lắm rồi."

Cây táo chợt như vùng dậy, bảo:

"Tốt lắm. Cái gốc cây già cỗi này rất tiện để ngồi nghỉ.

Lại đây, thằng bé.

Hãy ngồi xuống và nghỉ mệt đi."

Thằng bé bèn đi đến gốc cây, ngồi xuống.

Và...

Cây táo thấy mình hạnh phúc.

TRƯƠNG VŨ
Maryland, tháng 3 năm 2009

NHÀ NGÓI ĐỎ TRONG KÝ ỨC HỖN MANG

Cách đây hơn hai tuần, tôi nhận được tin chị Trương Gia Vy ra đi. Chị là hiền thê của nhà giáo/nhà văn Nguyễn Xuân Hoàng. Anh cũng đã ra đi, trước chị gần chín năm. Chuyện tình của họ được biết nhiều trong giới sinh hoạt văn học, nghệ thuật và báo chí. Họ lấy nhau năm 1973, được tiếng là người đẹp lấy người đẹp, và có với nhau bốn con. Tôi quen chị Vy qua Nguyễn Xuân Hoàng. Chị là một phụ nữ dễ mến, tận tụy với chồng con ngay cả trong thời gian mang bệnh, mà là một bạo bệnh. Tin chị ra đi, dù là tin buồn nhưng bạn bè mừng cho chị chấm dứt những đau đớn thể xác kéo dài hàng chục năm. Trên FaceBook, tôi có ghi vài dòng chữ này: "Mừng cậu Hoàng gặp lại người tình năm xưa". "Cậu Hoàng" là chữ NXH thường dùng cho mình trong những trò chuyện thân mật với bạn bè.

Nguyễn Xuân Hoàng là một người bạn của tôi, học trên lớp ở trung học Võ Tánh, Nha Trang. Anh tốt nghiệp Sư Phạm Triết, Viện Đại học Đà Lạt. Sau khi ra trường dạy Triết ở trung học Ngô Quyền, một năm sau chuyển về dạy ở Pétrus Ký cho đến 1975. Anh chị và các cháu sang Mỹ năm 1985 theo diện đoàn tụ gia đình, định cư ở San Jose từ đó cho đến ngày mất. Tuy xuất thân nhà giáo nhưng NXH dấn thân vào văn học và báo chí nhiều hơn. Anh từng đảm nhiệm những vai trò quan trọng trong các tạp chí văn chương hay báo chí nổi tiếng như Văn, Văn Học, Thế Kỷ 21, Người Việt, Viet Mercury, Viet Tribune, v.v... Anh được nể trọng, được biết đến như một nhà văn hơn nhà giáo. Anh viết nhiều, xuất bản nhiều. Những tác phẩm chính: Mù Sương (tuyển tập truyện ngắn, 1966), Sinh Nhật (tuyển tập truyện ngắn, 1968), Ý Nghĩ Trên Cỏ (tiểu luận, 1971), Khu Rừng Hực Lửa (truyện dài, 1972), Kẻ Tà Đạo (truyện dài, 1973), Bất Cứ Lúc Nào Bất Cứ Ở Đâu (tùy bút, 1974), Người Đi Trên Mây (truyện dài, 1987), Sa Mạc (truyện dài, 1989), Căn Nhà Ngói Đỏ (tạp ghi, 1989), Bụi Và Rác (truyện dài, 1996), v.v...

Năm 1994, khi làm đồng Chủ Biên tuyển tập văn chương chiến tranh The Other Side of Heaven, tôi chọn truyện ngắn Tự Truyện Một Người Vô Tích Sự của NXH, biên tập đôi chút, nhờ Thái Tuyết Quân chuyển ngữ, rồi đưa vào tuyển tập. Theo tôi, đây là truyện ngắn hay nhất của NXH, xây dựng một nửa từ hư cấu một nửa từ cuộc đời thật. Tôi thích câu kết:

"… Vào những buổi sáng cuối tuần, đi bách bộ trong khu công viên Mile Square Park ở Quận Cam, tôi như thấy mình đang trở lại thời sống với cha ở một vùng núi miền Trung. Buổi sáng sớm rừng còn đầy sương mù, gió thổi luồn qua những vòm cây lạnh. Trên những ngọn cây cao, tôi nghe tiếng chim kêu từng hồi. Giẫm trên những ngọn cỏ ướt sương, bập bập điếu thuốc lá chưa kịp khô, tôi thấy mình già hẳn. Như giờ đây, gần bốn mươi năm sau tôi thấy tôi mới già bằng thuở đó." (Only on the weekends, as I perform my ritual in strolling in Mile Square Park, am I reminded that part of my childhood I spent with my father in the mountains of Central Vietnam. As on many autumn mornings in the highlands, the sunrise uncovered a forest thick with white fog. The wind billowed through the cold trees, touching off the melancholic calls of the birds. Walking over ground covered with glittering dew, puffing on a damp cigarette, I had felt old. Now, forty years later, I am just as old as I was then.)

Khi tham gia vào những sinh hoạt văn học, tôi có nhiều liên hệ và gần gũi với NXH. Tuy nhiên, tôi trở thành bạn thân của anh lại do những yếu tố khác. Do chia sẻ với nhau nhiều kỷ niệm sâu đậm về thời thơ ấu. Do cái "chất Nha Trang" của NXH. Cái "chất Nha

Trang" của những học sinh hiền lành tỉnh nhỏ nhưng muốn vươn mình lên để đuổi theo những đổi thay của một thế giới đang hồi sinh sau thế chiến. Và, do tình yêu dành cho một thành phố mà ở đó cả hai chúng tôi cùng lớn lên, và bây giờ, cùng ở quá xa. Cùng muốn trở về nhưng cùng đương đầu với bao mâu thuẫn. Những mâu thuẫn của tôi có khác, nhưng tôi hiểu và chia sẻ được với anh, cả cái ngọt ngào lẫn cay đắng trong tình yêu đó. Hãy đọc vài câu trong bài Nha Trang Hang Động Tuổi Thơ của NXH:

"Tôi sẽ trở lại thành phố đó.
Nơi tôi đã chào đời, lớn lên và sống những ngày ấu thơ buồn thảm.
Quê hương của những hàng cây muồng hoa vàng nghệ
Ảm đạm xấu xí, lùn thấp và rất ít bóng mát
Nơi có bãi cát vàng chạy dài mút mắt và rừng dương xanh rợp lá không hơi hám người
Tôi sẽ trở lại thành phố đó chớ!
Tại sao không?
Chắc thế nào tôi cũng sẽ phải trở về
Nơi có ngôi nhà mái ngói màu đỏ
Có những giọt nước mắt lặng lẽ của mẹ tôi
Có mùi rượu nồng nặc của cha tôi
Có nỗi đau của một đứa bé tự ôm hôn vết thương trên da thịt mình
..."

Nha Trang cũng là một hang động tuổi thơ của tôi. Dù có khác.

Anh chị NXH là một trong rất ít cặp vợ chồng được chị tôi, họa sĩ Trương Thị Thịnh vẽ chân dung cho cả hai. Chân dung anh được thực hiện tại nhà tôi, vào mùa hè 2008, nhân một họp mặt bạn bè ra mắt hai tập thơ của Hải Phương. Tôi không biết chị Thịnh vẽ TGV ở đâu nhưng tôi đoán là tại căn hộ của chị Thịnh ở San Jose, bốn năm trước đó. Khi đến chơi nhà anh Hoàng, tình cờ thấy bức chân dung của chị, tôi vội chụp dù không đủ ánh sáng và thiếu khoảng cách.

Ở San Jose, thỉnh thoảng anh chị Hoàng đến chơi với gia đình con gái tôi, Trương Lê Bảo Trâm. Vào khoảng giữa năm 2012, cháu Bảo Trâm báo cho tôi biết bác Hoàng thổ lộ với cháu là bác sẽ ra đi sớm. Tôi không tin lắm vì trước đó thấy anh còn rất khỏe, rất vui vẻ với bạn bè. Sau này mới hay, anh chỉ mới biết mình mang trọng bệnh trước đó không lâu, một chứng ung thư xương rất khó chữa. Khi gặp lại anh, thấy thần sắc thay đổi không ngờ. Từ đó, mỗi lần về San Jose, vợ chồng tôi đều đến thăm anh chị. Vài tuần trước khi anh mất, tôi đi cùng anh chị Hải Phương và Quận đến. Chị Quận mang cho anh tô bún mà anh thích nhất, anh rất vui, ăn ngon lành, rất hồn nhiên, rất dễ thương. Hải Phương có chụp ảnh tôi với NXH. Bức ảnh đó, cho đến nay, tôi không muốn đưa bất cứ ai xem. Anh mất ngày 13 tháng 9 năm 2014.

Một thời gian sau khi NXH ra đi, nhân dọn dẹp tủ sách, thấy rớt ra tuyển tập Căn Nhà Ngói Đỏ, tôi lật ra xem lại. Nhiều hình ảnh trở về trong ký ức. Tôi nhớ đến thời học trung học, với bài tản văn của Jean-Jacques Rousseau "Si j'étais riche" (Nếu Tôi Giàu). Đại khái, "Nếu tôi giàu… tôi sẽ có một căn nhà nhỏ trên một sườn đồi ở nhà quê… mái nhà lợp bằng ngói đỏ… Nếu gần đó có một nông phu, buổi chiều đi làm về sau một ngày nặng nhọc với đồng áng, tôi sẽ mời anh vào uống với tôi một ly vang, để làm nhẹ chút nào gánh nặng của anh… và tôi có thể tự nhủ… mình vẫn còn là một Con Người." Tôi cũng nhớ lại thời sinh hoạt Hướng Đạo, thường đạp xe đi lên đi xuống con đường Nha Trang - Diên Khánh. Hai bên đường còn nhiều ruộng nương và xa xa có vài căn nhà ngói đỏ. Tôi nhớ Nguyễn Xuân Hoàng. Tôi nhớ "hang động tuổi thơ". Tôi nhớ chuyện này, chuyện kia, người này, người nọ. Lẫn lộn nhau. Một ký ức hỗn mang. Hôm đó, tôi lấy sơn vẽ lên bố, một bức tranh trừu tượng, mang tựa đề "Nhà Ngói Đỏ Trong Ký Ức Hỗn Mang". Bức tranh đó được chụp lại và post lên nhiều tạp chí mạng, nhưng không hiểu sao tôi không tin cho chị Vy biết và cũng không email cho chị hình bức tranh.

Vài tháng sau, khi về San Jose, hai vợ chồng tôi đến thăm chị. Chị cho biết có thấy trên mạng bức tranh đó với lời ghi "Tưởng nhớ Nguyễn Xuân Hoàng", và chị đã cho in ra trên giấy để làm kỷ niệm. Tôi cảm động nhưng cũng khá ngượng về sự vô tình rất vô duyên của mình.

Chúng tôi vẫn thỉnh thoảng đến thăm chị hoặc gặp chị trong những họp mặt với bạn bè chị Thịnh. Ai cũng cảm phục khả năng chịu đựng và sức mạnh tinh thần của chị vì biết bệnh chị trầm kha và kéo dài quá lâu. Lần cuối cùng đến thăm, chị đã bệnh nặng lắm, phải nằm trên giường tiếp khách. Nhưng, vẫn nói cười vui vẻ một cách tỉnh táo như mọi khi.

Chị Trương Gia Vy mất ngày 9 tháng 4 năm 2023 tại San Jose, California.

TRƯƠNG VŨ
Virginia, ngày 24 tháng 4 năm 2023

Phụ bản 5
CHÂN DUNG TRƯƠNG GIA VY
Sơn dầu Trương Thị Thịnh, (2003).

Phụ bản 6
NHÀ NGÓI ĐỎ TRONG KÝ ỨC HỖN MANG
Trương Vũ vẽ để tưởng nhớ Nguyễn Xuân Hoàng, (2016).

TIẾNG SÓNG

Chiều thứ Sáu 29 tháng 5, Hoàng Ngọc Hòa, một người bạn trẻ, đón tôi với chị Hoàng Bắc từ phi trường West Palm Beach, Florida về nhà anh Võ Đình. Một căn nhà nhỏ xinh xắn xung quanh là vườn cây um tùm khá rộng. Khi theo chị Lai Hồng, người bạn đời của anh Đình, vào phòng, thấy anh nằm yên, thở mạnh, mắt nhắm. Gọi, không trả lời. Mắt không mở. Một chút cử động nơi môi. Khi nắm tay, anh bóp nhẹ. Chúng tôi nói vài lời với anh, coi như anh vẫn nghe, vẫn biết. Và, im lặng.

Anh được đưa về nhà hôm trước, thứ Năm ngày 28, sau thời gian nằm trong Trung tâm Phục hồi và Dưỡng lão ManorCare, từ tháng 10 năm ngoái. Mỗi ngày, chị Lai Hồng vào từ chiều, ngủ lại đêm trong đó. Chị chuyện trò, chăm sóc, kể chuyện, đọc emails, đọc sách cho anh nghe, giúp bón anh ăn. Ban ngày, chị về nhà mấy tiếng đồng hồ rồi trở lại.

Tuần trước đây, anh viết xuống vài chữ ngỏ ý muốn về nhà. Anh muốn hưởng những ngày cuối cùng trong nhà mình. Anh muốn nghe Kinh Cầu an, và Bát Nhã Tâm Kinh. Về thăm anh, ngoài tôi với Hoàng Bắc còn có Đinh Cường và Eddie Ramsburg, một học trò cũ của anh. Hai người con gái của anh là Phượng Nam và Linh Giang, ngày mai thứ Bảy đến. Phan Nhật Nam và vài bạn bè, bà con đến vào những ngày tới.

Tôi không nhớ chính xác lần đầu tiên tôi gặp anh Võ Đình là vào lúc nào, ở nơi nào. Nhưng tôi nhớ lúc đó anh đang nói về những bức tranh anh vẽ trong thời gian anh ở với cháu Phượng Nam khi cháu chỉ mới hai, ba tuổi. Buổi tối đó, anh ngâm Ngậm Ngùi của Huy Cận. Giọng anh mạnh, ấm. Rất đặc biệt. Không giống một giọng ngâm nào tôi đã từng nghe. Tôi cũng không nhớ là từ lúc nào anh trở thành một bạn vong niên của tôi, chắc cũng gần 30 năm. Rồi, năm sáu năm sau, anh trở thành một người thân trong gia đình. Mỗi lần anh đến, má tôi kho cho anh món cá rất đặc biệt của bà. Trong nhà tôi, anh đã ngâm rất nhiều thơ. Tôi thích nhất khi anh ngâm Tống Biệt Hành của Thâm Tâm.

Bao nhiêu biến đổi trong đời anh, đời tôi, kể từ những ngày mới quen nhau. Bao nhiêu chuyện, truyện anh đã viết. Bao nhiêu tranh anh đã vẽ. Bao nhiêu sách anh đã dịch, đã minh họa, đã xuất bản. Bao cuộc tình đến, rồi đi. Bao sóng, gió. Bao thăng, trầm! Bao lặng lẽ... Có những lúc, anh ngồi thuyết trình, nói mê man, sang sảng, vài trăm người chăm chú lắng nghe. Rồi có lúc, nhìn quanh, ngoài những bạn rất thân vốn hài hòa với cuộc đời, không biết có mấy ai gật đầu với anh.

Anh là một người khó tánh (có người gọi đùa là "khó tiền sử"), hầu như ai cũng biết. Nhưng anh cũng là một người rất dễ tính. Điều đó hầu như ai cũng biết. Chỉ khác là cái anh khó với cái anh dễ, thường không giống với cái nên dễ, nên khó trong thường tình. Với tôi, những cái khó tánh của anh đã gây nên không biết bao tranh cãi giữa anh với tôi, nhưng cũng chính từ đó mà tôi gần anh hơn, thương và kính trọng hơn. Ít nhiều, chính cái khó tánh đó đã tạo cho anh một thế giới riêng mà từ đó anh mang đến những cống hiến lớn cho văn học, nghệ thuật và cho cuộc đời.

Anh là một tác giả thành tựu, trong cả hai lãnh vực văn học và hội họa. Công trình của anh và giá trị văn học hay nghệ thuật trong tác phẩm của anh được ghi nhận và phân tích nhiều trong giới phê bình.

Võ Đình sinh năm 1933, tại Huế, rời quê hương rất sớm, vào lúc 17 tuổi, và sống luôn ở Pháp, rồi ở Mỹ. Anh chỉ về thăm Việt

Nam vài lần, mỗi lần trong thời hạn rất ngắn. Rất giống hoàn cảnh của lớp trẻ Việt Nam thuộc thế hệ một rưỡi hay thứ hai của cộng đồng Việt hiện nay.

Văn của Võ Đình không dễ đọc, tranh của Võ Đình không dễ xem. Bởi luôn hàm chứa những phức tạp của đời sống, những độ sâu trong suy tưởng, và những rung động trầm lắng của con người. Đọc văn anh, xem tranh anh, hay ngồi nói chuyện với anh, chúng ta rất dễ thấy nơi con người thoạt nhìn có vẻ bình dị, chịu ảnh hưởng sâu đậm của ba nền văn hóa Việt, Pháp, Mỹ, và biểu lộ những ảnh hưởng đó một cách tự nhiên, không mặc cảm, khi khen như khi chê. Anh thích nhìn con người hay xã hội trên khía cạnh văn hóa, và nhìn sự vật, cây cỏ ở cái đẹp mà tạo hóa mang lại, dù đó chỉ là một con nhái bén hay những thứ "rau cỏ hèn mọn".

Anh đề cao tính sáng tạo, rất dị ứng với những cách nhìn hời hợt, những cách nhìn theo thói quen, những cách lặp đi lặp lại mà anh cho là phát sinh từ sự lười biếng trong suy nghĩ. Anh luôn đề cao sự đam mê, hay cách sống hết lòng, cho một niềm tin, hay vì một mục tiêu nào đó, cho dù mục tiêu đó chỉ là để... chơi. Tỉ như, khi anh viết về thú chơi xe lửa của một hưu trí viên 65 tuổi. Chơi, nhưng chơi... thiệt.

Anh trân trọng công trình của người khác, nếu đó là một công trình có chất lượng hay được thực hiện hết lòng. Anh có thể nói say sưa, qua ngòi viết, hay qua những câu chuyện trao đổi với bạn bè, về tranh của Cézanne, của Gauguin, Van Gogh, hay của Đỗ Quang Em; hay bài phê bình của Nguyễn Hưng Quốc, truyện ngắn của Võ Phiến, của Trần Vũ, bài nhận định văn học của Thụy Khuê... Nói, với tất cả sự trân trọng, như đã may mắn nhận được những món quà thật quý giá. Vào những lúc như vậy, qua những nhắc nhở có vẻ như vô tình đó, người đọc hay người đối thoại có thể chợt nhận ra sự may mắn của mình vì đã có biết bao nhiêu món quà quý giá mà đời sống đã mang lại, mà chính những người mang lại chưa chắc đã được chút gì may mắn cho họ, ngoài tài năng và lòng đam mê. Van Gogh chẳng hạn, ông cống hiến cho chúng ta bao nhiêu tác phẩm tuyệt vời, nhưng cho đến chết ông sống khổ cực, chỉ bán được một bức tranh, và cuộc đời ông là một bi kịch lớn.

Khi viết về Võ Đình, có một yếu tố nổi bật không thể không nói đến. Đó là yếu tố Việt Nam trong con người anh, biểu lộ rõ nét trong tác phẩm hay trong đời sống hàng ngày. Anh viết tiếng Anh rất giỏi, dĩ nhiên, vì anh lớn lên và sống gần như cả đời ở Mỹ. Và tiếng Pháp cũng giỏi vì anh đã học ở Pháp. Nhưng tiếng Việt của anh, khi anh viết hay khi anh nói, nếu không biết không ai dám nghĩ rằng kể từ năm 17 tuổi cho đến quá tuổi tri thiên mệnh, cho đến những ngày cuối cùng, anh chỉ sống ở Việt Nam tổng cộng có vài tháng. Không phải chỉ hay thôi, nó đạt đến phần vi tế nhất của ngôn ngữ mà những nhà văn tài hoa và khó tánh nổi tiếng về cách dùng tiếng Việt cũng phải khâm phục.

Anh mê và hiểu biết sâu sắc ca dao Việt Nam. Khi sống hay khi viết, anh thường nghĩ đến từng câu, nhập vào thật đúng lúc của nó. Chẳng hạn, sống ở Florida, nước Mỹ, nhưng khi nhìn thấy một con nhái nằm thù lu trong mấy cái lá, anh nhớ đến một câu ca dao thật rầu: Chiều chiều bắt nhái cắm câu/ Nhái kêu cái ẹo, thảm sầu nhái ơi.

Anh hiểu biết rất rõ lịch sử Việt Nam, nhưng không chỉ dừng lại ở hiểu biết, anh sống với những thăng trầm của lịch sử. Anh cảm nhận sâu sắc về cuộc Nam tiến, nhưng không chỉ dừng lại ở nét hùng tráng về công trình mở mang bờ cõi, mà anh cảm thông thật sự tâm trạng, đời sống những con người bình thường, cô đơn, vật lộn hàng ngày với thiên nhiên, khi được đẩy vào những vùng đất xa xôi ở miền Nam đang còn rất hoang dại. Vì thế, anh đã viết với tất cả sự ngưỡng mộ chân tình truyện ngắn Rừng Mắm của Bình Nguyên Lộc mà anh cho là một trong những truyện ngắn xuất sắc nhất của văn học Việt Nam. Về lịch sử Nam tiến, anh ngưỡng mộ những chiến thắng, nhưng bên cạnh đó, anh đưa ra những trách móc tế nhị, trách móc về cách đối xử không đẹp của vua chúa Việt với những người Chiêm thất trận, như đã giết vua người, lại còn rắp tâm chiếm vợ vua người, để đến nỗi vương phi Mị Ê của Chiêm Thành, quấn chiên, lăn xuống sông tự tử.

Trong đời sống hàng ngày và trong tác phẩm, Võ Đình thường để tự mình hụp lặn vào những tháng ngày đen tối nhất của lịch sử Việt Nam hiện đại. Cách đây 36 năm, tức hai năm trước khi cuộc chiến chấm dứt, vào thời kỳ sôi động nhất, anh trở về thăm quê hương lần đầu. Trong một bài viết sau đó, anh cho biết, anh gặp một vũng nước mà anh có cảm giác như chính đó là vũng nước khi còn bé anh thường đến và đùa nghịch trên đó. Anh cũng cho biết, khi đi lại trên những con đường ở Huế mà anh từng đi lại vào những ngày thơ ấu, anh có những cảm giác rất mạnh, rất thật, như chính anh đã đụng vào những hồn ma đang đi, đang chạy xung quanh, hồn ma của những con người vô tội dìu dắt nhau chạy tán loạn vào những ngày kinh thành thất thủ gần một trăm năm trước.

Thời gian đó, ở Mỹ, anh sống trong một căn nhà cũ, trên một vùng núi ở Maryland, gọi tên là Stonevale, Thạch Lũng. Xung quanh nhà có một hàng rào dài làm bằng những miếng đá dẹp chồng chất lên nhau, do những người nô lệ làm nên từ hơn hai trăm năm trước. Tôi có đến thăm anh ở đó, vài năm sau chuyến thăm quê hương của anh. Chị Helen, người vợ Mỹ thứ nhì của anh, có kể lại, khi đón anh trở về, chị có linh cảm lạ lùng là dường như có một vài bóng ma đã theo anh từ Việt Nam trở về và đang cùng anh bước vào nhà.

Võ Đình thích sống gần thiên nhiên. Ngoài mê say vẽ, viết và đọc sách, anh thích làm lụng và nhìn ngắm cỏ cây, sống điều độ và ăn uống thanh đạm. Anh rất khỏe mạnh, hơn nhiều người cùng tuổi. Tuy nhiên, cách đây khoảng hơn hai năm, anh bỗng yếu đi hẳn. Đi không vững, rất dễ té, và mắt thường bị chói ánh sáng. Anh đi bác sĩ thường xuyên, có khi phải vào nằm lại trong Trung tâm Phục hồi, ban đầu ngắn hạn rồi ở dài hạn, nhưng bác sĩ không tìm ra đúng bệnh. Chỉ mới đây, giữa tháng Hai, bác sĩ chuyên khoa não cho biết anh bị chứng PSP (Progressive Supranuclear Palsy), một loại suy thoái não chưa có thuốc chữa. Anh phải vào ở hẳn trong khu dài hạn. Ngày càng yếu đi.

Có nhiều người đàn bà đã đi qua đời anh, nhưng tôi nghĩ, cuộc nhân duyên sau cùng, với chị Lai Hồng, chính thức khởi đầu từ 16 năm trước đây và có thể đã bắt nguồn từ tuổi học trò, là mối nhân duyên đem lại sự bình an nhất trong đời anh. Trong cuộc nhân duyên này, anh tìm được sự chia sẻ về nguồn cội, về chữ nghĩa, về nghệ thuật, về tương kính. Và, rất khó để không nhận thấy là anh đã nhận được một chăm sóc tận tình, một sự thông cảm và kiên nhẫn gần như vượt quá khả năng của con người. Nỗi lo sợ lớn nhất của người thân, bạn bè, và cả nhân viên Trung tâm ManorCare, là chị có thể quỵ xuống trước.

Trưa thứ Bảy, 30 tháng 5, chúng tôi dự lễ Cầu an tại nhà anh do hai ni cô Chùa Lộc Uyển chủ trì cùng với anh chị Nguyễn Trà/Thanh Trúc của Hội Phật giáo Nam Florida và một số đạo hữu. Cả gia đình Hòa đều có mặt. Sau đó, Đinh Cường và anh Diệp Bảo Chương, bạn của Cường và anh chị Võ Đình, đến. Phượng Nam và Linh Giang từ Maryland cũng đến ngay sau đó. Phượng Nam và Linh Giang là con gái của anh Đình với hai người vợ Mỹ. Cũng đã hơn 15 năm tôi mới gặp lại Linh Giang và hơn 25 năm gặp lại Phượng Nam. Các cháu không nói được tiếng Việt, và với những ai không biết, khi gặp đều nghĩ đây là những người Mỹ hoàn toàn.

Phượng Nam nổi tiếng do một bức tranh anh vẽ năm cháu khoảng bốn tuổi, trong chiếc áo dài Việt Nam màu vàng, tay cầm một chong chóng nhỏ. Bức tranh được tổ chức UNICEF chọn làm postcard chính thức phát hành nhân Ngày Trẻ Em Thế Giới. Tôi rất mừng thấy Phượng Nam đến. Phượng Nam hay xung khắc với papa và chắc cũng lâu lắm rồi không gặp papa. Mọi người đều nói có lẽ tính khí của Phượng Nam quá giống anh.

Linh Giang hơi khác chị, rất dịu dàng. Khi mới lên đại học, cháu có học toán với tôi, được một buổi rồi thôi. Khi gặp lại, cháu không nhắc lại bài học toán mà nhắc lại những bài học đầu tiên về guitare mỗi lần lên chơi Thạch Lũng tôi có dạy cho cháu. Hiện thời cháu dạy guitare ở một trung tâm âm nhạc vùng Maryland. Tôi nói với cháu thật ra guitare là môn tôi dốt nhất, và có thể trong tương lai nếu sức khỏe cho phép tôi sẽ đến học guitare với cháu.

Hôm thứ Bảy đó, anh đã yếu lắm. Khi nói chuyện và nắm tay anh, không thấy anh bóp nhẹ như hôm qua. Tuy nhiên, chị Lai Hồng cho biết, sáng thứ Bảy đó, bỗng nhiên anh mở mắt lớn nhìn chị, thều thào được mấy tiếng "Hồng ơi! Hồng ơi! Hồng ơi!…" rồi nở nhẹ nụ cười thật hiền, tay nắm chặt tay chị đưa lên đưa xuống. Chị linh cảm... Buổi chiều, khi hai cháu Phượng Nam và Linh Giang đến, cúi xuống ôm anh, "Papa, this is Phượng Nam. Papa, this is Linh Giang!", tôi thấy môi anh hơi mấp máy. Hai cháu cầm tay anh. Bất động. Nhưng mấy giọt nước mắt chảy dài trên phía trái…

Chiều hôm sau, Chúa nhật 31 tháng 5 năm 2009, chúng tôi trở lại. Vài phút sau đó, anh chị Nguyễn Trà/ Thanh Trúc cũng đến, trong những chiếc áo lam truyền thống. Tôi cầm tay anh Đình, không thấy chút phản ứng. Sau đó, khi đang ngồi nói chuyện trong phòng khách, có người ra cho biết cô y tá báo động. Chúng tôi bước vào phòng. Chị Lai Hồng, anh chị Trà, Phượng Nam, Linh Giang và cô y tá Mỹ đã có mặt ở đó. Chúng tôi đứng quanh giường anh. Cháu Linh Giang ngồi dưới đất, ngoài cánh cửa gương lớn ngăn cách phòng anh với vườn sau. Cháu ngồi im, mắt nhắm, trong tư thế tọa thiền, tay chắp lại. Hơi thở anh yếu dần. Chị Lai Hồng đứng yên, im lặng một cách lạnh người. Anh chị Trà bắt đầu tụng kinh Thủy Sám. Rồi, đọc kinh Bát Nhã.

"... Xá Lợi Tử nghe đây: Thể mọi pháp đều không. Không sanh cũng không diệt. Không nhơ cũng không sạch. Không thêm cũng không bớt. Cho nên trong tánh không, không có sắc, thọ, tưởng. Cũng không có hành, thức. Không có nhãn, nhĩ, tỷ, thiệt, thân, ý. Không có sắc, thanh, hương, vị, xúc, pháp. Không có mười tám giới. Từ nhãn đến ý thức không hề có vô minh. Không có hết vô

minh. Cho đến không lão tử. Cũng không hết lão tử. Không khổ, tập, diệt, đạo. Không trí cũng không đắc...”

Hơi thở anh yếu dần. Anh chị Trà, chuyển sang tụng kinh A Di Đà, nguyện cầu ngài Tiếp Dẫn Đạo Sư đưa một linh hồn về nơi Tịnh Độ. Nam mô A Di Đà Phật, Nam mô A Di Đà Phật, Nam mô A Di Đà Phật,... Tiếng tụng nhỏ, đều đều, như âm vang từ một cõi xa xôi nào vọng lại.

Hơi thở anh yếu dần. Yếu dần. Rồi ngưng hẳn. Ngọn đèn trên bàn cô y tá, cạnh chị Lai Hồng, vụt chớp rồi tắt. Đúng 6 giờ 20 chiều. Chúng tôi vội bước đến gần anh. Cháu Phượng Nam đến ôm mặt anh, “Papa, this is Phượng Nam!” Cháu Linh Giang ngồi yên trong tư thế tọa thiền. Chị Lai Hồng đứng yên cuối giường, im lặng. Dù đã dặn trước không được tỏ xúc động, Hoàng Bắc vẫn khóc.

Chúng tôi lần lượt nói lời vĩnh biệt. Khoảng 10 giờ tối, tất cả ra về, chỉ còn lại chị Lai Hồng với các cháu... và anh.

Tôi nhớ lại rất rõ, nét mặt anh, điệu bộ anh, giọng sang sảng của anh, khi ngâm Tống Biệt Hành của Thâm Tâm. “Đưa người ta không đưa qua sông...”

TRƯƠNG VŨ
Maryland, tháng 6 năm 2009

Trương Vũ và Võ Đình.
Maryland, 1995.

Anh chị Võ Đình và bằng hữu tại buổi ra mắt
tác phẩm Mây Chó, Đại Học George Mason, Virginia, 2004.

BẠN CŨ

Cách đây khoảng 20 năm, họa sĩ Đinh Cường có triển lãm tranh ở Đại Học George Mason, Virginia. Đến dự triển lãm, đi một vòng xem tranh, tôi bỗng khựng lại khi bất ngờ trông thấy một bức chân dung của mình bằng sơn dầu do Đinh Cường vẽ. Tranh đề bán, với giá rẻ mạt. Tôi không hề biết là Cường đã vẽ chân dung tôi. Hỏi, Cường chỉ mỉm cười. Tôi biết, bạn tôi thường đùa rất tế nhị. Dĩ nhiên, tôi hãnh diện và vui lắm. Cho đến lúc đó, dù có nhiều bạn bè trong giới họa sĩ, ngoài những bức chân dung do chị tôi vẽ, tôi không có một bức chân dung sơn dầu nào của mình từ một họa sĩ khác. Bức chân dung này được mang về nhà, treo một thời gian, rồi không hiểu vì sao sau vài lần thay đổi chỗ ở, nó biến mất. Tôi lục lọi nhà kho và cùng khắp, vẫn không tìm ra. Tôi cũng không có hình chụp bức tranh đó. Tôi tiếc vô cùng, và vẫn tiếp tục tìm. Bài viết ngắn này chỉ sẽ được xem là hoàn tất khi nào tôi tìm thấy nó.

Ngược dòng thời gian, hơn bốn mươi năm trước, Đinh Cường có tặng tôi một bức tranh nhỏ, cỡ 8.5" x 11.5". Tôi thích lắm. Tranh sơn dầu trên giấy nhôm, thực hiện theo một phối hợp tài tình của nghệ thuật Đông và Tây. Tôi đặt tên bức tranh là Tiếu Ngạo. Sau này, ở Mỹ, tôi sưu tập thêm một số tranh của Đinh Cường, từ nhiều cuộc triển lãm khác nhau. Tuy nhiên, Tiếu Ngạo vẫn là bức tranh tôi quý nhất. Với tôi và Đinh Cường, nó đánh dấu một điểm mốc của tình bạn. Với Đinh Cường, nó đánh dấu một giai đoạn nghệ thuật của tranh vẽ trên giấy nhôm, sau đó không trở lại nữa. Với riêng tôi, nó nhắc nhở đến khoảng thời gian tôi bắt đầu cảm nhận một sức hút từ nội tâm kéo tôi vào thế giới của nghệ thuật. Bức tranh vẫn để lại Việt Nam khi tôi rời quê hương hai năm sau đó.

Cuối năm 1985, gia đình tôi chuẩn bị sang Mỹ đoàn tụ. Tôi viết thơ đề nghị nhà tôi tìm cách mang bức tranh sang. Nhà tôi đã làm được. Tôi vui mừng như gặp lại một người bạn cũ. Nhưng rồi, sau đó, cũng vì chuyện dọn nhà, tôi không còn thấy lại bức tranh, tưởng chừng như đã mất đâu rồi. Không ngờ, cách đây vài tuần, trong lần dọn nhà sau cùng, tôi gặp lại nó, do các con tôi khui ra được từ kho đồ cũ. Tôi gọi điện thoại cho vài bạn bè báo tin vui. Tôi chụp lại, gởi kèm theo đây để chia sẻ với các bạn.

Cũng trong đợt dọn nhà sau cùng này, tôi tìm lại được thêm hai phác thảo chân dung tôi bằng chì than do Đinh Cường và Nguyễn Trọng Khôi vẽ, trên giấy in thường. Chúng được kẹp nằm trong một cuốn sách hội họa lớn. Lâu lắm rồi tôi không đụng đến cuốn sách nên không ngờ chúng nằm trong đó.

Những phác họa này gợi nhớ đến một buổi chiều của tháng 4 năm 2011 trong ngôi nhà của Đinh Cường trên đường Natick ở Virginia. Ba anh em ngồi tán gẫu với nhau. Rồi, Đinh Cường đề nghị với Nguyễn Trọng Khôi cùng lấy bút chì phác thảo chân dung tôi. Gọi là phác thảo cho vui thôi. Thật ra, chỉ là những nguệch ngoạc từ cái chuếnh choáng do rượu vang. Thế nhưng, bây giờ, nhìn lại những cái nguệch ngoạc đó, tôi xúc động. Từ buổi chiều hôm đó, bao nhiêu buổi chiều đã đi qua. Từ buổi chiều hôm đó, bao nhiêu bạn bè đã ra đi, trong số đó có Đinh Cường.

Những bức tranh, những phác thảo, những nét vẽ vội vàng, không đơn thuần chỉ là những biểu hiện của nghệ thuật. Nó còn biểu hiện cho tình cảm. Nó đánh dấu một khoảng đời của người vẽ, một khoảng đời của người sở hữu. Và, nếu người sở hữu yêu tranh, nó như một người bạn. Thân lắm.

TRƯƠNG VŨ
Maryland, cuối tháng 9 năm 2019

Phụ bản 7
TIẾU NGẠO
Tranh Đinh Cường,
sơn dầu trên giấy nhôm, 8.5" x 11.5", (1974).

Phụ bản 8
CHÂN DUNG TRƯƠNG VŨ
Tranh Đinh Cường, (2011).

Phụ bản 9
CHÂN DUNG TRƯƠNG VŨ
Tranh Nguyễn Trọng Khôi, (2011).

KHÔNG LẼ...

Cuối thập niên 70, vào một ngày cuối tuần, tôi từ Philadelphia về thăm một người bà con xa ở Virginia. Có một sự kiện đã khiến tôi gắn bó với vùng đất này cho mãi đến hôm nay.

Nhân đọc một tờ báo tiếng Việt ở vùng D.C., tôi để ý đến một bài thơ mang tựa đề Gặp Bạn Bè Ở Franconia của Giang Hữu Tuyên. Có hai câu tôi không bao giờ quên:

> *Không lẽ suốt đời thân vong quốc*
> *Sống như Tây mà thác cũng như Tây?*

Bài thơ đó, Giang Hữu Tuyên sáng tác từ một xúc động mạnh sau khi cùng nhiều bạn bè gặp nhau tại nhà Ngô Vương Toại trên đường Franconia. Hầu hết là những trí thức trẻ, yêu quê hương nồng nàn. Thời gian đó, chỉ hơn 4 năm sau biến cố 30 tháng 4, sau cuộc di tản 1975, và những vượt biển tàn khốc từ 1976 đang tiếp tục. Nhà Ngô Vương Toại là nơi họp mặt thường xuyên. Tôi có mặt trong buổi kế tiếp.

Ngô Vương Toại (NVT) nhỏ hơn tôi vài tuổi, tốt nghiệp Đại học Văn Khoa Sài Gòn. Toại nổi tiếng do một sự kiện xảy ra khi làm trong Ban Đại Diện Sinh Viên Văn Khoa. Trong một buổi trình diễn nhạc cho Trịnh Công Sơn và Khánh Ly do Toại tổ chức, một nhóm người vũ trang lên giật micro. Toại giành lại và bị bắn vào bụng, mọi người chạy tán loạn. Toại được đưa vào bệnh viện và được cứu sống. Sau sự kiện đó, Trịnh Công Sơn có làm một bản nhạc cho Toại. Thỉnh thoảng Toại hát cho bạn bè nghe.

Chính tại những buổi họp mặt tại nhà Toại mà tôi có nhiều quen biết. Đồng thời, như những người khác, có nhiều tự vấn về những gì phải làm cho quê hương. Câu trả lời thường khác nhau và những tranh cãi khá sôi nổi. Tôi có nhiều bạn thân, kể cả những bạn ở xa, thỉnh thoảng về đây sinh hoạt chung. Nhưng, gần gũi nhất và trở nên thân nhất là Ngô Vương Toại với Đặng Đình Khiết.

Toại với Khiết rất khác tính nhau. Toại sôi nổi. Khiết thâm trầm. Toại đã có gia đình, Khiết còn độc thân. Khiết mới về Virginia, thuê một căn hộ nhỏ, chỉ có hai phòng, nhưng Khiết cho hơn chục người ở. Đa số là những người tỵ nạn mới đến Mỹ. Trong khi chờ đợi nhận việc làm, tôi cũng dọn về đó. Chật chội nhưng rất vui và tinh thần thoải mái. Sau này, khi vào làm việc cho trung tâm Goddard, tôi phải dời về Maryland, nhưng thường mỗi cuối tuần tôi lái xe về chơi hay sinh hoạt với mọi người ở đây. Lúc đó, cả gia đình tôi còn ở lại Việt Nam.

Toại là một con người có nhiều khả năng đặc biệt và rất lý tưởng. Toại thông minh và khi đến Mỹ còn rất trẻ, có thể trở lại đại học, tạo một tương lai vững vàng cho mình. Nhưng, Toại chọn đi làm ngay, công việc bình thường, nhưng không phải phụ thuộc vào trợ cấp an sinh của chính phủ. Hai vợ chồng làm việc cật lực, sớm tạo được ngôi nhà riêng cho họ. Điều đáng quý là dù cực như vậy, họ luôn hết lòng cho các sinh hoạt chung. Căn nhà nhỏ của họ luôn là nơi tụ họp của bao nhiêu người. Họ không giàu có nhưng chiêu đãi bạn bè tận tình. Qua cái cách chiêu đãi, và đối xử đẹp với bạn bè, ở gần hay từ xa tới, tôi rất khâm phục vợ chồng Toại, nhất là cô Lan, bà xã Toại. Khó có ai chịu khó và chiều chồng như cô Lan.

Tuy rất thân tình với nhau, và gần như có thể chia sẻ với nhau mọi vui buồn, tôi với Toại khác nhau nhiều. Khác nhau nhất là về cách dồn nỗ lực cho những sinh hoạt cộng đồng. Cả cách nhìn về thời cuộc, về thế sự. Nhưng, tôi rất thương Toại. Toại đa cảm, khi nói về Việt Nam, thường chảy nước mắt. Có nhiều lần, Toại ôm mặt khóc. Tôi có nhiều kỷ niệm đẹp về những sinh hoạt ở nhà Toại. Rất nhớ những lúc bạn bè đông đảo ngồi say sưa bàn chuyện đất nước. Và, những lúc, cãi vã rầm trời, tưởng chừng sẽ không còn gặp mặt nhau nữa. Thế nhưng, sau đó, tất cả cùng ngồi vào bàn ăn, vui vẻ trò chuyện.

Về phần tôi, sau khi gia đình sang Mỹ đoàn tụ, vợ chồng Toại ngày càng trở nên thân thiết. Đám cưới của các con tôi bao giờ cũng có mặt họ trong buổi lễ truyền thống. Trong tiệc cưới, Toại luôn được mời lên sân khấu nói những lời khuyên đặc biệt cho các cháu.

Những năm về sau, Toại không gặp may mắn. Toại dấn thân vào nghiệp báo chí ở vùng D.C. rất sớm. Toại bỏ nhiều tâm sức để điều hành một tuần báo, mang tên Diễn Đàn Tự Do. Tờ báo mang dấu ấn những ước mơ lớn của Toại. Tuy nhiên, độc giả Việt Nam của những tờ báo địa phương ngày càng thực tế hơn, không còn mặn mà với những ước mơ lớn nữa. Đáp ứng của độc giả dành cho Diễn Đàn Tự Do ngày càng giảm. Toại lại không phải là người giỏi đi lấy quảng cáo. Bên cạnh đó, công ty mà Toại làm việc đóng cửa. Toại không kiếm được việc làm mới hợp với chuyên môn. Toại phải làm nhiều việc khác nhau, không mang lại thu nhập như cũ. Đời sống kinh tế của họ bắt đầu khó khăn. Trong khi đó, vẫn phải tiếp tục lo cho các con theo học đại học. Các cháu học rất giỏi, nhưng cũng giống như bố, thích học các ngành về khoa học xã hội, rất khó kiếm việc làm.

Những họp mặt bạn bè ở nhà Toại vơi dần. Với một con người vốn rất năng động như Toại, đây là một nỗi buồn. Thêm vào đó, Toại bị đột quỵ, đi đứng không còn vững vàng như trước. Vào bệnh viện thường xuyên. Nói năng rất khó khăn. Cô Lan chăm sóc Toại tận tình, kỹ lưỡng không thua gì những điều dưỡng chuyên nghiệp. Nhờ đó, Toại vẫn luôn giữ được nét mặt tươi vui khi gặp bạn bè. Nhưng, Toại rất nhạy cảm và dễ xúc động, dễ nổi giận

Vợ chồng Toại thường đến nhà tôi chơi. Tôi còn nhớ rất rõ, một buổi tối, nhân dịp Nguyễn Trọng Khôi về chơi vùng này, tôi rủ vợ chồng Toại, vợ chồng Lê Thiệp, vợ chồng Nguyễn Minh Diễm, và nhiều bạn khác đến chơi. Hôm đó, Toại ngồi xuống hát, cô Lan đứng cạnh. Nguyễn Trọng Khôi phụ họa piano. Toại hát hụt hơi, nhưng hát say sưa, một bản nhạc của Trịnh Công Sơn:

Biển sóng biển sóng đừng xô tôi
Đừng xô tôi ngã dưới chân người

Đầu tháng 4 năm 2014, đang ở Sài Gòn trong một chuyến về thăm quê hương, tôi nhận được tin Toại đã ra đi. Tôi để nhà tôi về Nha Trang thăm gia đình cho đến hết chuyến đi, tôi về lại Mỹ. Vợ chồng con gái tôi, Trương Thanh Tuyền, ra đón tại phi trường Dulles, rồi đưa thẳng đến nghĩa trang, chỗ đang an táng Toại. Lúc đó, quan tài Toại đang hạ huyệt, vì lý do kỹ thuật phải ngừng lại vài phút. Tôi kịp đến, vỗ nhẹ tay vào quan tài. Rồi, bước lui lại. Có người bên cạnh kéo áo tôi. Ngó sang bên, thấy Nguyễn Minh Diễm đang ngồi trên xe lăn, ngó tôi cười. Vài tháng sau, Nguyễn Minh Diễm ra đi.

Đặng Đình Khiết là một cựu phi công trực thăng, được huấn luyện ở Hoa Kỳ. Giống như Toại, gia đình Khiết rời Việt Nam trong chuyến di tản ồ ạt vào tháng 4 năm 1975. Dù ở trong quân ngũ, Khiết tham dự rất sớm, rất năng động, vào những sinh hoạt xã hội, tôn giáo, và văn nghệ. Là một trong ít huynh trưởng tầm lãnh đạo của Gia Đình Phật Tử. Sang Mỹ, Khiết cùng với vài huynh trưởng cao cấp nỗ lực xây dựng lại tổ chức này. Do đó, một trại huấn luyện huynh trưởng đã được tổ chức. Trong hoàn cảnh khó khăn của cộng đồng Việt Nam vào cuối thập niên 70, đây phải xem là một thành công đáng kể.

Sau khi tốt nghiệp cử nhân, Khiết được học bổng theo học thạc sĩ Giáo Dục tại Trinity College. Ra trường, được bổ dụng dạy học ở Virginia cho đến ngày về hưu. Dù lúc còn đi học hay sau khi đã tốt nghiệp, Khiết vẫn luôn tham dự tích cực vào các sinh hoạt như trước đây, như khi còn ở Việt Nam, với một tầm nhìn lớn hơn và những ước mơ cũng lớn hơn. Công trình quan trọng nhất của Khiết là dựng nên tổ chức Xác Định, tập họp những sinh viên và thanh niên trí thức có ý thức trách nhiệm với quê hương, có quyết tâm bảo tồn, phát huy những giá trị truyền thống tốt đẹp của Việt Nam. Ngày nay, khi gặp lại một số cựu thành viên của Xác Định, tôi vẫn còn nhìn thấy được nơi họ, dù tóc đã bắt đầu điểm sương, một phong thái như ngày còn sinh hoạt, còn trong sáng và lý tưởng.

Tôi tham dự, chia sẻ với Khiết trong nhiều lãnh vực mà Khiết đã lăn mình vào, hợp với lý tưởng và niềm tin của Khiết. Tuy nhiên, càng ngày tôi càng thấy rõ trong những lãnh vực này tôi không có khả năng như Khiết. Tôi lười hơn. Tôi cũng không có những liên hệ tốt, liên hệ gần gũi với những nhân vật nổi tiếng trong tôn giáo và chính trị như Khiết có. Khiết sống hết lòng với Phật giáo và luôn tin tưởng, gần như tuyệt đối, vào vài vị thầy khả kính mà Khiết tin tưởng từ những ngày còn rất trẻ. Trong tôn giáo, nói chung, Khiết cũng có cái nhìn quyết liệt hơn tôi về thương ghét, đúng sai.

Tôi thường tranh cãi với Khiết về nhiều vấn đề, cũng như đã từng với Toại. Tuy nhiên, với Khiết, khác biệt dù có lớn đến đâu cũng không hề có những to tiếng trong lúc tranh cãi. Cũng như Toại, Khiết trở thành một người thân trong gia đình tôi, không phải chỉ thân với vợ chồng tôi, mà cả với má tôi và các con tôi. Với tôi, đây là một niềm vui lớn.

Những chia sẻ mà tôi nhớ nhất mỗi khi nghĩ về Khiết không phải là những chuyện lớn lao nào, mà là những chuyện bình thường của con người. Tôi nhớ, những ngày đầu tiên, khi về vùng D.C., ở trong căn hộ của Khiết. Nhà đông, căn hộ nhỏ, tôi với Khiết được dành cho một *bunk bed* hai tầng. Khiết nằm tầng trên, tôi tầng dưới. Thỉnh thoảng, một bạn gái của Khiết, về đây thăm Khiết. Tối, ở với Khiết trên tầng trên của cái *bunk bed*. Cả hai, thường quay đầu xuống, nói chuyện với tôi, hỏi han về những chuyện "nhỏ" như công việc tôi đang làm, rồi nói những chuyện "lớn", cho đến hơn nửa khuya. Với tôi, hầu như những người con gái, đàn bà nào đi qua đời của

Khiết, tôi đều biết. Với Khiết, cũng thế, về tôi. Những người ở một thời gian trong căn hộ đó về sau nhiều người đã trở thành thân tình không chỉ với tôi, mà cả với gia đình tôi. Chúng tôi rất quý mến họ.

Bao nhiêu năm đã trôi qua rồi. Bao nhiêu biến đổi đã đến với những người lúc còn rất trẻ ấp ủ bao mộng lớn, tin rằng bao khó khăn đều sẽ khắc phục. Mỗi lần gặp nhau, đông đảo, nhiệt huyết, trong sáng. Tôi yêu cái đời sống có nhiệt huyết và mến những người bạn tốt. Nhưng, đời sống không phải chỉ có vậy. Thời gian cũng tàn bạo, kèm với những thực tế nó mang theo. Những cái có được trong đời sống cũ không phải cứ tiếp tục như cũ.

Với tôi, ngoài công việc ở cơ quan, ngoài những trách nhiệm phải có với gia đình lúc xa cũng như lúc gần, tôi dấn mình vào những đam mê thật với tôi hơn. Tôi mê văn học và hội họa. Từ cái đam mê hội họa đó, tôi đã phác họa chân dung của nhiều người trong căn hộ của Khiết. Những chân dung hầu hết bằng bút chì thôi. Sau này, tôi có một chân dung bằng sơn dầu cho Toại, năm 2010. Tháng 5 năm 2018, tôi vẽ chân dung cho Khiết, cũng bằng sơn dầu.

Hơn 20 năm kể từ ngày đầu tiên đọc mấy câu thơ của Giang Hữu Tuyên, một buổi tối tháng 11 năm 2004, tôi đến bệnh viện thăm Giang Hữu Tuyên khi được tin Tuyên bị tai biến mạch máu não. Tuyên nằm mê man. Đó là lần sau cùng tôi gặp Tuyên còn đang thở. Lần kế tiếp, Tuyên nằm trong áo quan. Tờ Hoa Thịnh Đốn Việt Báo do Tuyên chủ trương được chị Sương, người bạn đời của Tuyên, tiếp tục điều hành. Bạn bè của một thuở gặp nhau đông đảo ở Franconia chẳng còn bao nhiêu. Gần gũi lâu nhất, thân nhau nhất ở vùng D.C., chỉ có Toại, Khiết và tôi. Nhưng, ngày nay chỉ còn hai người, và, chúng tôi ở rất xa nhau.

Ngày nay, dù bao nhiêu năm rồi, dù biết mình đã "Tây" lắm rồi, nhớ lại hai câu thơ của Giang Hữu Tuyên, cái cảm xúc như năm nào vẫn vậy.

TRƯƠNG VŨ
Sài Gòn, tháng 11 năm 2024

Phụ bản 10
CHÂN DUNG NGÔ VƯƠNG TOẠI
Tranh Trương Vũ,
sơn dầu trên bố, 24" x 30", (2010).

Phụ bản 11
CHÂN DUNG ĐẶNG ĐÌNH KHIẾT
Tranh Trương Vũ,
sơn dầu trên bố, 18” x 24”, (2018).

BỨC CHÂN DUNG VẼ MUỘN

Hơn một năm trước đây, tôi có hứa vẽ một chân dung cho anh Bích. Anh chị có đến thăm studio của tôi và anh Bích ngồi để tôi chụp hình, quan sát và chọn một tư thế hợp với con người anh. Hôm đó anh ăn mặc đơn giản, rất xuề xòa, với chiếc áo mùa đông đã cũ và khá rộng. Theo thói quen vẽ chân dung của tôi, anh Bích cần trở lại ngồi cho khoảng hai sitting hoặc hơn nữa. Nhưng, kể từ đó, khi anh rảnh thì tôi bận và ngược lại. Và, chính tôi cũng để ngày tháng lần lữa qua, nên không một sitting nào được thực hiện để bắt tay vào chân dung cho anh.

Tôi với anh Bích có một thân tình gần 40 năm. Mặc dầu ít có cơ hội làm việc chung với nhau, tôi luôn xem anh như một người anh, một người bạn vong niên. Dù đời sống và cách sống có khác nhau, sự tương kính luôn có giữa anh và tôi. Anh có một sức làm việc phi thường, tự tin và luôn lạc quan về những nỗ lực của mình. Tuy nhiên, anh rất tôn trọng sự khác biệt và thường cố tránh để những khác biệt làm sứt mẻ tình bạn. Tôi rất trân quý những thân tình anh đã dành cho tôi.

Một sáng sớm cách đây hơn hai tuần, tôi nhận được điện thoại báo tin về sự ra đi quá bất ngờ của anh. Tôi bàng hoàng, hụt hẫng. Tôi vào studio và bắt đầu vẽ chân dung anh, nhỏ hơn dự tính ban đầu. Vẽ hơi khó vì tôi chỉ quen vẽ truyền thần. Tôi cố hình dung như có anh ngồi trước mặt. Tôi dùng tư thế của anh trong chiếc áo mùa đông xuề xòa mà tôi nghĩ là rất thật với con người của anh tôi thường thấy, rất khác với lúc anh ăn mặc đẹp đẽ đứng trước micro nói với số đông. Lặng lẽ, quan sát, nhíu mày, trầm ngâm. Để hợp với đức tin tôn giáo của anh, tôi nghiêng nhiều về màu vàng trong chân dung. Tôi ngưng vẽ nhiều lần. Cuối cùng, tôi hoàn tất bức tranh sáng hôm nay.

Tôi chụp hình bức tranh (sơn dầu, 16″ x 20″), gởi kèm theo đây để chia sẻ với quý anh chị. Tôi chờ khi tranh khô sẽ varnish, làm khung, rồi mang đến trao chị Hợi. Tôi mong, ở một nơi nào đó anh không buồn tôi vì đã không giữ đúng lời hứa.

Nguyện cầu hương hồn anh sớm hay đã về cõi Tịnh. Cầu mong sự bình an nơi chị Hợi và những người thân yêu của anh còn ở lại.

TRƯƠNG VŨ
Virginia, 21 tháng 3. 2016

Phụ bản 12
CHÂN DUNG NGUYỄN NGỌC BÍCH
Tranh Trương Vũ,
sơn dầu trên bố, 16" x 20", (2016).

LÊ VĂN KHOA
VÀ NHỮNG CON ĐƯỜNG KHÓ ĐI

Những ấn tượng đầu tiên tôi có về nhạc sĩ Lê Văn Khoa khởi nguồn từ lâu lắm, mặc dầu đến mãi sau này, ra hải ngoại, tôi mới có dịp gặp và trò chuyện với ông. Những ấn tượng đầu tiên rất khó quên đó nổi bật trên bối cảnh một đất nước trong chiến tranh mà những câu chuyện hằng ngày trên TV, trên báo chí, trên đầu môi, thường chỉ là những câu chuyện về chính trường, về các trận đánh, về chết chóc, mất mát và âu lo. Trong một dịp rất tình cờ, tôi bắt gặp hình ảnh ông trên truyền hình Sài Gòn mà cho đến nay, mỗi lần nghĩ đến tôi đều nhớ rất rõ, rồi liên tưởng đến những đam mê và nỗ lực của ông từ những ngày xa xưa đó trên một quê hương đổ nát đến những ngày này, đang sống thanh bình trong tha hương. Lúc đó, khoảng một năm sau biến cố Mậu Thân, cuộc chiến đi vào giai đoạn quyết liệt. Không phải chỉ ở các tỉnh xa mà ngay tại thủ đô, cảnh chiến trường hiện diện ngay trước mắt người dân. Nhiều trẻ thơ Việt Nam khi lọt lòng mẹ đã nghe tiếng súng, tiếng bom trước khi nghe được tiếng mẹ ru. Gia đình, rất nhiều khi không đủ bóng cả mẹ lẫn cha. Học đường, rất nhiều khi không đủ số thầy giáo đáp ứng nhu cầu giảng dạy. Trong một hoàn cảnh như vậy, trẻ em Việt Nam rất cần có một thế giới dành riêng cho chúng để trưởng thành trong bình thường và lành mạnh trong cả tri thức lẫn tình cảm. Thời gian đó tôi ở trong quân ngũ, một lần về phép tôi ghé Sài Gòn thăm chị tôi trước khi về với gia đình ở Nha Trang. Chính lần đó, mở TV lên tôi bắt gặp hình ảnh Lê Văn Khoa với thế giới trẻ em của ông. Trong chiếc chemise trắng ngắn tay, thắt cà vạt, mang kính trắng, trẻ trung, hiền hòa, bằng những lời mộc mạc ông chuyện trò thân mật, ngọt ngào với các em như một người thầy, một người anh. Tôi biết, lúc đó, có rất nhiều trẻ em Sài Gòn đang chăm chú theo dõi từng cử chỉ, lời nói của ông. Khoảng hai ngày sau đó, đang đi bộ trên một đường phố Đa Kao, tôi nghe tiếng một đứa trẻ kêu to, "Lê Văn Khoa". Nhìn theo hướng đứa bé, tôi thấy Lê Văn Khoa đang lái Lambretta trên đường, cũng trong áo ngắn tay, cà vạt, kính trắng, nụ cười hiền hòa, đưa tay chào lại đứa bé. Tôi hiểu, qua truyền hình, Lê Văn Khoa đang trở thành một người thân của rất nhiều trẻ em Việt Nam. Lúc đó, Sài Gòn thường xuyên nghe tiếng đại bác, tiếng pháo kích. Khi tiếng pháo kích ngưng hẳn, vào cuối tháng Tư năm 1975, chương trình của ông chấm dứt.

Sau này, tôi được biết Lê Văn Khoa còn là một nhiếp ảnh gia có tài và có công lớn với ngành nhiếp ảnh nghệ thuật. Ông là một trong ít sáng lập viên của Hội Ảnh Nghệ Thuật Việt Nam và là người điều hành hội trong suốt một thời gian dài từ 1968 cho đến nay, 2010. Ông đã đưa nhiếp ảnh nghệ thuật Việt Nam lên một tầm vóc cao từ một bắt đầu gần như không có gì cả của ngành này trong hoàn cảnh mà những thành phần có khả năng và yêu thích nghệ thuật thường phải cầm súng hơn là có cơ hội hay điều kiện cầm máy ảnh. Ông đã tổ chức cuộc triển lãm nhiếp ảnh quốc tế đầu tiên của hội ở Việt Nam với sự tham dự của nhiếp ảnh gia từ nhiều quốc gia khác nhau. Cá nhân ông cũng như hội ảnh của ông đã mang lại cho Việt Nam nhiều giải thưởng quốc tế giá trị. Ra nước ngoài, ông vẫn tiếp tục đóng góp đáng kể trong lãnh vực này.

Đóng góp quan trọng nhất của ông lại thật sự ở trong một lãnh vực khác mà mãi sau này ra hải ngoại tôi mới biết. Đó là âm nhạc. Thật ra ông đã sáng tác nhạc từ lâu lắm, khoảng thập niên 50. Tuy nhiên, nhạc của ông không dễ hát không dễ nghe nên không phổ biến rộng rãi trong thời gian chiến tranh của trước 75. Ông là một nhà soạn nhạc tài ba, đồng thời là một nhạc trưởng, người soạn hòa âm cho dương cầm, hợp xướng và cho cả dàn giao hưởng. Có vẻ như năng khiếu và đam mê của ông hướng về âm nhạc cổ điển Tây phương, nhưng khi sáng tác ông không rời ra được cái gia tài văn hóa, lịch sử Việt Nam lẫn gánh nặng của quá khứ. Ông có một khả năng làm việc vượt hoàn toàn mức độ bình thường của con người, do đam mê và sức đẩy tự thân về cái hoàn mỹ. Ông là tác giả của hơn 600 bản nhạc và hòa âm. Nhạc của ông là một quyện lẫn tài tình của nét kiêu sa trong cổ điển Tây phương với những tình tự tha thiết, mộc mạc của dân ca Việt Nam, và trong sâu thẳm của từng nốt nhạc, cố chuyên chở những thăng trầm của vận nước mà trong đời sống thật ông đã để mình nổi trôi theo. Đây là một nỗ lực, một tham vọng lớn mà tôi không biết ngoài ông ra có bao nhiêu nhạc sĩ nào khác đã hoàn thành tác phẩm trong tinh thần đó, ở mức độ đó.

Tôi nhớ một buổi tối mùa đông, rất lạnh, ở vùng D.C., tôi đến nhà một người bạn thăm Lê Văn Khoa và bà xã ông, chị Ngọc Hà, mới từ California lên chơi. Vừa bước vào, tôi nghe tiếng hát của chị. Tôi cảm nhận được một không khí của âm nhạc ở đó, ở trong đời sống riêng của họ. Sau này tôi được biết, không khí âm nhạc đó bao trùm lên cả đời sống các con họ. Lê Văn Khoa sống và làm việc trong một điều kiện đặc thù như vậy. Trong hoạt động truyền hình, trong nhiếp ảnh, trong âm nhạc, ông luôn chọn những con đường khó đi. Riêng về âm nhạc, đời sống gia đình, nỗi đam mê cùng sức làm việc phi thường của ông làm liên tưởng đến câu nói để đời của Friedrich Nietzsche, *"không có âm nhạc, sống là một sai lầm"*.

Tôi ngưỡng mộ một đời sống riêng đầy đam mê như vậy. Tuy nhiên, khi nghĩ đến một nhà văn, một nghệ sĩ, một nhà giáo dục, v.v... tôi vẫn thích nghĩ đến những công trình của họ, và tự hỏi, những công trình đó đã mang lại gì cho cuộc đời?

Thế hệ chúng ta, đặc biệt những người Việt đã trải qua bao biển dâu của đất nước, của gia đình hay bản thân, chúng ta dễ có khuynh hướng đi tìm sự an toàn cho trí óc, một thứ an toàn có khả năng mang đến tính ước lệ trong nghệ thuật, trong văn học, trong nhận thức. Tuy nhiên, chắc hẳn là chúng ta cũng biết ngưỡng mộ những công trình tạo dựng bằng tài năng và nỗ lực của những ai dám thách thức với khó khăn, phức tạp, tang thương của cuộc đời để mang lại một chút gì đẹp hơn mà trước đó không có. Nghĩ đến cái Thế Giới Của Trẻ Em của Lê Văn Khoa, xem tác phẩm và theo dõi những đóng góp của ông cho ngành nhiếp ảnh, nghe một bản serenade do ông sáng tác, cảm nhận phần linh hồn Việt Nam từ một bản giao hưởng do ông soạn, hay xem ông điều khiển một đại hòa tấu với những nhạc công điêu luyện, tôi thấy được cái khác, cái vi tế, cái nỗ lực mà trước đó tôi không thấy trong thế giới Việt Nam nhỏ bé của tôi. Tôi tin rằng thành quả của những nỗ lực như vậy khiến con người bớt dễ tính hơn, một thứ dễ tính rất không nên có trong nghệ thuật, hay nói chung, trong cách làm rung động phần sâu thẳm của tâm hồn.

Lê Văn Khoa dấn thân trên những con đường khó đi, và qua những con đường đó, ông làm đẹp cuộc đời.

TRƯƠNG VŨ

Phụ bản 13
CHÂN DUNG LÊ VĂN KHOA
Tranh Trương Vũ,
sơn dầu trên bố, 24" x 30", (2011).

VÀI NHẬN XÉT
VỀ TÍNH CÁCH HẬU ẤN TƯỢNG
TRONG TRANH TRƯƠNG THỊ THỊNH

Trương Thị Thịnh và Trương Vũ – San Jose, 2017.

Họa sĩ Trương Thị Thịnh là thủ khoa khóa đầu tiên của trường Quốc Gia Cao Đẳng Mỹ Thuật (QGCĐMT) Sài Gòn, thành lập tại miền Nam năm 1954. Trên phương diện lịch sử, trường QGCĐMT Sài Gòn là một tiếp nối truyền thống của trường Cao Đẳng Mỹ Thuật Đông Dương do họa sĩ Victor Tardieu thành lập tại Hà Nội năm 1925. Trường Cao Đẳng Mỹ Thuật Đông Dương đã đào tạo nhiều tài danh cho hội họa Việt Nam, nhiều người rất nổi tiếng ở Pháp và ngày nay tranh của họ vẫn được tiếp tục đấu giá cao trên thị trường quốc tế, như Lê Phổ, Vũ Cao Đàm, Mai Trung Thứ, Nguyễn Phan Chánh, v.v…

Những họa sĩ tốt nghiệp các trường Mỹ Thuật Hà Nội, Sài Gòn, Huế là những nguồn cống hiến chính cho hội họa Việt Nam. Dù được đào tạo theo cùng truyền thống, nhưng sau khi ra trường, mỗi người theo đuổi con đường nghệ thuật khác nhau, tùy theo quan niệm, cách tiếp thu các trào lưu khác, và khả năng sáng tạo của riêng mình. Có thể truyền thống, có thể hiện đại.

Trương Thị Thịnh
TĨNH VẬT
Sơn dầu trên bố, 18" x 22", (1950).

Họa sĩ Trương Thị Thịnh vẽ tranh theo nhiều phong cách khác nhau, kể cả tranh trừu tượng. Tuy nhiên, hậu ấn tượng vẫn là phong cách ảnh hưởng sâu đậm nhất trong hầu hết những tác phẩm quan trọng của chị. Như chúng ta đều biết, trường phái ấn tượng, impressionnisme, ra đời ở Pháp vào cuối thế kỷ 19. Tính cách trong tranh của các họa sĩ thuộc trường phái này là nét cọ ngắn, mỏng nhưng rõ, bố cục mở, màu sắc tươi, ít pha trộn, chú trọng nhiều vào hiệu ứng của ánh sáng, tránh dùng màu đen và không coi trọng chi tiết. Những họa sĩ tiền phong của trường phái này là Claude Monet, Pierre-Auguste Renoir, Alfred Sisley, và Frédéric Bazille. Bức *Impression, soleil levant* của Claude Monet được xem là bức tranh khai mào sự thách thức với những quan niệm hàn lâm về nghệ thuật thời bấy giờ. Ảnh hưởng của trường phái ấn tượng lan rộng toàn thế giới và sang cả các lãnh vực khác như âm nhạc và văn học. Chẳng hạn, Debussy trong âm nhạc và Baudelaire trong thi ca. Sau này, một số họa sĩ của ấn tượng phát triển thêm về kỹ thuật hay đi xa hơn về quan điểm. Camille Pissarro lúc về già hay Georges Seurat tạo nên tác phẩm không bằng những vết cọ mà bằng những vết chấm nhỏ sát liền nhau, gọi là pointillisme. Hay, Paul Cézanne, khởi đầu cho cách nhìn cảnh vật dưới khía cạnh hình khối. Họ được gọi là những họa sĩ hậu ấn tượng.

CLAUDE MONET
Impression, soleil levant, sơn dầu trên bố, (1972).

Tranh hậu ấn tượng của Trương Thị Thịnh có nhiều đặc điểm tôi muốn nêu lên ở đây, vì chính những đặc điểm, những nét riêng đó đã tạo nên những đóng góp quan trọng cho nghệ thuật. Tranh Trương Thị Thịnh bao gồm rất nhiều đề tài khác nhau: phong cảnh, trẻ thơ, bông hoa, thiếu nữ, chân dung, v.v…

Trương Thị Thịnh
ĐƯỢC MÙA
Sơn dầu trên bố, 36" x 24", (đầu thập niên 70).

Tranh phong cảnh của chị chịu ảnh hưởng nhiều cảnh cây cỏ, sông, nước, thuyền bè của vùng quê Mỹ Tho, Sa Đéc, Tân Châu, v.v… mà lúc còn trẻ, khi đi tản cư, sống trôi nổi với gia đình chị lớn và bà con ở đó. Đẹp, êm đềm, thuyền bè trên sông nước có bao la nhưng không vô tận, không có thảm kịch. Những trẻ thơ trong tranh của chị tươi mát, hồn nhiên. Những bông hoa màu sắc rực rỡ, đầy sức sống. Những loại tranh này của chị không biểu lộ hết tài năng của chị về sử dụng màu sắc hay bút pháp nhưng đáp ứng được ước vọng của chị là tạo cảm giác thanh bình, hạnh phúc nơi người xem.

Trương Thị Thịnh
LỐI XƯA
Sơn dầu trên bố, 36" x 24", (2001).

Trương Thị Thịnh vẽ nhiều tranh thiếu nữ. Mỗi người đẹp trong tranh là một thế giới riêng biệt. Không ai giống ai. Chị chú trọng nhiều đến sự thể hiện tâm hồn của người trong tranh nên không phải lúc nào cũng dùng những màu tươi sáng như trong đa số tranh ấn tượng của Pháp hay Việt Nam. Chị thường dùng bút pháp mạnh cho tranh thiếu nữ. Và, đây là những thiếu nữ có da có thịt, có sức sống, có đam mê, có ước vọng, có khắc khoải, và người xem có cảm giác gần gũi với họ chứ không phải chỉ là những người trong mộng ở một cõi xa xăm nào.

Trương Thị Thịnh
THOẢNG HƯƠNG
Sơn dầu trên bố, 24" x 30", (2007).

Khi vẽ thiếu nữ, Trương Thị Thịnh phối hợp độc đáo giữa tính cách của ấn tượng với tính cách của trừu tượng. Như, trong bức Duyên Dáng hay trong chân dung Nguyễn Trí Minh Quang, phối hợp tài tình của nét cọ nhỏ, chi tiết, của ấn tượng và cổ điển với nét cọ lớn, bố cục rộng của tranh trừu tượng.

Trương Thị Thịnh
Chân dung NGUYỄN TRÍ MINH QUANG
Sơn dầu trên bố, 50" x 50", (2005).

Lãnh vực chính của Trương Thị Thịnh là chân dung. Khi vẽ chân dung, chị thường phối hợp hài hòa với kỹ thuật cổ điển khi cần thiết. Vẽ chân dung cho giống khá dễ. Vẽ cho giống để tạo nên một bức tranh đẹp, để biểu lộ được nhân cách của người mẫu, để tạo cho người trong tranh một thế giới huyền ảo, một thế giới riêng biệt của họ, thì không dễ. Về phương diện này, tôi tin rằng Trương Thị Thịnh là họa sĩ hàng đầu của Việt Nam. Có nhiều tranh chân dung chúng ta thường thấy nơi một số họa sĩ, người trong tranh rất đẹp, nhưng lại là một người khác, và người trong bức chân dung này hao hao giống người trong chân dung kia. Tôi không cho rằng vẽ như vậy là vẽ chân dung.

Tranh chân dung thật sự có một giá trị độc đáo, một vị trí độc đáo trong hội họa. Bên cạnh giá trị của một tác phẩm mỹ thuật như bất cứ tác phẩm mỹ thuật nào, nó gắn liền với đời sống của người trong tranh và đời sống của những người liên hệ, có thể từ thế hệ này qua thế hệ khác.

Trương Thị Thịnh
CHÂN DUNG BÀ TRƯƠNG HỒNG SƠN
Sơn dầu trên bố, 18" x 24", (1974).

Tôi còn nhớ, cách đây vài năm, khi đến chơi nhà một người bạn lớn tuổi hơn, anh TQS, tôi nhìn thấy một bức tranh in lại từ bức chân dung sơn dầu của bà cụ anh, do chị Thịnh vẽ. Anh TQS cho tôi biết bức tranh này chị Thịnh vẽ bà cụ khi bà còn ở trong tuổi tứ tuần. Trong biến cố 1975, gia đình mang theo bức chân dung đó, rồi in lại 9 bản chia cho 9 người con. Dù là bức tranh in, tôi vẫn hình dung được đôi mắt đẹp cùng nét mệnh phụ trong dáng ngồi đài các của bà cụ. Tôi biết, qua bao nhiêu biển dâu, gia đình bạn tôi có thể mất mát rất nhiều, nhưng, tôi mừng, họ vẫn giữ được một tài sản tinh thần mà không tiền bạc nào có thể mua được.

Trương Thị Thịnh đã vẽ chân dung rất nhiều người. Từ những nhân vật nổi tiếng, như Tổng Thống, đệ nhất phu nhân, mệnh phụ, chính khách, trí thức, nghệ sĩ, v.v.. cho đến những người dân bình thường. Đặc biệt, chị vẽ chân dung rất nhiều bè bạn. Dù vẽ ai, mỗi chân dung biểu hiện một sắc thái riêng, một nhân cách riêng, một thế giới riêng, một nét đẹp riêng.

Thời gian 70 năm có dài thật nhưng rồi cũng sẽ 80 năm, sẽ 90 năm, và bao nhiêu năm đi nữa rồi cũng sẽ qua đi. Nhưng, những gì chị đã phụng hiến cho cuộc đời qua suốt 70 năm đó, bằng vẽ tranh, bằng đào tạo, sẽ mãi mãi còn đó để tiếp tục làm đẹp cuộc đời.

TRƯƠNG VŨ
San Jose, 7 tháng 2 năm 2017

Phụ bản 14
CHÂN DUNG TRƯƠNG THỊ THỊNH
Tranh Trương Vũ,
Sơn dầu trên bố, 24" x 30", (2017).

NGUYỄN TRỌNG KHÔI: ĐAM MÊ VÀ SÁNG TẠO

Khi lần đầu tiên gặp một họa sĩ, tôi thường có khuynh hướng tìm vài nét tương đồng để liên tưởng đến một họa sĩ nổi tiếng nào đó thuộc những thế hệ trước. Với Nguyễn Trọng Khôi, tôi cũng làm như vậy nhưng trừ vài nét chung chung như được đào tạo ở trường ốc hay năng khiếu, tôi không tìm được gì đặc biệt. Nguyễn Trọng Khôi (NTK) không giống một họa sĩ nào khác.

Từ ngày quen biết NTK, khoảng giữa thập niên 80, đến nay, tôi luôn có cảm giác là với anh, không có một ngày nào không có hội họa. Rất đam mê, nhưng trong cái đam mê đó cái ý thức tự do rất lớn. Anh không tự ràng buộc vào một cách nhìn, một cách thấy, một quan điểm nghệ thuật nào nhất định. Anh vẽ tranh ấn tượng, trừu tượng, biểu hiện, chân dung, hình họa, v.v... Và, sử dụng tài tình nhiều chất liệu khác nhau như chì than, màu nước, sơn dầu, acrylic, hỗn hợp.

Thời gian đầu, NTK vẽ nhiều tranh nặng nét hiện thực với khuynh hướng ấn tượng. Loạt tranh này được giới thưởng thức, sưu tầm ở hải ngoại ưa chuộng. Tuy nhiên, càng về sau, tranh của NTK khác đi nhiều, rất mới trong phong cách và quan niệm nghệ thuật. Mặc dầu vậy, cái đặc biệt nơi NTK là dù sau một thời gian lao vào trừu tượng với họa pháp tự do anh vẫn có thể trở lại vẽ tranh cổ điển với khả năng tự chế cao độ.

NTK nổi tiếng với tranh tĩnh vật. Tranh tĩnh vật dễ vẽ nhưng rất khó thành công, nghĩa là rất khó tạo nên một tác phẩm nghệ thuật cao. Đối tượng vẽ là những vật vô tri vô giác. Chúng đứng im, không động đậy, nhưng người vẽ phải tạo nên sự chuyển động, tạo nên sức sống, cái đẹp, và cả cái thông điệp nghệ thuật. Tranh vẽ những bình đất của NTK là một "*signature*" của anh. Khó có họa sĩ Việt Nam nào vượt qua. Vẽ bằng sơn dầu. Bố cục, ánh sáng, màu sắc phối trí rất điêu luyện. Tranh thường dùng nhiều màu đất (*earth tones*) nhưng thỉnh thoảng, trong một số bức, chêm vào những vàng, đỏ, xanh làm nổi bật lên rất tài tình dù nền màu nóng hay lạnh.

Still Life – Oil on Canvas

Tĩnh vật Tây Bắc – Oil on Canvas.

NTK vẽ chân dung bằng nhiều chất liệu khác nhau nhưng đa số bằng chì than và sơn dầu. Có vẻ như anh chịu nhiều ảnh hưởng của Rembrandt trong bút pháp lẫn màu sắc. Dù có chịu ảnh hưởng hay không, NTK đạt một độ cao trong nghệ thuật vẽ chân dung. Rất có hồn, rất giống, biểu hiện cá tính của người mẫu. Và, tranh đẹp. Theo tôi, cái quan trọng nhất khi vẽ chân dung là sự chân thật. Không ít họa sĩ khi vẽ chân dung cố tạo nên một con người đẹp hơn, đài các hơn, phong sương hơn, hay với đàn ông thì có cá tính mạnh hơn. Người trong tranh trông rất hợp với một hình ảnh nào đó trong thi ca. Có thể gọi đây là tranh sáng tác nhưng không phải là tranh chân dung. Tranh chân dung phải giống người mẫu, cả vóc dáng, tâm hồn, lẫn cá tính. Giống theo bất cứ quan điểm nghệ thuật và cách nhìn nào của người vẽ, nhưng phải giống người mẫu. Không thể gán bức chân dung của người này cho người khác. Và tranh chân dung cũng không phải là caricature, phác họa chỉ dựa trên vài nét đặc biệt. Tôi cho rằng NTK là một họa sĩ vẽ chân dung đích thực và có tài. Thỉnh thoảng, anh phóng túng hơn trong cả màu sắc lẫn bút pháp, như trong chân dung Văn Cao, nhưng vẫn theo đúng những nguyên tắc căn bản cho tranh chân dung.

Mrs. Mai Trần – Oil on Panel.

Nhạc sĩ Văn Cao (dang dở). Oil on Canvas.

Hình họa của NTK có bố cục vững và hình ảnh nhân vật trong tranh nặng tính chân dung, khác với tranh hình họa của nhiều người trong nhóm họa sĩ trẻ miền Nam trước 1975. Và cũng không có dáng dấp những phong cách thời thượng của hình họa trong tranh Picasso, Gauguin, hay Modigliani, cái cổ được kéo dài ra. Mỗi khuôn mặt trong tranh NTK chỉ hiện diện trong một bức tranh, khó thấy được sao chép lại cho một bức tranh khác. Và, càng không có chuyện người mẫu sống mãi mà không già từ thập niên này qua thập niên khác.

Người phụ nữ bị ruồng bỏ - Oil on Canvas.

Tôi thích nhất tranh Trừu Tượng và Biểu Hiện của NTK. Trong lãnh vực này, khả năng sáng tạo và làm mới của anh biểu lộ rõ. Chất liệu acrylic thường được sử dụng trong loại tranh này. Tuy có vẻ như NTK vẫn có khuynh hướng dùng nhiều màu đất, nhưng ở đây, anh dùng màu sắc phóng túng hơn. Tôi thích nhất bức The Last Autumn, màu sắc rực rỡ nhưng vẫn rất hài hòa và ấm áp, tương phản trong một không gian màu lạnh.

The last Autumn – Acrylic on Canvas.

Tranh Biểu Hiện của NTK trang trải thông điệp của họa sĩ một cách nghệ thuật, tài tình, tự nhiên, không gượng ép. Thông điệp thường nhắm vào sự hiu quạnh và nỗi xót xa, cô đơn của con người. Kể cả, khi diễn đạt tình yêu và hạnh phúc. Nhưng quan trọng nhất, đây là những bức tranh đẹp, bất kể mang thông điệp nào. Tôi thích nhất bức Bà Mẹ Trẻ. Bức này được anh xếp vào cả hai loại tranh, Trừu Tượng và Biểu Hiện.

Bà mẹ trẻ - Acrylic on Canvas.

Những Mảnh Vụn Trong Trật Tự Mới gồm một loạt những sáng tác thuộc nhóm Biểu Hiện, được cấu trúc dựa trên ý nghĩa của tên gọi. Những bức tranh này biểu hiện một cách nhìn mới về đời sống, về con người, liên kết những mảnh nhỏ khác nhau, tương đồng hay tương phản, để vẽ nên một bức tranh toàn diện. Cái câu nói "trong họa có thơ" có thể áp dụng trong tranh Biểu Hiện của NTK.

Nhan sắc – Oil on Canvas.

Bên cạnh hội họa, NTK là một nghệ sĩ có nhiều tài năng và đam mê khác. Hát hay, đờn hay, cả sáng tác nhạc. Anh giao tiếp rộng và là bạn tốt của rất nhiều văn nghệ sĩ, trí thức. Tôi tham dự khá nhiều gặp gỡ bạn bè chung với NTK. Lần gặp gỡ nào cũng để lại trong tôi ấn tượng tốt, khó quên. Tôi có cảm giác như cái đời sống ngoài hội họa nhưng khá năng động này của NTK đã ảnh hưởng nhiều đến những sáng tác hội họa của anh. Những sáng tác đã tạo nên nhiều xúc cảm sâu đậm và gần với đời sống thực của con người.

Nguyễn Trọng Khôi tốt nghiệp Cao Đẳng Mỹ Thuật Sài Gòn năm 1973. Trường ốc giúp anh vững vàng trong kỹ thuật và không phạm những lỗi lầm căn bản. Nhìn tranh NTK ta thấy điều đó. Nhưng chỉ có thế. Rời trường ốc, anh luôn tạo cho mình một lối đi riêng. Anh có một khả năng sáng tạo phong phú, luôn tìm tòi và luôn làm nên cái mới. Trong nghệ thuật, tham vọng là một đức tính. Tôi cho rằng NTK là một họa sĩ nhiều tham vọng.

Với tài năng, sự đam mê và tham vọng nghệ thuật, sự cống hiến cái mới của Nguyễn Trọng Khôi cho hội họa sẽ khó ngừng lại ở một thời điểm nào.

Với Nguyễn Trọng Khôi, chúng ta luôn chờ đợi và đón nhận.

TRƯƠNG VŨ
Sài Gòn, 24 tháng 6 năm 2024

SỐNG CHẾT CHO TÌNH YÊU

Tôi quen với Trần Hoài Thư lâu lắm rồi, cũng hơn bốn mươi năm, từ những ngày anh mới bước chân đến nước Mỹ sau một chuyến vượt biển đầy gian nan, nguy hiểm. Tôi có nhiều ấn tượng về anh, nhất là, ở cách anh đương đầu với những khó khăn của đời sống tỵ nạn. Vượt bao cam go để vươn mình lên. Không như một nhà văn mà như một chuyên viên kỹ thuật. Anh đi học trở lại, tốt nghiệp cử nhân về Điện Toán. Được nhận vào làm việc cho công ty AT&T rồi sau đó làm cho IBM. Tiếp tục học, lấy thạc sĩ về Toán Ứng Dụng. Sự thành công này của anh, đằng sau lưng luôn có bóng dáng chị Nguyễn Ngọc Yến, người bạn đời.

"... Rồi mấy tiếng chàng ngồi trong lớp
Nàng bên ngoài mắt liếc vào trong
Chồng chăm chỉ nghe lời thầy giảng
Hồn nàng bỗng hạnh phúc mênh mông"
(THT - Đưa Chồng Đi Học)

Dù làm việc, dù sống như thế nào sau này, cái quá khứ của những năm tháng trong quân ngũ vẫn luôn sâu đậm trong anh. THT vẫn tiếp tục viết. Đọc văn THT, ta thấy rõ điều đó. Nó là sức mạnh tinh thần, là động lực để THT, ở tuổi bốn mươi, làm lại cuộc đời và vượt qua mọi trở lực. Anh yêu những tháng ngày cũ khi còn trên quê hương, khi là một sĩ quan thám kích, khi cái sống cái chết luôn cận kề. Anh yêu đồng đội. Anh yêu cái đời sống có hy sinh, có trách nhiệm về sinh mạng mình cũng như sinh mạng của con người, nói chung. Anh viết nhiều về nó khi đang là người lính. Anh đưa nó trở về trong nhiều sáng tác sau này. Có đau đớn, có nhân bản. Tình yêu đó rất đặc biệt. Đặc biệt đến độ, người đọc thỉnh thoảng phân vân không biết anh viết như một người lính có văn tài hay như một nhà văn đã từng là lính.

"... Từ tuyến xuất phát, chúng tôi được lệnh cùng một đơn vị bạn, tiếp tục lục soát một chiều dài non hai chục cây số. Chúng tôi phải chiếm lần lượt những ngôi làng bỏ hoang, và có thể, di tản một số dân còn lại về vùng an ninh. Chúng tôi đã vô sự. Điều này, chắc làm mấy ông sĩ quan cao cấp không bằng lòng tí nào. Nhưng đối với chúng tôi, chúng tôi chỉ mong như thế. Vô sự, hai chữ ấy như một sức hấp dẫn mãnh liệt. Đời chiến binh chỉ mong bao nhiêu. Nhưng mấy ai thoát được trên trăm ngàn cuộc ra quân.

... Tôi hỏi bà lão: "Chắc ngoại có thân nhân chết và bị chôn dập dưới hố phải không?" Bà lão ú ớ. Tôi nói tiếp: "Cháu không làm khó dễ gì ngoại đâu. Bởi mẹ cháu cũng thế, hầu hết những người mẹ có con chết trận đều như thế." Bà lão tự nhiên òa khóc: "Đêm nay rằm tôi không thể để nó lạnh lẽo dưới đất. Tôi mong nó lên hưởng chút hương đèn..." "Dạ, ngoại nói đúng. Khi chết rồi ai cũng như ai, không còn là ngụy cũng không còn là VC, không còn Bắc không còn Nam. Thưa ngoại, xin ngoại cho con một cây nhang, để con cùng cầu cho anh ấy, nghe ngoại."..." (THT - Đêm Chiêm Thành)

Có một tình yêu mãnh liệt hơn nữa. Đó là tình yêu dành cho văn học Miền Nam. Anh muốn truyền tình yêu này đến mọi người. Đó là gia sản của cả dân tộc và anh muốn mọi người đều có quyền, có cơ hội đọc. Để tiếp thu những giá trị đích thực của một nền văn học đang bị những gọng kìm của lịch sử cắn nát. Trong hoàn cảnh khó khăn ở hải ngoại, nỗ lực này gần như vô vọng nhưng THT đã làm được. Dù phương tiện nghèo nàn như thế nào, dù thể xác yếu đuối, mệt mỏi như thế nào, anh cũng đưa được tác phẩm đến người đọc. Các thư viện của Đại học Cornell và Quốc Hội Hoa Kỳ là những nơi anh thường xuyên tìm đến. Sau khi nghỉ hưu vào năm 2004, anh dùng toàn thời gian lo cho tạp chí Thư Quán Bản Thảo và nhà xuất bản Thư Ấn Quán mà trước đó, năm 2001 đã cùng Phạm Văn Nhàn sáng lập, mua máy in cũ, tự học in ấn, và tự phát hành. Tủ sách DI SẢN VĂN CHƯƠNG MIỀN NAM của nhà xuất bản Thư Ấn Quán đã sưu tầm và in lại hàng trăm tác phẩm giá trị, đáng kể nhất là bộ THƠ MIỀN NAM gồm 5 tập với tổng cộng khoảng 3500 trang và bộ VĂN MIỀN NAM 4 tập với tổng cộng khoảng 2400 trang. Tạp chí Thư Quán Bản Thảo đã phát hành được 109 số do số cuối cùng (không ghi số) là Giai phẩm TQBT "Hạt Vàng Đã Mất" của Mai Thảo (12/2023) mà số trước đó là Giai phẩm TQBT 107 "Dấu Yêu", thơ văn hợp tuyển của Trần Hoài Thư (11/2023). Thêm nữa, do đánh nhầm số nên có đến hai giai phẩm TQBT cùng mang số 106: Giai phẩm TQBT 106 "Thơ Cung Trầm Tưởng trước 1975" (5/2023) và Giai phẩm TQBT số 106 chủ đề Thanh Lãng (10/2023). Anh làm đều đặn những công trình này, không ngưng nghỉ, ngay cả khi thân thể bị hành hạ cùng cực bởi những cơn bệnh nan y. Phải gặp anh, nghe anh nói say sưa về văn chương Miền Nam, về cái cách anh đi tìm lại cho bằng được những tác phẩm cũ. Để chính mình in lại bằng những máy in tưởng chừng phải bỏ đi. Rồi tự mình gói từng cuốn gửi đến bạn đọc. Tôi thật sự xúc động. Thật sự xúc động khi đọc bài phản biện của THT về những nhận định bất công đối với nhà văn/dịch giả Phùng Thăng. Hay ngồi nghe chính THT kể lại chuyện đi tìm lại một truyện ngắn bị bỏ quên của nhà văn Doãn Dân. Mới thấy, THT trân quý tác phẩm của nhà văn chân chính như thế nào. Mới thấy, THT yêu văn chương như thế nào.

"… Vâng, hãy cho tôi trở về cùng những ngày tháng cũ. Chiếc bè đã đưa tôi vào dòng văn chương không phải đẹp và dịu dàng như một giấc mơ. Mà trái lại, văn chương bấy giờ là văn chương của lửa, lệ, và những gào thét, tra vấn, tử sinh. Văn chương bấy giờ là những ngày đêm trong lòng hỏa ngục, là những vết thương tóe máu đớn đau…" (THT - Những Trang Sách Cũ)

… Sáng nay xem như dứt điểm bài vở cho tạp chí Thư Quán Bản Thảo số chủ đề Hiện Tượng Nhà Văn Nữ Miền Nam. Kỳ báo này số trang tăng lên khủng khiếp. Từ số 60 với 260 trang nay số trang đã vọt lên 320 trang. Dĩ nhiên là cực, vất vả hơn bao giờ. Và cũng tốn tiền tốn sức hơn bao giờ. Nhưng mà, không sao. Nếu cứ nghĩ đến những trở ngại thì chẳng bao giờ xong việc. Bằng chứng là tạp chí TQBT đã bước vào năm thứ 14, và những số đầu chỉ 110-130 trang nay đã thành 320 trang. Bằng chứng là chỉ có một mình tôi – một lão già tóc bạc phơ, hai năm tóc tai dài tận ót, vẫn một mình một cõi tung hoành. Vẫn chọn bài, vẫn sưu tầm bài vở, vẫn layout, vẫn đóng, dán, cắt, và tự tay bỏ vào phong bì dán tem gởi đi… Nếu mà nghĩ đến những trở ngại vơ vẩn thì chắc tôi cũng phải bỏ cuộc từ lâu... (THT – Không Còn Là Giờ Giấc)

"... Tội cho tôi, tội cho tôi
Già trèo qua ải qua đồi ung thư
Qua khung cửa vạt nắng chiều
Lẻ loi tàn rụng trên tường nhà quan
Chừ tôi còn lại vài trang
Chúng từ sức sống trong ngày chờ đi"
(THT - Những Ngày Làm Chemo)

Anh làm được những công trình to lớn này với sự hỗ trợ hết lòng của người tình trăm năm, chị Nguyễn Ngọc Yến. Chị thật sự là một nửa của anh. Họ lấy nhau trong thời tao loạn ở Miền Nam khi anh là một chiến binh. Một hình ảnh khá giống trong bài Đồi Tím Hoa Sim của Hữu Loan. Sau 1975, anh đi học tập cải tạo bốn năm. Sau đó, cả hai vượt biển, kẻ trước người sau. Thành công. Sang Mỹ, họ sống như đôi chim. Mỗi lần gặp anh tôi đều thấy chị bên cạnh. Khi ngồi trao đổi với anh về văn chương, về chính trị, chị ngồi im lặng lắng nghe. Thỉnh thoảng nhỏ nhẹ góp ý. Anh đi học xa, chị đi theo. Anh lên Cornell để lục lọi tìm sách cũ của văn học Miền Nam, chị thay phiên lái xe. Những cuốn sách do Thư Ấn Quán ấn loát và phát hành, luôn có bàn tay chị trong đó. Cho đến khi chị đột quỵ, cách đây 12 năm. Rồi, vài năm sau đó, chị được đưa vào nursing home. Rồi, chị không còn biết gì nữa.

"... Ngày hợp hôn của chúng ta được tổ chức tại Sài Gòn
Gần An Đông Ngã Bảy
Sài Gòn giới nghiêm có cơn mưa nhỏ
Không đèn hoa hôn lễ
Không chào bàn hai họ
Không rầm rang nhạc cưới tưng bừng
Anh trong bộ đồ lính rừng
Ngực áo thêu hình con diều hâu vồ mồi vuốt sắc
Em trong chiếc áo dài màu hồng thắm
Cặp môi hồng, và đôi mắt tô than
Gương mặt em sáng ngời như thấy cả vầng trăng"
(THT - Hướng Cũ)

"Trưa nay tôi đến thăm mình
Mây trên trời bắc nhịp tình Ngưu lang
Ngoài trời lạnh, ấm lòng khoang
Quên đi thân thể dập bầm tấn tra
Căn phòng em có người xa
Em còn lưu luyến nên chờ chẳng đi
Bỗng nghe trời đất từ bi
Mừng em vẫn sống để chờ đợi tôi"
(THT - Trời Đất Từ Bi)

"Em ạ đầu giờ em nhắm mắt
Cuối giờ em nhắm mắt, bình yên
Nhắm có nghĩa là đã chết
Mà sao hơi thở động chăn mền
Tôi không gào đòi em phải thức
Thức làm gì, rồi chết, rồi xong
Tôi cần em, để ngày thứ sáu
Để nhìn phép lạ, chết, phục sinh"
(THT - Khi Nhìn Em Ngủ)

THT vẫn tiếp tục công việc trong cái nhà in ngộ nghĩnh, tại gia. Gõ computer, in ấn, phát hành sách, của mình, của người. Anh nhiều bệnh, mổ gan, ung thư… nhưng, vẫn làm việc. Làm những công việc như trước đây, khi còn khỏe mạnh. Cho văn học Miền Nam trước 75, và văn học hải ngoại sau 75. Những lần gặp anh mới đây, tôi thấy anh yếu lắm rồi. Dù đôi mắt vẫn tinh anh, giọng nói tiếng cười vẫn rổn rảng, tôi có cảm giác số ngày còn lại của anh không còn bao nhiêu.

Bạn bè đều biết anh vẫn thường xuyên vào nursing home thăm chị Yến. Thường yêu cầu những người điều dưỡng đẩy giường bệnh đưa chị ra ngoài cho anh gặp. Anh chỉ nhìn chị, và tỉ tê như chị vẫn nghe, vẫn biết. Cho đến ngày chị thở hơi cuối cùng. Ngày 27 tháng 4 năm 2024. Trùng với ngày má chị ra đi, bao nhiêu năm trước. Đúng một tháng sau, ngày 27 tháng 5 năm 2024, Trần Hoài Thư cũng ra đi.

Tháng trước đây, khi nghe tin chị Yến mất tôi ngờ rằng sẽ không lâu đến lượt THT. Và, đúng vậy. Có vẻ như anh đã bằng một nghị lực phi thường, như luôn từng có, để kéo dài tàn lực chờ chị Yến. Nếu chị Yến đi trước một tháng, chắc THT cũng đã đi trước một tháng.

Trần Hoài Thư! Anh yêu đời lính và những ngày tháng cũ. Anh yêu văn chương Miền Nam và hải ngoại. Anh yêu người tình trăm năm. Anh đã sống đẹp và chết đẹp. Cho Tình Yêu.

TRƯƠNG VŨ
Ngày 19 tháng 6 năm 2024

Trương Vũ (Đứng, thứ hai, từ phải).
Trần Hoài Thư (Ngồi, thứ nhất, từ phải).

QUYỂN SÁCH
GIỮA HOANG ĐẢO

Giữa tháng 4 năm 2019, trên tạp chí Da Màu, nhà văn Trần Vũ, nhân đọc lại một chuyên đề trên một tuần san văn học cũ ở Pháp, mới đặt ra một câu hỏi và mời gọi các nhà văn Việt Nam trả lời. Có khoảng hơn 20 nhà văn Việt Nam trong và ngoài nước đáp ứng. Câu hỏi lý thú. Tôi xin chụp và cho in lại phần trình bày và đặt câu hỏi của nhà văn Trần Vũ. Tiếp theo đó là phần trả lời của tôi. Bạn đọc có thể vào tạp chí mạng Da Màu để đọc phần trả lời của các nhà văn khác.

TRẦN VŨ

Chợ Sách Cũ

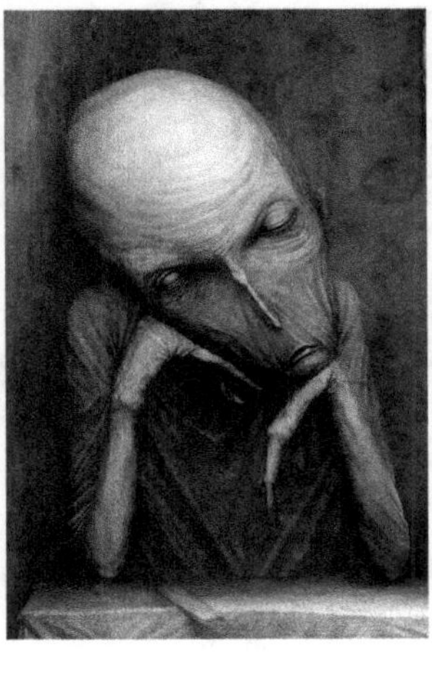

Tuần san Télérama hiện diện trong đời sống dân Pháp từ 1947. Chuyên mục Thư viện Tuyệt hảo (Bibliothèque Idéale) trong số báo ra ngày 18 tháng 3 năm 2009, đặt câu hỏi: *"Mười quyển sách si mê nhất?"* Và trả lời: *"Tiết lộ của một trăm nhà văn Pháp ngữ."*

Dẫn nhập của Télérama vắn tắt: *"Không nhằm đưa ra một danh sách các kiệt tác không thể chối cãi, nhưng giúp bạn đọc biết đến, bằng lối đi riêng, vào tủ sách thân mật kín đáo của các nhà văn, với những tác phẩm được lưu trữ, gìn giữ, đã truyền cảm hứng làm nên văn nghiệp."*

Lướt qua các trang kế tiếp, ghi nhận đầu tiên là các văn gia Pháp chuộng các tác giả xưa: Molière, Shakespeare, Cervantès, Diderot, Mme de La Fayette, Balzac... rồi đến các đền đài Dostoïevski, Proust, Beckett, Kafka, Borgès, James Joyce... đến các thành trì Stendhal, Flaubert, Faulkner, Camus, Thomas Mann, Klaus Mann, Céline, Henry Miller, Nabokov, Steinbeck, Salinger... rồi là các quán ăn Charles Dickens, Jean Giono, Jean Genet, Hemingway, Scott Fitzgerald, Musil... Phái nữ, Virginia Woolf chiếm đầu bảng. Tên Woolf lặp đi lặp lại rồi mới đến Nathalie Sarraute, Marguerite Duras, Carson McCullers… Hiển nhiên, vì văn Woolf đẹp vô ngần mà truyền thống văn chương Pháp trọng cú pháp, phải hành văn trước đã rồi hẵng bàn đến nội dung. Susan Minot, Edgar Allan Poe ít được nhắc đến. Alice Munro không một lần. Ngạc nhiên lớn, là những thánh đường Jean Paul Sartre, St. Exupéry, Alain Robbe-Grillet hay những ngôi đền mang tên Sigmund Freud gần như vắng bóng. Các văn hào trong sách giáo khoa như George Sand, Émile Zola càng bị tẩy chay. Nếu Nietzsche, Pascal với Heidegger đứng đầu môn triết, Georges Bataille và Roland Barthes ngự trị phê bình. Còn thi sĩ? Các thi tập gối đầu của 100 văn gia Pháp vẫn là Homère, Baudelaire, Chateaubriand, Rimbaud, Verlaine, Lautréamont, Marina Tsvétaïeva, Stéphane Mallarmé... những giá trị bất biến. (Hoàn toàn không thấy Paul Valéry mà Mai Thảo với Thanh Tâm Tuyền yêu quý, riêng Jacques Prévert chỉ được nhắc 2 lần). Còn Nam Mỹ? Gabriel García Márquez xuất hiện cùng khắp.

Rút ra gì từ "tiết lậu" của những nhà văn Pháp chuyên nghiệp mà trong danh sách có cả Prix Nobel Patrick Modiano?

Cảm thụ của họ rất xưa, gần như chưa bước sang thế kỷ 21. Hay vì tất cả đã theo lời khuyên của André Aciman: *"Nên đọc sách xưa, vì chỉ sách xưa mới có văn phong."*?

Thể truyện ngắn với thi ca không phải là sách gối đầu giường, mà hầu hết là truyện dài. Các bậc thầy truyện ngắn Guy de Maupassant, Anton Tchékhov hay Cortázar phải nhường nấc thang yêu mến cho Céline, Claude Simon hoặc Márquez.

Phái Hiện sinh chỉ có Camus lọt vào mắt xanh của các văn gia hôm nay, Les Mots của Sartre xuất hiện đúng 2 lần. Phái Tân Tiểu thuyết có Nathalie Sarraute nhưng tiểu thuyết Ghen của Robbe-Grillet được duy nhất một nhà văn đương đại yêu thích. Viên hạt trai «Hoàng tử bé» của St. Exupéry rơi vào quên lãng. Với tiểu thuyết Nga, không phải Pasternak hay Soljenitsyne, mà Dostoïevski. Tiểu thuyết Tây Ban Nha: Cervantès ngự trị vĩnh cửu. Tiểu thuyết Hoa Kỳ: Faulkner thống lĩnh. Tiểu thuyết Pháp: Vẫn Stendhal và Flaubert với hiện tượng Marcel Proust: trong 100 văn gia Pháp, hết 35 xem Proust là sách gồi đầu giường! Văn học Đức ngữ: Rainer Maria Rilke với Thomas Bernhard đẩy lùi Goethe và Brecht vào trong bóng mờ. Á châu thấp thoáng nét bút của Kenzaburo Oé, Nam Phi đậm hơn với Coetzee. Nếu các tên tuổi Kundera, Murakami, Cao Hành Kiện, Mặc Ngôn như thứ trang sức đã hết mùa, thánh tổ nữ quyền Simone de Beauvoir chỉ được nhắc tên vỏn vẹn có 2 lần.

Còn nhà văn Việt? Phạm Thị Hoài viết: *"Tôi sẽ không chọn Alice Munro nếu bị lưu đày ra một hòn đảo vắng mà chỉ được đem theo một cuốn sách."*

Đến lúc chúng ta cũng cần một *"lối đi riêng, vào tủ sách thân mật kín đáo của các nhà văn."*

Nếu bị lưu đày ra hoang đảo, và chỉ được đem theo một quyển sách duy nhất, không cho phép đem sách của chính mình và bất kỳ thể loại, ngôn ngữ, kẻ đi đày sẽ đem theo quyển sách nào? Vì sao?

(*)https://www.telerama.fr/livre/100-ecrivains-francais-devoilent-leurs-10-livres-preferes,40786.php

TRẢ LỜI CỦA TRƯƠNG VŨ

Nếu bị đày ra một hoang đảo, ý nghĩ đầu tiên là phải làm cách nào thoát khỏi hoang đảo. Bằng luật pháp? Tôi sẽ mang theo một cuốn sách luật liên quan đến trường hợp lưu đày của tôi để nghiên cứu, để sẽ dùng đến khi có cơ hội. Không tin vào luật pháp? Tôi sẽ mang theo một cuốn chỉ nam về mưu sinh thoát hiểm. Nhưng nếu tự biết mình già quá rồi, yếu lắm rồi, nên đầu hàng số mệnh, tôi mang theo Thánh Kinh nếu tin vào ơn cứu rỗi, hay mang theo cuốn Kinh A Di Đà để trì tụng mỗi ngày nơi hoang đảo, mong một ngày nào đó sẽ được về cõi Tây Phương Tịnh Độ. Tuy nhiên, những cách ứng xử này, dù gần với thực tế, thiếu chất văn chương.

Vậy, tôi sẽ mang theo một tác phẩm văn học. Khổ nỗi, tôi tin rằng tác phẩm văn học, bao gồm triết học, dù giá trị thế mấy nếu cứ đọc đi đọc lại suốt ngày này qua ngày khác, tháng này qua tháng khác, sẽ tới lúc chán ngấy, sẽ quăng nó đi. Nhưng, vì buộc phải chọn một cuốn, tôi chọn *Kim Các Tự* (The Temple of the Golden Pavilion) của Yukio Mishima. Có ba lý do chính khiến tôi không ngừng suy ngẫm về tác phẩm này.

Thứ nhất, đây là một tiểu thuyết hay, hư cấu tài tình từ một biến cố thật, đặt trên nền tảng của một thứ tình yêu vừa khốc liệt, tàn bạo, vừa có vẻ như bệnh hoạn, về cái đẹp.

Lý do thứ hai liên quan đến tác giả. Yukio Mishima là một nhà văn lớn của Nhật, tác phẩm văn học của ông lớn, ông lại có một ý nghĩ độc đáo là biến chính cuộc đời mình cũng thành một tác phẩm lớn, cũng với một đam mê khốc liệt và tàn bạo. Nhưng, tác phẩm về cuộc đời ông cùng với cách kết thúc của nó lại rất tệ.

Thứ ba, và đây là lý do chính, tiểu thuyết Kim Các Tự có đề cập đến công án Thiền thứ mười bốn của Vô Môn Quan: Thiền Sư Nam Tuyền giết mèo.

Công án Thiền không thể diễn đạt tận cùng bằng ngôn ngữ bình thường nhưng có thể làm người nghe "bừng tỉnh". Nói theo Thiền Tông, là đốn ngộ. Tôi không thật sự hiểu vì lý do sâu xa nào, hay chỉ từ tiềm thức, Yukio Mishima đưa công án vào truyện. Nhưng chính sự hiện diện của công án trong Kim Các Tự khiến tôi quyết định mang nó ra hoang đảo.

Tôi sẽ đọc Kim Các Tự thường xuyên, đụng đi đụng lại cái công án này. Và, nếu chẳng được gì cả, tôi cũng sẽ cố gắng thiền định mỗi ngày. Tôi sẽ thiền định dưới bóng mát của cây. Tôi sẽ ngồi trên một tảng đá lớn nào, nhìn ra biển bao la, và... thiền định. Thiền định sẽ trở thành một thứ bất khả ly, kể cả khi đứng, khi ngồi, khi ăn, khi uống... Tôi sẽ đưa công án vào Thiền, hay, tống khứ nó ra khỏi Thiền. Có thể, như thế, tôi vẫn không bừng tỉnh được. Nhưng, biết đâu, một lúc nào đó bất chợt, tôi "được". Chẳng hạn, biết đâu, nơi hoang đảo, vào một lúc nào đó, tôi bị cọp rượt chạy tóe khói. Nếu may mắn, tôi leo kịp lên cây, hú vía, và... tôi "bừng tỉnh". Cũng có thể, tôi chạy không kịp, bị cọp vồ, và vào đúng cái sát na cuối đời đó, tôi "bừng tỉnh". Một khi đã "bừng tỉnh", hay nói cách khác, đã đốn ngộ, thì cái "hoang đảo" có nghĩa gì đâu. Lúc đó, chắc tôi sẽ thật sự cảm nhận, một cách sâu sắc, ý nghĩa hai câu cuối trong bài Lô Sơn của Tô Đông Pha. Ông là một nhà thơ và cũng là một thiền sư đã đốn ngộ. Không đến Lô Sơn hay đến Lô Sơn, không ra hoang đảo hay ra hoang đảo, cũng thế thôi.

Đến rồi về lại không gì lạ
Mù tỏa Lô Sơn sóng Triết Giang
(Đáo đắc bản lai vô biệt sự
Lô Sơn yên tỏa Triết Giang triều)

Ghi Chú:

Công án thứ 14 trong Vô Môn Quan, là một trong tập hợp 48 công án Thiền nổi tiếng do Thiền sư Vô Môn Huệ Khai biên soạn, có tên là "Nam Tuyền chém mèo". Câu chuyện này kể về một sự kiện xảy ra tại chùa Nam Tuyền:

Một ngày nọ, các tăng sĩ ở hai phía Đông và Tây trong chùa ngồi chờ nghe thuyết giảng thì một con mèo chạy ngang qua. Các tăng sĩ tranh nhau rượt bắt con mèo. Thiền sư Nam Tuyền (Nanquan) đến, thấy vậy, liền cầm con mèo lên và nói: *"Nếu các ngươi có thể nói một lời đúng, ta sẽ không giết con mèo. Nếu không, ta sẽ chém nó."* Không ai trong số các tăng sĩ có thể trả lời.

Buổi tối, khi đệ tử của Nam Tuyền là Triệu Châu (Zhaozhou) trở về, Nam Tuyền kể lại sự việc và hỏi Triệu Châu sẽ làm gì trong tình huống đó. Triệu Châu liền cởi dép đặt lên đầu và bước ra ngoài. Nam Tuyền nói: *"Nếu ngươi ở đó, con mèo đã được cứu."* (Phỏng theo bản dịch của Thư Viện Hoa Sen).

CÂU CHUYỆN BÊN MỘT DÒNG SÔNG

Sông Potomac dài 383 dặm chạy dọc theo biên giới các bang Maryland, Virginia, West Virginia và thủ đô Washington, D.C.. Trong nội chiến Hoa Kỳ 1861-1865, nó là ranh giới của hai phe Bắc Nam và đã chứng kiến bao thảm kịch kinh hoàng khi quân đội hai bên cố vượt qua vượt lại con sông này. Nhưng, điều đáng nói nhất, đó là một con sông dài và đẹp.

Gần một trăm năm sau, một cuộc nội chiến tàn bạo nổi ra ở Việt Nam. Sau khi chấm dứt, nó đã đẩy rất nhiều đứa con của Việt Nam đến con sông này. Có khác, với họ, trên con sông Potomac hay dọc hai bên bờ của nó, không có thảm kịch. Sông Potomac dài và đẹp.

Giữa thập niên 1990, một nhà văn Việt Nam, Nguyễn Minh Nữu, đến cư ngụ ở vùng Potomac. Nguyễn Minh Nữu là con trai út cụ Phó bảng Nông Sơn Nguyễn Can Mộng (1880 - 1954), một nhà nho, nhà thơ, nhà giáo khả kính. Rời Việt Nam đến vùng Potomac, Nguyễn Minh Nữu mang theo một hành trang tinh thần khá phức tạp, đầy dấu vết của cuộc chiến trên quê nhà, pha lẫn với truyền thống nho gia của gia đình, và một đời sống cá nhân nhiều năng động. Năng động khi là một quân nhân, một du ca, một huynh trưởng Phật tử, một nhà văn, và đặc biệt, một lãng tử. Với một quá khứ như thế, bây giờ, ở một vùng đất hoàn toàn mới lạ, vào cái tuổi trên 40, phải làm lại từ đầu với đầy trở lực, mọi sự không dễ. Không dễ như ngắm cái đẹp của một dòng sông.

Tuy nhiên, không bắt đầu bằng sức lao động bình thường như rất nhiều người đồng hương khác, Nguyễn Minh Nữu chọn một con đường khó. Nữu quyết định làm một tờ báo tiếng Việt cho cộng đồng Việt Nam. Một tờ báo sống nhờ quảng cáo thương mại nhưng lại mang nội dung văn nghệ, tên là Tuần báo VĂN NGHỆ. *"Khi định cư tại Hoa Kỳ, niềm mơ ước đầu tiên và lớn nhất của mình là được cầm bút trở lại. Không thể sống toàn thời gian bằng ngòi bút như khao khát, nên tôi tìm kiếm việc làm từ ngành báo chí."* (Viết Bên Dòng Potomac, Phần 1). *"Khi chưa có khả năng làm về văn học, thì hãy làm văn nghệ trước đã."* (Viết Bên Dòng Potomac, Phần 2). Ngoài Tuần báo VĂN NGHỆ, Nguyễn Minh Nữu còn chủ biên Tạp chí Văn học nghệ thuật VĂN PHONG. Tạp chí xuất bản hàng tháng này ra được 18 số thì đình bản.

Sau khi Tạp chí VĂN PHONG đình bản, Nguyễn Minh Nữu dồn nhiều thời gian sống đúng theo tâm nguyện của mình, Nữu sáng tác nhiều và tham dự tích cực vào các sinh hoạt văn học nghệ thuật của cộng đồng Việt Nam hải ngoại và cả một số sinh hoạt trong nước. Tác phẩm của Nguyễn Minh Nữu dù được hư cấu dựa trên những tâm tư, suy nghĩ, kinh nghiệm cá nhân vẫn luôn trang trải hình ảnh một xã hội Việt Nam trước, trong và sau nội chiến. Trong đó, con người luôn phải tự tìm một lằn ranh cho nhân ái, tàn bạo, yêu thương, hận thù, hy vọng, tuyệt vọng…

Nguyễn Minh Nữu sinh ra ở Hà Nội, lên bốn tuổi thì bố mất, sau đó theo mẹ di cư vào Nam, sống ở Sài Gòn. Năm 18 tuổi, nhập ngũ. Năm 25 tuổi, giải ngũ. Một đời sống trông có vẻ đơn giản, nhưng, không phải. Chúng ta đọc được những vần thơ nói về những ngày đầu đời:

Ngày phôi thai trên nôi
Tiếng khóc chưa quen nụ cười
Chọn sóng cuốn xa khơi
Cho vừa đất nước buồn vui
(Lá Xanh Đời)

Để rồi, qua tác phẩm Nguyễn Minh Nữu, người đọc theo anh gần như bất cứ nơi nào anh đã sống, đã đi qua. *"Những địa danh mà tôi đã từng sống, ghi lại trong lòng tôi biết bao cảm xúc. Từ nơi sinh ra ở Hà Nội, di cư vào Sài Gòn từ năm bốn tuổi, lớn lên trong các khu xóm nhỏ ở Sài Gòn như Trương Minh Giảng, Nancy, Bàn Cờ, Long Kiểng. Khi đi lính ở Ban Mê Thuột, Mỹ Tho, Đà Lạt, Nha Trang, và sau này định cư tại tiểu bang Virginia, Hoa Kỳ. Tất cả các nơi đã đến, đã sống đều không do tôi chọn lựa, mà do thời cuộc, do điều động từ trên, và do biến chuyển của dòng đời đưa đẩy."* (Đất Nhớ Người Thương)

Nguyễn Minh Nữu rất thương mẹ. Chỉ vài dòng chữ tả cảnh mẹ thắp nhang lên bàn thờ cho bố vào mỗi sáng sớm, ta cảm nhận được rất nhiều: *"Buổi sáng của mẹ tôi bắt đầu khoảng từ bốn giờ sáng. Bao giờ cũng khởi đầu là kéo cái bếp lò than từ chân giường ra, bỏ vào vài que củi thông nhỏ, vài ba cục than rồi ra nhà sau hứng một siêu nước đặt lên. Trong lúc chờ nước sôi, thắp mấy nén hương lên bàn thờ. Chỗ mẹ ngồi là cái ghế bành mây kê đối điện bàn thờ. Khi nước sôi, người rót nước vào ấm, lắc lắc cho sạch, đổ ra, với tay lấy hộp trà Thiết Quan Âm đổ ra lòng bàn tay một vốc nhỏ, nhẹ nhàng bỏ vào ấm và châm nước sôi vào. Khoảng ba phút, trút trà trong ấm ra chén tống, sau đó lại bỏ nước sôi vào ấm lần thứ hai. Đợi cho ngấm trà, rót từ ấm ra hai cái tách nhỏ xíu, để trên cái đĩa, người đặt hai chén trà trên bàn thờ, trước di ảnh cha tôi. Sau đó mới về chỗ ngồi, rót trà ra hai chén nhỏ còn lại và ngồi im lặng, mắt nhìn đăm đắm lên bàn thờ... Không gian cô tịch và bóng người cô liêu."* (Cuối Năm Nhớ Mẹ)

Nguyễn Minh Nữu làm thơ, viết truyện ngắn, tùy bút, có thơ phổ nhạc, và cả vẽ tranh. Tác phẩm của Nguyễn Minh Nữu biểu hiện chính cuộc đời Nguyễn Minh Nữu. Dù có hư cấu hay không, với tôi, Nguyễn Minh Nữu là một người kể chuyện có tài, có duyên và luôn coi trọng giá trị văn chương. Nữu thích kể về những nơi mình đã sống, làm nổi bật vài chi tiết, không nhiều nhưng đủ để người đọc thấy nét đặc thù và đời sống ở nơi chốn đó. Và, để từ đó, Nữu nói nhiều đến những con người Nữu đã gặp, đã kết bạn, hay đã ảnh hưởng đến cuộc đời. Nguyễn Minh Nữu lôi cuốn người đọc vào câu chuyện một cách tài tình và tự nhiên, khiến người đọc trở thành như thật sự có "quen biết" những nhân vật trong văn Nữu, dù đó là nhân vật lấy từ đời thật hay chỉ trong hư cấu. Thời gian dù có khác, không gian dù có khác, hoàn cảnh dù có khác, nhân vật của Nguyễn Minh Nữu tụ với nhau thành một tập thể đông đảo, rất đông, và sống động. Qua tác phẩm, tôi "quen" với cô Hằng, người yêu đầu đời của tác giả, khi Nguyễn Minh Nữu mới khoảng 14, và người đẹp khoảng 17 hay 18. Một mối tình *"trong sạch và thánh thiện tới mức Hằng vẫn ru tôi ngủ, xoa đầu tôi, và thường xuyên hôn lên trán tôi."* (Dòng Nước Mắt Xanh). "*Tôi "quen" với Ngọc Trai, một người con gái khi gần lại xa, dường như chỉ là tình bạn, nhưng dường như hơn như vậy. Bên cạnh Ngọc Trai là bên cạnh những đợt cuồng phong, cạnh những làn sóng lớn, những chuyển dịch bất ngờ... và đôi khi từ đó vẫn nảy sinh những ước mơ nóng bỏng..."* (Số 19 Kỳ Đồng). Một tình bạn hay tình yêu mà do những lựa chọn hay hoàn cảnh khác nhau trước hay sau kết thúc nội chiến, không có hồi kết. Tôi cũng "quen" nhiều người con gái khác nữa, mỗi người mang một phong cách riêng, đi và đến khác nhau. Đôi khi Nguyễn Minh Nữu cũng pha lẫn thật với hư cấu để tạo nên nhân vật, như trong bài Thu Ơi Là Ơi Thu. Nhưng đằm thắm nhất là khi Nguyễn Minh Nữu viết về một cô gái Nam Bộ chính gốc. *"Cô sinh viên Văn Khoa quê ở Kiên Giang này không có những lời lãng mạn yêu thương, không có cái dịu dàng khéo léo lấy lòng. Những tình cảm được bày tỏ bằng hành động chăm sóc lẫn nhau. Những câu nói đơn giản, chất phác lại là một bến bờ mà tôi đang thiếu thốn. Bên cạnh Bảy Thâu tôi tìm thấy cảm giác an lành như đang hít thở được hương đồng lúa chín miền Tây. Trò chuyện với em, tôi như thấy mình rời bỏ được những vòng vây ràng buộc, như đang nhẹ nhàng trôi lênh đênh giữa trùng khơi Rạch Giá."* (Khu Phố Ngày Xưa)

Không giống như nhiều nhà văn khác, vai trò người nữ hay tình yêu không chiếm vị trí quan trọng nhất trong tác phẩm của Nguyễn Minh Nữu. Ngoại trừ vài truyện ngắn mang hoàn toàn tính hư cấu như Thuồng Luồng Mắt Biếc, Thi Thánh, Hảo Hán Cuối Cùng… , nhân vật của Nữu hầu hết là những bạn bè, người thân, hay những người mà Nữu hâm mộ. Rất nhiều. Tuy nhiên, kể chuyện về họ không như một nhà báo. Nữu đưa tất cả vào thế giới văn chương của mình, chia sẻ với Nữu những đam mê, bức xúc, vui buồn, âu lo, những quan điểm riêng về cách sống, cùng với những đổi thay của thời thế đã ảnh hưởng sâu đậm đến cuộc đời chính mình.

Ngô Mạnh Thu là một huynh trưởng trong tổ chức Gia Đình Phật Tử, một đàn anh của tác giả khi sinh hoạt trong tổ chức này. *"Huynh trưởng Ngô Mạnh Thu được nhiều người biết tới là một nhạc sĩ có tài, là một trong những người đầu tiên xây dựng phong trào du ca Việt Nam... Nhưng dường như với tôi, đó chỉ mới là những cái bên ngoài. Thâm sâu hơn trong lòng mỗi người là cái chất riêng của Trưởng Ngô Mạnh Thu, cái điềm đạm, tế nhị, sâu lắng nhưng nồng ấm của tình anh em toát ra từ Trưởng... Điều mà tôi nhận được từ Trưởng Thu là mọi hành xử của mọi người chẳng bao giờ sai, mà chỉ đôi khi chưa đúng lắm mà thôi. Đó chính là một khích lệ lớn lao để tôi có thể nói ra tất cả mọi điều, kể cả những điều kín đáo nhất. Và, khi Trưởng Thu mất, tôi bỗng giật mình thấy rằng chúng ta đã làm quá ít những việc cần làm cho những người chung quanh. Dường như chúng ta chưa có sự chuẩn bị gì đối với tuổi 60. Và ngay chính chúng ta, khi lao mình vào cuộc sống, đã có ai một giây dừng lại, xem lại mình và xem lại chung quanh."* (Ngô Mạnh Thu, Một Lần Bay Là Bay Đến Muôn Trùng)

Nhà thơ Đoàn Văn Khánh là bạn thân trên 60 năm. *"Người làm thơ phải là người yêu được cuộc đời. Yêu nỗi đắng cay, yêu niềm hoan lạc. Yêu cuộc tình chung và yêu cả lời phụ bạc... Tôi yêu thơ của Đoàn Văn Khánh, có thể vì cùng lứa tuổi với nhau, có thể vì sống chung rất nhiều những thời điểm bên nhau... lãng đãng cái nhìn về cuộc đời bèo bọt và thanh thản buông thả dần những vướng bận trần ai."* (Thơ Nhỏ Lệ Từ Tâm Người Tĩnh Lặng). Nữu viết nhiều về Đoàn Văn Khánh, ghi lại nhiều kỷ niệm qua nhiều bài viết khác nhau. Đọc về Đoàn Văn Khánh, ta thấy rõ hơn về Nguyễn Minh Nữu.

Nhạc sĩ Nguyễn Quyết Thắng là người đầu tiên phổ thơ của Nguyễn Minh Nữu. Họ gặp nhau một cách tình cờ trong thời gian sau biến cố Mậu Thân, khi cuộc chiến bùng lên cao độ. Họ gặp nhau ở Ban Mê Thuột, khi "chàng lính mới" Nguyễn Minh Nữu lên trình diện đơn vị. *"Nơi đó, ngày xưa, suốt trong một thời thanh niên rực rỡ, suốt trong một khoảng trời mây rộng rãi và chất ngất đam mê đó, chúng tôi đã sống, đã yêu thương, đã đắm mình vào sức chảy của ngút ngàn của rừng núi Tây Nguyên... Cái duyên sơ ngộ đó đã kéo tôi ra chơi với nhóm anh em trong Đoàn Du Ca Lòng Mẹ của Thắng. Nhiều người lắm.*" (Cái Thủa Ban Đầu Với Du Ca). Nguyễn Quyết Thắng đã phổ nhạc hơn ba mươi bài thơ của Nguyễn Minh Nữu. Giữa năm 2023, với sự góp mặt của 6 tác giả: Trương Vũ, Nguyễn Quyết Thắng, Nguyễn Minh Nữu, Đoàn Văn Khánh, Phạm Cao Hoàng và Hoàng Kim Oanh, nhà xuất bản Nhân Ảnh đã ấn hành một tuyển tập gồm nhạc, tranh, và họa, tựa đề Chút Tình Đọng Lại.

Cái thế giới nhân vật trong văn chương Nguyễn Minh Nữu rất đông. Cách viết của Nguyễn Minh Nữu về họ cùng với cách họ sống và liên hệ với nhau cho tôi có cảm giác như đọc một truyện Thủy Hử của thời nay. Trong đó, nhân vật làm quen với nhau dễ dàng và tự động tìm đến với nhau như có sức hút tự nhiên của những người có chung nỗi đam mê. Nhân vật đông lắm, nhưng hình như trong mỗi nhân vật đều có chút nào của tác giả. Kể cả, mang cùng nỗi đau và những trăn trở về thế sự.

Truyện hư cấu của Nguyễn Minh Nữu không nhiều, chỉ chiếm một góc nhỏ trong sự nghiệp văn chương của Nữu, nhưng làm cho sự nghiệp đó đầy hơn, nhiều màu sắc hơn. Dù viết dưới hình thức như truyện thần kỳ, chuyện giả tưởng… , đây vẫn là những quyện lẫn của hư cấu với đời sống thật. Truyện viết lôi cuốn. Những mơ ước, những cách nhìn muốn có về cuộc đời, luôn được trang trải, được làm nền cho những truyện này. Trong

Sư Ông Chùa Núi: *"Chấp nhận nghịch cảnh, dưỡng tâm an lạc và quán Thân bất tịnh, quán Thọ thị khổ, quán Tâm vô thường, quán Pháp vô ngã. Dường như Chơn Nhã đang thay lời Sư Ông Chùa Núi gửi cho mình những điều khai thị giữa mùa dịch bệnh."* Trong Thi Thánh: *"Một người yêu thơ và sống chí tình với thơ từ thời niên thiếu, liệu có thể sống thanh thản nếu không được làm thơ hay không?"* Trong Con Trai Của Thủy Thần: *"Mỗi cá thể chỉ có một cái tâm, hướng cái tâm tới điều ác thì thành quỷ sứ, hướng cái tâm tới điều thiện thì thành bồ tát, nay con đã tự nguyện hướng cái tâm của mình vào một tình yêu thì con phải được làm con người thôi."*

Một Thoáng Mây Phiêu Bạc là truyện ngắn đầu tay, đăng trên tạp chí Văn năm 1971. Đây là một tự truyện lẫn với hư cấu. Hình ảnh anh lính Nhự trong truyện là hình ảnh anh lính Nguyễn Minh Nữu. Thân phận anh lính Nhự là thân phận Nguyễn Minh Nữu. *"Di cư vào Nam, mẹ Nhự mướn một căn nhà nhỏ trong khu xóm lầy lội ở Sài Gòn làm chỗ thờ bố Nhự. Đó cũng là cái tổ ấm duy nhất của Nhự trong suốt tuổi ấu thời. Nhự là con trai út, đứa con tội nghiệp nhất. Nhự mất cha từ hồi còn bốn tuổi, cũng cái tuổi này. Nhự mất cả quê hương. Các anh các chị lần lượt lấy vợ lấy chồng. Căn nhà quạnh hiu còn lại hai mẹ con, kế tới khi Nhự thi rớt, đi lính trú ở một tỉnh xa trên cao nguyên."* Truyện không thật sự có chuyện. Mọi thứ đều lãng đãng, kể cả cái liên hệ với người tình. Nhưng, truyện vẽ nên được một hình ảnh sống động về một người lính động viên, nghèo, có học dù thi rớt, xa gia đình, sống trong đơn vị nhưng luôn trong tâm trạng phiêu bạc. Có may, có rủi, bất chợt đến, bất chợt đi như chính đất nước của Nữu.

Nguyễn Minh Nữu viết nhiều về gia đình, về bố, về mẹ, về anh, về chị. Ấn tượng nhất là tình yêu ông dành cho những công trình văn học của bố ông. Đúng 70 năm sau khi bố đã nằm xuống, Nữu cùng chị và một số người thân, đồng nghiệp nỗ lực không ngừng để sưu tập, hiệu đính toàn tập thơ văn của cụ Phó bảng Nông Sơn Nguyễn Can Mộng. Một công trình đồ sộ, giá trị, dày 813 trang được xuất bản vào tháng 5 năm 2024.

Nguyễn Minh Nữu sinh ra ở Hà Nội, lớn lên ở Sài Gòn. Nữu đã đi, đã đến nhiều nơi trên đất nước. Mỗi nơi Nữu đều dành cho những tình cảm đặc biệt. Sau khi rời quê hương, thường trở về, thăm nhiều nơi. Bài viết này sẽ rất thiếu sót nếu không ghi lại nơi đây tâm trạng của Nguyễn Minh Nữu khi trở về. Đặc biệt, khi trở về hai nơi quan trọng nhất đời Nữu, Hà Nội và Sài Gòn. *"Tôi mang trong lòng rất nhiều nỗi khát khao. Sự chờ mong lâu ngày, khi chín, nó rạo rực như ai ấp than hồng lên bờ ngực... Hà Nội, nơi sinh ra sau hơn bốn mươi năm, ôm giữ trong lòng chồng chồng chất chất hình ảnh của Hà Nội qua lời kể, qua sách báo và đặc biệt là qua trí tưởng làm sao mà tôi không xao xuyến cho được. Khi di cư vào Nam rất nhiều người đem theo cả Hà Nội... Trong lời nói, trong hành xử, trong thói quen, trong thức ăn thức uống, trong giao tế thường nhật, bất cứ lúc nào không gian Hà Nội vẫn len lỏi chen chúc sống với thời gian Sài Gòn."* (Hà Nội Thứ Tư). *"Về là được sống lại với chính mình của một thời đã qua. Về là hồi sinh, là được thoải mái thả mình vào ký ức, là gặp gỡ cảm giác non nớt của mình ngày xưa, và rung động thực của mình bây giờ... Về lại Saigon lần này, tôi không dám nhảy xuống dòng kênh bơi lội, không cần phải núp vào gốc cây trước cổng trường Nguyễn Bá Tòng nhìn em tan học về... Nhưng kỳ lạ là tôi thấy chẳng mất đi đâu, vẫn nguyên vẹn trong tôi cả một thời nào xa lắc, vẫn quẩn quanh bên tôi tiếng cười đùa giọng nói đặc trưng Sài Gòn của người xưa cũ... Ngày mai tôi lại chia tay với Sài Gòn, tôi không đoán được chuyến sau về tôi sẽ gặp ở Sài Gòn điều gì. Những gì tôi thấy và gặp gỡ trong lần về này sẽ thành kỷ niệm? Hay lần sau tôi về tôi lại hoài niệm tới một khoảng xa hơn nữa? Đời sống như một dòng chảy, nhìn thì giống nhau, nhưng có ai được tắm hai lần ở một dòng nước đâu. Thương quá Sài Gòn của mỗi lần trở lại."* (Bên Bờ Kênh Tẻ)

TRƯƠNG VŨ
Sài Gòn, tháng 10 năm 2024

Phụ bản 15
CHÂN DUNG NGUYỄN MINH NỮU
Tranh Trương Vũ,
sơn dầu trên bố, 16" x 20", (2017).

KHÁNH TRƯỜNG VÀ HỢP LƯU

Năm 2002, tạp chí Hợp Lưu tổ chức kỷ niệm 12 năm ngày chào đời của tạp chí này, tại Santa Ana. Bùi Bảo Trúc, Nguyễn Hữu Liêm và tôi được mời đọc bài phát biểu. Trong bài của mình, tôi nhấn mạnh đến sự thành tựu của "những suy nghĩ bình thường". Xin tóm tắt nội dung như sau.

Thời gian đó, tôi đã rời Việt Nam được hơn 25 năm, trong một chuyến vượt biển đầy gian nan. Tôi lần lượt chứng kiến những đổi thay kinh hoàng của thế giới, nói chung, và của Việt Nam, nói riêng. Cũng như cảm nhận biết bao thay đổi ngay chính trong tôi. Sáu tháng trước, tôi có trở về thăm quê hương. Thoạt tiên, tôi không nhận ra những con đường cũ, không nhận ra bất cứ một khuôn mặt quen thuộc nào trên những con đường đó. Tôi có cái cảm giác của một anh Rip Van Winkle, một buổi đẹp trời xách súng đi săn, khi mệt nằm lăn ra ngủ, lúc tỉnh dậy thấy râu dài tới rún, tóc bạc phơ, cỏ dại phủ kín nòng súng đã rỉ sét. Nhìn quanh, chẳng còn thấy làng mạc thân quen. Cuối cùng thì anh thợ săn cũng hiểu, thực ra làng mạc của anh vẫn còn đó, nó chỉ khác đi theo thời gian thôi. Và, cuối cùng rồi, tôi cũng gặp lại rất nhiều người thân yêu cũ. Tôi gặp lại dì tôi, các chị tôi, các cháu tôi, các thầy giáo, bạn bè, và những học trò cũ. Trong khung cảnh ấy, cái anh Rip Van Winkle, là tôi, dĩ nhiên vô vàn xúc động. Có rất nhiều điều để nói với nhau, có những phút cùng nhau im lặng, cũng như, có không ít câu hỏi đã được đặt ra.

Trong dịp về thăm quê hương đó, tôi đi nhiều nơi, từ Nam ra Bắc. Tôi gặp nhiều bạn bè mới trong giới cầm bút. Rất nhiều người trong số này có bài vở đăng tải trên Hợp Lưu, hoặc tích cực ủng hộ sự hình thành của tạp chí Hợp Lưu. Tôi có nêu lên một câu hỏi. Câu hỏi thật ra rất tầm thường, vô duyên nữa là khác. Đó là, tại sao ở trong nước không có một tạp chí như tạp chí Hợp Lưu ở hải ngoại? Ý tôi muốn nói đến một tạp chí văn học đăng tải những sáng tác, những tiểu luận bằng tiếng Việt thuần túy dựa trên giá trị văn chương và trí thức, mà không coi trọng cái địa chỉ hay nghề nghiệp trong quá khứ cũng như hiện tại của người viết. Tôi nhận được nhiều câu trả lời tế nhị, hầu hết là để giúp tôi tự tìm ra lời giải. Cái lời giải mà mãi đến lúc ấy, qua nhiều lần tự vấn, tôi vẫn không mảy may hài lòng. Tôi từng nghĩ, một câu hỏi đơn giản như thế, dựa trên những suy nghĩ bình thường như thế, nhưng để tìm được câu trả lời, sao mà gian nan và phức tạp đến vậy! Tôi nhắc lại câu chuyện trên chỉ để nhân đó trình bày một số suy nghĩ tản mạn xung quanh sự ra đời, cùng bao nhiêu rắc rối, thăng trầm, và những thành tựu của tạp chí Hợp Lưu ở hải ngoại.

Vào lúc đó, Hợp Lưu bước sang năm thứ mười hai, số ra mắt phát hành đầu tháng 10 năm 1990. Đây là khoảng thời gian mà không một người Việt Nam nào có thể quên được, kể từ sau biến cố 1975. Cái dấu ấn của 1975 đang trở thành mờ nhạt so với bao biến cố mới. Thế giới đang rung chuyển. Rung chuyển đến độ có những quyền lực tưởng chừng như bất tận, vụt chốc tan biến. Có những đổi thay chính trị và xã hội tưởng chừng chỉ có trong mơ bỗng trở thành hiện thực, cũng như, có những cái từ hiện thực trở về lại trong mơ. Và, dĩ nhiên, cũng có những ước mơ thay đổi, đặc biệt đối với người Việt, vẫn luôn luôn chỉ có trong mơ.

Văn học Việt Nam hải ngoại được hình thành và nuôi dưỡng bởi những nhà văn lưu vong và những người yêu văn học, ngay từ những năm đầu tiên người tỵ nạn Việt Nam định cư trên đất nước này. Nó trải qua rất nhiều khó khăn trong những năm đầu, và dần dà đạt được nhiều thành tựu đáng kể. Những thành tựu ấy, phần lớn, do sự đam mê của người viết, và dĩ nhiên, do tài năng của họ. Tạp chí Văn Học Nghệ Thuật do Võ Phiến chủ biên và sau đó, tạp chí Văn Học do Nguyễn Mộng Giác phụ trách (những chủ biên sau cùng là Hoàng Khởi Phong, Trịnh Y Thư, Cao Xuân Huy), đã có những cống hiến đáng kể cho những thành tựu đầu tiên này. Sau biến cố Đông Âu 1989, nhiều nhà văn Việt Nam, trong hay ngoài nước, qua tác phẩm, biểu lộ sự nhạy cảm của họ về những đổi thay chắc chắn phải có của nhân loại trong những ngày sắp tới. Trong giới cầm bút hải ngoại, bắt đầu có những nỗ lực nhằm tạo một môi trường sinh hoạt văn học và nghệ thuật vượt trên những mâu thuẫn chính trị giữa nhà văn trong và ngoài nước. Một môi trường để mọi người có thể đón nhận tác phẩm của người khác chỉ dựa trên giá trị văn chương và tầm nhìn của tác giả. Cần nhắc lại là dù ở thời điểm 1989, ở hải ngoại, các khuynh hướng bảo thủ vẫn còn nhiều, và luôn tạo những lực đối kháng mạnh đối với thành phần cấp tiến. Thế nhưng, không đầy một năm sau, tạp chí Hợp Lưu (TCHL) ra đời. Chủ biên là nhà văn/họa sĩ Khánh Trường, với sự cộng tác tích cực của nhiều nhà văn, trí thức nổi tiếng như Trần Vũ, Phan Tấn Hải, Phạm Việt Cường, Thụy Khuê, Đặng Tiến, Võ Đình, v.v...

TCHL phát hành mỗi hai tháng một số. Bài vở được lựa chọn dựa trên giá trị văn học nghệ thuật, không phụ thuộc vào địa chỉ cư trú của tác giả trong quá khứ cũng như hiện tại. TCHL đã trải qua rất nhiều khó khăn, do thiếu hụt tài chánh, nhân sự cùng phương tiện, nhưng hình thức và nội dung của HL vẫn luôn luôn được chăm sóc tối đa. Nhìn trọn 72 số báo của 12 năm qua, rất khó ai biết được số nào đã thành hình vào những lúc khủng hoảng nhất của tạp chí. TCHL đã chịu nhiều áp lực chính trị và dư luận từ nhiều thành phần khác nhau trong cộng đồng, về nội dung hay chủ trương được gọi là "giao lưu văn hóa" của tạp chí này. Những áp lực đó không nhỏ. Tuy nhiên, HL vẫn biểu lộ được tinh thần đa nguyên của một sinh hoạt văn học có khuynh hướng tiếp thu những ý thức khác nhau về nghệ thuật, và, đã tập trung được nhiều nhất về bài vở của những tác giả được đánh giá cao của văn học VN hiện đại, kể cả trong lẫn ngoài nước.

Những thành tựu của TCHL kể trên, thật ra chỉ là thành tựu của những người yêu văn học nghệ thuật, muốn làm văn học nghệ thuật bằng sự đam mê, bằng tinh thần sáng tạo, nhưng đồng thời cũng bằng những suy nghĩ rất bình thường của con người, cho đời sống cá nhân, và đời sống cộng đồng. Yêu văn học nghệ thuật thì cố làm cho được những tác phẩm tốt, làm cho tới nơi, làm một cách bền bỉ. Yêu tác phẩm của mình thì cũng phải biết tôn trọng tác phẩm của người khác. Muốn dành cho mình cái tự do được suy nghĩ theo cách của mình, được làm văn học theo cách của mình, thì cũng phải biết tôn trọng tự do của người khác, được suy nghĩ theo cách của họ, và làm văn học nghệ thuật theo cách của họ. HL chỉ có nghĩa là hợp lại một cách bình đẳng những giá trị khác nhau và để người đọc, người thưởng ngoạn phê phán hay chọn lựa từng công trình riêng lẻ. Và, văn hóa thì phải giao lưu. Không có thứ "văn hóa ao tù".

Sự thành tựu của HL 12 năm qua chỉ là sự thành tựu của những suy nghĩ bình thường, của rất nhiều người yêu thương văn học nghệ thuật một cách bình thường. Nhưng sự thành tựu đó chắc chắn sẽ không có được như chúng ta đã chứng kiến, nếu nó thiếu vắng một người. Tôi muốn nói đến người chủ biên của tạp chí suốt 12 năm qua. Anh là một chủ biên tuyệt vời, một họa sĩ nhiều năng lực, một nhà văn có tài. Làm bất cứ công việc gì anh cũng hết lòng với công việc đó. Hết lòng với tạp chí của anh, hết lòng với hội họa, hết lòng với bạn bè. Rất nhiều cái để khen ngợi anh, cả cái hết lòng của anh với những chuyện không liên quan gì đến công việc anh đang làm... Người ta đã nghe nói rất nhiều về một Khánh Trường (KT) viết, vẽ, làm báo; người ta cũng đã nghe nói không ít về một KT giang hồ, bạt mạng trong ăn nhậu, trong giao du, trong những quan hệ... - nói theo ngôn ngữ của anh - linh tinh... Nhưng ở đây, tôi muốn ngợi khen anh một điều: nhờ nỗ lực của KT suốt 12 năm qua mà chúng ta có được tạp chí Hợp Lưu, một thành tựu và là một trong những niềm kiêu hãnh của văn học Việt Nam Hải Ngoại.

Trên đây là nội dung bài phát biểu của tôi cách đây 20 năm. TCHL, sau KT đến một vài chủ biên khác mà lâu dài nhất là Trần Vũ, và sau cùng là Đặng Hiền đã không còn nữa. Không còn nữa như một tạp chí giấy với những thành tựu đã kể trên. Trong nước, đến nay cũng chẳng có một tạp chí giấy nào với tinh thần "hợp lưu" và với sự tham dự nồng nhiệt của giới văn học nghệ thuật, như TCHL đã từng có. Trong nước, Văn Đoàn Độc Lập có nỗ lực lớn, tạo tinh thần đó, nhưng vẫn còn bị giới hạn vào sự đóng góp chưa hoàn toàn tích cực của đông đảo giới cầm bút trong nước. Tôi chưa có được câu trả lời hoàn toàn thỏa đáng cho thắc mắc của mình đã nêu ra trước đây, là "tại sao trong nước không có một tạp chí như Hợp Lưu?".

Hai mươi năm của thời đại này nhiều biến đổi lắm. Biến đổi nhanh đến chóng mặt. Chuyện "giao lưu văn hóa" không còn là vấn đề nhạy cảm như trước. Nhưng, cũng có những biến đổi ngược chiều. Vùng Thủ đô Hoa Thịnh Đốn, vào những năm đầu của tỵ nạn có ba nhà sách bán sách báo tiếng Việt. Ngày nay, không còn nhà sách nào. California là tiểu bang có đông người tỵ nạn nhất, hình như chỉ còn một. Trong giới cầm bút hải ngoại, có câu nói đùa "ngày nay chỉ có nhà văn đọc sách lẫn nhau". Câu nói đùa nhưng chắc không xa sự thật bao nhiêu.

Lâu nay, tôi biết Khánh Trường thường xuyên ra vào bệnh viện. Sau này, thỉnh thoảng ghé vào FaceBook của anh, cũng luôn nghe kể chuyện ngồi xe lăn ra vào bệnh viện. Tuy nhiên, cũng biết, trong điều kiện sức khỏe có như thế nào, anh vẫn tiếp tục vẽ, viết và nói năng rất thẳng tính. Sự thẳng tính này cùng với những đam mê cuồng nhiệt của anh khiến tôi luôn hoài niệm về một thời rất đẹp của TCHL. Đó là một diễn đàn cho những tranh cãi nhiệt tình và thẳng thắn về các vấn đề gay go nhất của văn hóa, văn học nghệ thuật VN. Những tranh cãi sôi nổi này đã tạo nên những nét sinh động cần thiết cho một nền văn học đang vươn tới những giá trị cao, trong một hoàn cảnh đặc biệt của một cộng đồng có khá nhiều va chạm phức tạp.

Sinh hoạt Văn học Việt Nam hiện nay rất cần những nỗ lực như của Khánh Trường hơn 30 năm trước.

TRƯƠNG VŨ
Virginia, tháng 9.2022

VẼ CHÂN DUNG THỜI ĐẠI DỊCH

Tôi bắt đầu chuyện vẽ vời từ những phác họa (sketch) chân dung bằng viết chì. Không nhớ từ lúc nào, cũng không nhớ hết thời tuổi nhỏ đã vẽ những ai, nhưng biết là nhiều lắm. Chắc chắn là có những khuôn mặt nhìn trộm trong lớp, những đứa bạn khá thân bắt ngồi làm mẫu trong giờ ra chơi,… Cho đến khi rời quê hương, sự nghiệp hội họa của tôi chỉ có thế, chỉ là những nét bút chì nguệch ngoạc, nhưng hầu hết, chỉ vẽ từ người thật, không từ ảnh chụp. Cái thích vẽ từ người thật đó chắc phải dính líu đến cái mê nắm bắt một sự sống nào trong mỗi con người, dù lúc đó tôi chưa hình dung ra được đó là cái gì. Thời còn ở trung học, khi tỏ ý định theo đuổi con đường nghệ thuật, ba tôi quyết liệt phản đối. Tôi nghe lời ba tôi, bỏ hẳn ý định đó. Tôi tiếp tục học Toán, rồi dạy Toán. Toán học đã giúp tôi tồn tại, trên quê hương hay ngoài quê hương. Nhưng, vẫn mê vẽ.

Ở Mỹ, tuy không còn ý định làm họa sĩ, và tuy có vất vả với công việc, với gia đình, tôi vẫn không bỏ cái ham thích vẽ chân dung. Vẽ một người bạn, một đồng nghiệp, một người thân,… Không được vào trường Mỹ Thuật, tôi lấy rải rác nhiều lớp vẽ ở đại học, ở các workshop, và học từ sách vở,… Đặc biệt, về chân dung, tôi học nhiều từ nhà danh họa Daniel Greene, khi vào một số dịp nghỉ hằng năm tôi theo học các lớp vẽ chân dung của ông ở New York. Từ các lớp học đó, tôi làm quen với pastel và sau cùng là sơn dầu, rồi acrylic. Vẽ nhiều bằng sơn dầu, và ngoài chân dung tôi lần bước sang nhiều lãnh vực khác nhau. Càng đi về cuối đời, hội họa càng trở nên quan trọng trong đời sống cá nhân.

Nói về chuyện vẽ chân dung bạn bè, tôi không quên được một buổi tối, trong một apartment ba phòng ngủ dành cho hơn mười người, ở Lee's Garden, Virginia. Apartment này do anh Đặng Đình Khiết thuê, dùng làm chỗ trú ngụ cho bạn bè đang trong tình trạng tỵ nạn. Hôm đó, khoảng ba giờ sáng, tôi dựng ĐĐK dậy, bắt ngồi cho tôi vẽ chân dung bằng pastel. Gần hai tiếng đồng hồ mới xong. Khó có bạn bè nào chiều cái đam mê của tôi bằng ĐĐK.

Như đã nói ở trên, sau này, tôi vẽ nhiều loại khác nhau, với nhiều đam mê khác nhau, nhưng vẽ chân dung theo truyền thần luôn đem lại cho tôi một niềm vui khó tả và một vật lộn nhọc nhằn cũng rất khó tả. Một sự thật ngày càng lộ rõ là tôi không thể thiếu nó. Nó mang đến cho tôi một thách thức đi tìm từ ruột gan của người mẫu một nét đẹp nào, một niềm vui, hay một nỗi khổ để đưa lên nét mặt trong tranh. Khi đi tìm sự sống thật sự của mỗi con người đang ngồi trước mặt, cố hình dung ra bằng cách nào để vẽ cho được, cho đẹp, tôi tìm thấy cái sống của chính mình. Dĩ nhiên, không phải bức chân dung nào cũng làm tôi hài lòng hay khiến người mẫu thích. Nhưng, nhờ đó, vào giai đoạn cuối đời, tôi thấy đời sống còn có lửa. Nhờ đó, tôi thấy cái năm tháng còn lại không đến nỗi ngắn. Cho đến khi... Cô Vy đến.

Mấy tháng sống cách ly do đại dịch, những thói quen cũ khó giữ. Cũng có vẽ nhưng không nhiều và không thể vẽ truyền thần. Chẳng có ma nào đến ngồi cho mình vẽ. Bà xã không được khỏe nên không chịu ngồi làm mẫu như mười năm trước đây. Nghĩ rằng họa sĩ nào cũng có chân dung tự họa, định làm thử. Nhưng, khi nhìn mình trong gương, thấy nản quá, không sao vẽ được. Quả thật, có xuống tinh thần. Sức khỏe, do đó cũng xuống. Nhưng, không lý chịu thua Cô Vy. Không lý để Cô Vy cắt ngắn số năm tháng cuối cùng của mình.

Vài hôm trước đây, chợt nhớ, nhiều bạn họa sĩ của tôi, Đinh Cường chẳng hạn, đã phác họa rất nhiều chân dung không từ truyền thần. Tôi không có cái khả năng đó của Đinh Cường.

Nhưng, tôi cũng nợ một số bạn bè lời hứa vẽ chân dung từ truyền thần theo truyền thống. Phải giữ lời hứa bằng một cách nào đó. Và, hãy thử nghiệm, bắt đầu bằng pastel, với bạn bè tôi đã hứa vẽ, đã có dịp quan sát, đã từ một cách nào đó ghi nét mặt họ vào trong trí nhớ, và có hình chụp của họ. Tôi quyết định phác họa nên những vignette trong điều kiện như vậy. Trong lãnh vực chân dung, bức vignette đẹp vẫn được đánh giá cao như bức tranh hoàn chỉnh theo truyền thống. Hãy thử nghiệm!

"Nạn nhân" đầu tiên của tôi là nhà thơ Phạm Cao Hoàng. "Nạn nhân" thứ hai là nhà thơ Hoàng Xuân Sơn.

TRƯƠNG VŨ
Maryland, 8 August 2020

Phụ bản 16
CHÂN DUNG PHẠM CAO HOÀNG
Tranh Trương Vũ,
Pastel trên giấy Canson, 19.75" x 25.50", (2020).

KẺ SĨ TRONG XÃ HỘI VIỆT NAM

Khi nhận lời viết bài cho tạp chí "Kẻ Sĩ", tôi có vài lúng túng. Tôi, người viết, có phải là một kẻ sĩ? Hay, giới độc giả đa số là những kẻ sĩ, nói khác đi, thuộc tầng lớp sĩ phu? Giống như, với một tạp chí khoa học, người viết hay người đọc phần đông thuộc giới khoa học, hay ít ra, cũng ham thích các bộ môn khoa học. Mặt khác, về danh từ "kẻ sĩ", tôi được đọc hay nghe nhiều khi còn ở trường học, hay khi đọc các sách văn, thơ, sử ký cũ. Trong đời sống hằng ngày, hiện nay, danh từ này rất ít được dùng đến. Và, nếu được dùng đến, để chỉ những ai, những người như thế nào trong xã hội chúng ta, trong nước hay trong các cộng đồng ở hải ngoại? Và, tại sao, từ xưa đến nay, không có một vị nữ lưu nào được gọi là kẻ sĩ? Chữ "kẻ sĩ" chỉ được dùng cho đàn ông? Bài viết này khởi đi từ những lúng túng như vậy.

Hãy thử có một cái nhìn tổng quát về vai trò của tầng lớp sĩ phu Việt Nam qua những giai đoạn quan trọng của lịch sử từ cuối thời Trịnh Nguyễn phân tranh đến thời hiện đại. Trong thời thịnh của Hán Nho, tầng lớp sĩ phu hay kẻ sĩ là một tầng lớp được kính trọng trong xã hội. Kẻ sĩ là một mẫu người lý tưởng. Trong một bài thơ nổi tiếng của Nguyễn Công Trứ, ông khẳng định vị trí hàng đầu của Kẻ Sĩ trong câu "*Dân hữu tứ sĩ vi chi tiên*", theo quan niệm xếp hạng "*sĩ nông công thương*" ngày xưa. Nói chung, qua cách hiểu thông thường, đây là thành phần có học, mê đọc sách, và hiểu đạo thánh hiền. Theo như một câu nói khá thịnh hành ở Việt Nam của Hoàng Đình Kiên, một họa/thi gia nổi tiếng thời Bắc Tống, "Sĩ phu ba ngày không xem sách soi gương mặt mũi đáng ghét, ăn nói nhạt nhẽo khó ưa" (*Sĩ đại phu tam nhật bất độc thư, đối kính giác diện mục khả tăng, hướng nhân diệc ngữ ngôn vô vị*).

Trong xã hội cũ, tầng lớp sĩ phu hầu như đồng nghĩa với tầng lớp nho sĩ. Đọc sách vở về những thế kỷ sau cùng, có cảm giác như mục đích chính của đa số trong tầng lớp này là đậu đạt và làm quan. Dù luôn là một tầng lớp được kính trọng và ưu đãi, tầng lớp sĩ phu thường tỏ ra bất lực trước những đổi thay của thời cuộc hay những biến động lớn trong xã hội. Còn giới quan lại thì ngày càng trở nên tham ô và bất tài. Đọc *Hoàng Lê Nhất Thống Chí*, chúng ta hình dung được khá rõ cách ứng xử nặng về chữ nghĩa, giỏi tránh né của giới sĩ phu Bắc Hà, trong những tranh giành quyền lực đẫm máu trong phủ chúa, trong các biến động gây ra bởi loạn kiêu binh, hay cách họ chạy theo hay chống đối vua Lê, chúa Trịnh, hay sự tiến quân của Nguyễn Huệ ra Bắc. Khi người Pháp đánh chiếm Việt Nam, có một số sĩ phu yêu nước đứng ra lãnh đạo và phát động cuộc chiến bảo vệ tổ quốc, như Phan Đình Phùng, Đề Thám, v.v… Tuy nhiên, dù được đông đảo thành phần nông dân ủng hộ, họ thất bại, vì đa số sĩ phu thụ động. Trong xã hội Việt Nam thời Hán Nho, tiếng nói và hành động của sĩ phu thường có ảnh hưởng rất lớn. Nhưng, với đa số thụ động này, hành động được ngưỡng mộ chỉ là sự thanh liêm khi làm quan, từ quan khi bất mãn với thời cuộc, với thế sự, rồi về ở ẩn hay vui thú điền viên. Trong lúc đất nước lâm nguy, nhiều người đang hoặc từng giữ những chức vụ quan trọng vẫn tiếp tục làm thơ ca ngợi chữ "nhàn" hay ca ngợi đời sống rời xa thế tục. Chúng ta hiểu được sự thất bại của một nền giáo dục nặng từ chương đã lỗi thời, hiểu được hoàn cảnh của đất nước vào lúc đó, hiểu được sự thối nát của chế độ phong kiến đương thời nhưng rất khó hiểu về tinh thần sĩ phu của một dân tộc có một lịch sử lâu dài về văn hiến. Vì, lòng yêu nước và khả năng ứng xử của một kẻ sĩ không phụ thuộc vào lòng yêu nước, khả năng ứng xử của một ông vua hay những ông đại thần hèn nhát. Chỉ cần 11 tên lính Pháp với những khẩu súng trường rất thô sơ vẫn hạ được thành Ninh Bình.

Sau khi người Pháp chiếm Đông Dương, lớp nho sĩ tan rã dần. Xã hội Việt Nam bắt đầu xuất hiện một thành phần mới thay thế lớp nho sĩ cũ. Thành phần mới này tiếp thu một nền giáo dục từ các trường học tổ chức theo chương trình Pháp. Danh từ trí thức bắt đầu xuất hiện. Sự đóng góp của họ cho xã hội khá phức tạp, có tiêu cực có tích cực, nhưng khó để đánh giá một cách đơn giản. Tuy nhiên, nói chung, về mặt tích cực, cách biểu lộ tình yêu nước và những đóng góp cho xã hội, cho quê hương vượt trội hơn lớp nho sĩ cũ. Họ có kiến thức rộng hơn, năng động hơn, thực tiễn hơn, nhìn xa hơn, và nhiệt huyết hơn. Trong thời nho mạt này, ngoài thành phần trí thức mới, một số nho sĩ cũ biết nhìn về một thế giới rộng lớn hơn, thấy được cái hay của người, kể cả của kẻ thù, và cái dở của mình. Không được đào tạo như lớp trí thức mới nhưng bằng khả năng và tầm nhìn lớn, họ tiếp thu cái hay của tinh thần trí thức Tây phương. Họ lập nên Đông Kinh Nghĩa Thục, phát động phong trào khai dân trí, phong trào Đông Du, v.v... Những phong trào này nhận được sự hỗ trợ nồng nhiệt từ thế hệ trẻ hơn. Trong giai đoạn lịch sử này, người dân Việt cũng đồng thời chứng kiến nhiều vận động từ giới trí thức về cải cách xã hội, chính trị, văn hóa, qua báo chí và sách vở. Lòng yêu nước và khát vọng độc lập, khát vọng tiên tiến khơi dậy mạnh mẽ. Nhiều phong trào yêu nước liên tiếp được phát động, từ cuộc khởi nghĩa Yên Báy cho đến cuộc chiến tranh giành độc lập về sau. Có thành công, có thất bại, nhưng chính nhờ vào sự dấn thân tích cực của đa số trí thức, thời cuộc thay đổi.

Trong cuộc chiến tranh Việt Pháp 1945-1954, tầng lớp này tham dự vào hai phe khác nhau. Lúc đó, sự chống đối giữa những trí thức không thuộc đảng phái nào chưa quyết liệt lắm. Tùy hoàn cảnh chính trị và địa dư, họ có thể cầm súng bắn nhau ngoài mặt trận, nhưng trên những diễn đàn trí thức, qua những ứng xử giữa con người với con người, họ không quá tàn ác với nhau. Khi đất nước chia đôi vào 1954, họ chấp nhận chia tay trong ôn hòa để đi về hai bên giới tuyến đối nghịch. Tuy nhiên, sau đó, mọi cách ứng xử hoàn toàn thay đổi.

Ở miền Bắc, sau 1954, sau vụ án Nhân Văn Giai Phẩm, sau cuộc Cải Cách Ruộng Đất và những thanh trừng chính trị đẫm máu theo mẫu Stalin và Mao, tầng lớp trí thức hầu như không còn nữa. Thành phần nòng cốt của xã hội miền Bắc là thành phần cán bộ. Một trí thức cũ có thể trở thành cán bộ, nhưng đã là cán bộ, nhất là cán bộ trong một chế độ như chế độ Cộng Sản thì không còn là trí thức vì không thể duy trì được tư duy và nhân cách độc lập. Nhiều trí thức nổi danh trong thời Pháp thuộc không tiếp tục ứng xử độc lập như trước, để có những đóng góp cho xã hội, cho nhân loại như trước. Bài học họ để lại cho đời chỉ còn là những kinh nghiệm về chịu đựng và khả năng tồn tại. Nhiều khuôn mặt lớn trong Nhân Văn Giai Phẩm, chẳng hạn, cũng thế.

Ở miền Nam, sau 1954, ảnh hưởng của tầng lớp trí thức trong lãnh vực chính trị không nhiều. Không so được với thành phần chỉ huy quân đội và cán bộ một số đảng phái. Tuy nhiên, trong xã hội, họ vẫn còn là một tầng lớp tương đối được kính trọng, giúp giảm thiểu phần nào sức mạnh của các khuynh hướng độc tài và lệ thuộc. Họ giữ được khá tốt sự độc lập của trường học, đặc biệt, tính tự trị của đại học. Họ không để chính trị ảnh hưởng đến chương trình giảng dạy, và có nhiều đóng góp vào sự phát triển cho xã hội trong giáo dục và văn hóa. Trong điều kiện của cuộc chiến, ảnh hưởng này vẫn không đủ sức lấn áp để ngăn chặn sự sụp đổ của miền Nam.

Kể từ 1975, xã hội Việt Nam hoàn toàn thay đổi, sau khi thống nhất, sau cách kết thúc đẫm máu, và sau những trả thù tàn bạo, những vượt biển thảm khốc. Một bộ phận người Việt khá đông rời quê hương, di tản đến nhiều quốc gia khác nhau. Ngày nay, ở hải ngoại, lớp trí thức cũ không còn bao nhiêu, lớp mới dần hội nhập vào giới trí thức Tây phương. Trong nước, số trường trung, tiểu học, và đại học nhiều hơn. Rất nhiều, so với trước 1975. Đào tạo về chuyên môn khá tốt. Tuy nhiên, đại học chưa được tự trị và có xu hướng đào tạo chuyên gia hay cán bộ hơn đào tạo trí thức. Mỗi năm, thành phần ưu tú tốt nghiệp trung học, có điểm số cao nhất, được tuyển chọn vào khối trường công an như Học viện Chính trị Công an nhân dân, Học viện An ninh nhân dân, v.v... Điểm số dành cho các trường Đại học Bách khoa, Kinh tế, Khoa học,… thấp hơn, thấp hơn cả ngành Hàn Quốc học của Đại học Quốc gia Hà Nội. Sinh viên theo ngành Hàn Quốc học này sau khi tốt nghiệp có thu nhập và có tương lai tốt hơn nhiều so với những sinh viên theo các ngành Việt học. Trong xã hội Việt Nam hiện nay, thành phần có ảnh hưởng đến mọi sinh hoạt của xã hội vẫn là thành phần cán bộ. Tiếp đến là giới đại gia. Về giới trí thức hiện nay, GS Hoàng Tụy đã nêu một nhận xét rất đáng lưu ý:

"... Mỗi người chỉ biết việc của mình, chỉ lo cho mình, ít khả năng và cũng không thích thú hợp tác với bạn bè đồng nghiệp. Dễ bị lâm vào thế ếch ngồi đáy giếng, dễ mắc bệnh vĩ cuồng, không hòa nhập vào dòng chảy văn minh của thời đại, không chấp nhận luật chơi quốc tế, rồi ngày càng tụt hậu mà vẫn tự ru ngủ mình, tự đánh lừa mình, và đánh lừa nhân dân mình với những thành tích không có thật. Chạy theo danh hão, chạy theo quyền lực, chạy theo chức tước, là căn bệnh thời đại của trí thức VN. Chưa bao giờ trong xã hội ta có nhiều Xuân Tóc Đỏ như bây giờ. Tôi nói có vẻ bi quan, nhưng thà nhìn khắt khe một chút để biết người biết ta, còn hơn nhắm mắt chủ quan một cách lố bịch..." [1]

Nhìn lướt qua dòng lịch sử từ cận đại đến hiện đại như trên, ta thấy, nếu có một tầng lớp sĩ phu trong xã hội Việt Nam, thì đó phải là tầng lớp nho sĩ trong xã hội cũ và tầng lớp trí thức trong xã hội mới. Đến đây, chúng ta bắt đầu có chút mâu thuẫn. Mâu thuẫn ở chỗ tinh thần trí thức, chịu ảnh hưởng của giáo dục Tây phương, với tinh thần nho sĩ, chịu ảnh hưởng giáo dục Khổng

Mạnh của Trung Hoa. Một bên chú trọng vào tư duy độc lập, khuyến khích tìm tòi, khuyến khích cống hiến những khám phá mới, khuyến khích phản biện. Một bên, cố học để thấu hiểu nhưng không phản biện sách vở, lời dạy của thánh hiền, để lập công danh, để giúp đời, để sống đẹp, và dùng sách vở không khác gì của nho sĩ thuộc một, hai ngàn năm trước. Dù chịu ảnh hưởng văn hóa và chế độ giáo dục của Trung Hoa, đa số nho sĩ của ta từ thế hệ này qua thế hệ khác rất nặng về từ chương, không thật sự có đam mê khám phá và hiểu biết thâm sâu. Ngoài thơ, phú, không có công trình đáng kể nào về triết học, văn học, nghệ thuật như Trung Hoa. Nếu chấp nhận lớp trí thức mới này là sĩ phu thì khó chấp nhận lớp nho sĩ cũ là sĩ phu, dù rằng danh từ sĩ phu khởi đi từ thời thịnh của Hán Nho.

Một vấn đề khác chúng ta gặp phải khi theo dõi vai trò của tầng lớp trí thức, tức lớp sĩ phu mới, trong xã hội Việt Nam từ thời Pháp thuộc đến nay. Thời Pháp thuộc, người Pháp áp đặt nền cai trị nhằm mục đích khai thác cho quyền lợi và quyền lực của họ, đồng thời xây dựng một chế độ giáo dục dựa trên khuôn mẫu của họ. Nhưng chính trong thời kỳ đó, tầng lớp trí thức được hình thành và có nhiều ảnh hưởng tích cực vào nhiều lãnh vực, làm xã hội trở nên tốt đẹp hơn về văn hóa, dân trí, học thuật, v.v... Họ tạo nên thời cuộc. Nhưng tại sao, khi đất nước chịu sự cai trị của người Pháp, họ tạo nên thời cuộc, và khi không còn sự cai trị đó nữa, thời cuộc chế ngự họ? Lý do, theo tôi, dù dựng nên cho Việt Nam vì nhu cầu cai trị, nền giáo dục của Pháp vẫn là một nền giáo dục tiến bộ, nhân bản và nhằm đào tạo trí thức. Giáo dục của Việt Nam, ở miền Bắc trước 1975 và trên toàn quốc sau 1975 không nhằm mục đích đó. Một lý do khác, như được trình bày tiếp theo đây, liên quan đến định nghĩa chữ Kẻ Sĩ và tinh thần kẻ sĩ.

Nhiều dân tộc có mẫu người lý tưởng của họ, mang bản sắc của họ, và mỗi khi nói đến dân tộc đó người ta nghĩ ngay đến mẫu người này. Chẳng hạn, "gentleman" của người Anh hay "samourai" của người Nhật. Có phải "kẻ sĩ" là mẫu người lý tưởng, mang bản sắc của dân tộc Việt Nam và mỗi khi nói đến người Việt Nam thì nghĩ ngay đến tinh thần kẻ sĩ?

Trong văn thơ cũ, khi đọc đến chữ "kẻ sĩ" chúng ta dễ liên tưởng đến giới nho sĩ. Chẳng hạn, khi đọc bài Kẻ Sĩ của Nguyễn Công Trứ như đã nêu trên. Và, liên tưởng đến giới trí thức ngày nay. Nhưng một nho sĩ không hẳn là kẻ sĩ và một trí thức cũng không hẳn là kẻ sĩ. Bên cạnh, nếu chúng ta chấp nhận một định nghĩa cho chữ Kẻ Sĩ dựa trên từ nửa Hán nửa Nôm này, thì một sĩ phu cũng không hẳn là một kẻ sĩ.

Riêng chữ "trí thức", chúng ta thường sử dụng nó trong nghĩa rất tương đối. Đa số thuộc tầng lớp mà chúng ta gọi là trí thức trong thời Pháp thuộc chưa tốt nghiệp đại học, nghĩa là còn ở tầm học trò khá thấp trong ngành chuyên môn của họ. Thời đó, ai tốt nghiệp đại học đương nhiên được xem là trí thức. Ngày nay, số tốt nghiệp đại học đông hơn nhiều, tiêu chuẩn cao hơn. Tuy nhiên, cách gọi ai là trí thức vẫn mang giá trị tương đối so với giá trị thực đòi hỏi ở các xã hội có truyền thống giáo dục Tây phương cao, như Mỹ, Pháp, Anh, Đức, Nhật, v.v... Tạm thời, xin chấp nhận cách nhìn tương đối về trí thức trong bài viết này.

Trở lại chuyện sĩ phu, trí thức và kẻ sĩ. Theo tôi, chữ "sĩ" trong "kẻ sĩ" không chỉ có nghĩa là học trò, là người có học mà còn có nghĩa như trong chữ "sĩ khí". Như vậy, trong xã hội ngày nay, *một kẻ sĩ là một trí thức có sĩ khí, có trách nhiệm làm tốt xã hội, quyết liệt bảo vệ sự thật và không chịu khuất phục dưới bất cứ đe dọa, áp lực nào mà mình tin là phản trí thức*. "Kẻ Sĩ" cũng không bị giới hạn vào giới tính, như "Sĩ Phu". Từ quan điểm đó, nhìn lại những giai đoạn lịch sử kể trên, cái mà xã hội chúng ta thiếu không phải là sĩ phu hay trí thức mà chính là kẻ sĩ. Thời thuộc Pháp, Trần Đức Thảo là một trí thức lớn, sau khi về nước, ông chịu bao áp lực, ông không tiếp tục nói, viết ra những suy nghĩ thật nữa, không dám đóng góp cho xã hội, cho nhân loại bằng khả năng trí thức của ông. Ông chịu khuất phục. Hiểu biết cái chính trị của xã hội Việt Nam vào lúc đó, chúng ta thông cảm cho ông, thương tâm ông. Ông vẫn là một trí thức nhưng rõ ràng, không là một kẻ sĩ. Ông không là Tư Mã Thiên. Ông không là Émile Zola. Ông không là Sakharov. Ông là Phùng Quán. Xã hội chỉ thay đổi được cho tốt hơn nếu xã hội đó có nhiều kẻ sĩ.

Kẻ Sĩ là một mẫu người lý tưởng. Một vấn đề cần được bàn ở đây là có phải nó biểu trưng cho bản sắc của dân tộc Việt như Gentleman của Anh hay Samourai của Nhật? Câu hỏi rất khó trả lời. Trong đời sống hằng ngày, không phải chỉ người Anh, mà chính chúng ta, người Việt, vẫn thường dùng chữ gentleman để nhận xét về phong cách của một người Anh nào đó. Cách dùng chữ samourai cũng vậy. Chỉ mới đây thôi, nhiều người Việt đã dùng chữ tinh thần samourai để nói về phong cách của một cô công chúa Nhật khi quyết định rời bỏ hoàng cung bỏ mọi vị thế và quyền lợi trong hoàng tộc, để lập gia đình với một thường dân. Nhưng, trong đời sống hằng ngày, mấy khi chúng ta dùng chữ kẻ sĩ để nói về một người Việt nào đó? Và, ngày nay, trong đời sống hằng ngày, trong các trao đổi giữa giới trẻ với nhau, chúng ta có thường nghe hay thấy chữ kẻ sĩ được dùng trong câu chuyện? Với một hiểu biết, có thể nông cạn, về một thực tế như vậy, tôi chưa dám trả lời câu hỏi trên.

Tuy nhiên, Kẻ Sĩ vẫn là một mẫu người lý tưởng. Cho xã hội Việt Nam. Tôi thích câu trả lời của Reginald Johnston, ông thầy người Anh của Hoàng đế Phổ Nghi, trong phim The Last Emperor. Trong buổi học đầu tiên, Phổ Nghi hỏi Johnston: "Ông có phải là một gentleman?" Johnston trả lời: "Thưa ngài, tôi cố gắng làm một gentleman." Tôi không được đọc cuốn sách của Johnston, nói về thời gian ông làm gia sư cho Phổ Nghi, nhưng sau khi đọc hồi ký của Phổ Nghi, tôi tin Johnston quả thật là một gentleman.[2] Câu chuyện đó có thật sự xảy ra hay chỉ có trong phim, tôi vẫn thích câu trả lời đó. Cho dù, ông có thật sự là một gentleman hay chưa phải.

Kẻ Sĩ là một mẫu người lý tưởng. Tôi xin mượn câu trả lời của Reginal Johnston trong phim để kết thúc bài viết này: "*Cố gắng làm một kẻ sĩ*". Nhất là, trong học thuật, trong văn học, và trong nghệ thuật.

TRƯƠNG VŨ
Virginia, tháng 2 năm 2022.

[1] Hoàng Tụy, "Để có lớp trí thức xứng đáng", *Tạp chí Tia Sáng*, (2008).

[2] Pu Yi, Paul Kramer biên-tập, *The Last Manchu: The Autobiography of Henry Pu Yi, the Last Manchu Emperor of China* [*Người Mãn-châu cuối cùng: Tự-truyện của Henry Phổ-Nghi, Hoàng-đế Mãn-châu cuối cùng của Trung-quốc*], Kuo Ying Paul Tsai dịch (London: Weidenfeld and Nicolson, 1987).

Phụ bản 17
CHÂN DUNG GS LÊ XUÂN KHOA
Tranh Trương Vũ,
sơn dầu trên bố, 24" x 30", (2012).

Phụ bản 18

CHÂN DUNG GS NGUYỄN MẠNH HÙNG

Tranh Trương Vũ,

sơn dầu trên bố, 18" x 24", (2018).

THẢM KỊCH

Tôi xuất thân từ miền Nam, lớn lên trong chiến tranh. Gần nửa đời sống trên quê hương, trải nghiệm hay chứng kiến bao thảm kịch kinh hoàng của đất nước. Nửa đời còn lại, sống tha hương. Nhìn lại cả khoảng đời dài, bỏ qua bên bao mất mát, bao tàn phá, bao cay đắng từ cuộc chiến cùng cách kết thúc của nó, tôi vẫn thấy mình có nhiều may mắn, như rất nhiều đồng bào khác đang sống ở Mỹ. Một trong những may mắn lớn nhất là đã được hưởng một nền giáo dục có tính khoa học và tính nhân văn cao của miền Nam Việt Nam, và sau đó, ở Mỹ. Rồi, sống và làm việc trong một xã hội nhân bản và đa sắc tộc.

Đối với những di dân Việt Nam phải rời bỏ đất nước mình cho một tương lai bất định, không thể quên những cái may mắn khác cùng với những ân sủng, những thông cảm, những đón nhận hào hiệp mà quê hương mới đã dành cho. Ở Mỹ, bắt đầu với chương trình đón nhận 130 ngàn tỵ nạn (con số này trong thực tế tăng lên khoảng 150 ngàn) theo quyết định của Tổng Thống Gerald Ford vào tháng 4 năm 1975. Sau đó, kể từ đầu năm 1977, khi hàng trăm ngàn thuyền nhân Việt Nam bất kể sống chết rời bỏ quê hương, đương đầu với bao thảm kịch trên biển Đông, Tổng Thống Jimmy Carter đã ra lệnh cho hải quân Mỹ phải cứu vớt, giúp đỡ họ và đưa đến nơi an toàn. Ông cũng kêu gọi các quốc gia khác tiếp tay đón nhận người tỵ nạn VN, đồng thời quyết định tăng gấp đôi số di dân được nhập cảnh và mở rộng chương trình giúp đỡ người tỵ nạn hội nhập vào xã hội Mỹ. Quan trọng nhất là quyết định phối hợp với Liên Hiệp Quốc và chính phủ Việt Nam thực hiện chương trình Ra Đi Trong Trật Tự ODP (Orderly Departure Program) vào năm 1979, giúp đoàn tụ những gia đình chia cách. Kế tiếp là một nỗ lực phi thường của Thượng Nghị Sĩ John McCain, đưa đến kết quả thành công của chương trình HO (Humanitarian Operation) giúp các cựu sĩ quan và viên chức Việt Nam Cộng Hòa bị tù cải tạo từ ba năm trở lên, và gia đình họ, được rời Việt Nam sang Mỹ.

Từ một xã hội luôn phải xưng tụng lãnh tụ, luôn phải nhứt trí với chính quyền, tôi càng ấn tượng với nếp sống tự do và dân chủ ở Mỹ, dù sống và làm việc trong thời kỳ tổng thống thuộc đảng nào, Cộng Hòa hay Dân Chủ. Chính cái nếp sống đó, cái xã hội đó, cùng với những nền giáo dục đã hấp thụ giúp tôi được sống thực hơn với chính mình. Và, ý thức rõ hơn cái quyền của con người được sống một đời có phẩm cách. Nghĩa là, được sống và hành xử theo lương tri, theo nhân sinh quan của mình và tôn trọng quyền của người khác cũng được sống như vậy. Trong suốt hơn bốn mươi năm, từ ngày đặt chân đến Mỹ, giữa bạn bè, hay cả trong gia đình, vẫn luôn có những tranh biện sôi nổi về những chọn lựa khác nhau. Nhưng, những tranh biện đó thường diễn ra trong không khí lành mạnh, lắng nghe, thuyết phục, tôn trọng sự thật, và tôn trọng sự khác biệt về quan điểm. Những đổ vỡ thật ra cũng có nhưng không nhiều và không trầm trọng. Chính những khác biệt về quan điểm làm nên sức mạnh của xã hội. Trong một xã hội tự do, dân chủ, mọi quan điểm khác biệt, trong bất cứ lãnh vực nào, có thể được chấp nhận hay không, được đánh giá cao hay thấp, nhưng nó không thể tạo nên kẻ thù. Càng không thể tạo nên "kẻ thù của nhân dân" như tôi từng kinh động trong những ngày còn ở lại trên quê hương sau khi chiến tranh chấm dứt.

Dĩ nhiên, xã hội Mỹ không phải lúc nào cũng hoàn toàn lý tưởng như vậy. Cũng có lúc này lúc khác. Nhìn chung, suốt qua bao thập kỷ, nó luôn luôn là một quốc gia đứng hàng đầu về khả năng thu hút tài năng của thế giới. Chính sự thu hút đó làm nước Mỹ càng mạnh hơn, giàu hơn, đẹp hơn, và trở thành siêu cường số một. Tuy nhiên, trong thời gian vài năm gần đây, và đặc biệt khi càng đến cận ngày bầu cử 3 tháng 11 năm 2020, nước Mỹ khác hẳn trước. Cả thế giới nhận thấy điều đó. Tốt hơn hay xấu hơn, tùy cách nhìn, nhưng quả thật, có khác. Khác nhiều. Những đối chọi về chính trị, xã hội, và cả về khoa học đang trở nên trầm trọng một cách đáng báo động. Không thể không nhìn thấy sự chia rẽ sâu sắc ở mức độ có khả năng tạo nên những thù hận rất khó hòa giải. Nỗ lực để hồi phục lại một không khí lành mạnh như đã từng hiện hữu dài lâu ở Mỹ, như đã nhắc đến trên đây, sẽ phải là một nỗ lực phi thường. Cần rất nhiều, rất nhiều thời gian, thông cảm, và kiên nhẫn.

Nhìn vào Cộng Đồng Việt Nam Hải Ngoại (CĐVNHN), tình trạng còn tệ hại hơn. Không giết nhau bằng súng đạn nhưng những chữ nghĩa độc hại, những nhận thức hời hợt về nhân văn hay khoa học, những tấn công không dựa trên sự thật, những tin tức bị cắt xén ráp nối, những hình ảnh được photoshop với ác ý, cùng những biểu lộ không nhằm thuyết phục bằng logic hay thiện ý mà chỉ nhằm thể hiện sự ngạo mạn và xem thường khả năng phán đoán của người khác, khiến cộng đồng như đang lao vào một cuộc nội chiến. Không khác gì cuộc nội chiến trên quê hương hơn 45 năm trước, nhưng trong một phạm vi nhỏ hơn. Ở đây, tôi không nhằm phê phán ai đúng hơn ai sai hơn. Tôi cũng không nhằm đưa ra những phân tích cá nhân về lý do khởi nguồn. Tôi chỉ muốn trình bày cái thấy của mình về những gì đang xảy ra và nhận định về các hậu quả mà tôi cho là vô cùng tai hại cho cộng đồng. Tai hại ở mức độ của một thảm kịch.

Về tình trạng phân hóa của cộng đồng, mỗi người trong chúng ta đều thấy. Nhiều lắm. Ở đây, tôi chỉ muốn nêu ra một dữ kiện điển hình. Nhân đọc bài "*BS Fauci khuyên dân Mỹ ẩn mình chống Covid mùa Thu, Đông sắp tới*" trên diễn đàn VOA Tiếng Việt ngày 12/09/2020, tôi đọc được những dòng bình luận sau đây của một độc giả về BS Anthony Fauci:

"*Lại là thằng chó già chuyên thọc gậy bánh xe. Hơn lúc nào hết người dân Mỹ cần sinh hoạt bình thường để đi làm, đi học, vui chơi giải trí. Cứ nhè lúc tình hình bớt căng thẳng thì thằng chó này lại gây hoang mang. Mà cha nó, từ lúc có dịch bệnh tới nay chỉ thấy nó bàn ra không thôi còn chưa thấy nó đưa ra được một biện pháp cụ thể nào! Nói kiểu nó thì đứa thất học nói cũng được...”*

BS Anthony Fauci là chuyên gia hàng đầu của Mỹ và của cả thế giới về bệnh nhiễm trùng. Ông phụ trách Trung Tâm Quốc Gia Chống Bệnh Nhiễm Trùng của Hoa Kỳ từ 1984 đến nay, trải qua sáu đời Tổng Thống. Ông cũng là vị bác sĩ tận tình chữa trị Ebola cho nữ y tá gốc Việt, Nina Phạm, vào năm 2014. Ông cũng đã giúp chặn đứng thành công đại dịch Ebola ở Mỹ. Tôi thật sự kinh hoàng khi đọc những dòng chữ trên đây. Trong thời gian chiến tranh Việt Nam tôi thường có cảm giác ghê rợn khi nghe từ đài phát thanh Hà Nội những từ ngữ dành cho những lãnh tụ chính trị của miền Nam, đại khái như, “thằng Diệm”, “thằng Thiệu”, v.v... Tuy nhiên, tôi chưa bao giờ đọc được những lời lẽ tương tự như những lời lẽ ghi trên dành cho bất cứ một khoa học gia nào bên này hay bên kia chiến tuyến, trên một diễn đàn có tầm cỡ như VOA Tiếng Việt, kể cả trên các báo lá cải.

Nếu theo dõi những bài vở, những lời lẽ công kích nhau trên báo Việt, trên Internet, trên một số đài phát thanh tiếng Việt, trên các mạng xã hội, khó ai không nhận ra những rạn nứt sâu đậm trong cộng đồng Việt Nam ở Mỹ. Kinh hoàng hơn, khi nhìn một số video clip về cảnh chửi bới hung hãn chưa từng thấy khi hai phe vận động bầu cử của người Việt chạm trán nhau. Chia rẽ hay công kích luôn luôn có trong bất cứ cuộc bầu cử nào trong một quốc gia tự do, dân chủ. Tuy nhiên, chưa bao giờ tệ hại như trong cuộc bầu cử này, trong cộng đồng Việt Nam. Ở đây, biểu lộ sự khác biệt không còn là một biểu hiện giá trị của tự do, dân chủ, hay của nhân bản, của lý trí mà rất lắm khi chỉ là biểu hiện của nông cạn, ngạo mạn và hoang tưởng. Nó không làm nên sức mạnh của cộng đồng. Nó tàn phá cộng đồng và tàn phá nhân cách. Nó chia rẽ gia đình, chia rẽ bạn bè, chia cách thế hệ này với thế hệ khác. Nếu cứ tiếp tục, sẽ vô cùng khó để hàn gắn. Nó cần được chấm dứt.

Cách đây vài tuần, tôi đọc được lời nhắn gởi cho một người thân trong gia đình. Đại ý của lời nhắn là nếu bạn bỏ phiếu cho ứng cử viên X và ứng cử viên X đắc cử, bạn sẽ phải ân hận suốt đời. Những lời nhắn với nội dung như thế này, tôi cũng từng được nhận và nghe khá nhiều. Do đó, tôi muốn nhân đây đưa ra một góp ý. Nếu tôi bầu cho một ứng cử viên X nào đó chỉ nên là vì tôi dựa vào sự hiểu biết của tôi về X, và dựa trên quan điểm chính trị, xã hội, văn hóa, v.v... của tôi. Tôi có thể sai, dĩ nhiên. Cũng giống như mỗi người trong chúng ta đều có thể sai, có thể đúng. Ngay cả sự lên tiếng vào ngày 2 tháng 9 năm 2020 của 81 nhà khoa học và trí thức Mỹ đoạt giải Nobel trong đó có đề nghị "*những lãnh tụ chính trị nên tôn trọng các giá trị của khoa học khi làm chính sách*", cũng có thể sai. Cũng giống như chuyện tạp chí khoa học The Scientific American đã mới đây phá vỡ một truyền thống đã giữ suốt 175 năm để lên tiếng ủng hộ một ứng cử viên nào đó, là một sai lầm. Riêng tôi, nếu sai, tôi có thể buồn, có thể tự điều chỉnh mình để có những quyết định đúng trong tương lai. Nhưng chắc là không có chuyện ân hận suốt đời. Trừ phi, sau đó, tôi nhận ra rằng cái quyết định sai lầm của mình chỉ vì mình đã dựa trên sự thiếu hiểu biết, dựa trên sự tin tưởng mù quáng vào người khác, hay, dựa trên những định kiến, dựa trên những cái không hay vốn tiềm ẩn trong chính con người mình. Dầu sao, trong bất cứ hoàn cảnh nào, điều tốt nhất là không tiếp tục nuôi dưỡng sân hận, cho chính mình hay cho người khác, chỉ vì kết quả không như ý từ một cuộc bầu cử.

Trong cái không khí rất không bình thường của cuộc bầu cử này, cuối cùng rồi tôi phải tự đi tìm cho mình và người thân của mình những cái phao cho những niềm tin tốt đẹp vào tương lai. Tôi nghĩ đến cái cách kết thúc cuộc nội chiến ở Hoa Kỳ cách đây 155 năm. Tôi cũng nghĩ đến một vài cuộc tranh biện chính trị mà tôi đang theo dõi hàng tuần trên truyền hình Mỹ.

Nội chiến Nam Bắc trong thế kỷ 19 dưới thời Tổng Thống Abraham Lincoln là một thảm kịch của nước Mỹ. Tuy nhiên, cách kết thúc của nó, nói đúng ra, cách ứng xử giữa vị chỉ huy phe thắng trận (Tướng Ulysses Grant) và vị chỉ huy phe bại trận (Tướng Robert Lee) đã giúp nước Mỹ xây dựng lại nhanh chóng từ những chia rẽ, đổ vỡ kinh hoàng trong nội chiến. Thắng hay bại, Grant và Lee có những nhân cách lớn. Nội chiến Việt Nam là một thảm kịch. Bi đát hơn nữa là vì nó không được kết thúc như nội chiến Mỹ. Lãnh tụ chính trị và quân sự của hai phe Việt Nam có thể giỏi hay dở, khôn hay dại nhưng không hề có nhân cách lớn.

Về nội tình nước Mỹ hiện nay và đặc biệt khi theo dõi những tranh luận chính trị giữa hai phe trong cuộc bầu cử, khó ai lạc quan về những gì sẽ đến. Tuy nhiên, vẫn còn nhiều hy vọng. Tôi thường theo dõi cuộc tranh luận trên truyền hình giữa Jennifer Granholm và Scott Jennings. Jennifer Granholm, thuộc đảng Dân Chủ, tốt nghiệp cử nhân ở Berkeley và tốt nghiệp luật ở Harvard, là người đàn bà đầu tiên đắc cử Thống Đốc Michigan (2003-2011). Scott Jennings, thuộc đảng Cộng Hòa, tốt nghiệp cử nhân ở University of Louisville, thường trú Học Viện Chính Trị của Đại học Harvard (2018), Phụ Tá Đặc Biệt (2005-2006) của Tổng Thống George Bush. Trong những tranh luận chính trị, cả hai đều bênh vực quyết liệt các chính sách hay nhân vật chính trị của đảng mình, nhưng luôn giữ một cung cách rất trí thức, rất hòa nhã với nhau. Không thấy họ đem những sự kiện không có thật vào tranh luận. Cũng không thấy họ dùng những phương thức hạ cấp để thủ thắng. Nếu bị thuyết phục, họ mỉm cười, hoặc im lặng, hoặc gật đầu. Tôi tin rằng, nước Mỹ sẽ qua được những vấn nạn của họ nhờ những con người như vậy.

Trở lại chuyện cộng đồng chúng ta, tôi chỉ có một đề nghị:

Hãy đi bầu.

Bầu theo lương tri.

Chấp nhận kết quả bầu cử.

Xem kết quả như cách kết thúc hoàn toàn một cuộc chiến.

TRƯƠNG VŨ
Maryland, tháng 10 năm 2020

THU NĂM NÀO

Vùng đồi Skyline, thuộc Công Viên Quốc Gia Shenandoah, tiểu bang Virginia, là nơi nổi tiếng có lá vàng đẹp nhất vào mùa thu. Trước đây, cứ vào khoảng giữa tháng 10, vào những ngày đỉnh của lá vàng, vợ chồng tôi về nghỉ ở vùng này, hai ba ngày thôi. Để, mỗi buổi sáng, lái xe dọc ngọn đồi Skyline, và vùng phụ cận. Để ngắm lá vàng, ngắm cảnh, và thấy mình hòa nhập với thiên nhiên. Shenandoah có sông, có nhiều rừng cây, nhiều thác nước, nhiều đỉnh đá. Nai, sóc, báo đen và nhiều giống chim lạ sống tự do ở đây. Appalachian Trail, con đường mòn của người Da Đỏ ngày xưa, dài hơn hai ngàn dặm Anh, đi suốt 14 tiểu bang, từ Georgia lên đến Maine, cũng đi xuyên qua Shenandoah. Đường mòn lịch sử này ngày nay vẫn được bảo tồn.

Shenandoah nguyên là tên gọi từ một thổ ngữ Da Đỏ, có nghĩa "con gái của các vì sao". Có nhiều bài hát sáng tác về địa phương này. Nổi tiếng nhất là bài dân ca "Oh Shenandoah". *Oh, Shenandoah, I hear you calling. Hi-o you rolling river... (Ôi, Shenandoah, anh nghe em gọi. Em, con sông đang cuồn cuộn chảy...)*

Những năm sau này, tôi không trở lại Skyline, hay Shenandoah. Nhưng, cứ đến mùa thu, thế nào cũng có những buổi tôi lái xe dọc theo những con đường trong thành phố hay ngoại ô, có nhiều cây đầy lá vàng rực. Mùa thu 2013 là mùa thu sau cùng tôi về Skyline. Mười năm sau, mùa thu 2023, tôi không còn thói quen phải lái xe dọc những con đường nhiều lá vàng để ngắm nữa.

Cuối thu 2023, nhìn cây cối trước nhà đã rụng hết lá, chuẩn bị đón đông, tôi nhớ đến Skyline và những rừng cây ở Shenandoah. Tôi mở lại những hình ảnh chụp ở đó mười năm trước rồi hồi tưởng lại cảnh thu năm nào. Tôi phác họa vài nét cho một bức tranh thu, cảm hứng từ cái hồi tưởng đó. Nhưng chỉ làm được có vậy.

Đầu xuân 2024, vợ chồng tôi về Sài Gòn, dự tính ở một thời gian, dài ngắn tùy nhiều yếu tố cá nhân. Sau vài tháng để điều chỉnh cuộc sống, tôi bắt đầu vẽ lại. Tôi nhớ Virginia với con, cháu đông đảo và bạn bè còn ở đó. Tôi nhớ mùa thu miền Đông Bắc. Nhớ cảnh thu ở Shenandoah và bức tranh chỉ mới phác họa vào 2023 rồi bỏ đi. Ở Sài Gòn, tôi làm lại phác họa cũ rồi vẽ tiếp. Vẽ từ trí nhớ, từ vài hình ảnh chụp vào mùa thu 2013 tại Skyline, bằng tưởng tượng và những cảm xúc từ một hoài niệm. Mọi thứ trong đời sống, nhìn lại từ 2013, đến 2023, rồi 2024, thay đổi nhiều lắm.

Tôi hoàn tất bức tranh ngày hôm qua. Tôi đặt tên bức tranh là "Thu". Không phải "Thu 2013", "Thu 2023" hay "Thu Virginia". Bởi vì, trong trường hợp bức tranh này, dù dựa vào cảnh vật, cảm xúc, trí tưởng tượng ở năm nào, ở đâu, nó vẫn chỉ là sản phẩm riêng của người vẽ.

TRƯƠNG VŨ
Sài Gòn, ngày 4 tháng 7 năm 2024

Thu 2013: Skyline, Virginia.

Thu 2023: Vienna, Virginia, với 3 cháu ngoại.

Phụ bản 19
Tranh Trương Vũ
THU, *sơn dầu trên bố, 40"x 32",*
phác họa 2023 (Virginia), hoàn tất 2024 (Sài Gòn).

Phụ bản 20
CHÂN DUNG BÀ TRƯƠNG HỒNG SƠN (AN)
Tranh Trương Vũ,
sơn dầu trên bố, 24" x 30" (2008)

LỜI MỞ CHO TẬP TRUYỆN "HƯỚNG DƯƠNG GIẤU MẶT" CỦA TÔN NỮ THU DUNG

Tôn Nữ Thu Dung là một trong những học trò trẻ nhất của tôi ở Việt Nam, đúng ra là học trò bé bỏng nhất, em vào đại học năm cuối cùng tôi dạy và làm việc ở đó. Bốn mươi năm đã trôi qua, có nhiều lần gặp lại, tuổi tác tiếp tục tăng lên, tuy nhiên mỗi lần nghĩ đến Thu Dung, hình ảnh tôi nhớ đến luôn là hình ảnh một cô học trò bé bỏng năm nào. Bé bỏng, không phải chỉ vì cái dáng dấp nhỏ bé, xinh xắn, đầy nhiệt tình khi xông xáo vào những sinh hoạt của trường học. Chính cái cách biểu lộ sự đam mê rất hồn nhiên về văn học, nghệ thuật của Thu Dung tạo cho tôi ấn tượng đó. Sau này, đọc những bài vở của Thu Dung, theo dõi những công trình, những sinh hoạt của em về văn học và cả về xã hội, tôi thấy gợi lại nhiều hình ảnh đã nằm yên đâu đó trong ký ức về một khoảng đời rất đẹp tôi sống trên quê hương. Trong hầu hết những sáng tác đó, tôi luôn thấy hình bóng của tác giả, với những biểu lộ vui buồn rất thật và quen thuộc, dù viết về một hồi tưởng, về một câu chuyện thật, hay hoàn toàn hư cấu. Tạp chí mạng Tương Tri mà Thu Dung sáng lập và điều hành, đều đặn và sinh động, với bài vở chọn lựa trên tiêu chuẩn chất lượng, biểu lộ rõ niềm đam mê và cá tính của em, một cá tính mạnh nhưng rất hài hòa và giàu tình cảm.

Cách đây khoảng một năm, khi về California dự một hội thảo văn học, tôi có nhiều dịp gặp lại Thu Dung và một số học trò cũ. Trong một buổi ăn tối với các em, khi nói về chuyện viết lách của Thu Dung, tôi có nói những lời này: "Thu Dung, em không thể cứ trẻ thơ mãi, em phải lớn lên". Tôi nói thật với lòng mình. Tuy nhiên, về lại Maryland, một thời gian sau đó tôi chợt nghĩ lại điều mình nói, rồi nghĩ lại về chính mình. Thế hệ của tôi, tuổi trẻ già hơi sớm. Bước vào đại học là bắt đầu học đại về những ý thức mới, những trào lưu văn học nghệ thuật đương đại trên toàn cầu, những khủng hoảng tâm tư về chính trị, về xã hội, về tôn giáo,... Và, dĩ nhiên, luôn tranh cãi và khắc khoải về chiến tranh, về cái biên cương của sống chết, rất hẹp, rất thật và rất gần với mình. Hình ảnh quen thuộc của thế hệ là hình ảnh những nhóc con mười bảy, mười tám, ngồi quán cà phê, hít một hơi thuốc lá, phà khói lên trần rồi trầm tư và thấy mình rất lớn. Hầu hết đánh mất cái hồn nhiên của mình. Cho dù, cũng có đọc Antoine de Saint-Exupéry viết Le Petit Prince cho đứa trẻ thơ trong một người lớn, hay xem những bức tranh của Marc Chagall vẽ những tình nhân hồn nhiên bay bổng lên không trung. Cho dù, cũng có ngưỡng mộ những công trình đó, ấn tượng để lại trong tâm tư thường vẫn ít sâu đậm.

Bây giờ, đọc lại những sáng tác của Thu Dung, tôi thấy hài hòa với mình và với tác giả hơn, thấy nó gần gũi với đời sống hơn, đặc biệt, khi chứng kiến nhiều cái điên loạn đang xảy ra trong thế kỷ này, những điên loạn phát sinh từ sự coi thường cái sống của người khác. Dầu sao, về chuyện văn chương, tôi đã từng viết ra trong một tiểu luận cách đây 20 năm: *"... khi nghĩ đến văn học nghệ thuật, chúng ta buộc phải nghĩ đến những giá trị lớn, những mức đến xa và không nên tự hài lòng với một so sánh nào đó."* Tôi tin Tôn Nữ Thu Dung cũng nghĩ như vậy.

Cần nói thêm, trên hành trình văn học của mình, Thu Dung có một bạn đường rất tốt: *một trẻ thơ trong người lớn*. Rất thánh thiện và hồn nhiên đến với cuộc đời.

TRƯƠNG VŨ
Maryland, tháng 12 năm 2015

Hàng trước: Tôn Nữ Thu Dung (bên trái) - Trương Vũ (bên phải).
Nha Trang, 2023.

ÔNG ĐẠO DỪA

Ông Đạo Dừa (1910-1990).
Hình Ông Đạo Dừa trong phim tài liệu Sad Song of Yellow Skin của Michael Rubbo quay vào năm 1970.

Sáng hôm nay, đi thuyền trên sông Tiền Giang. Sông rộng hơn sông Bến Tre nhiều và hai bên bờ đẹp. Tuy nhiên, tôi vẫn thích cái hoang sơ của sông Bến Tre hơn. Cũng có thăm nơi này nơi khác, bình thường như khách du lịch, dù chỉ đi một mình. Mục đích chính của sáng hôm nay là đến Cồn Phụng, nơi tu hành ngày xưa của ông Đạo Dừa.

Ông Đạo Dừa, tức kỹ sư Nguyễn Thành Nam, là một nhân vật lạ kỳ. Lạ kỳ trong cách tu hành, trong cách sống, trong hình dáng, và đặc biệt, trong cách ông chủ trương giải quyết cuộc chiến tranh Việt Nam. Ông chủ trương hòa đồng trong mọi lãnh vực, từ tín ngưỡng đến chính trị. Ông muốn người Việt ngưng giết nhau. Ông nuôi mèo với chuột chung trong một lồng và chứng minh rằng chúng vẫn có thể sống chung êm ả với nhau. Ông muốn hỏi tại sao con người không thể làm như vậy. Trong cuộc chiến, phe nào cũng tỏ ra kính trọng ông nhưng chẳng phe nào chấp nhận đề nghị giải quyết của ông. Dễ hiểu thôi.

Thời gian ông nổi tiếng, tôi chỉ là một sinh viên đại học. Bọn sinh viên chúng tôi tuy có nể nang ông nhưng mỗi lần tụm nhau nói về ông đều giễu, cho rằng ông hoang tưởng, ông điên khùng.

Sáng nay, khi đến Cồn Phụng, khách du lịch vẫn đông, nhưng cái Cồn Phụng như được hiểu về ông Đạo Dừa hoang vắng. Ông đã về cõi vĩnh hằng. Môn đệ chẳng còn ai. Ngày nay, cũng chẳng thấy có con mèo nào sống êm ả với con chuột nào trong cùng một lồng, dù chúng có thể khoác lên người bất cứ thứ quần áo nào.

Tôi bỗng nhớ đến ông. Tôi bỗng thấy thèm một đời sống trong đó có những con người hoang tưởng như ông mà tôi đã từng cho là điên khùng. Bởi vì, đời sống sẽ rất hoang vắng nếu chẳng có cái hoang tưởng nào cả.

TRƯƠNG VŨ
Bến Tre, 27.2.2023

Trương Vũ trong chuyến đi đến Cồn Phụng tháng 2.2023.

ÔNG GIÀ BA TRI

Thời còn trẻ, tôi nghe nhiều người gọi các ông già khó tính, và cố chấp là "ông già Ba Tri". Tôi không biết tại sao có thành ngữ đó, nhưng chính tôi, về sau, vẫn dùng nó để chỉ một số nhân vật có tính cách như vậy. Chỉ cách đây vài năm tôi mới biết "ông già Ba Tri" là một người có thật. Theo một số tài liệu, tên ông là Thái Hữu Kiểm hay Cả Kiểm, sống vào đầu thế kỷ 19. Vì những phán quyết bất công đối với dân huyện Ba Tri, ông cùng với vài ông già khác, đi bộ hơn ngàn cây số, suốt ba tháng, ra tới kinh thành Huế nộp đơn kiện lên vua Minh Mạng, đòi lại công bằng cho người dân Ba Tri. Thành ngữ "ông già Ba Tri" từ đó trở nên phổ biến để chỉ những ông già cứng cỏi, kiên trì bảo vệ công lý. Tuy nhiên, dần theo thời gian, thành ngữ này có biến đổi ý nghĩa và do đó nhiều khi được dùng hơi khác. Bây giờ, tôi mong thành ngữ này chỉ nên được dùng để chỉ những con người có cốt cách như ông Cả Kiểm. Nghĩa là, cứng cỏi, kiên trì, quyết tâm bảo vệ công lý cho đến cùng.

Trong thời gian ở Bến Tre, khách sạn tôi ở cách huyện Ba Tri khoảng hơn 40 cây số. Nơi đó cũng nổi tiếng về sân chim Vàm Hồ, một địa điểm du lịch vùng này. Cách đây ba hôm, tôi ngỏ ý với các cháu ở Lễ Tân là tôi cần người lái xe đưa đến huyện Ba Tri. Các cháu đề nghị tôi không nên đi vì mùa này chim đã đi nơi khác, không còn gì để tham quan. Tôi nói: "Không sao, chú chỉ muốn gặp mấy ông già Ba Tri", các cháu cười nhưng rồi cũng kiếm cho tôi người lái xe. Sáng hôm sau, tôi đến huyện Ba

Tri. Người hướng dẫn tôi là một giáo viên hồi hưu. Trước tiên, ông dẫn tôi đến bờ sông, cho biết đây là nhánh sông Ba Lai, một trong chín nhánh của Cửu Long thân yêu, nguồn sống của Miền Nam. Rồi, ông dẫn tôi đi vào khu rừng nguyên sinh. Cây cối trong rừng thu hút tôi. Vì là nguyên sinh, nó không giống cây cối bên ngoài, nó trưởng thành theo cách của nó, đẹp theo cách của nó. Có cây tra nhưng không giống cây tra ở Viện Pasteur Nha Trang mà ngày còn nhỏ tôi thường trèo tường hái trộm trái để ăn. Có cây bàng nhưng không như cây bàng trước nhà tôi năm xưa. Có những cây tôi không nhớ tên nhưng thân cây cuồn cuộn đẹp lạ lùng. Rừng không lớn lắm nhưng đường gập ghềnh và thường phải khom người xuống nên khi ra khỏi rừng tôi khá mệt. Ông giáo chặt một trái mít nhỏ, cắt vỏ cho tôi ăn rồi chặt dừa cho tôi uống. Ông hiền lành, rất hiếu khách. Chúng tôi trao đổi với nhau nhiều chuyện. Tại sao nước sông Ba Lai mặn và nhiều lúc cạn dòng? Tại Trung Quốc xây nhiều đập ở thượng nguồn, và đóng mở tùy ý. Ảnh hưởng ra sao? Có nhiều năm, mùa màng tan hoang, có năm mùa màng tốt trở lại, tùy cách ứng xử của Trung Quốc ở thượng nguồn. Ông giáo chỉ tôi xem một thân cây bưởi mục, cho biết mảnh đất này trước đây là một vườn bưởi rộng 6 mẫu tây, bây giờ chẳng còn gì cả. Chuyện tang thương của đồng bằng sông Cửu Long được bạn tôi, Bác sĩ Ngô Thế Vinh, viết nhiều, cảnh giác nhiều, kêu cứu nhiều ròng rã hơn 20 năm. Ông giáo không đọc sách của Ngô Thế Vinh nhưng ông cũng tỏ ra rất bực mình khi nói về những con đập được Trung Quốc xây ở thượng nguồn và cách ứng xử của họ. Nhưng còn cách ứng xử của mình trong chuyện này thì sao? Ông không rõ lắm nhưng ông tin là những con đập Trung Quốc xây sẽ trở thành chuyện "gậy ông đập lưng ông" cho họ. "Đập lưng" như thế nào? Thật khó biết nhưng có nhiều giả thuyết.

Khi ngồi nghỉ mệt, uống mỗi người một lon Heineken, ông giáo thố lộ đôi lời về đời sống của ông. Nhà nghèo, trở thành một giáo viên cấp 2 là một nỗ lực lớn và ông rất hãnh diện về điều đó. Tôi chia sẻ với ông niềm hãnh diện này. Bây giờ về hưu, ông kiếm thêm thu nhập bằng cách thổi bong bóng bán ngoài chợ. Tôi thực sự cảm phục ông. Sau khi từ giã ông, tôi nhờ cháu tài xế cho đi một vòng huyện Ba Tri. Nhà cửa ở đây còn mang nhiều hình bóng cũ, cho tôi lại cái cảm giác như về thăm quê ngoại ở Vạn Giã năm xưa. Những người tôi gặp đều hiền lành, chất phác, rất dễ mến.

Tôi không gặp được "Ông Già Ba Tri". Các cháu ở Lễ Tân cười tôi cũng phải.

TRƯƠNG VŨ
Sài Gòn, 5 tháng 3.2023

PHẦN 2
VIẾT VỀ TRƯƠNG VŨ

Phụ bản 21
CHÂN DUNG TRƯƠNG VŨ (2)
Tranh Trương Thị Thịnh, sơn dầu trên bố, 24" x 30", (1995).

DU TỬ LÊ

Du Tử Lê và Trương Vũ – Virginia, 2013

1. Trương Vũ: Bằng Hữu, Những Gam Màu Đẹp

Trong phần "Phụ chú" bài viết về cố giáo sư, nhà văn Cung Giũ Nguyên (từ trần ngày 7 tháng Giêng, 2008, ở Nha Trang, thọ gần một trăm tuổi); tác giả "Đuổi Bóng Hoàng Hôn" cho biết, ông thay mặt "Trung Tâm Cung Giũ Nguyên" ở hải ngoại, đọc điếu văn người thầy cũ của mình, có đoạn:

"… Học trò thầy rời mái trường đã lâu lắm rồi, hầu hết đầu đã bạc, vậy mà âm vang những câu chuyện hay bài học 'ngoài môn học,' hay những lời giảng về cách nhìn cuộc đời, cách nhìn một thế giới rộng lớn hơn cái không gian nhỏ bé của mình hay vượt ngoài cái không gian hạn hẹp của mỗi đời người, dường như vẫn còn đâu đó.

Bài học nhiều lắm. Chúng con chỉ muốn nhắc lại ba bài học chính của thầy, được nhắc đi nhắc lại rất nhiều, mà chúng con phải học mãi trong suốt cuộc đời mình. Những bài học ngỡ rằng đơn giản nhưng thật không dễ học… Nhắc lại ở đây như một lời biết ơn trước khi vĩnh biệt thầy:

'Hãy luôn nhìn về tương lai. Hãy luôn làm việc hết mình và không ngừng học hỏi. Hãy nuôi hy vọng.'

Thời gian mấy mươi năm qua, học trò thầy và cả chính thầy, đã trải qua bao thăng trầm. Càng thấm thía với những lời dạy này…" ("Đuổi Bóng Hoàng Hôn," trang 150, 151)

Cũng ở phần "Phụ chú," nhà văn Trương Vũ ghi:

"… Hiện diện trong tang lễ có một thiếu phụ cầm lư nhang đi trước quan tài. Thiếu phụ này là con gái ông với nhà văn NTH, kết quả một mối tình lãng mạn và đầy sóng gió vào cuối thập niên 1950…" ("Đuổi Bóng Hoàng Hôn," trang 150)

Họ Trương không chỉ trân trọng người thầy cũ, mà ông còn cho thấy tính ân cần, trân quý một số bằng hữu, ở những năm, tháng sau 1975 của ông, nơi quê người.

Thí dụ tình bạn giữa ông và họa sĩ Đinh Cường. Trong bài "Lá Mùa Thu," họ Trương viết:

"Lần đầu tiên tôi gặp Đinh Cường là một buổi xế trưa đầu Hè 1974. Tôi và Lê Thành Nhơn ra phi trường Nha Trang đón Cường về nhà, chuẩn bị cho một cuộc triển lãm cá nhân do Đại Học Duyên Hải tổ chức. Chúng tôi trở thành bạn thân từ đó (…)

Sau 1975, Đại Học Duyên Hải không còn nữa. Lê Thành Nhơn đi tỵ nạn ở Úc, sau đó tôi đi Mỹ. Hơn hai mươi năm sau tôi mới gặp lại Cường, chị Tuyết Nhung và các cháu sang định cư ở Virginia. Từ đó, chúng tôi gặp nhau khá thường xuyên. Tôi ngờ rằng đời sống ở Mỹ có thể tốt cho các cháu nhưng không chắc nó hợp với Đinh Cường, vốn sống nặng về nội tâm, quen gần gũi với bạn bè thân tình từ thời còn trẻ. Tuy vậy, tôi vẫn thấy được nơi Cường một thái độ nhẫn nại, thâm trầm trong cố gắng giữ cân bằng giữa đời sống một con người bằng xương, thịt phải đương đầu với những vấn đề rất thực tế của xã hội Mỹ với đời sống của một nghệ sĩ có một thế giới rất riêng tư. Một thế giới của nghệ thuật, của tình bạn, của những nơi chốn luôn gắn liền với cuộc đời mình, như Huế, như Sài Gòn, như Dran, như Bình Dương… và của hồi tưởng, nói chung. Thỉnh thoảng, tôi vẫn cảm nhận được nơi Cường ít nhiều chao đảo trong nỗ lực cân bằng đó.

Đinh Cường là một tài danh lớn của hội họa Việt Nam và là bạn hiền, bạn tốt của hầu hết họa sĩ, văn thi sĩ được biết đến, thuộc nhiều thế hệ khác nhau…" ("Đuổi Bóng Hoàng Hôn," trang 181, 182)

Nếu không có tiết lộ của nhà văn Trương Vũ về họa sĩ Đinh Cường, có dễ ít người biết rằng, tinh thần họ Đinh có phần "chao đảo" trong những năm, tháng tỵ nạn ở xứ người; vì Đinh Cường là người rất kín đáo. Dường như hiếm khi ông cho bằng hữu biết những cảm nghĩ thực của ông trong giai đoạn sống xa quê hương này.

Cũng qua họ Trương, người ta biết rõ hơn, những ngày cuối cùng, trước khi từ trần của họa sĩ Đinh Cường (1939-2016):

"*... Chấp nhận những đau đớn của Chemo như điều không thể tránh. Cho đến khi, cơ thể yếu hẳn dần. Lúc đó, theo dõi những bài thơ trên blog Phạm Cao Hoàng, những bài thơ được viết ra như viết nhật ký, tôi có cảm tưởng nửa khuya nào bạn tôi cũng thức dậy. Ngó qua khung cửa sổ, nhìn bóng đêm, nhìn vầng* *trăng. Rồi, nhìn lên kệ sách. Rồi đi tìm những cuốn sách, những bài thơ của bạn bè. Rồi viết cho người này, người nọ, cho những người còn sống, cho những người đã chết. Thi thoảng còn từ ký ức phác họa vài chân dung của bạn bè. Tôi cảm phục sức làm việc phi thường, ý chí cống hiến thanh thoát, nhưng đồng thời, tôi cũng cảm nhận được nỗi cô đơn cùng cực của bạn. Nói như Đinh Trường Chinh, 'cô đơn đi vào bóng tối.'*

Chỉ trong ba năm sau cùng, Đinh Cường đã đăng 875 bài thơ cùng với một số lượng tranh tương tự, theo ghi nhận trên blog của Phạm Cao Hoàng.

... Họa sĩ Đinh Cường đã cống hiến cho hội họa Việt Nam một tài sản lớn. Nhà thơ Đinh Cường đã làm thơ rất nhiều, như một cách thể hiện cái vi tế và phong phú của đời sống, rất đặc thù.

Tôi nhớ một câu nói đâu đó, 'nhân tài như lá mùa thu.'

Một chiếc lá mùa thu rất đẹp vừa rơi xuống!" ("Đuổi Bóng Hoàng Hôn," trang 184).

Về tình thân với nhà văn Cao Xuân Huy, tác giả "Tháng Ba Gãy Súng," họ Trương ghi:

"Tôi gặp Cao Xuân Huy (1947-2010) đầu tiên cách đây khoảng 40 năm, khi Huy phục vụ tại một căn cứ huấn luyện quân nhân gốc Thượng ở Pleiku. Tôi còn nhớ vóc dáng và nét mặt Huy lúc đó. Cao, gầy, phảng phất chút thư sinh, chút buồn, và ít nói.

Hơn 15 năm sau, gặp lại ở hải ngoại, Huy vẫn ít nói nhưng bề ngoài thay đổi nhiều. Phong sương, dày dạn, ngang tàng. Tác phẩm 'Tháng Ba Gãy Súng' đến với tôi như một bất ngờ thú vị. Cho tới lúc đó tôi vẫn chỉ nghĩ đến Huy như một người lính thứ thiệt, hơn là một nhà văn. Huy viết ít, 'Tháng Ba Gãy Súng' không nhiều chữ nhưng đủ để tạo cho nó một chỗ đứng riêng biệt và quan trọng trong văn học Việt Nam. Huy yêu quân đội, yêu binh chủng, yêu đồng đội vô cùng. Gần Huy ai cũng thấy rõ. Đọc 'Tháng Ba Gãy Súng,' càng thấy rõ hơn. Thế nhưng, cũng trong 'Tháng Ba Gãy Súng' chúng ta thấy Huy yêu sự thật và trân trọng với ngòi bút đến như thế nào." ("Đuổi Bóng Hoàng Hôn," trang 171)

Vào sâu thêm bên trong con người nhà văn của Cao Xuân Huy, Trương Vũ đã cho người đọc thấy được những nét đặc thù, như những lớp cắt tiêu biểu của Cao Xuân Huy, đời thường:

"... Những ai gần gũi với Huy đều biết Huy không hề hưởng ân sủng của may mắn nhưng lại được tình thân đặc biệt của nhiều người. Gia đình, bạn bè, đồng đội cũ (...)

Dù ít ai nghe Huy nói về vợ con nhưng những bạn bè rất thân đều biết Huy thương yêu vợ con vô cùng. Dù Huy không sống với cha mẹ từ bé nhưng Huy yêu cha mẹ cũng vô cùng. Đặc biệt là với cha. Tình cảm đó sâu đậm, mãnh liệt. Thế nhưng, những vết hằn của thân phận vẫn rõ nét trong tâm tư, khiến những biểu lộ tình cảm thường lững lờ (...) Thật ra không phải." ("Đuổi Bóng Hoàng Hôn," trang 173)

Tuy được gia đình, bằng hữu rất mực thương, yêu, nhưng sự kiện ấy, vốn nằm ngoài "tiêu chí" của định mệnh. Tôi muốn nói, điều gì phải tới, cũng đã tới, dù cho người đó là tác giả "Tháng Ba Gãy Súng."

Ghi lại những ngày, giờ cuối cùng của Cao Xuân Huy, Trương Vũ viết:

"Cách đây vài tuần, sau một chuyến đi xa về, tôi được tin Huy bệnh nặng, nặng lắm, y học bó tay rồi. Tôi liền gọi điện thoại cho Huy, chỉ nghe giọng thều thào. Tôi lặng người. Có bao giờ trong đời tôi nghe Huy thều thào. Tôi tìm cách thu xếp ngay những việc riêng cần thiết để bay về Quận Cam. Hai ngày trước khi tôi lên đường, nhận được điện thoại của Trịnh Y Thư cho biết đúng

4 giờ 53 phút chiều Thứ Sáu, 12/11/2010, Cao Xuân Huy đã từ biệt vợ con và vài bạn bè thân nhất đang ở bên cạnh, bình thản đi vào nơi vô tận…" ("Đuổi Bóng Hoàng Hôn," trang 172, 173).

2. Trương Vũ, Nhà Văn Nặng Lòng Với Văn Học Nghệ Thuật Dân Tộc

Tôi trộm nghĩ, độc giả của nhà văn Trương Vũ ít ai ngạc nhiên khi nhận ra ông vốn nặng lòng với quê hương, nhất là ở lãnh vực văn học, nghệ thuật của đất nước. Xu hướng này thể hiện rất rõ qua nhiều trang sách ở tác phẩm "Đuổi bóng hoàng hôn". Cụ thể những chương như "Nhìn lại phong trào văn nghệ phản kháng tại Việt Nam"; "Chiến tranh Việt Nam, văn học Việt Nam hải ngoại và phía bên kia thiên đường" hoặc "Vị trí của Sáng Tạo trong sự phát triển văn học miền Nam sau 1954"; vân vân…

Mối quan tâm của họ Trương không chỉ giới hạn ở cõi-giới văn chương miền Nam, nơi ông lớn lên, trưởng thành, hay những năm tháng ông phải bỏ nước ra đi, mà tác giả "Đuổi Bóng Hoàng Hôn" (ĐBHH) còn theo dõi sát sao những biến động của dòng văn chương miền Bắc trong 20 năm chia cắt nữa. Điều này cho thấy, trái tim, tấm lòng đau đáu với chữ, nghĩa của ông, đã vượt khỏi sự "khoanh vùng" bởi chia cắt hay, vạch phấn chính trị. Nơi bất cứ tiểu luận nào, ở lãnh vực này, cũng được họ Trương ghi nhận với tất cả trầm tĩnh, khách quan có được…

Cụ thể, trong tiểu luận tựa đề "Nhìn lại phong trào văn nghệ phản kháng tại Việt Nam", Trương Vũ viết:

"… *Trong một tiểu luận tựa đề "Viết về chiến tranh" (Văn Nghệ Quân Đội, tháng 11 / 1978), Nguyễn Minh Châu đả kích tác phẩm của hầu hết những nhà văn thời kỳ đó là họ chỉ viết về 'những hiện thực mơ ước' chứ không phải viết về những 'hiện thực đang tồn tại'. Tán đồng với nhận định của Nguyễn Minh*

Châu, nhà phê bình Hoàng Ngọc Hiến viết bài nhan đề 'Về một đặc điểm văn nghệ ở ta trong giai đoạn vừa qua', trong đó ông đề nghị nên gọi nền văn học nghệ thuật hiện đại của Việt Nam là một nền văn học nghệ thuật 'phải đạo', có nghĩa là 'quan tâm đến sự phải đạo nhiều hơn là tính chân thật'. Cũng trong tháng đó, Nguyên Ngọc đề nghị một đề cương về sáng tác văn học trong đó ông kịch liệt đả kích chất lượng yếu kém của những tác phẩm văn học hiện đại. Đề cương này mãi chín năm sau mới được phổ biến, nhưng chỉ phổ biến một phần trên tạp chí Lang Bian ở Đà Lạt…" (ĐBHH, trang 22, 23)

Không nương vào những lên tiếng minh bạch của một số nhà văn trong cuộc, để đưa trình bày quan điểm của riêng mình, họ Trương chỉ tiếp tục ghi nhận phản ứng của thành phần bảo thủ, của những "dư luận viên", theo cách nói hôm nay của những cây bút ủng hộ chế độ. Nhà văn Trương Vũ đề cập tới một bài viết trên tạp chí Nghiên Cứu Nghệ Thuật (Tháng 1/1980) của tác giả Kiều Vân:

"Kiều Vân biểu lộ một cách khá hằn học, dùng trường hợp của Lucas để ngụ ý những người này đã 'đòi hỏi một kiểu tự do vô lối trong sáng tác đối với xã hội chủ nghĩa, tấn công một cách kiên trì vào nền văn học mang tính đảng và tính có khuynh hướng'. Thế nhưng, từ phía đông đảo nhà văn, nghệ sĩ và trí thức, có một sự yên lặng đáng ngạc nhiên, không giống như vào thời kỳ Nhân Văn Giai Phẩm, đa số đã nhảy vào đánh hùa theo với đảng..." (ĐBHH, trang 23).

Dõi theo biến động bất ngờ, đáng kể của những nhà văn như Nguyễn Minh Châu, Hoàng Ngọc Hiến, Nguyên Ngọc, họ Trương ghi nhận tiếp:

"… *Hai tháng sau, dưới áp lực của chính sách đổi mới ở Liên Xô và Đông Âu, Tổng Bí Thư Nguyễn Văn Linh tuyên bố sẽ đổi mới chính sách của đảng Cộng sản Việt Nam. Tháng 12/1987, nghị quyết số 5 về đổi mới trong văn học và nghệ thuật được ban hành..."* (ĐBHH, trang 24)

Vẫn theo ghi nhận của tác giả ĐBHH thì, khởi từ nghị quyết vừa kể mà lãnh vực phê bình, lý luận ở miền Bắc, có nhiều tác giả nổi bật như Hoàng Ngọc Hiến, Lại Nguyên Ân, Lê Ngọc Trà… Ở lãnh vực kịch nghệ, điện ảnh, người ta thấy họ Trương nhắc đến những tên tuổi, như Lưu Quang Vũ, Tất Đạt, Trần Văn Thủy, Việt Linh. Về thơ, Trương Vũ nói, phải kể tới Nguyễn Duy, Trần Vàng Sao…

Nhưng theo họ Trương thì những tên tuổi được dư luận ghi nhận là sôi động, sáng rỡ nhất phải là Nguyễn Huy Thiệp, Dương Thu Hương, Phạm Thị Hoài, Trần Mạnh Hảo, Nhật Tuấn, Nguyễn Quang Lập, Bảo Ninh, v.v…

Vẫn theo nhà văn Trương Vũ thì, Nguyễn Huy Thiệp được coi là tài năng hàng đầu của giai đoạn "cởi trói văn nghệ" này:

Nguyễn Huy Thiệp *"... nhìn xoáy vào từng điểm đen tối nhất của đời sống. Ông lôi ra ánh sáng để đùa bỡn với những khúc mắc ghê rợn của một xã hội trong đó ông sống và làm việc. Phong cách này được nhìn thấy rõ nhất trong các truyện ngắn như 'Tướng về hưu' và 'Không có vua'..."* (ĐBHH, trang 25)

So sánh nội dung tác phẩm của Nguyễn Huy Thiệp và Dương Thu Hương, nhà văn Trương Vũ cho rằng truyện dài "Thiên đường Mù" của Dương Thu Hương "bao phủ một không khí hoài niệm, tăm tối, sầu thảm. Cái thiên đường mà Dương Thu Hương ngụ ý ở đây chỉ là một thiên đường của những kẻ đã đánh mất nhân tính hay của những kẻ bị chà đạp, bóc lột, bị xem khinh. Một thứ thiên đường của nghèo đói, lạnh lẽo và cô đơn. Một thứ thiên đường mù lòa."

Ở phần trích dẫn tác phẩm "Thiên đường mù" của Dương Thu Hương, họ Trương chọn một nhân vật trẻ, đầy tính người, Cậu Chính đại diện cho lớp người trẻ có "trí khôn ngắn ngủi":

"… *Họ là những kẻ đã phao phí gần hết đời sống của mình vào việc vẽ nên một thiên đường dưới trần ai, nhưng trí khôn ngắn ngủi của họ lại không đủ hiểu thiên đường đó ra sao và con đường nào đưa tới nó. Vì thế, khi biết công việc đó hão huyền thì họ hối hả tìm kiếm những miếng ăn thực, nhặt nhạnh những hạt ngũ cốc thực trên mảnh đất bùn lầy. Họ làm việc ấy, bất kể bằng cách nào... Họ là tấn thảm kịch cho chính họ, là tấn thảm kịch cho chúng ta."* (ĐBHH, trang 26)

Đề cập tới nhà thơ Nguyễn Duy, Trương Vũ viết:

"Trong một bài thơ gây nhiều phản ứng sôi nổi, Nguyễn Duy biểu lộ một thái độ khinh miệt tận cùng về việc xây dựng thần tượng mà ông coi như chẳng khác gì xào nấu các món ăn, trong bài thơ tựa đề "Nhìn từ xa... tổ quốc":

> *"Thần tượng giả xèo xèo phi hành mỡ*
> *Ợ lên thum thủm cả tim gan"*

"Và ông cũng biểu lộ sự hoài nghi về thiện chí đổi mới của Đảng qua sự hoài nghi về chính bản chất của Đảng

> *"Đổi mới thật chăng hay giả vờ đổi mới?*
> *Máu nhiễm trùng ta có thể thay chăng?"*

"Những gì xảy ra vài năm sau đó chứng tỏ sự hoài nghi của Nguyễn Duy quả thật có cơ sở. Đến khoảng cuối năm 1989, phong trào Văn Nghệ Phản Kháng bắt đầu gặp phản ứng mạnh từ phía nhà cầm quyền và từ phía một số văn nghệ sĩ thuộc cấp lãnh đạo chính trị, kể cả một số người lúc đầu có cảm tình với phong trào này..." (ĐBHH, trang 26, 27)

Chỉ căn cứ vào một số những trang viết của chính các tác giả xuất thân từ miền Bắc, Trương Vũ đã ghi những nét đậm nơi bài "Phong trào văn nghệ phản kháng tại Việt Nam 1986-1989" trong cuốn ĐBHH của mình.

*

Sau khi đọc hết ĐBHH, theo tôi, điều đáng kể nhất nơi nhà văn Trương Vũ vẫn là tinh thần nhân bản của ông, trước mọi biến động hay bi kịch của hai dòng văn học, nghệ thuật hải ngoại và trong nước sau tháng 4-1975.

Tinh thần này dường là mẫu chung của đa số nhà văn, nhà thơ miền Nam trước đây.

Tinh thần ấy, với những người từng giao tiếp với họ Trương, có thể đã "đọc" được qua nụ cười đôn hậu và, ánh nhìn ân cần, thường trực xuất hiện trên gương mặt hiền hòa của ông.

3. Trương Vũ, "Trên Sông Khói Sóng"

Nhà xuất bản Nhân Ảnh mới ấn hành tiểu luận "Đuổi Bóng Hoàng Hôn" của nhà văn và cũng là họa sĩ Trương Vũ, hiện cư ngụ tại Virginia.

Có thể nhiều người không biết, Trương Vũ tên thật là Trương Hồng Sơn. Ông là một trong số những khoa học gia gốc Việt, từng được cơ quan không gian NASA của Hoa Kỳ trọng dụng.

Ông có bằng tiến sĩ khoa học về điện trong kỹ thuật không gian. Họ Trương vượt biển, định cư tại Hoa Kỳ từ năm 1976. Là chuyên gia nghiên cứu cho cơ quan NASA, tại Trung Tâm Không Gian Goddard từ năm 1980 cho tới khi về hưu năm 2005. Tiến Sĩ Trương Hồng Sơn từng tham dự và phụ trách nhiều công trình khác nhau về khoa học và kỹ thuật.

Đóng góp quan trọng nhất của Trương Hồng Sơn thuộc lãnh vực nghiên cứu và phát triển kỹ thuật xác định quỹ đạo (Orbit Determination) và phi hành tự động cho phi thuyền (Autonomous Spacecraft Navigation). Ông cũng là tác giả nhiều công trình nghiên cứu với tư cách tác giả chính về vật lý và, kỹ thuật không gian.

Ở lãnh vực văn học nghệ thuật hải ngoại, Trương Vũ là đồng chủ biên tuyển tập văn chương chiến tranh "The Other Side of Heaven" (do Curbstone Press xuất bản năm 1995). Ông nguyên là đồng chủ tịch tập san Việt Học – The Vietnam Review (1996-1998); nguyên chủ bút tạp chí Đối Thoại, California (1993-1994). Mặt khác, Trương Vũ cũng đóng góp bài vở cho nhiều tạp chí Việt Ngữ của tập thể Việt ở hải ngoại.

Về hội họa, ngoài các lớp học rải rác tại đại học và tư nhân, phần chính là tự học, Trương Vũ đã tham dự một số triển lãm tại Hoa Kỳ.

Trong phần "Thay Lời Tựa," trước khi bước vào 19 tiểu luận của tập tiểu luận Trương Vũ viết:

"Mượn hình ảnh từ hai câu thơ của Thôi Hiệu, trong bài 'Hoàng Hạc Lâu' do Tản Đà dịch, tôi lấy tựa đề 'Đuổi Bóng Hoàng Hôn' cho tuyển tập này:

> *'Quê hương khuất bóng hoàng hôn*
> *Trên sông khói sóng cho buồn lòng ai'*
> *(Nhật mộ hương quan hà xứ thị*
> *Yên ba giang thượng sử nhân sầu)*

(Tác phẩm này) phần lớn được viết dưới dạng tiểu luận. Số còn lại là tạp bút, để đơn giản hóa, tôi dùng chữ Tiểu Luận cho cả tuyển tập.

... Tuyển tập có thể không ra mắt được như độc giả đang có nó trong tay nếu không có sự cổ vũ và góp sức của những bạn trẻ của tôi như Trần Thị Nguyệt Mai, Phạm Cao Hoàng, Duyên và Nguyễn Minh Nữu..." ("Đuổi Bóng Hoàng Hôn," trang 7)

Tiểu luận đầu tiên của "Đuổi Bóng Hoàng Hôn" tựa đề "Đêm Đại Dương" được Trương Vũ thuật lại, như một thứ hồi ức về hành trình đi tìm tự do của ông:

"Cách đây 39 năm, tôi rời Việt Nam trên một chiếc thuyền đánh cá nhỏ, cùng bốn bạn đồng hành khác. Chúng tôi thay phiên nhau lái

ghe, từ Nha Trang vượt đại dương nhắm hướng Manila, Phi Luật Tân. Không một ai trong chúng tôi có kinh nghiệm hay hiểu biết về hải hành. Một đêm, không trăng, sóng lớn, đang lái ghe tôi chợt nhớ đến một bài thơ của Victor Hugo, bài 'Oceano Nox' (Đêm Đại Dương), mở đầu bằng những câu tạm dịch như thế này: 'Có biết bao thủy thủ, có biết bao thuyền trưởng, vui vẻ hăm hở lao mình vào các chuyến viễn du, có biết bao người trong số đó, do định mệnh nghiệt ngã, mất hút theo chân trời mờ nhạt, tan biến vào lòng đại dương không đáy, trong một đêm không trăng... 'Khi còn đi học, nét bi hùng của bài thơ gây cho tôi nhiều xúc động. Vào lúc này, chơi vơi trên biển cả, không là thủy thủ, không là thuyền trưởng, trong lo sợ, trong sự cảm nhận sâu sắc của sự nhỏ nhoi mong manh của mình giữa đại dương bao la, tôi càng xúc động hơn. May mắn, chúng tôi đến được Manila an toàn. Ghe chúng tôi là một trong những chiếc đầu tiên đến được Manila sau biến cố 1975..." ("Đuổi Bóng Hoàng Hôn," trang 9)

Kế tiếp, vẫn trong dòng hồi ức quá khứ: "Những Cơn Mưa Ngày Cũ," với rất nhiều hình ảnh, gần với thể tùy bút, Trương Vũ viết:

"Tôi sống ở Mỹ đã hơn 35 năm, hơn nửa đời người. Tôi yêu cây cỏ vùng tôi ở, miền Đông Bắc Hoa Kỳ, nhất là màu sắc của cây khi trời bắt đầu vào Thu. Những năm sau này tôi thường vẽ cảnh mùa Thu ở đây. Cảnh nắng trên đồi, cảnh lá vàng trong rừng, cảnh thung lũng trong mù sương... Càng vẽ tôi càng khám phá những thay đổi của màu sắc, của tính cách, của ấn tượng, theo từng khoảnh khắc, như cây cỏ có linh hồn cuốn hút tôi vào đó. Vùng này thỉnh thoảng có mưa, nhưng mưa ở đây không để lại trong tôi những cảm giác đặc biệt để đi xa phải nhớ." ("Đuổi Bóng Hoàng Hôn," trang 13)

Tuy nhiên, mưa ở quê người, lại khiến Trương Vũ đắm mình, sống lại với những cơn mưa quê nhà, như một thứ kỷ niệm êm đềm hay một thứ tình yêu "giúp ông... trưởng thành":

"Tôi nhớ những cơn mưa ở Việt Nam, Nha Trang hay Sài Gòn. Mưa Sài Gòn thường đến ào một cái rồi ngưng. Mưa Nha Trang

kéo dài lâu hơn, nhiều khi dầm dề, và cái cảm giác ướt át lành lạnh nó để lại thường dai dẳng. Tôi nhớ những buổi tối, ở xa về, tôi lang thang trên bãi biển dưới mưa, nhiều đêm mưa tầm tã vẫn không muốn về. Tôi nhớ những ngày còn ở trung học, ngồi trên thềm nhà đọc sách, nước mưa rơi xuống từ mái hiên, thỉnh thoảng những giọt mưa tạt nhẹ vào người. Tôi nhớ những đêm mưa dạy học trong một lớp luyện thi. Học trò từ nhiều trường khác nhau, Lê Quý Đôn, Võ Tánh, Nữ Trung Học,... Lớp học mượn của đình Phương Câu, trống một bên. Khi gió lớn, cả thầy lẫn trò đều ướt. Bốn mươi lăm năm đã qua rồi, tôi vẫn còn nhớ rất rõ nét mặt một số học trò trong lớp đó. Tôi còn cảm nhận được cái lành lạnh của nước và mường tượng âm vang tiếng cười giòn của các em khi cố lách mình tránh mưa. Tôi cũng nhớ những đêm mưa, lái xe chở các con trên chiếc mini truck có mui, chạy dọc theo đường Duy Tân. Vào những khúc vắng người và có nhiều vũng nước, tôi cho xe chạy thật nhanh làm nước bắn tung tóe, để nghe tiếng cười rú của mấy đứa nhỏ.

Đi xa, tôi nhớ những cơn mưa ngày cũ. Mỗi cơn mưa tồn tại trong tâm tưởng mang theo với nó một kỷ niệm, đánh dấu từng khoảng đời. Rất nhiều kỷ niệm đã giúp tôi trưởng thành..." ("Đuổi Bóng Hoàng Hôn," trang 13, 14)

Tôi không biết có phải vì yêu nơi chốn sinh thành của mình, từ cảnh vật, tới con người hay không (?) mà, họ Trương đã có một tiểu luận chương khá chi tiết, về một nhân vật đặc biệt – như một thứ "di sản" văn chương của Nha Trang: Nhà văn, Giáo Sư Cung Giũ Nguyên, một trí thức nổi tiếng, viết nhiều sách bằng tiếng Pháp, tiếng Anh, song song với tiếng Việt. Dĩ nhiên, họ Trương đã không đề cập tới phần đời riêng, từng gây xôn xao dư luận một thời ở Nha Trang, liên quan tới một cô học trò, sau này đã trở thành một nữ văn sĩ nổi tiếng của miền Nam...

DU TỬ LÊ
Tháng 7. 2019

DUYÊN
Người Họa Sĩ
"Đang Vẽ Tâm Hồn Của Bạn"*

Trương Vũ đang vẽ chân dung Duyên.
Ảnh Phạm Cao Hoàng – Virginia, 14.10.2017.

về họa sĩ Trương Vũ.

Đã đến lúc...
thật vui. có nhiều giờ bên người họa sĩ
nghe anh nói
điều cần thiết...
xem cách anh pha màu
khoan thai, khoa học
chậm rãi, nhẹ nhàng

nói. cười. chừng mực
đạo mạo, nhưng vui
thi thoảng cũng... đùa
elegant, duyên dáng lắm...
người mẫu bớt căng thẳng
phòng vẽ thêm tươi vui
bất chợt. anh xa xôi...
chăm chú trên khung vải
quên hiện tại. tương lai
sắc màu. thì thầm. nói
bố cục đã thành hình
tinh khôi trên toile trắng
ai kia vừa nắm bắt
phần hồn của bức tranh.

Chọn màu...
anh cương quyết
trên nền vải hiện ra
nét chấm phá. gần. xa
thu vàng. long lanh nắng
cánh nâu. ngập ngừng. qua
Xuân về bên thềm cũ
yêu kiều, vườn xuân ca
hoa sen. tinh khiết. nở
long lanh. hồ lặng thinh
xóm nghèo trong trí nhớ
kinh nước đen. dật dờ
thật thà. như trong mơ
buồn. giã từ vũ khí **
bạn. mất, còn. về đâu?
chiếc cầu nào. ngăn cách
dòng sông. buồn... chiến tranh.

Có nụ cười thiếu nữ
khóe mắt dịu dàng ơi
long lanh trong nắng mới
tranh. như lời chưa nói
họa sĩ. bình an. thôi
ngày xưa, giờ xa lắc
buồn. biết bao giờ nguôi.

Tác phẩm tạo niềm vui
tác giả mỉm môi cười...
họa sĩ thõng tay. vui
mắt. mệt nhoài. không nói...
môi. vui. nở nụ cười.

Duyên
2017

**Tôi đang vẽ tâm hồn bạn, thơ Phạm Cao Hoàng.*
***Giã từ vũ khí, Farewell To Arms, Ernest Hemingway.*

Phụ bản 22
CHÂN DUNG DUYÊN
Tranh Trương Vũ,
sơn dầu trên bố, 18" x 24", (2017).

ĐÀO NHƯ

"ĐUỔI BÓNG HOÀNG HÔN", TUYỂN TẬP TIỂU LUẬN CỦA TRƯƠNG VŨ

Đào Như

Hôm cuối tháng Giêng vừa rồi tôi nhận được tuyển tập tiểu luận – ĐUỔI BÓNG HOÀNG HÔN – xuất bản năm 2019, do chính tác giả Trương Vũ gửi tặng.

Thoạt tiên, tên Trương Vũ thật lạ lẫm với tôi. Nhưng khi đọc vào trang trong tôi mới biết Trương Vũ là bút hiệu của Trương Hồng Sơn, người bạn đồng môn của tôi vào những năm 1953-1955, thuở chúng tôi học chung với nhau từ lớp đệ Lục đến đệ Tứ tại trường trung học tư thục Kim Yến, Nha Trang. Nhìn ảnh của Sơn với hai màu tóc, khiến tôi bồi hồi cảm động. Chúng tôi xa nhau đã hơn 65 năm, biết bao nước chảy qua cầu. Sáu mươi lăm năm của khói lửa, chiến tranh, của ý thức hệ, phân ly, chia cắt, chúng tôi trôi giạt thành người lưu vong bất đắc chí.

Trong suốt hơn 65 năm qua, thời gian dài đăng đẳng, tôi theo nghiệp Y, hành nghề bác sĩ phẫu thuật của thời chiến. Sau khi về hưu tôi ngả ra viết lách. Trong khi đó Trương Vũ, tốt nghiệp Cử Nhân Giáo Khoa Toán Đại học Sàigòn; Thạc sĩ (MS) Vật Lý Hạt

Nhân, University of Pennsylvania; Thạc Sĩ Kỹ Sư Điện (MSEE) và Tiến sĩ Khoa Học (D.Sc.) về Điện trong Kỹ thuật Không Gian, The George Washington University. Trước 1975, anh dạy Toán và đặc trách Sinh Viên Vụ tại Đại Học Duyên Hải – Nha Trang. Vượt biển và định cư tại Hoa Kỳ từ 1976. Chuyên Viên nghiên cứu cho NASA tại Trung Tâm Không Gian Goddard từ năm 1980 cho đến khi nghỉ hưu, 2005. Đóng góp quan trọng nhất thuộc lãnh vực nghiên cứu và phát triển kỹ thuật xác định quỹ đạo (Orbit Determination) và phi hành tự động cho phi thuyền (Autonomous Spacecraft Navigation). Đăng tải nhiều công trình nghiên cứu với tư cách tác giả chính về vật lý và kỹ thuật không gian (1996-1998).

Ngoài công tác chính ở NASA, Trương Vũ còn đóng góp vào một số sinh hoạt văn học nghệ thuật ở hải ngoại. Đồng Chủ biên tuyển tập văn chương chiến tranh – *The Other Side Of Heaven* (do Curbstone Press xuất bản năm 1995). Nguyên đồng Chủ biên Tập san Việt Học – The Vietnam Review (1996-1998). Nguyên Chủ bút tạp chí Đối Thoại, California (1993-1994). Hợp tác đóng góp bài vở cho các tạp chí giấy và mạng như Văn Học, Hợp Lưu, Văn, Tiền Vệ, Da Màu, Tương Tri, hay các diễn đàn internet như Talawas, Trang VHNT Phạm Cao Hoàng, Phố Văn, Trần Thị Nguyệt Mai… Về hội họa, ngoài các lớp học rải rác tại các Đại học và tư nhân, phần chính là tự học. Trương Vũ đã từng tham dự một số triển lãm tranh tại Hoa Kỳ.

Cùng với gia đình, Trương Vũ hiện cư ngụ tại tiểu bang Maryland, chú tâm vào chuyện vẽ và viết.

ĐUỔI BÓNG HOÀNG HÔN, Trương Vũ cho biết lấy từ nguồn cảm hứng hai câu cổ thi Trung Quốc: Hoàng Hạc Lâu - của Thôi Hiệu: *"Nhật mộ hương quan hà xứ thị – Yên ba giang thượng sử nhân sầu// Quê Hương khuất bóng hoàng hôn/Trên Sông khói sóng cho buồn lòng ai"*. Ý chừng hai mươi bài trong tập tiểu luận này đều mang không ít thì nhiều hoài vọng tư cố hương của tác giả.

Qua gần hai mươi bài ký trong tập tiểu luận ĐUỔI BÓNG HOÀNG HÔN, Trương Vũ đề cập tới nhiều vấn đề khác nhau. Từ Giáo dục đào tạo của Việt Nam hôm nay, cho đến Chiến tranh Hòa Bình, các vấn đề chính trị, các phong trào Văn Học Nghệ Thuật ở Việt Nam, con người và quê hương, *Chiến Tranh Việt Nam và Văn Học Việt Nam Ở Hải Ngoại – The Other Side of Heaven...* Vốn dĩ là nhà toán học, khoa học kỹ thuật, Trương Vũ thường dùng ánh sáng của khoa học để soi sáng những trang viết của anh.

Khi Trương Vũ viết về tình người và quê hương bạn bè, đó là lúc trái tim trở nên chủ động ngòi bút của anh. Thể hiện đậm nét về xu thế này của Trương Vũ là bài viết "VỀ LẠI SORRENTO", – bài viết dựa trên niềm cảm xúc khi tác giả Trương Vũ nghe lại ca khúc Trở Về Mái Nhà Xưa – *Torna a Surriento* của *Ernesto De Curtis* nhạc sĩ Ý, cuối thế kỷ XIX. Bản nhạc này đã làm mê hoặc anh. Anh nhớ Nha Trang, giống như Surriento, nơi có biển xanh cát trắng, tình người. Nơi đó Nhạc sĩ Phạm Duy đã hơn một lần dừng chân lại: *"Nha Trang Ngày Về mình tôi trên bãi khuya/ Đêm nay còn cát trắng – Đêm nay còn tiếng sóng – Đêm nay còn trăng soi... nhưng rồi chỉ còn mình tôi/ Trên bãi đêm khóc người tình".* Trương Vũ trong suốt hơn 65 năm qua đôi lần cũng nhớ về Nha Trang, quê hương của tuổi thơ, của những ngày học trò. Nơi đó, khi về già ta thường nhớ lại như nhớ một thiên đường đã mất. Ôi có gì đáng yêu hơn khi nhớ lại quê hương qua hình ảnh những người bạn gái cùng lớp cùng trường ta chưa hề cầm được tay nhau để nói rằng ta yêu người... Hoàng Thị Ngọc Táo, Trương Thúy Trúc, Trần Thị Hảo... mãi mãi là những mối tình câm nín đầu đời trong sân trường Võ Tánh Nha Trang...

Trương Vũ có cái nhìn tinh vi và sâu sắc khi ông NHÌN LẠI PHONG TRÀO VĂN NGHỆ PHẢN KHÁNG TẠI VIỆT NAM TỪ NĂM 1986 ĐẾN NĂM 1989. Sau khi lược qua một vòng về nguyên nhân đưa đến phong trào Nhân Văn Giai Phẩm năm 1956-58 và phong trào Văn học Phản Kháng 1986-89, Trương Vũ nhìn nhận mọi phong trào văn học hầu hết đều là sự phản kháng của

Ngòi Bút chống Bạo Lực. Theo Trương Vũ *"Ngòi Bút và Bạo Lực là hai thứ không thể cùng sống chung với nhau mà không làm biến thái hoặc triệt tiêu nhau... chỉ riêng một sự kiện: Trong số mười người cầm bút bị sát hại trên nước Mỹ, thì đã có năm người thuộc cộng đồng người Việt ở hải ngoại. (Dương Trọng Lâm – 1981, Nguyễn Đạm Phong – 1982, Phạm Văn Tập – 1987, Đỗ Trọng Nhân – 1989, Lê Triết – 1990). Cũng phải khiến cho chúng ta suy nghĩ về cái tương quan giữa Ngòi Bút và Bạo Lực ở chính nơi đây... chúng ta giết lẫn nhau, chúng ta hành hạ lẫn nhau, chúng ta chụp nón cối cho nhau..."* Và tác giả đặt ngay những câu hỏi: "*Sức mạnh của ngòi bút chúng ta ở hải ngoại như thế nào? Về lượng chắc nhiều lắm. Về phẩm, văn chương của chúng ta có mới không? Nội dung của nó có chứa đựng được những bức xúc, những trăn trở, những khúc mắc, những suy tư thời đại của chúng ta, có khai mở cái thẩm mỹ, cái tầm nhìn về tương lai của chính chúng ta và những thế hệ sau này... Nghĩ đến Văn học nghệ thuật chúng ta buộc phải nghĩ đến những giá trị lớn... Trước khi dứt lời, tôi xin nói đôi điều liên quan đến người đọc:* ***Ở hải ngoại sống hết lòng với văn chương khó lắm."...*** Theo tôi nghĩ *(lời người viết)* chẳng những khó lắm mà còn nguy hiểm lắm, nguy hiểm cho chính mình mà còn cho gia đình vợ con… Văn chương Việt Nam ở hải ngoại thật đa diện: Văn chương đặc công, Văn Chương Việt cộng, Văn Chương Việt gian, Văn chương biệt kích, Văn chương Nha kỹ thuật, văn chương tình báo. Văn chương phe nhóm, công thần ngoại bang chia nhau độc quyền chiếm đoạt các báo Việt ngữ ở hải ngoại; điều quan trọng là chia nhau phần quảng cáo một lợi nhuận kếch xù. Văn chương phục vụ quảng cáo cho các mặt hàng, mới là điều quan trọng. Tranh nhau quảng cáo, chụp nón cối cho nhau. Nhưng nghĩ cho cùng, câu nói để đời của nguyên Đại sứ Mỹ tại miền Nam Việt Nam, Maxwell Taylor, từng tuyên bố: "Who disburses, dictates". Kẻ cầm súng giết hại các nhà báo Việt Nam không thật sự quan trọng bằng kẻ đã ra lệnh cho họ giết chết những nhà báo yêu nước của ta, họ thủ tiêu sức mạnh của cộng đồng Việt Nam ở hải ngoại từ đó họ và bọn tay sai chi phối và thao túng cộng đồng người Việt ở hải ngoại một cách dễ dàng.

Những bài tiểu luận khác cũng được Trương Vũ đề cập đến với một văn phong đầy nhân bản như Mưa Ướt Vị Thành, Người Đọc Sách Với Cái Thật Cái Giả Trong Văn, Nói Với Chàng Siêu, Vài Suy Nghĩ Về Tuyển Tập Mây Chó của Võ Đình, Lời Bạt Cho Chủ Đề Yêu Của Hợp Lưu, Lá Mùa Thu, Phùng, Huy... Nhưng có một tiểu luận Chính Trị MÙA ĐÔNG PRAGUE đã nắm bắt sự chú ý của tôi mãnh liệt. Qua bài viết này tác giả Trương Vũ nghiên cứu và phân tích về sự thành lập Tân Cộng Hòa Czechoslovakia – Tiệp Khắc ở Đông Âu, nhờ sự đấu tranh kiên cường của các nhà lãnh đạo và nhân dân Tiệp. Đó là sự thật không chối cãi được.

Tuy nhiên sự thành lập Tân Cộng hòa Czechoslovakia – Tiệp Khắc – có chung một lịch sử với sự thành lập các Tân Cộng Hòa ở Đông Âu. Năm 1988 trong một buổi họp tại Điện Kremlin, Mạc Tư Khoa, với các lãnh đạo các nước Đông Âu, Chủ Tịch – Tổng Bí Thư cuối cùng của Liên Bang Xô Viết (LBXV), Mikhail S. Gorbachev đã long trọng tuyên bố: LBXV sẽ không bao giờ can thiệp vào nội tình của các quốc gia Đông Âu. Quyết định này của Gorbachev được coi như là khai mào cho sự thành lập các Tân Cộng Hòa Đông Âu, độc lập với Moscow, và chấm dứt Chiến Tranh Lạnh trên toàn cầu...

Thật cảm động khi tôi đọc những trang ký ức của Sơn: "ĐÊM ĐẠI DƯƠNG", "NHỮNG CƠN MƯA NGÀY CŨ", và nhất là bài ký ức của Sơn về Thầy "CUNG GIŨ NGUYÊN - TÁC GIẢ VÀ TÁC PHẨM". Cả khung trời kỷ niệm trở về trong trí tưởng tôi, trường Trung học tư thục Kim Yến, đường Độc Lập và thành phố Nha Trang, vịnh Nha Trang, cầu Hà Ra, và Xóm Bóng, quê hương thần thoại của "Kẻ Thừa Tự Ông Nam Hải"- *Le Fils De La Baleine* – tác phẩm thời danh của GS Cung Giũ Nguyên.

Đọc "Đêm Đại Dương" của Trương Vũ nhắc lại những cảnh hãi hùng vượt biên của hàng triệu người Việt, nạn nhân của Chuyên Chính Vô Sản, sau ngày 30-4-75! Có *những người may mắn đến được bến bờ tự do. Một số người phần số hẩm hiu đã bỏ mình ở rừng sâu, hoặc bị chôn vùi ở dưới đáy Biển Đông. "Hồi tưởng lại thảm kịch đó... và cũng là lúc để người Việt Nam tự chiêm nghiệm chính mình, về những gì đã làm, những gì đã không làm, những gì lẽ ra không nên làm... Để xã hội nhân bản hơn, tôn trọng quyền căn bản của con người, và để người dân có tự do, có cơ hội sống một đời sống có phẩm cách, như trong bao nhiêu quốc gia tiến bộ khác. Chỉ có như thế, cái thảm kịch như từng xảy ra trên Biển Đông sau 1975, sẽ không còn xảy ra cho dân tộc Việt Nam trong tương lai nữa..."* Đó là ước vọng hòa hợp hòa giải dân tộc của Trương Vũ, đậm chất nhân văn, tình người, vượt lên trên ý thức hệ Chuyên Chính Vô Sản.

"NHỮNG CƠN MƯA NGÀY CŨ" của Trương Vũ, nhắc ta nhớ lại những cơn mưa Thu lạnh, ở miền Đông nước Mỹ, những cơn mưa dầm trên thành phố Nha Trang những chiều mùa Đông, những cơn mưa vội vã, chợt đến chợt đi của trời tháng Sáu Sài Gòn, đẫm ướt mái tóc người em gái, đủ làm ủ dột lòng người tha hương. Những cơn mưa ngày cũ ở bất cứ đâu cũng là những hoài niệm, những bâng khuâng về một cố nhân, về một quê hương đã khuất, về một nơi mà ta đã dừng chân trong những năm tháng khốn khó. Với Trương Vũ, *"rất khó để nói rằng nước Mỹ không là một quê hương mới. Mỗi lần đi xa, sau vài ngày là tôi bắt đầu nhớ đến căn nhà ở đó, nhớ màu sắc của cỏ cây khi trời vào Thu, nhớ những con người, nhớ cả thức ăn..."* và chắc chắn Trương Vũ cũng nhớ đến những cơn mưa ngày cũ và câu thơ cổ thi Trung Quốc của nhà thơ Giả Đảo:

> *"Vô đoan cánh độ Tang Càn thủy*
> *Khước vọng Tinh Châu thị cố hương"*
> *Qua sông Tang Càn, nhớ về Tinh Châu -*
> *một quê hương mới...*

Đọc CUNG GIŨ NGUYÊN - TÁC GIẢ VÀ TÁC PHẨM của Trương Vũ, lòng tôi xao xuyến lạ thường – Không hiểu Sơn sẽ viết gì đây về vị Thầy của chúng tôi. GS Cung Giũ Nguyên sanh tại làng Minh Hương, Huế năm 1909. Cựu học sinh trường Quốc

Học, Huế. Năm 1928 được bổ làm Trợ giáo Tập sự tại Trường Nam Tiểu học Nha Trang. Nhưng đến đầu năm 1930 ông bị bãi chức vì lý do chánh trị. Từ năm 1947 ông dạy Pháp văn Trung học, sau đó làm Hiệu Trưởng trường Trung học bán công Lê Quý Đôn, Nha Trang. Từ năm 1972-75, Giáo sư và Chủ nhiệm ban Pháp văn tại Đại Học Duyên Hải, Nha Trang. Từ năm 1989 đến năm 1999, ông là Giáo sư Ngôn ngữ Văn chương Pháp tại trường Cao Đẳng Sư Phạm Nha Trang. GS Cung Giũ Nguyên là thầy của rất nhiều thế hệ học sinh và sinh viên Nha Trang, kể cả thế hệ đầu tiên, bước chân vào trường Trung học Võ Tánh năm 1947 lúc đó còn mang tên Collège de Nha Trang.

Cung Giũ Nguyên viết văn thuần thục 3 ngôn ngữ: Việt, Anh, Pháp. Và cộng tác với nhiều báo chí trong và ngoài nước. Ông đã sáng tác, và dịch hơn 50 tác phẩm. Những tác phẩm đầu tay bằng tiếng Việt: Tình Ái Mỹ – 1928, Nợ Văn Chương, Một Người Vô Dụng… Ông viết rất nhiều sách bằng tiếng Pháp: Volontés d'Existence (essai), Le Fils De La Baleine – 1956, Le Domaine Maudit – 1961, Le Serpent et la Couronne (roman) và tác phẩm chủ lực của ông Le Boujoum – 1976-1980.

Các nhà văn hóa Pháp và Đức, nhất là giới cầm bút của châu Âu, đã vinh danh ông là Tiếng Sấm Phương Đông – La Tonnerre de l'Orient – qua tác phẩm thời danh của ông viết bằng tiếng Pháp "Le Fils De La Baleine" do nhà xuất bản Arthène Fayard – Paris ấn hành năm 1956. Và sau đó tái bản đến 10 lần. Năm 1957, "Le Fils De La Baleine" được dịch sang tiếng Đức dưới nhan đề *"Der Sohn Des Walfischs"*. Mãi đến năm 1995 "Le Fils De Baleine" mới quay đầu về cố hương, được nhà ngôn ngữ học Việt Nam, Nguyễn Thành Thống chuyển sang tiếng Việt dưới tựa đề "Kẻ Thừa Tự Ông Nam Hải". *"Với một bút pháp gọn gàng, thanh thoát, linh động mà uyển chuyển "Kẻ Thừa Tự Ông Nam Hải" kể về đời sống chất phác, dịu hiền rất đáng mến của một gia đình chài lưới ở một làng duyên hải thuộc Trung Bộ Việt Nam với tất cả đặc điểm phong tục của người dân chài đất Việt sống chết với nghề truyền thống của mình. Tác phẩm không những được độc giả trong nước hoan nghênh, mà nhiều người nước ngoài (trong đó có cộng đồng sử dụng tiếng Pháp -Francophone) qua đó cũng hiểu thêm dân tộc Việt Nam với những đức tính tốt đẹp truyền thống." (Nguyễn Q. Thắng - Tự Điển Văn Học – Bộ Mới Năm 2003 – Hà Nội - Việt Nam)*

Năm 1961, GS Cung Giũ Nguyên cho ra đời một tiểu thuyết viết bằng tiếng Pháp *Le Domaine Maudit – Đất Dữ* – cũng do Arthène Fayard – Paris ấn hành. *Le Domaine Maudit* kể lại câu chuyện của một gia đình thượng lưu Việt Nam bị đổ vỡ vì sự xâu xé giữa ý thức hệ cũ và mới vào khoảng những năm 40-60 của thế kỷ XX. *Le Domaine Maudit* cũng đánh dấu một giai đoạn tác giả của nó phản tỉnh về những va chạm ý thức hệ giữa cũ và mới…

Tôi rất băn khoăn khi thấy Trương Vũ vạm vỡ bước vào chủ đề "CUNG GIŨ NGUYÊN - TÁC GIẢ VÀ TÁC PHẨM", một chủ đề chưa từng được ai dám đề cập đến với một chiều sâu như Trương Vũ đang là nhà giải phẫu Le Boujoum, tác phẩm chủ lực của GS Cung Giũ Nguyên, một tác phẩm rất khó đọc. Chính Trương Vũ cũng phải thú nhận: "*Trong bài viết này tôi không nhằm làm công tác của một nhà phê bình văn học (tất nhiên là vậy). Tôi chỉ muốn đóng góp một ít thông tin về con người của tác giả và về bối cảnh để tác giả xây dựng nên tác phẩm (Le Boujoum). Cuốn tiểu thuyết được xây dựng trên một cấu trúc rất kỳ lạ... Mở những trang đầu của sách, người đọc có thể cảm nhận được điều đó ngay, khi đọc những câu rất đặc biệt mà ông trích dẫn từ cuốn The Hunting Of The Snark của Lewis Carroll:*

> *... Car le Snark, bel et bien, était un boujoum figurez-vous. - Je ne sus pas ce qu'il signifiait alors: je ne suis pas ce qu'il signifie...*

Rằng Snark là đẹp và toàn hảo như một boujoum

Các bạn hãy hình dung đi

Trước đây tôi chẳng hiểu nó là gì

Bây giờ tôi chẳng phải là tôi hiểu nó là gì nữa…

Câu văn mở đầu Le Boujoum: *"... Một vật lơ lửng trên vực thẳm được những sợi tơ mành giữ lại/... objet retenu au-dessus d'une gouffre par les fils abstraits* – cũng là câu kết thúc của truyện Le Boujoum. Tác giả Cung Giũ Nguyên muốn nói gì qua ẩn dụ này? Phải chăng điểm khởi đầu về điểm kết thúc chỉ là một?

Thật lý thú khi khám phá tác giả Cung Giũ Nguyên cho đăng lại vài dòng trên bức hí họa ở bìa sau Le Boujoum, câu nói của một đệ tử thiền học Trung Quốc:

"Trước khi theo Thầy lên núi học đạo, thấy núi là núi, thấy sông là sông. Khi học đạo thấy núi không phải là núi, thấy sông không phải là sông. Sau khi học đạo thấy núi cũng chỉ là núi, thấy sông cũng chỉ là sông…".

Lúc sinh thời GS Cung Giũ Nguyên hiển thị hai cực âm (-) và cực dương (+) bằng một vòng tròn khác với đường thẳng của Tây phương. Theo mô hình của Cung Giũ Nguyên *(vòng tròn)* hai điểm cực dương và cực âm đứng sát vào nhau. Thật khó mà phân biệt đâu là cực dương, đâu là cực âm. Trong cõi vô cùng ấy, khó mà nhận được đâu là sự thật. Trong khi học đạo, người đệ tử Thiền nhìn sông núi qua lăng kính học đạo. Nhưng sau khi đắc đạo người học đạo trở lại chính mình, nhận chân được sự thật: sông trước sau gì cũng chỉ là sông, núi trước sau gì cũng chỉ là núi…

Trương Vũ đã tóm lược rất nhiều nội dung của Le Boujoum, phần còn lại độc giả sẽ tự tìm ra một con đường mới đi xuyên qua tác phẩm vĩ đại này, luôn luôn là một khu rừng thiêng còn cần nhiều khai thác và khám phá của nền văn học Việt và thế giới.

Sau khi đọc ĐUỔI BÓNG HOÀNG HÔN của Trương Vũ, người đọc ghi nhớ mãi vết hằn chiến tranh khắc sâu vào tâm tư của mọi người, nó là nguồn cội chia rẽ dân tộc hôm nay: *"Hồi tưởng lại thảm kịch đó và cũng là lúc để người Việt Nam tự chiêm nghiệm chính mình về những gì đã làm, những gì đã không làm, những gì lẽ ra không nên làm... để xã hội được nhân bản hơn, tôn trọng quyền căn bản của con người và để người dân có tự do, có cơ hội sống một đời sống có phẩm cách... Chỉ có như thế cái thảm kịch như từng xảy ra tại Biển Đông sau năm 1975 sẽ không còn xảy ra cho đất nước Việt Nam trong tương lai nữa..."*

ĐÀO NHƯ
Chicago – Friday, March 5, 2021

ĐINH CƯỜNG
NHỮNG BÀI THƠ CHO TRƯƠNG VŨ

Đinh Cường và Trương Vũ.
Virginia, 26.9.2015 - Ảnh Phạm Cao Hoàng.

TỪ TRƯA ĐẾN CHIỀU Ở NHÀ TRƯƠNG VŨ

Như vậy là một ngày Chủ Nhật hạnh phúc
gặp nhau và nói cười cùng nhau, còn chi hơn

Trương Vũ có món quà quá bất ngờ làm
tôi cảm động, hoàn thành bức chân dung
tôi sáng sớm nay, ôi nụ cười và ánh mắt
ôi tình bạn từ bốn mươi năm. mới nhìn ra

ngồi uống những ly rượu vang ngon, thật ngon
một bàn dài bạn bè quý mến, nhắc lại những
tờ báo đã không còn Văn Học, Hợp Lưu,...
bao nhiêu cây viết đã xuất phát từ các sân chơi đó

giữa một không gian tranh đầy ắp sáng tạo
những chân dung là những cách nhìn biến ảo
trên từng khuôn mặt. tôi nhìn ra bạn tôi
Phạm Nhuận - thi sĩ phiêu bồng thuở trước.

nhớ không Trương Vũ hàng ngàn cây phượng
bạn về lại Nha Trang thăm đã mất dấu không còn
nay còn chúng ta như dăm ba cây sót lại
ngồi với nhau suốt buổi chiều nay. mà nước mắt...

Virginia, 20.9.2015

TRƯA GẶP BẠN Ở NHÀ TRƯƠNG VŨ

Lâu ghé lại, choáng ngợp tranh
Trương Vũ vẽ nhiều quá. Trịnh Cung nói
Trương Vũ nhắn thêm Nguyễn Đình Vinh
ba người bạn học cùng nhau từ lớp ba
ở Nha Trang. hơn nửa thế kỷ. cùng lớp
thời trung học Võ Tánh với Nguyễn Đức Sơn
nên nhắc về Sơn Núi miết. trưa nay có
Phùng Nguyễn. Phạm Cao Hoàng.
Nguyễn Minh Nữu. Nguyễn Thị Thanh Bình
thì lúc nào cũng vậy. hẹn mười một giờ trưa
mà năm giờ chiều chưa tới. đúng là:
Người có khi mờ như sương trắng
Mờ như chưa đụng đã hương tan [*]

Trên đường về đi cùng xe Nguyễn Minh Nữu chở
Phạm Cao Hoàng hỏi Trịnh Cung anh làm
bài thơ Cuối Cùng Cho Một Tình Yêu là cho ai
tác giả trả lời không cho một ai mà chỉ là sương khói
tình yêu thời trẻ nhiều khi chưa nắm bàn tay
sau đó Trịnh Công Sơn phổ nhạc thành ca khúc thật hay

nhưng biết nói sao. tình bạn có khi chừng sứt mẻ
chỉ vì chữ nghĩa không đâu. bút sa gà chết
trưa nay chị Sơn nói với Trịnh Cung thôi đừng
đụng đến ai. chỉ lo cho mình và tác phẩm...

mừng bạn sắp đưa vợ con qua ở Mỹ
mừng bạn có nhiều tác phẩm mới, trong đó
có tập tranh Cây Sồi. vẽ hồi năm ngoái
Cây Sồi già hằng trăm năm. tình bạn bao năm…

Virginia, 8 tháng 6.2014

[*]. Chiêm Bao - Nguyễn Thị Thanh Bình
Trốn Vào Giấc Mơ Em, thơ. Thanh Văn, 1997

ĐÁNH THỨC CƠN MÊ CHIỀU

Ôi trái tim phiền muộn
đã vui lại một giờ
(Trịnh Công Sơn)

Chiều nay nắng ấm. có anh chị Lợi
và anh chị Trương Vũ ghé thăm
chao ơi mấy mươi năm
từ ngày anh làm Viện Trưởng
Viện Đại Học Cộng Đồng
Duyên Hải Nha Trang
và Trương Hồng Sơn, giáo sư toán
vừa trưởng phòng sinh viên vụ

anh có mời chúng tôi ra thỉnh giảng:
Bửu Ý, Trịnh Công Sơn, Lê Thành Nhơn
và tôi có mấy buổi nói chuyện
cùng sinh viên về văn học nghệ thuật
rất sinh động. và những đêm sinh hoạt văn nghệ
đêm cuối cùng trên ngọn đồi
trường bắt đầu trồng bông phượng để ghi dấu
gần trung tâm huấn luyện Đồng Đế

bao nhiêu kỷ niệm đẹp của một thời
tôi còn được đại học bảo trợ cuộc triển lãm
rất quy mô. nay còn giữ tấm hình
Đại Tá Lý Bá Phẩm và Viện Trưởng Trần Ngọc Lợi
cùng cắt băng khai mạc. bao nhiêu là sinh viên
trong ban tiếp tân và quan khách vùng biển Nha Trang

như vậy là đã hơn bốn mươi năm
chiều nay được gặp lại các anh chị. tôi thấy lòng vui
thầm cám ơn tấm lòng hiếm có của anh chị Lợi
thầm cám ơn người bạn Trương Vũ tôi luôn quý mến
tôi như bềnh bồng theo con sóng biển vỗ vào bờ
ôi Nha Trang. những đêm bạn bè quần tụ ở Biệt Điện
và có đêm tôi đã nằm say ngủ vùi dưới gốc Cây Bàng…

Virginia, 26.3.2015

VÀ MỘT BUỔI GẶP GỠ ĐÔNG VUI TRƯA THỨ BẢY Ở NHÀ TRƯƠNG VŨ

Voilà les fruits dont nous nous sommes nourris sur la terre
Này những trái cây óng ả
Từng nuôi ta trên mặt đất rạng ngời
Kinh Koran
(Bùi Giáng dịch)

Một bạn nào đó nói, các buổi gặp gỡ khác
càng ngày càng ít người thì ở Trương Vũ
càng ngày lại càng đông. thật vậy. vẫn chiếc
bàn thật dài trải khăn trắng đầy thức ăn
ngoài món ăn của gia đình. mỗi người còn
đem tới vài ba món tủ. ăn làm sao hết

đặc biệt hôm nay có món pasta Ý chính cống
do Elena Trương nấu thơm ngon với cheese.
những miếng thịt bacon vụn. vài cọng rau
xanh điểm xuyết trên mặt cho đẹp. thật tuyệt

Cúc Hoa và Thiên Kim có bánh hỏi bò lá lốt
xôi đậu phộng gói lá sen với thịt gà nướng
Kim Mai thì gỏi tôm thịt. bánh mì bò kho
Nguyễn Thị Thanh Bình. cá salmon sốt cà chua
Phạm Nhuận luôn với trái bơ xẻ đôi nhồi cua
ăn với cá salmon hun khói cùng salade bổ dưỡng

tôi không biết làm gì hết. chỉ biết thưởng thức
chỉ biết đó là dưỡng chất trần gian như trong
Les nourritures terrestres của André Gide
Bùi Giáng dịch tuyệt vời nói về các thứ rau quả
các thức ăn đã nuôi chúng ta trên trần gian này.

cũng như Nguyễn Thế Toàn, chiều ăn no nê
là lăn ra ngủ ngay rồi dậy lại sau. tính tiếp
như Gide viết: *Je me couchais après le repas,*
je me dormais, je me réveillais plus las encore...

tôi vừa thức dậy lúc nửa khuya sau giấc ngủ ngắn
ngồi gõ mấy dòng ghi buổi họp mặt đông vui
khi trưa nay. với các bạn từ Sài Gòn qua như
Nguyên Minh nhà văn chủ biên nhóm Ý Thức
xưa. nay là chủ biên Quán Văn. Đoàn Văn Khánh
nhà thơ với những bài hết sức trữ tình
cặp đôi hoàn hảo Elena - Trương Văn Dân
ngồi xa nhau năm phút là nhớ...
với những tập truyện gây nhiều tiếng vang
thật tốt đẹp trên các trang mạng gần đây

Thân Trọng Minh - Lữ Kiều người
bác sĩ chuyên tim mạch. tài hoa. dấn
thân hết mực cho văn chương nghệ thuật

bạn từ các tiểu bang khác tới - từ Boston
có anh chị Trần Hữu Thục còn lấy tên
Trần Doãn Nho. tác giả tập sách *Ẩn Dụ*
mới ra. một biên khảo nhận định về
mỹ học văn chương công phu giá trị

anh chị Lữ Quỳnh từ San José cũng mới
in xong tập thơ Mây trong những giấc mơ
mở trang kinh chỉ thấy mây
thiền tâm thanh tịnh niệm ngay di đà

và Phạm Nhuận người thi sĩ phiêu bồng
ấy đã ngồi thiền. nhập định. từ lâu nay
năm mươi năm mới gặp lại Thân Trọng Minh
hai gia đình ở gần nhau phía Đập Đá - Huế

trưa nay ở Virginia đến dự còn có Đinh Từ
Bích Thúy một luật sư, một cây viết về
nhận định văn chương thật hay và sâu sắc
Phùng Nguyễn vừa về California lên…

Nguyễn Tường Giang tác giả Khói Hồ Bay
Nguyễn Đình Vinh nguyên trưởng ban
Việt Ngữ đài VOA... Phạm Cao Hoàng
Nguyễn Minh Nữu - hai nhà thơ nhà văn
được xem như hai cột trụ của những cuộc
họp mặt nơi này. và chàng trẻ tuổi kỹ sư
Nguyễn Quang - một tâm hồn nhạy bén
trước các vấn đề bàn luận... còn ai nữa
không nhớ hết. chỉ nhớ giọng ngâm thơ
điêu luyện đầy sâu lắng của chị Bạch Mai

luôn cám ơn tấm lòng anh chị Trương Vũ
đã dành cho bạn bè một nơi gặp mặt đầy
không khí ấm cúng. như một salon littéraire
của những chiều cuối tuần Virginia thơ *mộng*.

Virginia, 24.10.2015

LÚC XẾ CHIỀU CHỦ NHẬT

Bạn đến thăm và trao tặng chân dung
đã khô, đã lên lớp vernis. ánh thêm
lớp sơn dầu nhà nghề. khuôn phù hợp
tôi nói với các bạn cùng đi, Quang
Phạm Cao Hoàng, Nguyễn Minh Nữu
làm sao tôi trả. các bạn nói bạn mà anh.

cám ơn người bạn từ bốn mươi năm nay
từ Viện Đại Học Cộng Đồng Duyên Hải
nhìn hai khuôn mặt còn trẻ măng lúc đó
còn nuôi bao nhiêu hoài vọng. lý tưởng

lúc xế chiều ngày Chủ Nhật vui. cảm động
có bé Michelle con gái đầu của Quang
cùng đi. gặp bé là nhớ Paris. chúng tôi
lang thang Paris lúc bé mới sanh 4 tháng
nay đã 6 tuổi, đi học chững chạc. ít nói…

cám ơn Trương Vũ tặng quà quý, còn cho
đi ăn cơm tối ở Golden Thái, uống bia Thái
trời vừa đổi mùa tối sớm, khu đại học êm ả
những ngọn điện lân tinh ở parking sáng chói

sáng như tình bạn còn gặp, thương quý nhau…

Virginia, 27.9.2015

NIỀM VUI NẮNG VỘI

Gởi Trương Vũ,

Người đi chút nắng vàng theo vội
và tuyết tan dần. gió lạnh thôi
con chim đứng hót còn đơn lẻ
rừng vẫn rừng im muôn nhánh khô

tàu qua chuyến cuối tuần vừa hụ
biết là đêm tối đã về theo
mai chủ nhật đổi giờ. mùa xuân lại
mong tuyết rơi hôm kia là thôi

người ngồi một mình góc quen ấy
mừng có phone Trương Vũ hỏi thăm
mừng bạn sắp chủ hôn cho cháu ngoại
ôi mới đó. cô bé như hoa hậu lấy chồng

tháng ba. tháng ba mặt trời sẽ rọi
cho bao niềm vui như lộc nẩy mầm
chỉ mùa đông con rắn không về lại
người thi sĩ ấy trườn qua bao biển dâu… [*]

Virginia, 7 tháng 3.2015

[*] Phạm Công Thiện tuổi con rắn
rắn trườn vỡ trứng chim rừng
tôi nghe tiếng hát hoang đường nửa đêm
(Ngày sinh của rắn)

ĐINH CƯỜNG

Phụ bản 23
CHÂN DUNG TRƯƠNG VŨ
Tranh Đinh Trường Chinh, (2024)

ĐINH TỪ BÍCH THÚY

NHỮNG HÀNH TRÌNH TRỞ VỀ CỦA TRƯƠNG VŨ

Đinh Từ Bích Thúy

Gần đây, tôi đã dịch sang Anh ngữ bài tiểu luận "Mưa Ướt Vị Thành" của Trương Vũ, từ tuyển tập Đuổi *Bóng Hoàng Hôn* xuất bản năm 2019 của ông.[1] Bản dịch, với tựa Anh ngữ là "The Rain in Weicheng" gợi lại cơn mưa trên đảo Phú Quốc, nơi Trương Vũ thực hiện nghĩa vụ quân sự vào khoảng cuối thập niên 1960, những giông tố lịch sử, và cũng được lấy hứng từ bài hát "The Rain in Spain" — do Julie Andrews trình diễn trong vở nhạc kịch "My Fair Lady" trên Broadway vào năm 1957. Trong khi nhân vật Eliza Doolittle trong kịch bị coi là không sở hữu lịch sử hoặc tiếng nói cá nhân trước khi được Giáo sư Higgins "tái sinh" bằng cách dạy cho cô cách ăn nói và hành xử của tầng lớp trí thức, thì Trương Vũ, một trí thức hậu thuộc địa, đã có những giải pháp sáng tạo và ôn hòa để xác định nguồn cội và lịch sử của mình. Bản dịch Anh ngữ của tôi đã được một tạp chí văn chương Mỹ chấp thuận xuất bản vào mùa Xuân năm 2025, để tưởng niệm biến cố tháng Tư 1975, đồng thời cũng là một hành trình nhìn lại lịch sử 50 năm của cộng đồng Việt hải ngoại.

Trên hết, tôi đã chọn dịch "Mưa Ướt Vị Thành" như một cách giới thiệu Trương Vũ đến độc giả Anh ngữ. Ông là một nhà trí thức quân bình ở cả hai khía cạnh nghệ thuật và khoa học, xứng đáng là một hiện thể của con người Phục Hưng (Renaissance man). Sinh năm 1941, Trương Vũ thấm nhuần ảnh hưởng văn học châu Âu cũng như Hán văn, và có lẽ nhờ căn bản khoa học luôn luôn chất vấn các hiện trạng của đời sống, văn phong của ông lúc nào cũng mang một không khí cởi mở, dung hòa, gần gũi với thế hệ trẻ Mỹ gốc Việt của ngày hôm nay. Điều thú vị là chính nỗ lực mở ra tương lai của Trương Vũ cũng là yếu tố giúp ông có những hành trình trở về, qua hình thức biểu tượng cũng như trong hiện thực, để khẳng định nhân sinh quan của ông.

Có thể nói, "Mưa Ướt Vị Thành" chính là chân dung tự họa của Trương Vũ. Bài tiểu luận minh họa kiến thức và trải nghiệm đa diện của ông, qua tư cách là một sĩ quan Việt Nam Cộng Hòa, giáo sư toán, người tị nạn, nhà khoa học NASA, biên tập viên văn chương, nhà văn, và họa sĩ — những trách nhiệm nghề nghiệp của ông cũng trải dài gần năm mươi năm, từ thời cao điểm của chiến tranh Việt Nam cho đến những năm ông định cư tại Hoa Kỳ.

Thứ hai, tôi đã chọn dịch "Mưa Ướt Vị Thành" để giúp độc giả Mỹ có một tầm nhìn đa diện hơn về nền tảng văn hóa Việt Nam, cũng như về tầng lớp trí thức và văn nghệ sĩ miền Nam trước 1975, và hoàn cảnh sau 1975 của họ. Do đó, "Mưa Ướt Vị Thành" vừa là một bức chân dung tự họa của Trương Vũ, vừa là chân dung của thế hệ ông, để người đọc Anh ngữ có một hình ảnh phong phú hơn về môi trường văn hóa của Việt Nam Cộng Hòa. Qua nỗ lực chuyển dịch, tôi vừa muốn đẩy hình ảnh Việt Nam về tương lai, vừa muốn "biên tập" lại những định kiến của văn hóa dòng chính. Tôi hy vọng nỗ lực này cũng không khác nguyện ước dung hòa của Trương Vũ cho những khía cạnh tưởng như đối nghịch trong sự nghiệp cũng như đời sống của ông.

Đã từ lâu, những độc giả Tây Âu chỉ nghĩ đến dân tộc Việt như những nạn nhân chiến tranh sống quanh năm suốt tháng trong rừng rậm, hay phần đông ở thôn quê, với một nền văn minh còn trong thuở sơ khai. Bài thơ "What Were They Like?" (Họ Đã Từng Sống Như Thế Nào?) [2] của Denise Levertov, nhà thơ phản chiến Mỹ, sáng tác năm 1967, tuy với mục đích lên án đế quốc Mỹ và tranh đấu cho sự tự trị của dân tộc Việt Nam (mà bà đồng nghĩa với khuynh hướng chính trị của người Cộng sản), đã diễn tả một xã hội Việt Nam "không chắc đã có một thiên hùng ca," "gắn liền với lúa và tre," với một ngôn ngữ mơ hồ tựa như "bướm đêm bay qua mặt trăng" — bày tỏ một ánh nhìn bị ảnh hưởng bởi những lời tuyên truyền "đẹp" của Cộng sản, nên khuôn sáo, hời hợt, và gần như hạ cố về Việt Nam. Vì không tra cứu tận tường mà chỉ hành xử theo cảm tính và định kiến chính trị, do đó không nhận thức được bối cảnh văn hóa lịch sử phức tạp và phong phú của Việt Nam, Levertov đã làm việc tẩy xóa chính trong cách bà lên án chuyện bom đạn Mỹ hủy diệt văn hóa này trong thời chiến:

Họ Đã Từng Sống Như Thế Nào?
(Hỏi & Đáp)

(1) Những người dân Việt Nam,
Có bao giờ dùng đèn soi bằng đá?
(2) Hoặc có những buổi lễ chào mừng
những nụ hoa vừa hé nở?
(3) Họ có dễ dàng cười đùa — với những tràng cười như đợt sóng?

(4) Họ có dùng xương và ngà voi, ngọc bích và bạc, để trang sức?
(5) Họ có một thiên anh hùng ca?
(6) Họ có phân biệt giữa lời nói và tiếng hát?

xxx

(1) Thưa ngài, trái tim trong sáng của họ đã hóa đá.
Không ai còn nhớ nếu những chiếc đèn soi bằng đá
Đã soi sáng những con đường nên thơ, thanh bình.
(2) Có lẽ họ đã tụm họp thuở xưa để ngắm hoa xem cảnh
Nhưng sau khi những đứa trẻ bị giết
thì không còn một nụ hoa nào nữa.
(3) Thưa ngài, tiếng cười giờ đây đã đắng nghét trên môi miệng bị thiêu cháy.
(4) Thưa ngài, giấc mơ đã qua rồi. Trang sức như vậy để cho vui.
Tất cả xương cốt đã cháy rụi.
(5) Điều đó chẳng ai nhớ. Hãy nhớ rằng,
hầu hết họ là nông dân; cuộc sống của họ
gắn liền với lúa và tre.
Khi những đám mây yên bình soi bóng xuống ruộng lúa
và những con trâu lừng lững trên những thửa ruộng bậc thang,
có những người cha đã kể cho con trai mình nghe những câu chuyện xưa.
Khi bom đạn phá vỡ tấm gương ấy,
thì chỉ còn thời gian để gào thét.
(6) Đâu đây là âm vọng, ai đó nói
lời nói xưa của họ, tựa như một bài ca.
Ai đó nói tiếng hát họ tựa như
đàn bướm đêm bay qua ánh trăng.
Ai biết được? Im lặng hiện bao trùm.

Có thể nói, "Mưa Ướt Vị Thành" là một cách hồi đáp, rất từ tốn, nhưng linh động và sâu sắc của Trương Vũ, trước hình ảnh một Việt Nam tuyệt chủng, không thể tái sinh của Levertov. Trái với viễn ảnh bi thảm và cực đoan của Levertov, Trương Vũ gợi dậy những liên hệ thân thương của thiên nhiên và đời sống khi ông nhắc đến bài thơ "Vị Thành Khúc" của Vương Duy (bản dịch Ngô Tất Tố):

Trời mai mưa ướt Vị Thành
Xanh xanh trước quán mấy nhành liễu non
Khuyên chàng hãy cạn chén son
Dương Quan đến đó không còn ai quen.

"Vị Thành Khúc" của Vương Duy tượng trưng cho một *snapshot* khiêm tốn, gần gũi, thay vì là một bưu thiếp cliché của một nhà thơ cường quốc... ngây thơ về một dân tộc xa lạ. Bài thơ Đường, tuy không phải "là bài thơ hay nhất của Vương Duy và càng không phải là bài thơ hay nhất của Đường Thi," có hiệu ứng như bánh madeleine của Proust, giúp Trương Vũ trở về với những cảm xúc đặc thù thời niên thiếu của ông, từ lần đầu ông đọc bài thơ này trong ngôi nhà gần bờ biển Nha Trang mà ông đã sống với gia đình trong suốt tuổi thơ.

"Vị Thành Khúc" minh họa sự giằng co giữa thực tại và vĩnh cửu, ghi nhận cảnh tượng linh hoạt nhưng mong manh của nhánh liễu xanh lấp lánh nước mưa buổi sáng, trong lúc đôi bạn, hoặc đôi tình nhân, muốn kéo dài giây phút cuối cùng trước giờ ly biệt. Nỗi buồn chia ly vừa man mác (từ nhận thức về sự vô thường của cõi người), vừa se buốt (vì phải rời bỏ những liên hệ thân quý) chính là điều giúp Trương Vũ thích ứng với những diễn biến đột ngột của thời thế, và cũng giúp ông tìm được cách trở về — cả nghĩa đen và nghĩa bóng — sau này. "Vị Thành Khúc" cũng làm tôi liên tưởng đến một cảnh tượng bất hủ trong tiểu thuyết *Kim Các Tự* của Yukio Mishima, trong đó người vợ, trước giờ người chồng là sĩ quan Nhật phải lên đường ra chiến trận, đã nặn những giọt sữa từ vú mình vào chén rượu tiễn chồng, như thể nàng muốn truyền sức sống từ thân thể mình cho người chồng để chàng thành bất diệt.

Gần như người vợ trong *Kim Các Tự*, Trương Vũ định nghĩa văn chương như một nỗ lực kết hợp vĩnh cửu với vô thường. Qua những thảo luận với một sĩ quan đồng đội trong lúc tuần tra trên một hòn đảo trong thời chiến, về "những tiểu thuyết Pháp… như *Bonjour Tristesse, Un Certain Sourire…* của Françoise Sagan, rồi… những tác phẩm học ở thời trung học… Alphonse Daudet hay Anatole France, rồi Nguyễn Du của ngày xưa, rồi Bùi Giáng của ngày nay, rồi quay sang nói về Sartre, về Camus, v.v…" ông đã thấy "cái tuổi trẻ thật sự của mình bắt đầu bừng lên một sức sống mãnh liệt."

Với nguyện ước hội nhập văn chương vào đời sống, Trương Vũ cấu trúc "Mưa Ướt Vị Thành" như một bài "tản mạn" dành cho "những bạn trẻ giống như tôi trước đây, không được đào luyện tốt về văn chương ở trường ốc và sống với những ngành nghề gần như trái ngược." Đây cũng là cách ông trả lời một nhà văn Mỹ gốc Việt mà ông đã gặp trong một buổi hội thảo hè dành cho các nhà văn trẻ được tổ chức tại đại học St. Mary thuộc tiểu bang Maryland. Nhà văn trẻ muốn ông giúp cô quyết định xem cô có nên tiếp tục sống toàn phần cho văn chương và chỉ coi việc sinh kế như chuyện phụ, hoặc ngược lại, chọn một nghề nghiệp thực tiễn và coi chuyện viết văn như thú tiêu khiển. Quan điểm của Trương Vũ về sự hội nhập của văn chương vào đời sống cũng là cách ông đặt lại câu hỏi của nhà văn trẻ. Thay vì coi "văn chương" và "nghề nghiệp sinh kế," như hai khái niệm đối ngược, Trương Vũ giúp đối tượng của ông cảm nhận vai trò quan trọng của văn chương như một nhiên liệu không thể thiếu trong đời sống, tương tự như lời phát biểu của nhà thơ Pablo Neruda, "Thi ca là bánh mì." Nói cách khác, Trương Vũ cho người đọc thấy đặc tính vô biên của văn chương từ trải nghiệm cá nhân, "Trên sách vở, trong nghiên cứu, toán học và văn học có một lằn ranh rõ rệt, nhưng trong mỗi con người, lằn ranh đó có thể rất mờ nhạt." Trong cách đặt lại câu hỏi của nhà văn trẻ, Trương Vũ cũng định nghĩa lại khái niệm sáng tạo.

Có sự mâu thuẫn là chúng ta thường nghĩ đến sáng tạo trong một khuôn khổ hạn hẹp, một họa sĩ vẽ tranh, một nhà văn viết một quyển sách, được coi là những nghệ sĩ sáng tạo, nhưng ít khi chúng ta định nghĩa sáng tạo như một thực tập liên tục cho đời sống, hoặc như một quá trình phân tích, khảo sát hiện thực, để trở về với tinh túy. Cũng có những trường hợp sáng tạo mà kết quả những sáng tạo này có vẻ như vô hình, vì chúng không chỉ hiển hiện là một bức tranh, một bài thơ, một quyển sách, mà cũng là những nỗ lực hướng dẫn, ủng hộ, biên tập, chuyển dịch, đằng sau mỗi tác phẩm, như Trương Vũ đã làm khi ông đảm nhiệm vai trò chủ bút tạp chí Đối *Thoại*, đồng chủ biên tập san *The Vietnam Review*, và đồng chủ biên tuyển tập *The Other Side of Heaven*. Sự sáng tạo cũng có thể như Trương Vũ định nghĩa, là "tinh thần toán học, nhất là thói quen tìm giải đáp cho những nghi vấn." Ông đã áp dụng tinh thần khảo sát của toán học không những cho các địa hạt chuyên môn khác trong nghề nghiệp như vật lý hạt nhân, điện tử, hay kỹ thuật không gian, mà cũng để giúp kiến thức văn chương của ông được trở nên "thi vị," sâu sắc hơn.

Khái niệm tái sinh / luân hồi, qua bài "Mưa Ướt Vị Thành," là một khái niệm cùng lúc khái quát và đặc thù như khái niệm sáng tạo. Ngoài hồi ức đọc "Vị Thành Khúc" của Vương Duy thời niên thiếu, Trương Vũ cũng liên kết kỷ niệm xem kịch "Ba Chị Em" của Chekhov vào năm 2017, mà trong đó[3] Irina (cô em út) nói với Olga (cô chị cả): "Tụi mình sẽ về Moscow," với lời hứa "Ngày mai tôi sẽ về Sài Gòn" của một nhân vật trong vở kịch của Bửu Ý được trình diễn tại Đại học Duyên Hải Nha Trang vào đầu thập niên 1970. Qua cách nối kết những trải nghiệm nghệ thuật từ nhiều mốc thời gian trong đời, cũng như cách ông cho người đọc thấy thành tích toán học năm 1832 của Évariste Galois đã tạo ảnh hưởng "luân hồi" sâu xa đến nhóm sinh viên Việt Nam trong thập niên 1970, Trương Vũ đã coi nỗ lực hòa giải không gian và thời gian như một cách trở về với chính bản thân ông.

Trở về để nhận diện những "dấu ấn, những tì vết gây ra từ một biến cố trong đời, một chấn động mạnh, hay có thể chỉ là [thu nhận] một hình ảnh đến rất nhanh, như một nụ cười, một giọt nước mắt… ,” chính là cách Trương Vũ giúp người đọc có một cái nhìn toàn diện về ký ức cá nhân cũng như lịch sử của một tập thể. Tuy nhà cầm quyền Việt Nam vẫn chưa chính thức hòa giải với cộng đồng Việt tị nạn ở ngoài nước, và do đó chúng ta vẫn chưa có một sự kết nối thực sự như chiếc cầu mà Tể Tướng Mehmed Paša Sokolović đã cho xây qua sông Drina để hòa giải những chấn thương giữa hai nhóm dân trong tiểu thuyết của Ivo Andríc, Trương Vũ đã tự tạo cho mình nhiều hành trình trở về, qua nhiều môi trường khác nhau. Ngay việc ông viết bài tiểu luận “Mưa Ướt Vị Thành” cũng là một thử nghiệm (essay) để trở về mạch nguồn văn hóa đã kết tạo bản sắc của ông, không khác cảnh tượng người lữ hành trong “Vị Thành Khúc” muốn cạn ly với người tri kỷ — uống một ly rượu trước khi lên đường cũng là một cử chỉ trở về.

Và cũng có kỷ niệm trở về nhiều cay đắng. Trong lần nói chuyện với đạo diễn Trần văn Thủy vào năm 2003,[4] Trương Vũ đã kể lại kỷ niệm về thăm quê hương năm 2001 của ông, là lần đầu tiên ông trở về Việt Nam sau chuyến vượt biển từ 25 năm trước. Ông đã cảm thấy chua xót khi nhìn thấy hình ảnh “ác ôn” của “lính ngụy” nhan nhản trên truyền hình Việt Nam vào dịp 30 tháng 4. Nhưng cùng trong chuyến trở về lần đó, ông đã muốn có một kết thúc có hậu cho lịch sử gia đình. Ông đi tìm ngôi chùa nơi vị sư ngày xưa đã giúp cho người con của ông có chỗ ẩn náu an toàn sau khi chuyến vượt biển của cháu bị phát giác. Tuy không tìm thấy ân nhân, ông hứa là ông sẽ trở lại.

Và cũng trong chuyến về nhà này, ông đã gặp lại các bạn bè và học trò cũ. Cơ hội họp mặt này đã giúp ông hòa giải với quá khứ, với chính mình:

Cái thời gian dài 25 năm hình như không có nghĩa lý gì. Gặp gỡ lại các thầy giáo và bạn bè cũ cũng thế. Chúng ta không nói với nhau nhiều nhưng hiểu nhau và thấy thấm thía những tình nghĩa có được từ ngày cũ. Những gặp gỡ này làm tôi tin một điều, con người tự thân của nó có những sức sống và cách sống khó tìm được ở đâu khác. Trở về, trong đời sống thật, giữa những con người thật, tôi bắt gặp lại mình.

Khi cổ động các người trẻ hãy "đem văn chương vào đời sống. Dù có làm thơ hay viết văn hay không, hãy đến với cuộc đời bằng tâm hồn của một thi sĩ," Trương Vũ áp dụng chuyện ngụ ngôn về một ông thần muốn thấu hiểu khái niệm Chân, Thiện, Mỹ qua hình ảnh một thiếu nữ tắm dưới trăng, đã hóa thân thành một nhà thơ, sau nhiều thử nghiệm hóa thân thất bại. Những thử nghiệm thất bại của ông thần, trước khi đạt được chân lý của một nhà thơ, cũng không khác gì những thử nghiệm "trở về, trong đời sống thật, giữa những con người thật, [để] bắt gặp lại mình" của Trương Vũ. Nói cách khác, đó cũng là những thử nghiệm liên tục của người viết văn, hoặc của một nhà khoa học, hầu đạt đến tâm điểm của vấn đề.

> Friedrich Nietzsche cũng xác nhận thuyết luân hồi vĩnh cửu (the eternal return) như những thử nghiệm trở về với định mệnh:

Điều gì sẽ xảy ra nếu một ngày hay một đêm nào đó, một con quỷ lẻn vào nơi cô đơn nhất của bạn và nói với bạn rằng: "Cuộc sống này, như cách ngươi đang sống và đã sống, ngươi sẽ phải sống lại một lần nữa và vô số lần nữa; và sẽ không có gì mới mẻ trong đó, mà mọi nỗi đau, mọi niềm vui, mọi suy nghĩ, mọi tiếng thở dài, và mọi thứ cực kỳ nhỏ bé hay vĩ đại trong cuộc đời ngươi đều phải trở lại với ngươi, tất cả theo cùng một thứ tự và sự tiếp nối — ngay cả con nhện này và ánh trăng này giữa những hàng cây, và ngay cả khoảnh khắc này và chính bản thân ta. Đồng hồ cát vĩnh cửu của sự tồn tại sẽ được dốc ngược hết lần này cho đến lần khác, và ngươi cùng với nó, hỡi hạt bụi!"[5]

Tuy thuyết luân hồi vĩnh cửu của Nietzsche có thể bị coi là một quan niệm bi quan về sự tiền định tàn nhẫn của số phận, tôi không nghĩ như thế, do ý tưởng hiện sinh này đi song song với những gì Trương Vũ đã trình bày trong "Mưa Ướt Vị Thành," là chỉ bằng cách sống thật với chính mình, qua cách chất vấn, duyệt xét ký ức, qua cách nối kết nghệ thuật văn chương với mọi khía cạnh trong cuộc đời để nhận thức được những mô hình, điệp khúc của cuộc sống đó, chúng ta mới có thể thực sự khẳng định và chấp nhận — trở về, hòa giải — với thân phận mình.

ĐINH TỪ BÍCH THÚY
Virginia, 18.11.2024

Endnotes

1 Trương Vũ, "Mưa Ướt Vị Thành," trong Đuổi Bóng Hoàng Hôn (Nhân Ảnh, May 2, 2019), tr. 107-117.

2 Denise Levertov, "What Were They Like" ("Họ Đã Từng Sống Như Thế Nào"), từ thi tập *Where Is Vietnam? American Poets Respond*, chủ biên Walter Lowenfels (Anchor Books, NY, 1967), tr. 73. (Bản dịch Việt ngữ của Đinh Từ Bích Thúy).

3 *Ba Chị Em* được Anton Chekhov sáng tác vào năm 1900 và trình diễn lần đầu ở kịch viện Moscow Art Theater,
Russia, vào năm 1901, https://threesistersdramaturgy.weebly.com/production-history.html.

4 Trần văn Thủy, Chương Mười, "Chuyện Trò Cùng Trương Vũ," trong *Nếu Đi Hết Biển*, Chương Trình Nghiên Cứu
của University of Massachusetts – Boston (Thời Văn, Jan. 1, 2004), tr. 133-147.

5 *Friedrich Nietzsche,* đoạn #341, *"The Heaviest Burden"* (*Trọng lượng nặng nhất*), từ *Ecce Homo: How One Becomes What One Is* (*Ecce Homo: Hành Trình Trở Thành Chính Mình*; Penguin Classics, rev. ed., Dec, 1992), R. J. Hollingdale (dịch giả, chủ biên), Michael Tanner (Phi lộ). (Bản dịch Việt ngữ của Đinh Từ Bích Thúy).

ĐỖ THANH TÙNG
ĐỌC TRANH TRƯƠNG VŨ

Từ trái: Trương Vũ Nguyễn Tường Giang Đỗ Thanh Tùng,
Trần Thị Nguyệt Mai Bà Trương Hồng Sơn Duyên.
Virginia, 29.6.2019 - Ảnh Phạm Cao Hoàng.

Tháng 8 năm 2024, sau gần nửa năm về lại Sài Gòn và "điều chỉnh cuộc sống" anh Trương Vũ "*bắt đầu vẽ lại*", anh làm lại phác họa cũ của một "*bức tranh chỉ mới phác họa vào 2023 rồi bỏ dở*" và cuối cùng "*hoàn tất bức tranh*" rồi "đặt tên bức tranh là "Thu".

Bức tranh "*Thu*" thể hiện khá rõ ràng nét đặc thù của Tranh (và Hội họa) Trương Vũ với cách bố cục hàn lâm, màu sắc chân phương khi anh sử dụng rất nhiều màu chính (vàng xanh đỏ...) ở nguyên trạng (có rất ít pha trộn với đen trắng để phụ thêm chiều sâu hay bóng sáng...), điều đó cũng thật dễ hiểu khi, có lẽ, nó giúp làm nên nét đơn thuần và sự trong sáng của bức tranh hơn (?).

"*Thu*" với bối cảnh là rừng cây hoa lá và một vạt nước trong xanh thực 'tĩnh lặng' kể cả một 'động vật' là con vạc (hay hạc, hay cò hay bồ nông...) đứng một chân ở thế bất động, nó có khác với cảnh tĩnh lặng đó ở mùa thu của những bức tranh thủy mặc trong hội họa cổ điển. Tuy bức tranh không có không gian cũng như thời gian nhưng dường như nó thể hiện một cảnh thu nào đó không phải ở Việt Nam, nó dường như là ở một vùng nào đó ở Đông Bắc Hoa Kỳ(?)...

Dù được vẽ theo cách của 'trường phái' nào, 'biểu hiện' hay 'ấn tượng', 'trừu tượng',... bức tranh "*Thu*" khá giản dị và đẹp để được 'Xem'. Tuy ngoài cái 'biểu hiện' đơn giản đó, vì nó là 'tranh Trương Vũ vẽ', nó khiến ta cần muốn 'Đọc' để được biết thêm cái 'ấn tượng' mà anh Trương muốn gửi gắm và trình bày... Cái ta muốn 'Đọc' đó, hình như chất chứa nơi bài viết đi kèm, "*Thu năm nào?*", cùng với bức tranh "*Thu*".

Tôi 'biết' anh Trương khá lâu, từ trước 1975, khi biết anh cùng là cựu học sinh Võ Tánh và là người Nha Trang như tôi. Nhưng phải đợi đến gần 50 năm sau tôi mới được 'quen' anh nhờ vào nhóm 'bằng hữu văn nghệ' vùng Đông Bắc Mỹ và các anh Đinh Cường, Phạm Cao Hoàng, Nguyễn Minh Nữu... Sự 'quen biết' dù chưa lâu dài nhưng cũng giúp tôi gần gũi anh hơn và được biết thêm nhiều điều về sự nghiệp Văn hóa (Khoa học Kỹ thuật và Văn chương Mỹ thuật...) của anh.

Rời trường Võ Tánh, anh Trương bước vào lãnh vực giáo dục rất sớm để rồi "*tự mình*" biến thành "*mô phạm*" trong cái nghĩa "*nghiêm túc*" và "*nghiêm khắc*" như anh tự thú nhận. Là một nhà mô phạm 'dấn thân', anh Trương từ những năm đầu khi dạy Toán và đặc trách Sinh Viên Vụ tại Đại Học Duyên Hải Nha Trang, muốn dùng "*sự giáo dục về văn hóa*" để 'xây dựng mô hình cho "*Kẻ Sĩ*", một tầng lớp 'trí thức mới', giúp nâng cao và biến đổi xã hội cũng như con người Việt Nam: *"Chúng tôi làm việc chung với nhau tại Duyên Hải trong một số chương trình nhân văn, chia sẻ những ước mơ về một tương lai cần có cho những thế hệ tiếp nối đào tạo từ ngôi trường này..."*.

Biến cố tháng Tư 1975 anh 'bị' (hay 'chọn'?!) ở lại Việt Nam để thử tiếp tục công việc giáo dục như cũ dưới một thể chế mới, nhưng không lâu sau anh 'chọn' (hay 'bị') phải bỏ lại gia đình, ra đi tìm tự do. (Mãi đến 10 năm sau anh mới được đoàn tụ cùng gia đình ở Mỹ). Anh Trương là một trong những 'thuyền nhân' (boat people) Việt Nam đầu tiên đến được Manila Philippines, khởi đầu cho một chuỗi dài của làn sóng thuyền nhân Việt Nam tị nạn trong lịch sử lưu dân thế giới của nhân loại, mà không ít những người trong số đó không bao giờ đến được bến bờ tự do...

Định cư tại Hoa Kỳ, anh Trương dùng sở trường về Toán học để trau giồi thêm về Khoa học Kỹ thuật và đã rất thành công trong lãnh vực này, anh đã giữ những chức vụ quan trọng cũng như tham dự và phụ trách nhiều công trình nghiên cứu và phát triển về Vật Lý và Kỹ Thuật Không Gian ở đây (Hoa Kỳ).

Nơi anh, có một sự hài hòa giữa Toán học, Khoa học Kỹ thuật, và Văn học, Văn chương Mỹ thuật, như anh có viết: *"tinh thần toán học, nhất là thói quen tìm giải đáp cho những nghi vấn, đã giúp tôi đến với văn chương thi vị hơn..."* (Mưa Ướt Vị Thanh, Đuổi Bóng Hoàng Hôn). Cho nên gần 50 năm nơi hải ngoại anh Trương đã tạo dựng, bên cạnh đời sống thành danh với Khoa học, một sự nghiệp Văn học, Văn hóa đáng ngưỡng mộ: Kêu gọi và cổ võ cho sự hòa hợp Văn Học cũng như tạo nơi gặp gỡ giữa trong và ngoài nước Việt Nam cho Văn Nghệ Sĩ, các nhà 'Hoạt Động Văn Hóa... Tiếp tục công tác Giáo dục, khuyến khích tạo dựng một tương lai "*Trí Thức Mới*" biết nói lên "*sự thực*" và tôn trọng "*sự thực*", tranh đấu "để xã hội nhân bản hơn, tôn trọng những quyền căn bản của con người hơn, và để cho người dân có tự do, có cơ hội sống một đời sống có phẩm cách, như trong bao nhiêu quốc gia tiến bộ khác" (Đêm Đại Dương, Đuổi Bóng Hoàng Hôn).

Trong lãnh vực Văn chương, người ta biết nhiều về Trương Vũ (và với những hoạt động về Văn học của anh), đã xếp anh như một nhà văn dù anh Trương không viết nhiều về thể loại sáng tác, mà chuyên về viết biên khảo, tham khảo, tiểu luận, tạp luận, tùy bút, hồi ký... Các bài viết của anh phổ biến khá nhiều trên các tạp chí giấy và mạng hay các diễn đàn internet (gần đây trên cả FaceBook)... Phải chờ đến năm 2019, bè bạn thân hữu đã cổ vũ và góp sức cùng anh ấn hành tập tiểu luận "Đuổi Bóng Hoàng Hôn" cũng là một ấn phẩm duy nhất của anh cho đến nay... Xem vậy ta càng biết rõ thêm một điều, anh Trương dùng Văn chương như một phương thức để trình bày và phát biểu ý tưởng của mình mà (khác với các 'Tiểu thuyết gia') không cần phải qua một 'nhân vật' nào như trong 'tiểu thuyết'.

Về Mỹ thuật cũng như Hội họa, anh nhiều lần bộc lộ Hội họa là một niềm đam mê lớn của đời anh. Trong gia đình anh, chị anh, họa sĩ Trương Thị Thịnh là một Họa sĩ tài danh đã tốt nghiệp thủ khoa khóa đầu tiên của trường Quốc Gia Cao Đẳng Mỹ Thuật Sài Gòn, tại Nam Việt Nam. Anh Trương không biết có 'chịu' chút nào ảnh hưởng từ chị ở những bức tranh vẽ chân dung mà họa sĩ Trương Thị Thịnh là một bậc thầy lỗi lạc trong lãnh vực đó? Nhưng cho dù không 'bị' chút ảnh hưởng nào, anh Trương chắc cũng ít nhiều chia sẻ cùng chị khi sử dụng 'phong cách ấn tượng, hậu-ấn tượng' trong lúc vẽ tranh chân dung chăng (!?).

Anh Trương dành khá nhiều thì giờ để 'vẽ tranh chân dung' cho bè bạn, thân nhân gia đình và những người anh quý mến... Theo anh Trương, từ nhỏ anh đã "*thích vẽ người thật vì cái mê muốn nắm bắt một sự sống nào trong mỗi con người*". "*Cái quan trọng khi vẽ chân dung là sự chân thật*", là 'vẽ truyền thần', là "*tìm từ người mẫu một nét đẹp nào, một niềm vui hay nỗi khổ để đưa lên nét đẹp trong tranh*", là "*cần biểu lộ được nhân cách của người mẫu, để tạo được cho người trong tranh một thế giới của riêng họ, để mỗi chân dung biểu hiệu một sắc thái riêng, một thế giới riêng, một nét đẹp riêng...*" và cuối cùng là "*chú trọng đến sự thể hiện tâm hồn người trong tranh*". Ô! vẽ tâm hồn! Có phải vì vậy mà anh Phạm Cao Hoàng đã gọi và vinh danh công việc 'vẽ tranh chân dung' của anh Trương Vũ là "Tôi Đang Vẽ Tâm Hồn Của Bạn" với một bài thơ dài có hai câu kết là:

> *"để khuôn mặt bạn trên bức chân dung*
> *sẽ là một khuôn mặt tràn đầy yêu thương và thánh thiện."*
> (Phạm Cao Hoàng, Tôi Đang Vẽ Tâm Hồn Của Bạn)

Anh Trương có khá nhiều bạn bè là những Họa sĩ nổi danh trong cũng như ngoài nước. Trong số đó có hai người bạn thâm giao là hai anh Võ Đình và Đinh Cường (hai anh đều đã qua đời!). Cả ba người tuy có cùng đam mê cho Hội họa nhưng mỗi người lại có và chọn cho mình những phong cách Mỹ thuật và Nghệ thuật khác nhau:

Nếu Đinh Cường (trong một lần triển lãm nào đó) có lời 'nhắn nhủ' cho người thưởng ngoạn là '... tranh của anh là để 'cảm' chứ không phải để 'hiểu' (vì xem tranh là một cảm nhận 'tức khắc' (instant)). Nó khác với anh Trương, có lẽ khi thưởng ngoạn tranh của anh Trương, bên cạnh 'Xem' cái đẹp ta còn cần phải 'Đọc' những gì anh muốn trình bày ẩn chứa bên trong(?)...

Riêng về tranh Võ Đình, anh Trương có lần viết là: *"... không khí hội họa luôn luôn bao trùm văn chương Võ Đình..."*, nên ta cũng có thể thêm ở đây về tranh của anh Trương là: "Văn chương anh Trương thể hiện đầy trong hội họa, anh viết văn chương bằng màu sắc trong tranh. Và vì vậy Tranh của anh khi đã 'Xem' còn cần phải được 'Đọc'...

Bức tranh "*Thu*", cùng bài tùy bút "*Thu Năm Nào?*" với dấu chấm hỏi (?) khiến ta băn khoăn đôi chút. Anh Trương viết: "*bức tranh này, dù dựa vào cảnh vật, cảm xúc, trí tưởng tượng ở năm nào, ở đâu, nó vẫn chỉ là sản phẩm riêng của người vẽ*". Cho dù là vậy ta cũng ráng tìm hiểu thêm để biết được ra rằng bức tranh đã vẽ về cảnh mùa thu của một năm xa xưa nào đó, và có lẽ là đã vẽ một cảnh thu ở Mỹ (!).

Sự băn khoăn, làm ta lan man nghĩ tới một chuyện tích thần tiên cũ thời xưa: chuyện Lưu Thần, Nguyễn Triệu đời Hán bên Trung quốc... Lưu, Nguyễn (hay gần gũi hơn, Từ Thức của Việt Nam) lạc đường vào chốn 'thiên thai', rồi chỉ sau "nửa năm" vui chơi rộn ràng nơi "tiên cảnh" chợt nhớ quê nhà và đòi về lại chốn cũ "một bước trần ai". Nhưng 'trần gian xưa' đã hoàn toàn thay đổi cả không gian lẫn thời gian nên các cụ giờ lại muốn tìm về lại chốn cũ 'Đào Nguyên' đã mất... Sách vở không thấy nói gì về chuyện các cụ có về lại được 'thiên thai' nữa hay không? Hay chỉ còn là:

"Đá mòn, rêu nhạt,
Nước chảy, huê trôi,
Cái hạc bay lên vút tận trời!
Trời đất từ đây xa cách mãi.
Cửa động,
Đầu non,
Đường lối cũ,
Ngàn năm thơ thẩn bóng trăng chơi..."
(Tản Đà,Tống Biệt)

Riêng tôi, cái làm tôi không sao không nhớ tới những gì anh Trương đã viết từ Maryland năm 2012 trong tùy bút "Những cơn mưa ngày cũ" trong tập tiểu luận "Đuổi Bóng Hoàng Hôn" của anh. Nó đã tự nói lên trước được tâm trạng của anh lúc này (ở tại Sài Gòn), khi đã từ quê người (Mỹ) về lại quê nhà (Việt Nam). (Và sao nó cũng giống như tâm trạng của không ít những người Việt Nam lưu vong từ sau biến cố 1975 phải luân lạc nơi xứ người!): "Đã sống ở Mỹ nửa đời người rất khó để nói rằng nước Mỹ không phải là một quê hương mới". Anh đã 'bị' yêu cảnh vật, cây cỏ miền Đông Bắc Hoa Kỳ "*nhất là màu sắc của cây khi trời bắt đầu vào Thu...*". Anh hay vẽ "*cảnh mùa Thu ở đây, cảnh nắng trên đồi, cảnh lá vàng trong rừng, cảnh thung lũng trong mù sương*" và nhất là "*những thay đổi của lá vào mùa Thu đã đủ ấn tượng để cuốn hút tâm hồn*" anh "*vào đó*". Anh đã vẽ rất nhiều bức tranh về mùa Thu... Trên Trang VHNT Phạm Cao Hoàng, phần dành riêng cho Trương Vũ (Tranh Trương Vũ) đã có đến 12 bức tranh 'Thu' của anh Trương(!?). Tất cả đều vẽ về mùa Thu ở Mỹ, nơi anh Trương sống.

Đã có biết bao mùa Thu trong đời anh. Mùa Thu nào của kỷ niệm ấu thời. Mùa Thu nào của những năm dài lưu lạc, tha hương. Anh Trương (và không ít những người Việt Nam di tản, tỵ nạn, thuyền nhân, vượt biên, lưu vong... khác), sẽ mãi phải bị phân vân cho tình huống 'một cảnh hai quê' của mình, anh sẽ mãi:

> *"Nghe mưa nơi này lại nhớ mưa xa*
> *Mưa bay trong ta bay từng hạt nhỏ"*

để rồi:

> *"Trăm năm vô biên chưa từng hội ngộ*
> *Chẳng biết nơi nao là chốn quê nhà?"*
> (Trịnh Công Sơn, Một Cõi Đi Về)

ĐỖ THANH TÙNG
Tháng 9.2024

Chú thích:

- Những chữ và câu trong ngoặc kép là nguyên văn của Trương Vũ.
- Xin xem tùy bút "Thu Năm Nà" trang 254 và bức tranh "Thu" trang 257

Phụ bản 24
CHÂN DUNG TRƯƠNG VŨ
Tranh của Duyên, (2017).

HOÀNG KHỞI PHONG
TRƯƠNG VŨ VÀ TẠP CHÍ VĂN HOC

Trương Vũ và Hoàng Khởi Phong.
San Francisco, 1990.

(Trích đoạn từ bài viết NHỮNG CHẶNG ĐƯỜNG CỦA TẠP CHÍ VĂN HỌC của Hoàng Khởi Phong – Báo Người Việt, California, 11 tháng 7.2012)

Chỉ sau vài số báo, Văn Học được các cây bút hải ngoại tới tấp gửi bài tham dự, cũng như sự trợ giúp tài chánh của những người coi văn chương như là một món ăn tinh thần. Khoa học gia Trương Vũ, là một thí dụ điển hình. Trương Vũ là người của khoa học, ông làm việc tại NASA, nhưng đã có những đóng góp đáng kể cho văn học Việt Nam ở hải ngoại. Năm 1995, hai mươi năm sau khi chiến tranh tàn, nhà xuất bản Curbstone ở tiểu bang

Massachusett dự định ấn hành một tuyển tập văn học về hậu chiến Việt Nam, quy tụ nhà văn của Việt Nam ở trong nước và nhà văn Mỹ. Chính nhờ sự đóng góp của Trương Vũ trong thành phần chủ biên, khi tuyển tập "The Other Side of Heaven" ra đời, nó có thêm tiếng nói của tám cây bút Việt Nam ở hải ngoại, cùng xuất hiện với mười hai cây bút Việt Nam ở trong nước và mười tám cây bút Hoa Kỳ. Nói tóm lại sau khi chiến tranh tàn được hai chục năm, đây là một tác phẩm quy tụ nhà văn của ba phe tham chiến, đã từng tận lực bắn giết nhau ngoài mặt trận. Không riêng gì Văn Học nhận được sự trợ giúp hết lòng của Trương Vũ, sau này khi tờ Hợp Lưu ra đời, anh cũng là một người lúc nào cũng mở hầu bao cứu cấp, mỗi khi hai tờ Văn Học và Hợp Lưu gặp phải những cơn khủng hoảng tài chánh.

…

Năm 1988 vợ và con gái út của Nguyễn Mộng Giác được đoàn tụ, để được toàn tâm toàn trí lo cho gia đình sum họp, Nguyễn Mộng Giác có ý định rút lui ra khỏi ban chủ biên. Đây là một biến cố lớn của tờ Văn Học, đến độ Trương Vũ từ D.C. phải đích thân bay về Cali, với ý định thuyết phục Nguyễn Mộng Giác vẫn để tên trong ban chủ biên, còn công việc điều hành thật sự do Cao Xuân Huy và tôi sẽ làm thay. Nhưng anh Giác quyết liệt rút ra, và đề nghị tôi thay thế cho anh Giác. Ban đầu tôi định từ chối, vì nghĩ mình không đủ uy tín. Mặc dù trước đó không lâu cuốn hồi ký "Ngày N+..." của tôi đã gây được một tiếng vang đáng kể trong giới cầm bút, và trước đó một năm cuốn hồi ký "Tháng Ba Gãy Súng" của Cao Xuân Huy được coi như là một hiện tượng của văn học hải ngoại.

…

Đầu thế kỷ 21, khi Internet phát triển cực độ, các trang web ra đời. Các cây viết trẻ đầy sung mãn và am hiểu tường tận kỹ năng điện toán, đã thiết lập hàng chục trang web chuyên về văn học. Đồng thời lứa độc giả văn chương của người Việt ở hải ngoại lớp thì qua đời, lớp thì làm biếng vì tuổi tác, đã khiến cho các tờ báo chuyên về văn học càng ngày càng tiến gần đến việc đình bản các tờ báo in.

Năm 2003, một buổi trưa Nguyễn Mộng Giác và Cao Xuân Huy đến chỗ tôi làm việc. Anh Giác có ý định cho tờ Văn Học đình bản, nên bàn với Cao Xuân Huy và tôi. Tôi chưa có ý kiến gì thì Cao Xuân Huy đã khẳng khái đứng ra nhận trách nhiệm chăm nom cho tờ Văn Học. Và anh đã chăm nom cho nó cho tới khi anh qua đời. Tất nhiên trong giai đoạn khó khăn này, lại chỉ có một mình xốc vác cho tờ báo, nên Văn Học trước tiên để tiết kiệm tiền in và tiền tem, thay vì phát hành mỗi tháng một số 120 trang, thì giờ đây hai tháng phát hành một số dày tối thiểu là 200 trang và có khi lên tới 250 trang. Trong cơn ngặc ngoải của tờ báo, vẫn là Trương Vũ đã hết lòng khích lệ, yểm trợ cho Cao Xuân Huy. Số Văn Học cuối cùng sau rất nhiều lần trì hoãn đã ra đời vào cuối năm 2008. Thế có nghĩa là một mình Cao Xuân Huy xốc vác tờ Văn Học trong suốt bốn, năm năm sau cùng.

Nói thêm một chút về Trương Vũ: Trương Vũ không bao giờ lãng phí một giây nào mà không làm một cái gì đó hữu ích cho đời. Ông là người SỐNG qua từng HƠI THỞ. Lúc nào cũng đau đáu về một cái gì đó. Ông hơn tôi hai tuổi. Tôi chỉ có thể viết một ý cuối cùng: ÔNG LÀ ANH TÔI.

HOÀNG KHỞI PHONG
2012

Phụ bản 25
CHÂN DUNG HOÀNG KHỞI PHONG
Tranh Trương Vũ,
sơn dầu trên bố, 24" x 30", (2013).

HOÀNG KIM OANH

CÁNH CỬA ĐẦU TIÊN
ĐI VÀO THẾ GIỚI TRƯƠNG VŨ
TRONG "ĐUỔI BÓNG HOÀNG HÔN"

Hoàng Kim Oanh và Trương Vũ
Woodbridge (VA), 22.10.2019.
Ảnh Phạm Cao Hoàng.

Bao nhiêu năm em nợ ngọt ngào
Trả nợ một đời chưa hết tình sâu
Bao nhiêu năm em nợ bạc đầu
Trả nợ một đời không hết tình đâu...
(TCS)

"Bốn mươi năm đã trôi qua từ ngày chiến tranh chấm dứt trên quê hương. Gần ba mươi năm đã trôi qua từ lúc những chiếc ghe cuối cùng của thuyền nhân Việt Nam chìm sâu trong lòng đại dương. Hồi tưởng lại thảm kịch đó để thắp một nén nhang cho những người đã khuất, để nguyện cầu sự siêu thoát cho những oan hồn trên biển Đông. Và, cũng là để mỗi người Việt Nam tự chiêm nghiệm về chính mình, về những gì đã làm, những gì đã không làm, những gì lẽ ra không nên làm. Quan trọng hơn hết, để thực sự dấn mình vào những nỗ lực của cá nhân và tập thể cần phải có cho thế hệ này, và cho những thế hệ kế tiếp. Để xã hội nhân bản hơn, tôn trọng những quyền căn bản của con người hơn, và để người dân có tự do, có cơ hội sống một đời có phẩm cách, như trong bao nhiêu quốc gia tiến bộ khác. Chỉ có như thế, cái thảm kịch như từng xảy ra trên biển Đông sau 1975 sẽ không còn xảy ra cho dân tộc Việt Nam trong tương lai nữa."

(Trương Vũ, Đuổi bóng hoàng hôn, tr. 11)

Trang đầu tiên là những dòng quá quen thuộc từ cái tựa "Đêm đại dương" "Oceano Nox" của Victor Hugo mà không biết bao nhiêu lần trong 18 năm dạy cấp 3 và những năm đại học sau này tôi từng xúc động xót xa mỗi lần đọc giảng bài thơ dịch này trên lớp... đã mở ra một không gian đồng cảm lạ lùng cho tôi đi vào tập tiểu luận xuất bản tháng 7 năm nay từ bên kia đại dương: "Đuổi bóng hoàng hôn" của nhà văn – họa sĩ Trương Vũ - chân dung văn học Quán Văn số 67- vừa được «cho mượn đem về đọc trước» chiều muộn ẩm ướt chập tối nay.

Anh là ai? Tôi chưa một lần gặp mặt. Chỉ thoáng một cái tên như nhiều tên bằng hữu văn chương xa gần anh chị em Quán Văn vẫn đôi khi nhắc nhân một câu chuyện nào đó có liên quan... Nhưng những dòng kết "Đêm đại dương" của anh giữa đêm mưa Sài Gòn tôi và tôi lặng lẽ một mình, từng chữ từng chữ cứ làm lòng tôi nức nở...

Và tôi khóc.

Với tôi.

Vết thương quá đớn đau của dân tộc.

Những trang viết không chút hằn học mà lắng sâu đau đáu tưởng như người viết cũng đang cố kìm nén, điềm tĩnh vượt lên cái nức nở cõi lòng chính anh với độ nén tối đa cho tản văn gói chặt cả quá khứ hiện tại lẫn tương lai trong chưa đầy 3 trang giấy này.

Sao dân tộc mình buồn đau chất chồng tang thương uất nghẹn đến vậy? Bao nhiêu năm qua rồi, biển Đông vẫn ngày đêm hãi hùng ngập tràn nước mắt như một lời nguyền truyền kiếp... Phép giải nào cho từng mảnh đời giông bão xé tả tơi?

Có một hiện thực mà không ai có thể quên cho dù không được biết, không được nhớ tới, không muốn nhớ tới. Hiện thực là hiện thực. Người chép sử nào có thể giấu che dưới ánh mặt trời một đoạn đường tột cùng bi thảm, đau thương, tuyệt vọng của người dân Việt nếu thật sự còn chút lương tri...

Trời ơi! Đó là sự thật. Tôi đọc. Tôi nghe. Tôi biết. «*Đói khát, tuyệt vọng, cướp bóc, hãm hiếp, giết người, bắt cóc, chìm tàu, và vài trường hợp, phải ăn cả thịt người để tồn tại*.” (tr. 10)

Đêm Sài Gòn yên ắng quá. Nhưng “Đêm đại dương» của Trương Vũ sao cứ dậy sóng... Tôi khóc ngon lành như lần đọc «Tội ngu» của anh Chu Trầm Nguyên Minh trên art2all mà suốt nửa năm cuối đời trên giường bệnh giằng co cùng bệnh dữ anh cứ băn khoăn sửa đi sửa lại mỗi cái kết. Hai anh em email qua lại tranh cãi mấy bận. Thư ngày 31.12.2013 anh viết về 3 lần sửa đoạn 7 kết thúc của “Tội ngu”:

“Từ đó đến nay cũng gần nửa năm..., thú thật lòng anh nặng trĩu. Nhất là khi đọc tài liệu Vượt Biển (nguyên văn không có dấu-hko). Họ hy sinh nhiều quá trong cuộc hành trình tìm tự do. Lòng anh như có đá đè nhiều lần viết lại rồi bỏ... cho đến

khi đọc thư Em. Có cái gì trong bức thư đánh thức anh... và anh sửa - như đã sửa [em vào đọc nhé]. Điều mừng hơn là anh hạnh phúc khi sửa như vậy."

Những hy sinh mất mát không phải một ngày một buổi, một người, một đời... và những di chứng tâm lý không thể tả thành lời...

Chiến tranh. Chiến tranh. Chiến tranh.

Tất cả những gì bi thảm đớn đau khủng khiếp nhất trên đất nước này đều có thể đổ hết cho chiến tranh. Chiến tranh. Yes. Of course.

Nhưng, đại bác đêm đêm đã thôi dội về thành phố gần nửa thế kỷ nay rồi mà đất nước tôi có bao giờ vết thương thôi mưng mủ lở loét...?

Tôi từng ngợi ca hòa bình.

Tôi từng trao đi hết tuổi thanh xuân tưởng mình có thể góp chút yêu thương nhỏ nhoi hàn gắn...

Và, tôi cũng từng nhận ra lòng mình những vụn vỡ tan hoang.

Đoạn kết tiểu luận đầu tiên trong tập «Đuổi bóng hoàng hôn» của anh Trương Vũ đẹp quá. Đẹp như một giấc mơ. Một giấc mơ đẹp của người trí thức lãng mạn bậc nhất có trách nhiệm và nặng lòng với tương lai của đất nước, của dân tộc cho dù đất nước và dân tộc của anh hôm nay gần như chỉ còn là hoài niệm...

"Đi xa, tôi nhớ những cơn mưa ngày cũ. Mỗi cơn mưa tồn tại trong tâm tưởng mang theo với nó một kỷ niệm, đánh dấu từng khoảng đời. Rất nhiều kỷ niệm đã giúp tôi trưởng thành..." (ĐBHH, tr. 14).

Đó là những cơn mưa Việt Nam. Những cơn mưa Nha Trang, Sài Gòn. Có tên đất, tên miền... Rồi 35 năm trên đất Mỹ, ngắm một dòng sông con suối... quê hương ấy vẫn trở về *"tôi nhớ đến cái thành phố tôi đã sống suốt tuổi thơ"* (ĐBHH, tr. 117).

Giấc mơ vẫn thường khó thể trở thành hiện thực. Nhưng riêng đoạn kết mà tôi chép lại ở đầu bài viết đột xuất trong đêm khi cầm trên tay cuốn tiểu luận rất trang nhã "Đuổi bóng hoàng hôn" này đây lại là một giấc-mơ-thật-của-một-nhà-văn được *"sáng tạo từ chất liệu của đời sống, bao gồm tất cả những thảm kịch"*. Nhưng cảm ơn nhà văn đã không dừng lại chìm đắm trong bi thương tuyệt vọng của vòng xoáy thảm kịch, hiềm khích, chia lìa đó, mà *"nhìn thẳng vào"* và *"tự mình tiễn đưa chúng vào với lịch sử" (tr. 87),* vượt lên tất cả đau thương bi đát kiếp vô thường, Trương Vũ còn hướng người đọc hôm nay đến *"một cái gì mới và đẹp cho cuộc sống"* (ĐBHH). Có lẽ vì thế mà những giấc mơ của anh mang phép mầu không thể không với được nếu mỗi người chúng ta hôm nay biết tự lắng lòng chiêm nghiệm bản thân mình, *"thực sự dấn mình vào những nỗ lực của cá nhân và tập thể cần phải có cho thế hệ này, và cho những thế hệ kế tiếp"* (ĐBHH, tr. 11), để *"xã hội nhân bản hơn, tôn trọng những quyền căn bản của con người hơn",* và con em cháu chắt tương lai của chúng ta *"có cơ hội sống một đời có phẩm cách"*...

Sống Tự Do và Có Phẩm Cách.

Ôi, đơn giản thế thôi song có phải là quá xa xỉ xa vời với hiện thực đất nước tôi?

Không. Thật trân quý tấm lòng anh Trương Vũ. Mỗi chúng ta làm sao có thể thờ ơ, hèn yếu, tước đi cơ hội được sống Tự Do và Có Phẩm Cách ấy của trăm trứng thế hệ tương lai Việt Nam.

Xin thành tâm cùng một nén hương nguyện cầu an yên cho nước mắt biển Đông giải lời nguyền quá khứ đau thương...

Cánh cửa đầu tiên đi vào thế giới Trương Vũ trong "Đuổi bóng hoàng hôn" đã mở cùng tôi.

Chạnh nhớ ca từ bài hát Trịnh Công Sơn... đâu chỉ nợ lứa đôi trong cuộc đời này, mở mắt chào đời ta đã nợ trần gian...

và quê hương bao nhiêu năm nước mắt lầm than
Trả nợ ân tình sao hết tình tôi...
Bao nhiêu năm em nợ ngọt ngào
Trả nợ một đời chưa hết tình sâu

HOÀNG KIM OANH
Tháng 8. 2019

HOÀNG NGỌC-TUẤN

Vài Suy Nghĩ Về Tuyển Tập Tiểu Luận "Đuổi Bóng Hoàng Hôn" Của Trương Vũ

Trương Vũ Hoàng Ngọc-Tuấn Nguyễn Hưng Quốc.
Washington, D.C., 2012.

ĐUỔI BÓNG HOÀNG HÔN là tuyển tập tiểu luận của nhà văn kiêm họa sĩ Trương Vũ, gồm 19 bài chọn ra từ những bài viết từ năm 1989 đến 2018. Tranh bìa của tác giả. Trình bày: Nguyễn Đồng & Nguyễn Thị Hợp. Nhà xuất bản Nhân Ảnh (Hoa Kỳ) ấn hành vào tháng 5/2019.

Nhà văn kiêm họa sĩ Trương Vũ (tên thật là Trương Hồng Sơn) còn là một khoa học gia. Anh có bằng Cử Nhân Giáo Khoa Toán

(Đại học Sài Gòn), Thạc Sĩ (MSc) về Vật Lý Hạt Nhân (Uni. of Pennsylvania), Thạc Sĩ Công Nghệ Điện (MSEE) và Tiến Sĩ Khoa Học (DSc) về Điện trong Kỹ Thuật Không Gian (George Washington Uni.). Trước 1975, anh dạy Toán và đặc trách Sinh Viên Vụ tại Đại Học Duyên Hải (Nha Trang). Năm 1976, anh vượt biển và định cư tại Hoa Kỳ.

Anh là chuyên gia nghiên cứu cho NASA tại Trung Tâm Không Gian Goddard từ 1980 cho đến khi nghỉ hưu năm 2005. Anh đã tham dự và phụ trách nhiều công trình khác nhau, về khoa học và kỹ thuật. Đóng góp quan trọng nhất của anh thuộc về lãnh vực nghiên cứu và phát triển kỹ thuật xác định quỹ đạo (Orbit Determination) và phi hành tự động cho phi thuyền (Autonomous Spacecraft Navigation). Anh đã đăng tải nhiều công trình nghiên cứu với tư cách tác giả chính về vật lý và kỹ thuật không gian.

Trong cuốn ĐUỔI BÓNG HOÀNG HÔN, Trương Vũ viết về nhiều đề tài khác nhau (giáo dục, văn chương, chính trị, quê hương, kỷ niệm…). Những bài viết của anh bao giờ cũng có tính khúc chiết và uyên bác của một nhà khoa học, hòa với cảm xúc thâm trầm của một nghệ sĩ.

Khi vừa nhận được ĐUỔI BÓNG HOÀNG HÔN, mình giở nhanh qua những trang sách để xem hình thức của cuốn sách, thì bất ngờ mình thấy ở trang 202, trong bài “Về lại Sorrento” (viết năm 2009), anh Trương Vũ có nhắc đến thầy Nguyễn Suyên (là anh ruột của mẹ mình, tức là cậu ruột của mình, và mình gọi là “cậu Dư”). Thế là mình dừng lại để đọc trang ấy. Anh Trương Vũ viết:

{{… Bài “J’accuse” tôi không học từ thầy Nhơn mà học từ thầy Nguyễn Suyên, một thầy dạy Văn rất giỏi về Đường thi. Thầy dạy bài này vào một thời gian ngắn thầy tạm phụ trách môn Lịch sử Thế giới thay người khác. Trong một chuyến về Houston cách đây hai năm, tôi đi ăn tối với vợ chồng Nguyễn Tấn Hường, một bạn thân, cùng với một số bạn khác. Trong buổi tối đó chúng tôi có nhắc đến thầy Suyên. Hường là học trò giỏi của thầy, có kể lại một kỷ niệm. Khi chúng tôi còn học ở Sài Gòn, thầy Suyên mất. Hè năm đó, khi về lại Nha Trang, tôi và các bạn Hường, Phê, Thái có đến thăm mộ thầy, ở bên kia cầu Hà Ra. Đứng trước mộ, Hường bắt chước giọng ngâm của thầy, ngâm bốn câu đầu trong "Binh Xa Hành" của Đỗ Phủ:

Xa lân lân, mã tiêu tiêu,
Hành nhân cung tiễn các tại yêu.
Gia nương thê tử tẩu tương tống,
Trần ai bất kiến Hàm Dương kiều.

Nghe Hường kể lại kỷ niệm này, tôi giật mình. Tôi nhớ, thầy Suyên thường ngâm bốn câu này trong lớp, bằng cách ngâm theo giọng Bình Định rất đặc biệt của thầy. Về văn, tôi là một học trò loại trung bình và khá lười biếng nên ít khi thuộc thơ. Tuy nhiên, bốn câu đó tôi thuộc và thỉnh thoảng đọc lên mà thật sự không nhớ mình học được từ đâu. Bây giờ thì tôi nhớ. Ngày nay, cái nghĩa trang nơi chôn thầy Suyên đã bị san bằng, nhà cửa xây san sát trên đó. Trong chúng tôi, không ai biết nắm xương tàn của thầy hiện nằm đâu. Cũng như, chắc không mấy ai biết ngôi mộ của thầy Nhơn nằm đâu. Nhưng tôi tin rằng những bài học của các thầy vẫn còn nằm đâu đó trong tiềm thức rất nhiều học trò cũ.}}

Đọc xong trang 202, mình chợt ngẫm nghĩ lan man: Không biết bây giờ linh hồn của cậu Dư đang ở đâu? Nếu cậu Dư biết rằng, 60 năm sau khi cậu qua đời, vẫn có những người học trò của cậu còn nhớ đến cậu, còn kể lại kỷ niệm ngày xưa vào trang sách, thì chắc cậu rất vui lòng...

HOÀNG NGỌC-TUẤN
Tháng 6. 2019

Phụ bản 26
CHÂN DUNG HOÀNG NGỌC-TUẤN
Tranh Trương Vũ,
sơn dầu trên bố, 20" x 24", (2012).

Phụ bản 27
CHÂN DUNG VÕ QUỐC LINH
Tranh Trương Vũ,
sơn dầu trên bố, 20" x 24", (2012).

HOÀNG XUÂN SƠN

Trương Hồng Sơn (Trương Vũ), Một Thực Thể Tình Bạn

Từ trái: Lê Thiệp Hoàng Xuân Sơn Trương Vũ Ngô Vương Toại.
Virginia, 2013.

Tôi dùng hai chữ "thực thể" là muốn nói lên cái ý một điều gì đó mình nhìn thấy, chạm được. Và cụ thể là nắm bắt được.

Đó là quá trình manh nha, bung nở và kết tụ tình bạn giữa khoa học gia Trương Hồng Sơn (THS), tức nhà văn - họa sĩ Trương Vũ; với gã làm thơ kiết xác Hoàng Xuân Sơn ngoại hiệu Hoang Sờn.

Năm 1981 định cư ở Gia Nã Đại (Canada), bắt liên lạc lại được với bạn nối khố Ngô Vương Toại (NVT) tại tiểu bang Trinh Nữ (Virginia, Hoa Kỳ), nơi mà Toại ngoài việc vàng sinh nhai, vẫn tiếp tục con đường sinh hoạt thông tin, báo chí và văn nghệ. Thời bấy giờ NVT thỉnh thoảng đã cùng các bạn khác cư ngụ cùng địa phương sang Canada chơi và ghé thăm tôi, trong đó có những người sau này là bạn như Giang Hữu Tuyên, Đặng Đình Khiết, và bạn thiết như THS.

Nhưng phải đợi đến 1989, tình bạn giữa chúng tôi mới nảy nở toàn diện. Nhóm Việt Chiến gồm Giang Hữu Tuyên, Ngô Vương Toại đã ấn hành cho HXS thi tập đầu tay Viễn Phố (tuyệt bản) và tổ chức ra mắt sách khoảng xuân hè 1989, cùng với nhà văn Vũ Huy Quang (+) tại Đại học George Mason VA. Dịp này quy tụ đủ anh tài miền Đông Hoa Kỳ: Cụ ông cụ bà Tá Chi Trương Cam Khải, GS Nguyễn Ngọc Bích, họa sĩ nhà văn Võ Đình, các nhà văn nhà thơ nữ Nguyễn Thị Hoàng Bắc, Trương Anh Thụy, Vi Khuê..., khoa học gia - nhà văn Trương Hồng Sơn (lúc chưa chính thức cầm cọ), nhà văn Phan Tấn Hải, bạn học cũ Thân Trọng Mẫn, nhóm Việt Chiến Toại - Tuyên - Hùng, nhà thơ Dương Như Nguyện... Bạn THS cũng có đóng góp phần phát biểu trong sinh hoạt RMS này. Buổi tối tiếp tân tại tư gia NVT, bạn THS cũng đã phác họa chân dung HXS mà tôi đã dùng làm bìa sau cho tập Thơ Quỳnh (2017-2018).

Rồi thời gian sau đó, tôi đã cư ngụ ở tiểu bang Virginia này hơn một năm giúp vợ chồng Toại điều hành một cơ sở thương mại nhỏ, tình bạn giữa THS và tôi ngày càng khăng khít hơn bởi sự tương thông vô bờ bến từ nhân cách, tri thức đến sự đồng điệu về văn hóa, nghệ thuật. Việc qua lại, thăm viếng giữa hai gia đình nhân các dịp đặc biệt, quan-hôn-tang-tế rất thường xuyên lúc chúng tôi còn trai tráng có sức lái xe đường trường thăm viếng nhau. Cũng khoảng thời gian này tôi cũng đã có cơ hội mở rộng vòng tay kết giao bằng hữu với nhiều nhân tài vùng Hoa Thịnh Đốn ở khắp các vùng miền của thủ đô, bang Trinh Nữ (VA), bang Maryland (MD), v.v... Nào là Đinh Cường, Nguyễn Mạnh

Hùng, nhóm Bến Cũ (Nguyễn Văn Phán, Phạm Như Đà Lạc, Phạm Nhuận - cư dân Montréal, Cương, Tự, Hào v.v...), Phó Ngọc Văn, Lê Thiệp, Nguyễn Minh Diễm, Nguyễn Minh Nữu, chị Hòa Bình Sharp, thi sĩ Phạm Cao Hoàng, nhà văn Nguyễn Kỳ Phong, v.v... Chúng tôi thường gặp nhau trong các buổi rượu cuối tuần. Cũng chính bạn THS là người canh chừng kẻ ham vui sa đà này trong những cuộc đụng độ tửu lượng, và khuyên nhủ tôi trở về cố quận sau khi quán xá của hai bạn Toại Lan đóng cửa.

Từ sau 2013, sau khi một số bạn bè cũ mới lần lượt ra đi như Lê Thiệp, Ngô Vương Toại, Đinh Cường, Nguyễn Minh Diễm..., THS bắt đầu đi vào con đường sáng tác hội họa, chúng tôi cũng hiếm khi qua lại gặp nhau, một phần vì mỗi gia đình có một hoàn cảnh riêng về công việc, sức khỏe v.v... Tuy thế tình bạn giữa hai bác Sơn (tôi hay xưng hô với THS như vậy) và chúng tôi vẫn vững bền, mật thiết, chân tình không hề thay đổi cho dù năm tháng có phôi pha! Ba năm trước, THS, nay là Trương Vũ đã hoàn thành một bức tranh sơn dầu vẽ chân dung HXS qua trí nhớ (dù có hẹn sẽ ngồi mẫu trực diện mà không thành) thật linh hoạt về thần thái, màu sắc mà bạn bè ai cũng công nhận là quá xuất sắc.

Năm nay, vì tình hình sức khỏe của chị nhà, hai bác Sơn đã quy cố hương sinh sống dài hạn, nơi mà bạn bè đều hay tin là thuận lợi vô cùng cho sức khỏe của chị An về tinh thần lẫn thể chất. Thiệt mừng cho hai bạn. Và tin tưởng không lâu ta sẽ tái ngộ để tiếp tục rong chơi như những ngày xưa thân ái.

Tôi ghi thêm ra đây, nhân số báo Ngôn Ngữ đặc biệt về Trương Vũ THS một ít đoản thơ văn đã hiển thị trên trang nhà Facebook HXS. Xin cảm ơn và chúc mừng.

HOÀNG XUÂN SƠN
** Laval, Quebec CANADA*
Ngày 06 tháng 10 năm 2024

THÙ TẠC... với Trương Hồng Sơn

Ngày 4 tháng 2 không phải là Ngày Bạn Hữu. Tự FaceBook gọi thế để kỷ niệm ngày khai sinh của họ. [International Friendship Day năm 2021 nhằm ngày 30 tháng Bảy].

Tôi cũng muốn thừa dịp này để nhắc một người bạn chân tình đúng nghĩa: khoa học gia, nhà văn, họa sĩ Trương Hồng Sơn (Trương Vũ).

Cơ may tôi được quen biết THS là qua người bạn chí cốt Ngô Vương Toại (+). Chúng tôi gặp nhau từ 1983. Và tình bạn gắn bó ấy trải suốt và bền vững hàng chục năm trời. Tôi nhấn mạnh chữ Chân Tình là ở cái lòng, cái ý tứ của bác Sơn đối xử với bằng hữu. Tôi nghĩ là anh chưa hề làm phật lòng một ai. Và bạn bè đều tin cậy, quý mến anh không hề có khoảng cách. Vui hơn nữa là anh gia nhập làng phây gần đây, liên lạc mật thiết với bằng hữu cũ mới, những Nguyễn Thị Thanh Bình, Nguyễn Minh Nữu, Nguyễn Trọng Khôi, Huy Tưởng, Thu Vàng, Nguyễn Xuân Thiệp, Vũ Hoàng Thư, Hồ Đình Nghiêm, Phan Thanh Tâm… và một số bạn Nha Trang khác, v.v...

Chúc mừng Trương Hồng Sơn/Trương Vũ. Anh là một con người Hạnh Phúc khá vẹn toàn. Bạn tôi hân thưởng một đại gia đình hiền hòa, đạo đức và thành đạt. Những năm gần đây anh để hết tâm hồn vào hội họa như một tiêu chí sau cùng cho những an vị của thời hưu trí!

Một vài bài tôi đã viết cho bác Sơn:

{â m t h ứ c}
với vợ chồng Trương,
mấy ngày hè ngắn ở M.

thức viễn hoa lay trắng cửa
then hờ một chuyến đi xa
bụi phủ nguồn cơn thân ái
âm âm cành tiết độ. nhòa

chiều nhọc lần qua khung trái
vai nương thân cánh phục tùng
buông thõng trần khúc mê dại
lửa điêu tàn phựt cõi chung

tiệc vui nào đứng lóng ngóng
đường dài quỵ một say ngây
quờ quạng đêm gương vẫn giá
ở nhau còn rụng bữa đầy

như mai hương nguyền gẫy gập
áo mềm tưởng một dung thao
ngón tay sút gầy trang thiếp
nghìn âm thư vợi quyển nào.

(hoàng xuân sơn
tháng chín chín bảy)

{t ừ n h ữ n g đ o ạ n g h i}

hãy đem nhau vào màu sắc
giọng cười vũ ấm áp
như ni na khúc dương cầm bay trong gió
những đoạn ghi thần tình của cường
tôi muốn chiêm ngưỡng những đoạn ghi
[không bằng đôi mắt tọc mạch]
mà bằng gam màu của tranh sáng tối
những đoạn ghi mời chào ý nghĩ. từng khúc quanh
đời trôi đi ngàn chuỗi hạt
những viên lấp lánh
bằng hữu lần tay đếm
chim ngậm tràng vô ưu
lời kinh sậm
thân bằng. và những san sớt khôn nguôi
nơi phập phồng âu lo
nơi bình an niệm bồng quán thế

mười phương lồng lộng
trắng khiết mùa nhân văn
bộ ria và chiếc gậy như tâm toại
lò dò theo đóa trà hoa bồng bềnh nguyễn
những giấc mơ
vàng rực dã quỳ
mặt trời.   hoàng hôn
khe vi tía
cực chẳng không tánh về men của gió
nằm giang biên
cốc rượu sơn khề khà ban mai cọng cỏ
rêu áo xanh mũ nồi
thức viễn đà la
những đoạn ghi của cường thả buông thiều
mà tranh vẫn đằm từng tích tắc
[sống lại từng giả thiết]
ngoài đời rất thực
ôi hoàng.   những hoàng
đóa quỳnh nằm xa phương
đừng than thở mưa vẫn chìm trong sóng
nơi ửng hồng
của rạng kinh thiên

(Hoàng Xuân Sơn
rạng ngày ba tháng tám mười ba
về lại phố mông)

{d ấ u b i ể n}
tặng Trương Vũ

suy tư bỏ mặc dung hờ
cuộc tranh bày vẽ ngọn hơ lửa đầy
biển về mằn mặn hai vai
em nơi châu lục
tôi ngoài chân sương
muối đã ăn. đậm. thiên trường
thì đêm trắng mắt còn vương mật đồ
đố thai nằm duyên ở mô
mầu vin câu chữ duyệt tờ hoa râm
ôi linh xưa như trăng rằm
điểm lân thầm chú
vệt bầm ngây sơ
nghìn năm bụi nhớ lưng bờ
biển đâu còn lận sóng xô nghìn trùng

23 nov. 2017

Phụ bản 28
CHÂN DUNG HOÀNG XUÂN SƠN
Tranh Trương Vũ,
sơn dầu trên bố, 18" x 24", (2021).

HUY VIỄN

Trương Hồng Sơn, Ngựa Hồng Chưa Mỏi Vó

Huy Viễn và Trương Vũ – Sài Gòn, 2023

Trương Hồng Sơn là một người hiếm hoi thành đạt ở cả hai lĩnh vực khoa học và nghệ thuật. Ông lấy bằng Tiến Sĩ tại Mỹ, làm chuyên viên nghiên cứu cho cơ quan hàng không và vũ trụ NASA đến ngày về hưu. Suốt thời gian đó, ông cộng tác với nhiều tạp chí văn nghệ và từng làm chủ biên cho một vài tập san văn học ở hải ngoại (bút hiệu Trương Vũ). Trương Vũ còn là một hoạ sĩ nổi tiếng đã tham gia nhiều cuộc triển lãm tại Hoa Kỳ. Những bức tranh của ông, nếu được gom lại để xuất bản, sẽ là một vựng tập ấn tượng, dù nhiều người vẫn nghĩ ông, với một công việc toàn thời gian tại NASA, có thể chỉ là một artiste du Dimanche - hoạ sĩ tài tử. Trên các trang web đó đây, nhiều bạn văn của ông đã soi rọi thêm những góc suy tưởng còn ẩn khuất của con người tài hoa này. Nhiều người cũng biết ông từng là nhà giáo trước đây khi còn ở Việt Nam nhưng ít ai hình dung hết những dấu ấn của người thầy này đối với thế hệ sinh viên của một ngôi trường đại học yểu mệnh hơn 50 năm trước.

Once a teacher, forever a teacher

Mùa thu 1973, tôi và nhiều bạn trẻ mười tám đôi mươi thi vào Đại Học Cộng Đồng Duyên Hải Nha Trang. Ngôi trường mới được thành lập vào một năm trước đó với một khoá tuyển sinh duy nhất. Giai đoạn này, cuộc chiến trở nên khốc liệt hơn sau lệnh đôn quân vào mùa hè 1972. Chọn lựa ngôi trường này để theo học với nhiều người có thể là một quyết định an toàn trước thời thế. Sau hai năm theo học, sinh viên tốt nghiệp có thể làm việc cho ngành điện tử đang phát triển hoặc ngành ngư nghiệp đặc thù của địa phương. Đông đảo nhất là ngành sư phạm với chừng 200 sinh viên mỗi khoá, những người sẽ trở thành giáo viên đệ nhất cấp ở nhiều bộ môn cho những trường học ở miền Trung.

Hai năm ở Đại Học Duyên Hải lẽ ra cũng sẽ lững lờ trôi qua một cách tẻ nhạt nếu Trương Hồng Sơn không xuất hiện. Chính ông là người đã khuấy động, đã thổi hồn vào những năm học cuối của đời học trò của chúng tôi một cách ý vị. Thầy Trương Hồng Sơn được bổ nhiệm làm Trưởng phòng Sinh Viên Vụ, phụ trách những sinh hoạt ngoại khoá của sinh viên. Khuôn mặt sáng, đôi mắt tinh anh và nụ cười thân thiện của người thầy dạy Toán mới ngoài ba mươi này - một người thầy khác hẳn với hình ảnh đạo mạo sáo mòn thường thấy - đã nhanh chóng thu phục cảm tình của nam nữ sinh viên ngày ấy. Thầy Sơn sớm đặt niềm tin vào thế hệ trẻ và biết cách khơi gợi những năng lực của học trò mình và như William Arthur Ward (nhà văn Mỹ, 1921 – 1994) từng nhận xét: *"Người thầy trung bình chỉ kể, người thầy giỏi giải thích, người thầy xuất sắc thị phạm, và người thầy vĩ đại truyền cảm hứng.» (The mediocre teacher tells, the good teacher explains, the superior teacher demonstrates, and the great teacher inspires).* Điều thú vị là nhiều cựu sinh viên Đại Học Duyên Hải giờ đây vẫn kính trọng và trìu mến gọi ông bằng thầy nhưng ít ai được ngồi trong lớp toán của ông, hướng về phía ông đang thao giảng trên bục giảng.

Vừa bắt tay vào việc, ông lập tức mời nhóm văn nghệ sĩ bằng hữu thời đó như Bửu Ý, Trịnh Công Sơn, Đinh Cường, Lê Thành Nhơn, Trùng Dương, Huy Tưởng ... vào sinh hoạt cùng sinh viên. Không chỉ giới sinh viên mà cả những người yêu nghệ thuật của thành phố biển cũng bắt đầu chộn rộn vì sự xuất hiện của những khuôn mặt văn nghệ đình đám này.

Trước năm 1975, những sự kiện văn học nghệ thuật hầu như chỉ diễn ra ở hai thành phố lớn là Sài Gòn và Huế. Cũng như nhiều thành phố khác ở miền Nam, hoạ hoằn Nha Trang mới tổ chức được một sinh hoạt nghệ thuật nào đó, có chăng chỉ là một vài đêm đại nhạc hội thu hẹp ở các rạp hát. Nhưng từ 1973, thành phố biển đã khởi sắc hơn nhờ những hoạt động của "nhóm Trương Hồng Sơn". Khởi đầu là những cuộc triển lãm tranh của Đinh Cường, những buổi toạ đàm về văn nghệ và thi ca của kịch tác gia Bửu Ý, điêu khắc gia Lê Thành Nhơn và nhà thơ Huy Tưởng nhưng độc đáo nhất vẫn là những đêm lửa trại tại đèo Rù Rì với tiếng đàn bập bùng của Trịnh Công Sơn trong ánh lửa trại bập bùng những đêm không ngủ giữa núi đồi vắng lặng. Thầy Sơn vẫn quan niệm rằng hồn cốt của một dân tộc là tôn giáo, giáo dục và văn học nghệ thuật. Nếu tôn giáo là niềm tin cá nhân thì giáo dục và văn nghệ là hai lãnh vực mà đại học cần thúc đẩy.

Bình sinh Trương Hồng Sơn là một người hào sảng. Ông có thể đưa hàng chục sinh viên về nhà của ông ở đường Nguyễn Trãi, Nha Trang, đài thọ mọi thứ để họ tập nốt một bài hát hay một vở kịch. Ông cũng vận động để nhà trường tổ chức hàng loạt sự kiện với nhiều chi phí mà sinh viên không phải đóng góp một đồng nào. Cũng phải kể đến những buổi thù tạc liên tiếp với nhiều văn nghệ sĩ thân hữu ghé đến Nha Trang theo lời mời của ông. Sau này, trên đất Mỹ, ông không nói ra nhưng bạn bè ông cho biết chàng Trương thậm chí còn móc hầu bao để tài trợ cho việc in ấn tác phẩm của các văn hữu thân thiết nữa.

Sinh viên thời đó yêu mến ông vì sự xả thân và hết lòng của ông cho những hoạt động nghệ thuật nhưng tôi đồ rằng bên trong con người mực thước ấy là một tình yêu có phần lãng mạn với cuộc sống và nghệ thuật để ông dám "đẩy cho tới cùng những điều người khác mới dám làm một nửa" (Dostoevsky).

Biến cố 1975 đã đẩy ông đi một nơi quá xa, xa cách gia đình và ngôi trường với những ước vọng dang dở. Ông từng tâm sự nhiều khi vẫn tự hỏi phải chăng ra đi là một quyết định đúng đắn. Nhưng những năm tháng tiếp đó là câu trả lời cho băn khoăn này. Tôi vẫn tin rằng chính chất lãng mạn cố hữu đã khiến ông dám theo đuổi những giấc mơ không tưởng cho sự nghiệp của mình ở tuổi ngoài ba mươi khi đặt chân lên đất Mỹ. Mãi mười năm sau ông mới đoàn tụ được với vợ con. Và ngay sau khi gia đình đã an cư, ông lập tức trở lại với những đam mê thời trai trẻ của mình là viết và vẽ.

Thật khó hiểu là ông lấy đâu ra thời gian để làm việc, sinh tồn, sống với những đam mê tao nhã của mình và thi thoảng lại còn chén thù chén tạc với bạn bè văn hữu. Lũ môn sinh chúng tôi có thể ngồi nghe hằng giờ một người thầy lão làng kể về những câu chuyện rất đời và rất người của giới văn nghệ trong và ngoài nước. Nếu không từng là thầy giáo và "ác" hơn, ông có thể cho ra đời một "Nhà văn, tác phẩm cuộc đời" khác, chắc sẽ ly kỳ hơn cuốn sách của Thế Phong mấy mươi năm trước.

Như nhiều trí thức thời đó, ông thừa nhận mình có phần chịu ảnh hưởng văn hoá Pháp nhưng vẫn một lòng ủng hộ đường lối giành độc lập của chí sĩ Phan Chu Trinh. Với nhiều người "yêu nước là một từ sang trọng khiến adrenaline chảy cuồn cuộn khắp cơ thể và khiến chúng ta khoan khoái" như Anthony Burgess châm biếm. Cơn thống khoái nhân danh lòng yêu nước đã khiến nhiều người sổ toẹt mọi thành tựu và giá trị cũ, kể cả văn hoá Pháp. Là một hoạ sĩ, ông chọn cách nhìn thế sự như chiêm ngưỡng một bức tranh - không quá gần và không quá xa - để biết "gạn đục khơi trong", và để có những nhận định đúng đắn về thế cuộc.

Tính cách quảng giao của ông đã thu hút nhiều thân hữu văn nghệ và thật đáng khâm phục cách chịu đựng bạn bè của ông, nhất là những nghệ sĩ vẫn xem gàn dở là một biểu hiện của tài năng. Máu "chiêu hiền đãi sĩ" đã biến căn nhà của ông tại Mỹ trở thành nơi gặp mặt của nhiều cây bút ở cả hai phía. Nguyên Ngọc, Nguyễn Huy Thiệp, Bảo Ninh, Nguyễn Quang Thiều, Lê Minh Khuê, Hoàng Ngọc Hiến, Trần Văn Thủy… đã từng đến nhà của ông - nhà của một người từng ở bên kia chiến tuyến - để tìm hiểu, trao đổi, thậm chí còn cãi nhau chan chát. Ông không ngại những tranh luận và khi gặp lại Bảo Ninh và Phạm Xuân Nguyên mới đây, ông vẫn nêu một câu hỏi nhói lòng: *"Các bạn nghĩ thế nào nếu trước đây ba anh em chúng ta phải cầm súng nhắm vào nhau?"*

Phải chăng những tiếp xúc với trí thức của miền Nam như Trương Hồng Sơn đã khiến nhiều người từng ở bên kia chiến tuyến của ông hiểu rõ hơn những người từng là "kẻ thù" của họ, khiến những vết chém trên thân cổ thụ của Rừng Xà Nu đã bắt đầu tứa nhựa, đã nẩy thêm mầm nhân ái và chấp nhận những cái nhìn công bằng hơn về cuộc chiến? Nguyên Ngọc từng viết một bài rất dài về Trương Hồng Sơn trên báo Xuân Sài Gòn Tiếp Thị, thể hiện lòng kính trọng đối với gia đình Trương Hồng Sơn và những giá trị của những trí thức miền Nam. Tôi vẫn nhớ một buổi sáng năm 2006, Nguyên Ngọc chờ Trương Hồng Sơn vừa về Việt Nam mấy ngày tại một quán ăn trên đường Nguyễn Thị Diệu quận 3, đón ông về Quảng Nam để mục sở thị dự án thành lập đại học Phan Chu Trinh, nơi ông muốn Trương Hồng Sơn gánh vác một vai trò quan trọng. Thầy Sơn cũng theo chân ông ra tận Quảng Nam để tìm hiểu tình hình nhưng cuối cùng nhận ra rằng mình phải bỏ cuộc.

Nhà văn Nguyễn Hưng Quốc từng chia sẻ một trong những bi kịch lớn nhất thời hậu chiến chính là nỗi đau tha hương của vài triệu người Việt trên khắp thế giới. Tình yêu của họ chỉ còn thể hiện qua nghĩa vụ với thân nhân và những ấp ủ về chuyến trở về sau những tháng năm "cử đầu vọng minh nguyệt, đê đầu tư cố hương" (*) và Trương Hồng Sơn không phải là ngoại lệ. Như nhiều trí thức khác, ông cũng mong muốn được thể hiện lòng yêu nước theo lương tri của mình...

Phải mất 25 năm ông mới trở về được nơi ông sinh ra và lớn lên. Tôi là người đi đón vợ chồng ông đêm ấy. Chúng tôi về khách sạn rất khuya, lúc một giờ sáng. Hành lý vừa được đẩy vào phòng, ông liền xua tay bảo vợ: "Thôi để mọi thứ mai tính, lên sân thượng uống bia đã!" Niềm vui và nỗi phấn khích khi trở lại mảnh đất quê hương dường như khiến ông muốn sống trọn vẹn với cảm xúc của mình trước đã.

Thật lạ là mãi 25 năm mới gặp lại nhau nhưng chúng tôi không nói được gì nhiều. Tôi biết khi nhìn xuống Sài Gòn về khuya, người con tha hương này không khỏi xao lòng vì những ký ức thời trai trẻ, không phải ùa về, mà là va đập dữ dội vào tâm tưởng của ông đêm ấy.

Những ngày tiếp đó là những cuộc gặp gỡ bạn bè từ nhiều nơi, là đến thắp nhang cho người bạn Trịnh Công Sơn mà ông vẫn còn nhiều điều hối tiếc, là đến những nơi mà thời trai trẻ chưa từng được đến, gặp gỡ những người bạn từ lâu biệt tích và những người học trò cũ đã trôi dạt nhiều nơi. Thời gian không bao giờ đủ và ông hẹn lòng một chuyến trở về gần hơn sau đó. Nhưng rồi phải mất 5 năm và gần 10 năm sau ông và vợ mình mới tiếp tục những chuyến trở về kế tiếp, cũng chỉ vì những mối ràng buộc lẽ ra đã lơi dần vào tuổi đó vì con cái họ đều đã yên bề gia thất tại Mỹ.

Có lẽ đầu năm 2023 là lần trở lại cố hương được ông chờ đợi nhất vì đó là năm kỷ niệm 50 năm thành lập Đại Học Duyên Hải. Có nơi nào trên thế giới thầy trò của một ngôi trường đã bị khai tử 50 năm trước lại có thể cùng hội ngộ với nhau như ở Đại Học Duyên Hải lần này không? Trương Hồng Sơn chính là chất men làm dậy mối tình thầy trò sau 50 năm này. Rất tiếc là vợ thầy Sơn không cùng về được vì vấn đề sức khoẻ nhưng bù lại cựu sinh viên Đại Học Duyên Hải được gặp lại vợ chồng thầy Viện trưởng ngày xưa của họ: Thầy cô Trần Ngọc Lợi.

Thầy Lợi cũng nguyên là Viện trưởng Hải Học Viện Nha Trang, một trung tâm nghiên cứu sinh vật biển uy tín thời đó. Tại buổi họp mặt với hàng trăm sinh viên từ 50 năm trước về dự, thật khó tin là một ông lão 90 tuổi, với phần lớn cuộc đời sinh sống ở nước ngoài, vẫn có thể mở đầu cuộc hội ngộ bằng một bài diễn văn xúc động và lưu loát mà không cần một mảnh giấy nào trên tay nhắc nhở. Thầy Lợi tuy lớn tuổi hơn nhưng là cháu rể của thầy Sơn và mối liên hệ này giúp họ phối hợp tốt hơn trong sứ vụ của mình một cách hoàn toàn vô vụ lợi. Sau này, nhân một cuộc gặp gỡ tại căn hộ của thầy Sơn ở tạm tại Sài Gòn, có cả Tiến Sĩ Lê Hữu Phúc, cựu Trưởng Khoa Chuyên Nghiệp của Đại Học Duyên Hải ngày trước, chúng tôi được hầu chuyện với các vị thầy khả kính của mình và nghe họ nhắc lại những dự phóng của ngôi trường nhỏ bé 50 năm trước. Họ luôn là những tấm gương mẫu mực, là hiện thân cho những giá trị của một nền giáo dục đã quá vãng. Từng là một nhà giáo, thầy Sơn băn khoăn nhiều nhất về thực trạng của giáo dục. Đó cũng là điều hối tiếc lớn nhất của nhà thơ Đỗ Trung Quân và của cả bà Bùi Trân Phượng, nguyên Hiệu trưởng trường Đại Học Hoa Sen, một người tự nhận đã từng chống đối chính quyền miền Nam trước năm 1975.

Tôi không biết với những cái "nghiệp" mà ông đã mang vào thân thì vai trò nào được ông trân trọng nhất nhưng nhà giáo hẳn là một danh phận không thua kém nhà khoa học và nghệ sĩ. Kiến thức của người thầy giáo dạy Toán Lý cộng với tư chất và nỗ lực là nhịp cầu để ông bước vào NASA, cơ quan hàng không hàng đầu thế giới. Phẩm chất của nhà giáo đã giúp ông, dù là một nghệ sĩ phóng khoáng, vẫn là một người chồng, người cha hoàn hảo. Là người thầy, ông có thể ngồi lại với những học trò từ nửa thế kỷ trước để thấy mình trẻ lại, được tôn kính, tiếp tục truyền đạt những bài học về nhân sinh và vui buồn với những thăng trầm thế sự. Các môn sinh Đại Học Duyên Hải và những bạn trẻ sau này rất kinh ngạc trước kiến văn uyên bác của ông về nhiều lãnh vực nhưng đáng khâm phục nhất vẫn là những hành xử khí khái của một người thầy ngoài 80 vẫn "vào trong phong nhã ra ngoài hào hoa". Với riêng tôi, trên bước đường chìm nổi của đời dạy học, thái độ sống của thầy Trương Hồng Sơn vẫn luôn là những chuẩn mực để chúng tôi "làm câu trau mình".

Từ đầu năm 2024, thầy Sơn và vợ trở về Việt Nam. Ông muốn vợ mình được vui hưởng tuổi già và chăm sóc sức khoẻ một cách tốt nhất. Ông thường nhắc đến nhà văn Trần Hoài Thư như là một gương mẫu về tấm lòng của người chồng đối với vợ mình. Tên ông, với tôi, thường gợi nhớ hình ảnh của một nhà thơ được Phạm Công Thiện vẽ ra về Nguyễn Du, về người cha tóc trắng, "ngồi im lặng trên mây núi hồng, già với gió thu..." Thầy Sơn đã bước vào mùa đông của cuộc phù sinh lạnh lùng mà ông vẫn gọi là tàn bạo. Nhưng dù tuổi đã ngoài 80, ông vẫn say mê viết và vẽ, vẫn miệt mài làm việc như người thầy cũ Cung Giũ Nguyên ông hằng nể phục, vẫn hăng say luận bàn thế sự với bạn bè và cả với lũ hậu sinh chúng tôi, và vẫn "khóc cười theo mệnh nước nổi trôi..." (Phạm Duy). Một mệnh nước, với nhiều kẻ sĩ thời đại như ông, suốt chiều dài lịch sử vẫn luôn là một con thuyền tròng trành giữa trùng dương dậy sóng.

HUY VIỄN
Tháng 11.2024

(*) *Ngẩng đầu nhìn trăng sáng*
Cúi đầu nhớ cố hương
(Thơ Lý Bạch)

LÊ HÂN

CẢM ĐỀ "ĐUỔI BÓNG HOÀNG HÔN" CỦA TRƯƠNG VŨ

Từ trái: Phạm Cao Hoàng Châu anh chị Trương Vũ
Nguyễn Thị Thanh Bình Lê Hân.
Virginia, 8 tháng 11.2019.

Ngày lặng lẽ tươi vui hay phiền muộn
trải thời gian lên da thịt tâm hồn
rạng đông đẹp huy hoàng trong mấy chốc
qua xế trưa chợt ngộ bóng hoàng hôn

người thấp thoáng trong đời như ánh nắng
giọt mưa trong hiu hắt gió vô cùng
mỗi khoảnh khắc hơi thở đời mất dấu?
lọn mây nào tồn đọng giữa không trung

giàu suy tưởng người nhìn thời gian chảy
gặp những gì trong thế giới ưu tư
hồn lãng mạn văn chương hay khoa học
góc cạnh nào lưu lại lòng thanh thư

người giàu có một tâm đời xã hội
chính trị nhân văn giáo dục đời thường
mỗi cảnh sống đất trời chung nhân loại
quê hương riêng nặng trĩu tình yêu thương

người đã rời đi người đang trở lại
phố phường xưa tâm trạng chắc chi yên
người quyết đuổi bóng chiều qua mỗi bữa
hắn muốn đời mãi thở cùng thiên nhiên

LÊ HÂN
California, tháng 10.2024

LỮ QUỲNH

HOÀNG HÔN ĐUỔI BÓNG TÔI

Từ trái
Đứng: Lữ Quỳnh, Trần Doãn Nho, Trương Vũ, Thanh Bình.
Ngồi: Đinh Cường, Lữ Kiều, Phạm Nhuận.
Virginia, 24.10.2015 - Ảnh Phạm Cao Hoàng.

Đoạn cuối trong bài *Những Cơn Mưa Ngày Cũ,* Trương Vũ có trích bốn câu thơ nổi tiếng của Giả Đảo, một nhà thơ Đường, mà anh tạm dịch nghĩa: *Khách từ Hàm* Dương đến *trọ ở Tinh Châu* đã được *mười năm, ngày* đêm *tưởng nhớ về Hàm* Dương; *ngày kia ngẫu nhiên vượt sông Tang Càn, ngoảnh lại nhớ về Tinh Châu như* đó *mới là cố hương.*(1)

Đọc đoạn này tôi ngẫm lại một trải nghiệm về quê hương của mình. Ý niệm về quê hương không cố định mà thay đổi theo hoàn cảnh và thời gian mình sống. Tôi có một thời tuổi trẻ lang bạt, không vui và ngốc dại, nay đây mai đó; rồi như nhà thơ Giả Đảo, tôi đến trọ Quy Nhơn mười năm, về trọ Sài Gòn hai mươi năm; và đến lúc định cư ở Mỹ dài hơn nhiều thời gian trước. Cứ nghĩ thời gian ở nơi sau ít hơn chốn cũ, nhưng rồi ngược lại. Bây giờ mỗi lần đi xa vài tuần, ngay cả về quê cũ, vẫn nhớ nơi ở hiện tại, nhớ con đường vòng quanh, nhớ tủ sách, nhớ bàn viết cửa sổ mở ra ngọn đồi cỏ xanh; trở về ngôi nhà quen thuộc, với tâm hồn nhẹ nhõm. Những ngày mới đi làm trong một hãng điện tử, giờ nghỉ ca, thường ra đứng ở thềm hiên nhìn mây trôi trên nền trời, hay đón cơn mưa nặng hạt đầu tiên trên đất khách mà nhớ mưa dầm Huế, rồi nhớ mông lung. Để nhiều lần tự hỏi, không biết nơi đâu là chốn quê nhà.

Trương Vũ đã sống ở Mỹ hơn bốn mươi năm, hơn nửa đời người. Anh yêu vùng đất anh định cư, miền đông bắc Hoa Kỳ. Anh đã vẽ cảnh mùa thu ở đây. Cảnh nắng trên đồi, cảnh lá vàng trong rừng, cảnh thung lũng mù sương. *Vùng này thỉnh thoảng có mưa, nhưng mưa ở* đây *không để lại trong tôi những cảm giác* đặc *biệt* để đi *xa phải nhớ.* Anh chỉ nhớ những cơn mưa ở Việt Nam, như mưa Nha Trang hay Sài Gòn.[(2)]

*

Hoàng hôn đuổi bóng tôi vào đêm mênh mông
Cảnh u trầm mộng mị những hồn ma vất vưởng
Tôi gọi tên người mà nghe lòng như xát muối
Lúc điểm danh con ma giơ tay rồi biến vào đại dương
Tôi gọi tiếp gọi tiếp gọi tiếp sợ oan hồn rượt đuổi
Biển đêm mênh mông mênh mông nuốt bóng tôi [(3)]

Trên một chiếc ghe đánh cá nhỏ, Trương Vũ cùng với bốn bạn đồng hành khác đã rời Việt Nam, vượt đại dương. May mắn anh đến Phi Luật Tân. Những năm tháng tiếp theo, hơn một triệu đồng bào lần lượt vượt biển. Từ hai trăm đến bốn trăm ngàn người trong số đó không bao giờ đến bến bờ. Con số hai trăm ngàn người là bao nhiêu; tưởng tượng ra, kinh khủng quá. Trong những oan hồn lang thang ngoài biển khơi, có rất nhiều người thân, đồng nghiệp, bạn bè tôi. Những người cha, người mẹ, vợ chồng, em bé đã trải qua nỗi hãi hùng đau đớn bởi cướp biển, đói khát, tuyệt vọng.

Hơn bốn mươi năm đã trôi qua từ ngày chiến tranh chấm dứt trên quê hương. Hơn ba mươi năm đã trôi qua từ lúc chiếc ghe cuối cùng của thuyền nhân Việt Nam chìm sâu trong lòng đại dương. Hồi tưởng lại thảm kịch đó để thắp một nén nhang cho những người đã khuất, để nguyện cầu sự siêu thoát cho những oan hồn trên Biển Đông. Và, cũng là lúc để mỗi người Việt Nam tự chiêm nghiệm về chính mình, về những gì đã làm, những gì đã không làm, những gì lẽ ra không nên làm. Quan trọng hơn hết, để thực sự dấn mình vào những nỗ lực của cá nhân và tập thể cần phải có cho thế hệ này, và cho những thế hệ kế tiếp. (2)

*

...
em đứng dưới tàn cây
ngoài kia trời dậy sóng
bão nổi và mưa tuôn
lòng em mùa biển động
nước mưa hòa nước mắt
gió níu vành khăn tang
em bám bờ cát lạnh
một ngày mà trăm năm. (3)

Đoạn thơ là bối cảnh tuyệt vọng của người con gái nức nở vào một buổi hoàng hôn trên bãi biển Nha Trang. Mưa bão ở thành phố biển này thật dữ dội và đẹp, cái đẹp của sự hãi hùng. Tôi nghĩ thời gian sẽ làm phai mờ hết cả, nhất là vào những tháng năm đầy xáo trộn, lo toan sau năm 1975.

Khi viết Về Lại Sorrento, Trương Vũ có so sánh Sorrento với Nha Trang. *Mỗi người trong chúng ta đều có một Sorrento cho riêng mình. Với nhiều người trong chúng tôi, Nha Trang có thể cũng là một Sorrento, nhưng Nha Trang trong nghĩa này chắc không phải chỉ là biển, chỉ là thành phố. Biển thì ở đâu lại không có, và có rất nhiều bãi biển đẹp hơn. Thành phố cũng thế. Nhưng cái gì khiến mỗi lần nghe Back to Sorrento, tôi thắt ruột và nhớ đến Nha Trang? Có lẽ vì Nha Trang liên hệ chặt chẽ đến một thế giới của tuổi trẻ... Và đặc biệt đó là một thế giới mang đầy dấu vết sâu đậm từ những liên hệ con người.*(2)

Người con gái trên bờ biển Nha Trang vào một hoàng hôn mưa bão năm nào, sau mấy mươi năm bặt tin, tôi mong nàng bình yên, vẫn xinh tươi, hạnh phúc như những đóa hồng trong một buổi sáng nào.

thức giấc với bình minh hoa hồng
tiếng sóng biển báo tin anh đến
lòng bao la hạnh phúc
em đếm từng bông hoa
không phải triệu đóa
mà nhiều vô cùng với em (3)

Nhưng không như điều mong ước của tôi, năm mươi năm sau, vật đổi sao dời, đúng nghĩa, thật bất ngờ tôi được tin người con gái ấy, không phải tin mừng mà là một tin buồn rất lạnh, nàng mất lúc tuổi mới ngoài hai mươi. Biển là quê nhà đã đón em vào mênh mông.

Come Back to Sorrento, Trở Về Mái Nhà Xưa. Tôi Trở Về, hay những hồn ma trở về trong những giấc mơ tôi?

LỮ QUỲNH
San Jose, July 30-2019

(1) Bài thơ của Giả Đảo:
Khách xá Tinh Châu dĩ thập sương
Qui tâm nhật dạ ức Hàm Dương
Vô đoan cánh độ Tang Càn thủy
Khước vọng Tinh Châu thị cố hương

(1) Trích đoạn trong Đuổi *Bóng Hoàng Hôn*

(2) Thơ Lữ Quỳnh

NGUYỄN AN BÌNH

Trương Vũ, Người Mãi Đi Tìm Những Dòng Sông Đã Mất

Nguyễn An Bình và Trương Vũ,
Ảnh Nguyễn Hữu - Tháng 10.2024.

Tôi biết nhà văn Trương Vũ cách đây 5 năm, từ tập san Quán Văn số 67, xuất bản vào tháng 9 năm 2019 với chủ đề Đuổi Bóng Hoàng Hôn, giới thiệu chân dung Nhà văn – Họa sĩ Trương Vũ. Tôi cũng bỏ mất dịp được gặp anh khi đến thăm gia đình nhà thơ Phạm Cao Hoàng ở Virginia năm ngoái, chỉ khi anh về Việt Nam ở lâu hơn để tìm liệu pháp chữa trị thích hợp căn bệnh cho người bạn đời của anh tôi mới có dịp hội ngộ cà phê cùng anh vài lần qua sự kết nối của họa sĩ Nguyễn Sông Ba. Cảm giác đầu tiên khi nhận định về anh – một nhà văn có đôi mắt sáng, khá kiệm lời nhưng dễ gần gũi và thân thiện.

Thật tình vào thời điểm tập san Quán Văn làm chủ đề về nhà văn Trương Vũ, các bạn văn hay những người yêu văn chương ở Việt Nam chưa thật biết nhiều về anh bởi nhiều nguyên nhân chủ quan lẫn khách quan. Anh rời khỏi Việt Nam một năm sau khi đất nước vừa mới dứt chiến tranh đến Mỹ. Ở vùng đất mới anh bắt đầu lại từ điểm xuất phát. Tốt nghiệp Tiến Sĩ Khoa Học, anh trở thành chuyên gia nghiên cứu cho NASA tại Trung Tâm Không Gian Goddard từ 1980 cho đến khi về hưu năm 2005. Anh đam mê hội họa và phần lớn là tự học. Ngoài công việc chính ở NASA, Trương Vũ cũng có đóng góp một số sinh hoạt văn học ở hải ngoại. Tôi xin mượn lời của nhà phê bình văn học Nguyễn Vy Khanh trong bài *"Trương Vũ Và* Văn Học Hải *Ngoại"* có đoạn giới thiệu về anh như sau: "*... Chúng tôi từng theo dõi sinh hoạt văn học hải ngoại, biết Trương Vũ qua các tạp chí Hợp Lưu, Văn Học có thời ông làm cố vấn hoặc chủ biên, Đối Thoại (chủ bút, 1993-1994) và để ý tới ông khi theo dõi tạp-chí The Vietnam Review (1996–1997) - ông là đồng chủ biên với Huỳnh Sanh Thông và Hoàng Ngọc Hiến cũng như đồng chủ biên với Wayne Karlin, Lê Minh Khuê thực hiện tuyển tập truyện ngắn The Other Side of Heaven: Post-War Fiction by Vietnamese and American Writers (Curbstone Press, 1995) gộp thơ văn về chiến tranh của 3 phía Hoa-Kỳ, Việt Nam Cộng Hòa và Cộng sản Hà-Nội. Tôi cũng như ông từng tham gia diễn đàn Talawas và cộng tác với Hợp Lưu, Văn Học, Văn, Trăm Con, v.v... (và cũng dạy học, lập gia đình và sinh sống ở Nha Trang một thời gian rất ngắn so với người "bản xứ" Trương Vũ)...*"

Hơn nữa anh hình như không chú trọng lắm đến việc in tác phẩm riêng cho mình. Trong bài viết "Chất trí thức và nghệ sĩ trong các bài tiểu luận của Trương Vũ" của Nguyễn Minh Nữu có nhắc đến vấn đề in sách cho anh: "Đầu năm 2019, tôi nhận được một email của Trần Thị Nguyệt Mai: *"Anh Trương Vũ có rất nhiều bài tiểu luận hay, đăng rải rác ở các tờ báo giấy và internet, nhiều lần đề nghị anh ấy tập hợp lại để in thành sách nhưng anh ấy làm lơ hoài. Nguyệt Mai đề nghị chúng ta cộng tác với nhau để làm"*. Tôi đồng ý ngay. Và 4 chúng tôi: Trần Thị Nguyệt Mai (Ohio), Duyên (Michigan), Nguyễn Minh Nữu (Virginia), Phạm Cao Hoàng (Virginia) phối hợp với các anh chị Lê Hân (NXB Nhân Ảnh, California), Nguyễn Đồng (California) Nguyễn Thị Hợp (California), Tạ Quốc Quang (Texas) thực hiện và hoàn tất việc xuất bản tập tiểu luận Đuổi Bóng Hoàng Hôn của Trương Vũ vào tháng 5.2019. Đây là quà tặng chúng tôi dành cho tác giả - một người bạn vai anh mà chúng tôi quý mến."

Điều này cũng được anh ghi lại trong đoạn văn *"Thay Lời Tựa"* của tác phẩm "Đuổi Bóng Hoàng Hôn" như một lời cảm tạ chân tình với bạn bè: "*... Tôi chân thành cám ơn những người chủ trương các địa chỉ văn học nói trên và những bạn bè trong giới cầm bút. Chính tài năng, niềm đam mê của họ và tình thân dành cho tôi đã ít nhiều thôi thúc tôi dấn mình vào lãnh vực này..."*

Đọc "Đuổi Bóng Hoàng Hôn" và những bài viết khác của Trương Vũ, các bạn văn viết về anh trên trang văn học nghệ thuật Phạm Cao Hoàng là một cách tiếp cận tốt nhất tìm hiểu về tác phẩm của anh và con người anh. Bài viết của tôi chỉ là một cảm nhận riêng của mình về tác phẩm Trương Vũ, thu hẹp hơn cũng có thể xem là một kỷ niệm nhỏ về người anh có tài văn chương mà mình quý mến.

MỘT NHÀ KHOA HỌC YÊU THÍCH THI CA

Điều ngạc nhiên đầu tiên của tôi khi đọc các tác phẩm của anh, anh thuộc khá nhiều về thi ca. Từ thơ Pháp đến Đường thi, những áng thơ cổ Việt Nam và hiện đại mặc dù trong một bài viết anh đã từng nói thật lòng thời đi học anh học môn Văn không xuất sắc, sau này đi làm, hoạt động của anh lại thuần túy về khoa học. Chúng ta thấy ngay trong trang đầu "Thay Lời Tựa" của tập tiểu luận, anh đã mượn hai câu thơ trong bài Đường thi Hoàng Hạc Lâu của Thôi Hiệu đưa vào thay lời giải thích một cách thú vị vì sao mình lại đặt tiêu đề "Đuổi Bóng Hoàng Hôn" cho tác phẩm của mình:

Nhật mộ hương quan hà xứ thị
Yên ba giang thượng sử nhân sầu

Tản Đà đã dịch rất tài hoa:

Quê hương khuất bóng hoàng hôn
Trên sông khói sóng cho buồn lòng ai

Trong bài tiểu luận đầu tiên "Đêm Đại Dương" cũng thế, trên con đường đào thoát khỏi Việt Nam sau năm 1975, giữa đêm tối mịt mùng không trăng sao, chơi vơi giữa biển cả mênh mông đầy sóng to gió lớn, bao hiểm nguy đang chực chờ phía trước, anh lại chợt nhớ đến bài thơ Oceano Nox (Đêm Đại Dương) của Victor Hugo có những câu thơ như vận vào cuộc đời mình trong thời điểm đó làm anh vô cùng xúc động: *"Có biết bao thủy thủ, có biết bao thuyền trưởng, vui vẻ hăm hở lao mình vào các chuyến viễn du, có biết bao người trong số đó, do định mệnh nghiệt ngã, mất hút theo chân trời mờ nhạt, tan biến vào lòng đại dương không đáy, trong một đêm không trăng..."*

Ta cũng bắt gặp điều đó ở bài "Mưa Ướt Vị Thành" kể về một câu chuyện của anh thời còn trẻ, Cách đây gần 50 năm sau khi tốt nghiệp trường Bộ Binh Thủ Đức, anh trình diện đơn vị ở một hải đảo xa. Ngồi trên đồi vắng trong cơn mưa mù mịt đất trời bỗng nhiên anh chợt nhớ đến bài Vị Thành Khúc của Vương Duy đời Đường:

Vị Thành khiêu vũ ấp khinh trần
Khách xá thanh danh liễu sắc tân
Khuyến quân cánh tận nhất bôi tửu
Tây xuất Dương quan vô cố nhân

Chúng ta có thể hiểu qua bản dịch thơ của Ngô Tất Tố:

Trời mai mưa ướt Vị Thành
Xanh xanh trước quán mấy nhành cỏ non
Khuyên chàng hãy cạn chén son
Dương Quan đến đó không còn ai quen

Anh đã mượn một khúc thơ ngắn trong Chinh Phụ Ngâm Khúc để dẫn nhập vào tạp bút "Nói Với Chàng Siêu" mở đầu cho một cảm xúc buồn đau nhưng đầy thi vị khi viết về những người bạn cũ:

Dấu binh lửa, nước non như cũ
Kẻ hành nhân qua đó chạnh thương
Phận trai: già ruổi chiến trường
Chàng Siêu mái tóc điểm sương mới về

"Những năm gần đây, tôi gặp lại nhiều bạn bè cũ, những người mà vào tuổi thanh xuân có ít nhất một lần mơ ước được như tướng quân Ban Siêu của hai ngàn năm trước, một đời ruổi rong trên lưng ngựa. Khi gặp lại, tóc của bạn bè tôi đã điểm sương hay bạc xóa. Không được lãng mạn như trong ngâm khúc Chinh Phụ, tóc họ đổi màu không vì già ruổi chiến trường mà chỉ vì ở trong tù năm tháng dài hơn ngoài đời."

Ở một bài khác sự liên tưởng lại diễn ra:

"Như đã nói ở trên, tôi sống ở Mỹ hơn nửa đời người. Rất khó để nói rằng nước Mỹ không là một quê hương mới. Mỗi lần đi xa, sau vài ngày là tôi bắt đầu nhớ đến căn nhà ở đó, nhớ màu sắc của cỏ cây khi trời vào thu, nhớ những con đường, những con người, nhớ cả thức ăn,... Tâm trạng của tôi chắc cũng giống với tâm trạng nhiều người Việt khác ở Mỹ. Cũng giống như tâm

trạng của người khách trong bài thơ Độ Tang Càn (Qua sông Tang Càn) nổi tiếng của Giả Đảo, một nhà thơ đời Đường:

Khách xá Tinh Châu dĩ thập sương
Qui tâm nhật dạ ức Hàm Dương
Vô đoan cánh độ Tang Càn thủy
Khước vọng Tinh Châu thị cố hương"

Bùi Khánh Đản đã dịch thơ rất hay, rất có hồn:

Quán khách mười năm trải gió sương
Tinh Châu sớm tối nhớ Hàm Dương
Vì đâu lại vượt dòng Tang Thủy
Ngoảnh lại Tinh Châu tưởng cố hương.

Và tôi không hiểu một con người yêu thi ca hết mực như thế tại sao anh không làm thơ nhỉ?

HOÀI NIỆM KHÔN NGUÔI VỀ QUÁ KHỨ

Những bài tiểu luận của nhà văn Trương Vũ mà tôi đọc được là gần như là những bài viết tâm tình, đôi lúc trộn lẫn giữa hiện tại và quá khứ như những thước phim quay chậm được trình chiếu lại trong một giai đoạn nào đó của cuộc đời anh khiến chúng ta không khỏi rưng rưng chạnh lòng khi đọc:

"... Bốn mươi năm đã trôi qua từ ngày chiến tranh chấm dứt trên quê hương. Gần ba mươi năm đã trôi qua từ những chiếc ghe cuối cùng của thuyền nhân Việt Nam chìm sâu trong lòng đại dương. Hồi tưởng lại thảm kịch đó để thắp một nén hương cho người đã khuất, để nguyện cầu sự siêu thoát cho những oan hồn trên biển Đông. Và, cũng là lúc mỗi người Việt Nam tự chiêm nghiệm về chính mình, về những gì đã làm, những gì đã không làm, những gì lẽ ra không nên làm.

(Đêm Đại Dương)

Sống ở Mỹ hơn 35 năm sau lần vượt thoát khỏi Việt Nam 1976. Ở một xứ sở mới, nơi chấp nhận cho mình tạm dung, anh dần thích nghi với đời sống ở đó: *"Tôi yêu cây cỏ vùng tôi ở, miền đông bắc Hoa Kỳ, nhất là màu sắc của cây khi trời bắt đầu vào thu. Những năm sau này tôi thường vẽ cảnh thu ở đây. Cảnh nắng trên đồi, cảnh lá vàng trong rừng, cảnh thung lũng trong mù sương... Càng vẽ tôi càng khám phá những thay đổi của màu sắc, của tính cách, của ấn tượng, theo từng khoảnh khắc, như cỏ cây có linh hồn cuốn hút tôi vào đó. Vùng này thỉnh thoảng có mưa, nhưng mưa ở đây không để lại trong tôi những cảm giác đặc biệt để đi xa phải nhớ."* Vì sao vậy. Cũng là mưa thôi mà, nhưng trong lòng anh vẫn cảm nhận được một điều: Đó là mưa quê người, mưa nước Mỹ, trong những giây phút chạnh lòng như thế, anh nhớ mưa quê nhà biết bao nhiêu: *"Tôi nhớ những cơn mưa ở Việt Nam, Nha Trang hay Sài Gòn. Mưa Sài Gòn thường đến ào một cái rồi ngưng. Mưa Nha Trang kéo dài lâu hơn, nhiều khi dầm dề, và cái cảm giác ướt át lành lạnh nó để lại thường dai dẳng. Tôi nhớ những buổi tối, ở xa về, tôi lang thang trên bãi biển dưới mưa, nhiều đêm mưa tầm tã vẫn không muốn về. Tôi nhớ những ngày còn ở trung học, ngồi trên thềm nhà đọc sách, nước mưa rơi xuống từ mái hiên, thỉnh thoảng những giọt mưa tạt nhẹ vào người. Tôi nhớ những đêm mưa dạy học trong một lớp luyện thi. Học trò từ nhiều trường khác nhau, Lê Quý Đôn, Võ Tánh, Nữ Trung Học,..."*

"Đi xa, tôi nhớ những cơn mưa ngày cũ. Mỗi cơn mưa tồn tại trong tâm tưởng mang theo với nó một kỷ niệm, đánh dấu từng khoảng đời. Rất nhiều kỷ niệm đã giúp tôi trưởng thành. Không phải trưởng thành trong cái nghĩa chồng chất thêm tuổi tác, mà trong cái nghĩa hài hòa với cuộc đời. Dĩ nhiên không phải chỉ có kỷ niệm từ những cơn mưa giúp tôi trưởng thành."

(Những Cơn Mưa Ngày Cũ)

CÁI TÌNH ĐỐI VỚI NHỮNG NGƯỜI BẠN CÙNG CÁC TÁC PHẨM CỦA HỌ:

Những người bạn của Trương Vũ ở đây không chỉ là bạn mà họ cũng có thể là thầy như Giáo sư Cung Giũ Nguyên, bạn văn bạn họa như Đinh Cường, Phạm Cao Hoàng, Võ Đình hay học trò cũ của anh; nhà thơ Tôn Nữ Thu Dung người học trò cũ ở Nha Trang mà anh có dịp gặp lại trên đất Mỹ,... Họ đối với anh có thể là một phần máu thịt không thể tách rời trong quá khứ cũng như trong hiện tại. Khi viết về họ, anh như một nhà nghiên cứu sử dụng phân tâm học để có được một cách nhìn ở một chiều kích nào đó thấu đáo về họ.

Chẳng hạn khi viết về Võ Đình, người anh người bạn thâm giao, anh viết những câu văn như rút ra từ gan ruột của mình:

"Anh là một người khó tánh (có người gọi đùa là "khó tiền sử"), hầu như ai cũng biết. Nhưng anh cũng là một người rất dễ tính. Điều đó hầu như ai cũng biết. Chỉ khác là cái anh khó với cái anh dễ, thường không giống với cái nên dễ, nên khó trong thường tình. Với tôi, những cái khó tánh của anh đã gây nên không biết bao tranh cãi giữa anh với tôi, nhưng cũng chính từ đó mà tôi gần anh hơn, thương và kính trọng hơn. Ít nhiều, chính cái khó tánh đó đã tạo cho anh một thế giới riêng mà từ đó anh mang đến những cống hiến lớn cho văn học, nghệ thuật và cho cuộc đời."
(Tiếng Sóng)

Trong "Lá Mùa Thu" viết về họa sĩ và nhà thơ Đinh Cường, anh nhắc lại kỷ niệm lần đầu gặp Đinh Cường ở Đại Học Duyên Hải vào mùa hè năm 1974, Trương Vũ đã nhận ra đó là một tài năng lớn, một tấm lòng rộng mở, độ lượng với tất cả mọi người: "... *Không giống như nhiều văn nghệ sĩ nổi tiếng, Đinh Cường rất trân trọng công trình của người khác, một cách đặc biệt. Hầu như tất cả được Cường vẽ chân dung hay phác họa chân dung, hay làm thơ đề tặng, không phải chỉ một lần, mà có người, rất nhiều lần. Có lẽ Đinh Cường là người họa sĩ nổi tiếng duy nhất của Việt Nam đã viết sách, rất công bình, với nhận định sâu sắc và từ tốn, về những họa sĩ thuộc lớp đàn anh đã có công lớn cho hội họa Việt Nam, bằng tác phẩm của họ hay bằng công trình đào tạo tài năng cho các thế hệ sau...".*

Và với Huy Tưởng:

"Huy Tưởng! Bạn đang ngồi đâu đó, nếu có đọc những dòng chữ này xin đừng cười. Dĩ nhiên là tôi... cương. Bao nhiêu năm tháng đã qua rồi, làm sao tôi nhớ cho đúng hết những gì bạn nói. Nhưng, tôi tin là tôi không sai ý. Dầu sao, tôi cũng chỉ muốn mượn câu chuyện này để nói đôi lời với các bạn trẻ. Hãy đem văn chương vào đời sống. Dù có làm thơ hay viết văn hay không, hãy đến với cuộc đời bằng tâm hồn của một thi sĩ. Bạn sẽ thấy cuộc đời đẹp hơn. Bạn sẽ thấy con người đẹp hơn. Dĩ nhiên, bạn vẫn có thể làm thơ hay viết văn mà lại không đến với cuộc đời bằng tâm hồn một thi sĩ. Nhưng, đó là câu chuyện khác."

(Mưa Ướt Vị Thành)

Khi đọc thơ Phạm Cao Hoàng từ tập thơ anh vừa mới tặng:

"Tôi nhận được tập thơ "Đất Còn Thơm Mãi Mùi Hương", ấn bản sau cùng, của Phạm Cao Hoàng (PCH) vào đầu thu 2018 khi đang ở San Jose, California. Ấn bản mới đẹp hơn, nhiều thơ hơn, nhiều phụ bản hơn. Mở tập thơ ra xem, tôi có cảm giác như vẫn ngồi đâu đó ở Virginia, với vợ chồng Hoàng, cháu Thiên Kim, với bè bạn thường lui tới, giữa cái rộn ràng của cỏ cây đang rực màu thu của vùng đông bắc. Ở PCH, thơ và người luôn đi liền nhau. Trong tập thơ nhỏ, khoảng 100 trang, tôi thấy ở đó cả một đời người. Có tình yêu đậm đà cho quê hương, nồng nàn cho cha mẹ, vợ con, gia đình, và tình bạn thắm thiết. Nhiều bạn. Người mất, người còn."

(Thơm Mãi Mùi Hương)

Trong Lời mở cho tập truyện Hướng Dương Giấu Mặt của Tôn Nữ Thu Dung, anh bộc lộ cảm xúc chân tình cởi mở như ngày nào còn ở Việt Nam: "*… Tôn Nữ Thu Dung là một trong những học trò trẻ nhất của tôi ở Việt Nam, đúng ra là học trò bé bỏng nhất, em vào đại học năm cuối cùng tôi dạy và làm việc ở đó. Bốn mươi năm đã trôi qua, có nhiều lần gặp lại, tuổi tác tiếp tục tăng lên, tuy nhiên mỗi lẫn nghĩ đến Thu Dung, hình ảnh tôi nhớ đến luôn là hình ảnh một cô học trò bé bỏng năm nào. Bé bỏng, không phải chỉ vì cái dáng dấp nhỏ bé, xinh xắn, đầy nhiệt tình khi xông xáo vào những sinh hoạt của trường học. Chính cái cách biểu lộ sự đam mê rất hồn nhiên về văn học, nghệ thuật của Thu Dung tạo cho tôi ấn tượng đó. Sau này, đọc những bài vở của Thu Dung, theo dõi những công trình, những sinh hoạt của em về văn học và cả về xã hội, tôi thấy gợi lại nhiều hình ảnh đã nằm yên đâu đó trong ký ức về một khoảng đời rất đẹp tôi sống trên quê hương...*"

CÁC BẠN VĂN VIẾT VỀ TRƯƠNG VŨ

Tôi đọc hầu hết các bài viết của các tác giả khác viết về nhà văn Trương Vũ như bài của Trần Vũ, Du Tử Lê, Lữ Quỳnh, Nguyễn Thị Thanh Bình, Hoàng Kim Oanh, Nguyễn Minh Nữu, Các nhà thơ viết thơ về anh: Phạm Cao Hoàng, Đinh Cường, Nguyễn Xuân Thiệp, Duyên… cốt để khắc họa cho mình một nét riêng khi viết về anh.

Tôi thích mấy câu thơ của nhà thơ Phạm Cao Hoàng biết bao khi hóa thân vào người họa sĩ:

"khi tôi ngồi trước giá vẽ
bắt đầu những vệt sơn dầu vẽ chân dung bạn
bạn ngồi đó nhiều tiếng đồng hồ
trên chiếc ghế dành cho người mẫu
có lúc bạn sẽ rất mệt mỏi và ngủ gục

thì cứ ngủ, không sao đâu
vì tôi đang vẽ tâm hồn bạn mà
một tâm hồn luôn luôn tỉnh thức
và lúc này đây
bạn hãy nghĩ về những người mà bạn yêu thương nhất
đất nước của bạn
gia đình của bạn
bạn bè của bạn
những ân nhân trong cuộc đời bạn
để khuôn mặt của bạn trên bức chân dung
sẽ là một khuôn mặt tràn đầy yêu thương và thánh thiện"
(Tôi đang vẽ tâm hồn bạn)

Và mấy câu thơ đầy ân tình của họa sĩ Đinh Cường:

Luôn cám ơn tấm lòng anh chị Trương Vũ
Đã dành cho bạn bè một nơi gặp mặt đầy
Không khí ấm cúng, như một salon littéraire
Của những chiều cuối tuần Virginia thơ mộng
(Và một buổi gặp gỡ đông vui trưa thứ bảy
ở nhà Trương Vũ)

Nguyễn Hưng Quốc có nhận xét ngắn gọn nhưng thật sắc nét:

"Và hay ở giọng văn: Xuất thân từ một nhà khoa học, Trương Vũ có giọng văn gọn gàng, trong sáng và rất khúc chiết. Bài nào cũng có cấu trúc chặt. Hoàn toàn không có những chỗ đẩy đưa thừa thãi. Tất cả các câu văn đều dừng lại ở chỗ chúng phải dừng. Đọc, rất thích".

(Ghi Vội Về Cuốn "Đuổi Bóng Hoàng Hôn")

Du Tử Lê khi nhận xét đã nhìn thấy tính nhân bản trong văn Trương Vũ:

"Sau khi đọc hết ĐBHH, theo tôi, điều đáng kể nhất nơi nhà văn Trương Vũ vẫn là tinh thần nhân bản của ông, trước mọi biến động hay bi kịch của hai dòng văn học, nghệ thuật hải ngoại

và trong nước sau tháng 4-1975. Tinh thần này dường là mẫu chung của đa số nhà văn, nhà thơ miền Nam trước đây. Tinh thần ấy, với những người từng giao tiếp với họ Trương, có thể đã "đọc" được qua nụ cười đôn hậu và, ánh nhìn ân cần, thường trực xuất hiện trên gương mặt hiền hòa của ông."

NHỮNG TRĂN TRỞ TRÊN CON ĐƯỜNG VĂN HỌC

Trong các bài tiểu luận về văn học của Trương Vũ, người đọc có thể cảm nhận được những trăn trở của anh về văn học Việt Nam cả ở hải ngoại và trong nước, trong mối tương quan của các nền văn học khác trên thế giới, các bài tiểu luận của anh có tầm khái quát rất cao, mối quan tâm ấy thể hiện qua các bài viết như: *"Nhìn Lại Phong Trào Văn Nghệ Phản Kháng Tại Việt Nam Từ 1986 Đến 1989", "Chiến Tranh Việt Nam, Văn Học Việt Nam Hải Ngoại Và Phía* Bên Kia Thiên Đường, "Vị Trí Của Sáng Tạo Trong Sự Phát Triển Văn Học Miền Nam Sau 1954" và nhiều bài khác nữa nếu tìm hiểu dẫn giải trong chừng mực nào đó cũng không bàn hết được những điều anh muốn đề cập hay đưa ra bàn luận.

Vậy mà đôi lúc anh cảm thấy khó khăn khi tìm ra câu trả lời trước một thắc mắc nhỏ của một người bạn trẻ yêu văn chương khi muốn anh chia sẻ kinh nghiệm cá nhân giúp cô trên con đường đi tiếp, anh thật sự bối rối vì mình chẳng có chút kinh nghiệm gì về điều này nên câu trả lời của anh khá mông lung. Sau này nhớ lại anh viết lại một cách tản mạn có tính riêng tư như một cách giãi bày: "*Tôi tin mỗi người trong chúng ta đều mang trong tim mình những dấu ấn, những tì vết gây ra từ một biến cố trong đời, một chấn động mạnh hay có thể chỉ là một hình ảnh đến rất nhanh, như một nụ cười, một giọt nước mắt,... Để rồi, sau đó, vào một lúc rất bất chợt, con tim nhói lên, cái cách vui buồn thương ghét trong cuộc đời bỗng thay đổi. Một bài thơ, một cuốn sách đã đọc vào một lúc nào đó cũng có thể làm nên chuyện như vậy."*

Về các bài tiểu luận của nhà văn Trương Vũ, nhà phê bình văn học Nguyễn Vy Khanh có đánh giá qua bài: *"Trương Vũ Và Văn Học Hải Ngoại"*. Những nhận định ấy có tính khái quát nói lên được các vấn đề thiết yếu mà anh muốn bàn tới nhưng chưa thật sự thỏa đáng. Riêng tôi đọc khá kỹ những bài tiểu luận của anh chủ yếu xem dưới lăng kính của một nhà văn anh thể hiện rõ thái độ của người cầm bút hải ngoại như thế nào về cuộc sống văn học trong nước và hải ngoại, chỗ đứng của nhà văn hải ngoại ra sao lòng trong lòng dân tộc khi anh luôn đau đáu về một nền văn chương dân chủ cho một đất nước tự do sau bao nhiêu năm bị chiến tranh tàn phá và sự chia rẽ đó đến nay vẫn chưa có dấu hiệu hàn gắn.

Là một nhà khoa học, nên Văn của Trương Vũ có lối diễn đạt đầy khúc chiết và liên tưởng, cách đặt câu hỏi tu từ cho từng trường hợp cụ thể đã gợi mở cho chúng ta hiểu rõ hơn sự việc, kết hợp với đối chiếu so sánh, chính điều đó những vấn đề anh nêu ra hay trình bày trở nên mạch lạc dễ hiểu hơn và làm câu chuyện trở nên nhẹ nhàng không khô khan của một bài luận thuyết, tính chất trữ tình được nâng lên rõ rệt, câu văn như một lời tâm tình hơn là mang tính triết lý nhân sinh nào đó khi đọc văn anh nhất là đối với những bài tiểu luận. Chẳng hạn như trong tạp bút *"Nói với chàng Siêu"*, khi nhớ lại tiếng hô nghiêm đầy hào hùng và kéo dài của anh bạn tiểu đoàn trưởng ngày xưa khi tiễn đưa quốc kỳ và quân kỳ đầy trang nghiêm trong buổi dạ tiệc mà anh được mời dự kỷ niệm nhân ngày thành lập binh chủng thủy quân lục chiến, anh chợt nhớ đến tiếng hô của người sĩ quan Nhật trong bộ phim "Những giấc mơ" của đạo diễn lừng danh Akira Kurosawa mà anh mới vừa xem *"Gài lại nút áo cho nghiêm chỉnh, lấy hết sức bình sinh hô "nghiêm", hét thật to ra lệnh cho trung đội quay lại. Trung đội 3 làm theo lệnh anh, bước răm rắp trở lại đường hầm. Có tiếng kèn chiêu hồn tử sĩ."* Tiếng hô "Nghiêm" của hai người sĩ quan trong hai thời diểm, hai hoàn cảnh khác nhau nhưng *đều có chung một mẫu số là một dấu ấn thật khó quên.*

Sự liên tưởng đó cũng nằm trong hình ảnh người chinh phụ trong cuộc chiến Nam Bắc 20 năm và trong tác phẩm Chinh Phụ Ngâm Khúc cổ xưa qua cái nhìn của anh:

"Tôi viết bài này cho những chinh phụ của hai mươi năm cũ mà dấu binh lửa vẫn còn. Đặc biệt, cho những người phải bắt đầu lại cuộc đời ở mái tóc chàng Siêu. Dù ít dù nhiều, họ đều có những ước mơ. Nhọc nhằn hơn cả là phải lựa chọn ước mơ nào để thực hiện cho kỳ được và ước mơ nào nên quên đi. Sự lựa chọn này nhọc nhằn cho bất cứ ai khác, không riêng gì họ.

Hồn tử sĩ gió ù ù thổi
Mặt chinh phu trăng dõi dõi soi
Chinh phu tử sĩ mấy người
Nào ai mạc mặt nào ai gọi hồn?"
(Nói Với Chàng Siêu)

NGƯỜI ĐI TÌM NHỮNG DÒNG SÔNG ĐÃ MẤT

Từng câu văn trong các bài viết của Trương Vũ (tạp bút và tiểu luận, những dòng chữ) viết lên mặt giấy như được rút ra từ trong sâu thẳm của tâm hồn, như những con tằm cuối đời muốn nhả hết tơ vàng hiến dâng. Tôi cảm thấy Trương Vũ như một người khách lãng du dành phần đời còn lại của mình đi tìm những dòng sông quê hương đã mất. Dòng sông ấy chắc chắn không phải là dòng sông Drina trên bước đường xa xứ: "*Thời gian đầu ở Mỹ, cả gia đình tôi còn lại Việt Nam. Hình ảnh những bà mẹ đứng ngơ ngác bên này sông Drina luôn ám ảnh." Cũng không phải là con sông Tang Càn trong bài "Qua sông Tang Càn"* của Giả Đảo đời Đường. Trên dòng sông ký ức đó tôi thấy hình ảnh Trương Vũ có lúc đậm nét như câu chuyện mới vừa xảy ra hôm qua nhưng cũng có khi nhạt nhòa trôi theo gió bụi thời gian. Đó có thể là dòng sông mang nhiều ký ức đau thương trong quá khứ, *"Tôi bắt đầu có ý thức mơ hồ về chiến tranh từ ngày chưa cắp sách đến trường, khi được tin chị tôi bị bắn chết trên dòng sông nhỏ ở Hậu Giang"* (trang 17 - Đuổi Bóng Hoàng Hôn), cũng có thể là những con sông ở Nha Trang mà trong *"Mưa Ướt Vị Thành"* từng nhắc đến: *"Những con sông chảy qua thành phố, và biển. Từ một con sông chảy ra biển, một sớm nào tôi đã theo đó mà ra khơi. Tôi đã hò hẹn với con sông, với biển, và với bao nhiêu người là tôi sẽ trở lại. Và, tôi đã gặp lại rất nhiều trong số đó. Tôi nhớ mấy câu thơ của một người bạn Nha Trang của tôi, nhà thơ Hải Phương:*

> *Cám ơn biển*
> *biển trùng khơi con sóng vỗ*
> *trăm nhánh sông hò hẹn chuyến đò qua"*

Hay những dòng sông nào từ Bắc chí Nam đã đưa hàng triệu người Việt đào thoát khỏi quê hương sau 1975 và nhiều người đã vĩnh viễn nằm lại trong *"Đêm Đại Dương"* sâu thẳm. Và có thể đau đáu trong lòng anh, trong nhiều thế hệ người Việt Nam chúng ta là những dòng sông còn mang nhiều nỗi uất nghẹn đau thương trong tâm hồn như sông Gianh thời Trịnh Nguyễn, sông Bến Hải chia cắt đôi bờ Nam Bắc 1954 và còn nhiều dòng sông khác mà mỗi người trong đời chúng ta đã đi qua, tắm táp hay gởi lại một phần xương thịt, nỗi nhớ thương không bao giờ nguôi ngoai và luôn mong muốn trong lòng những dòng sông quê hương ấy ngày đêm sóng vỗ đôi bờ, mướt xanh cây trái, đậm đỏ phù sa bồi đắp cho đất mẹ những mầm xanh vươn lên trong nắng sớm, mưa chiều. Nhưng biết bao giờ đây khi đất nước thanh bình non nửa thế kỷ mà lòng người vẫn còn nghiệt ngã phân ly. *"Những con sông hò hẹn"* đó đang trôi dạt ở đâu nào ai có thể xác định được.

Sài Gòn, bên dòng Kênh Tẻ, tháng 10-2024
NGUYỄN AN BÌNH
Tháng 10.2024

THAM KHẢO:

(1) *Trương Vũ Và* Văn Học Hải *Ngoại của Nguyễn Vy Khanh*

(2) *Chất trí thức và nghệ sĩ trong các bài tiểu luận của Trương Vũ của Nguyễn Minh Nữu*

(3) *Trương Vũ, nhà văn nặng lòng với* Văn Học *Nghệ Thuật* đất *nước của Du Tử* Lê

(4) *Ghi Vội Về Cuốn* "Đuổi *Bóng Hoàng Hôn" của Nguyễn Hưng Quốc.*

NGUYỄN HƯNG QUỐC

GHI VỘI VỀ CUỐN “ĐUỔI BÓNG HOÀNG HÔN” CỦA TRƯƠNG VŨ

Nguyễn Hưng Quốc Trương Vũ Hoàng Ngọc-Tuấn.
Washington, D.C., 2012.

Mới đọc xong cuốn “Đuổi bóng hoàng hôn” của Trương Vũ (do Nhân Ảnh xuất bản tại Hoa Kỳ, 2019). Nhận xét chung: Hay.

Hay ở độ rộng của đề tài: Cuốn sách gồm 19 chương, về chính trị, xã hội, giáo dục và đặc biệt, về văn học. Trong lãnh vực văn học, Trương Vũ bàn về những khía cạnh quan trọng trong sinh hoạt, từ nhóm Sáng Tạo ở miền Nam đến phong trào phản kháng thời đổi mới ở miền Bắc, từ đề tài chiến tranh đến đề tài tình yêu trong văn học trong và ngoài nước. Tác giả cũng đề cập đến một số cây bút quen thuộc ở hải ngoại: Võ Đình, Cao Xuân Huy, Phùng Nguyễn, Phạm Cao Hoàng, Đinh Cường (họa và thơ), v.v… Bài nào cũng nhẹ nhàng và hấp dẫn.

Hay ở độ sâu của tư tưởng. Về đề tài gì, Trương Vũ cũng có những nhận xét sâu sắc. Bàn về các biến động chính trị dưới chế độ cộng sản ở Tiệp Khắc, Trương Vũ nhận ra vai trò to lớn của giới trí thức (với những ưu và khuyết điểm của họ) (tr. 36). Nghiên cứu về đề tài chiến tranh trong văn học trong và ngoài nước, Trương Vũ phát hiện ra một điều: tất cả đều nói về chuyện thắng và thua, nhưng không hề thấy một lời nhận lỗi của những người có trách nhiệm (tr. 95). Nhân phân tích những hoài nghi của một số người đối với cái gọi là phong trào phản kháng trong văn học tại Việt Nam, Trương Vũ nhận định: "cái gian dối ở đâu tôi không dám nói, cái gian dối trong văn rất khó đánh lừa được ai." (tr. 60). Cũng bàn đến văn học phản kháng, Trương Vũ phát hiện vấn đề chính là tương quan giữa Tự do và Bạo lực, nhưng khi mổ xẻ mối quan hệ ấy, anh cũng thấy nó không chỉ tồn tại ở Việt Nam mà còn có ảnh hưởng sâu đậm cả trong nền văn học hải ngoại (tr. 30-1).

Hay ở độ chính xác của cách nhìn về văn học. Trương Vũ có một nhận định tôi rất đồng ý và tâm đắc: "Văn chương chỉ được đánh giá bằng chất lượng." (tr. 169). Không phải ai cũng biết điều đó. Trong dòng văn học đổi mới tại Việt Nam, Trương Vũ nhìn nhận chỉ có hai tác giả thực sự có đổi mới về phương diện nghệ thuật: Nguyễn Huy Thiệp và Phạm Thị Hoài (tr. 28). Trong nhóm Sáng Tạo, người được Trương Vũ đánh giá cao nhất là Thanh Tâm Tuyền (tr. 131-2). Nhờ cách nhìn chính xác ấy, trong suốt cuốn sách, Trương Vũ không đi lạc sang những cái phi-văn học mỗi khi bàn đến chuyện văn học. Như nhiều người khác.

Và hay ở giọng văn: Xuất thân từ một nhà khoa học, Trương Vũ có giọng văn gọn gàng, trong sáng và rất khúc chiết. Bài nào cũng có cấu trúc chặt. Hoàn toàn không có những chỗ đẩy đưa thừa thãi. Tất cả các câu văn đều dừng lại ở chỗ chúng phải dừng. Đọc, rất thích.

NGUYỄN HƯNG QUỐC
Tháng 6. 2019

Phụ bản 29
CHÂN DUNG NGUYỄN HƯNG QUỐC
Tranh Trương Vũ,
sơn dầu trên bố, 20" x 24", (2012).

NGUYỄN MINH NỮU

CHẤT TRÍ THỨC VÀ NGHỆ SĨ TRONG CÁC BÀI TIỂU LUẬN CỦA TRƯƠNG VŨ

Trương Vũ đang trao cho Nguyễn Minh Nữu
bức chân dung vừa hoàn tất.
Virginia, 17.4.2017 - Ảnh Phạm Cao Hoàng.

Đầu năm 2019, tôi nhận được một email của Trần Thị Nguyệt Mai: "Anh Trương Vũ có rất nhiều bài tiểu luận hay, đăng rải rác ở các tờ báo giấy và internet, nhiều lần đề nghị anh ấy tập hợp lại để in thành sách nhưng anh ấy làm lơ hoài. Nguyệt Mai đề nghị chúng ta cộng tác với nhau để làm". Tôi đồng ý ngay. Và 4 chúng tôi: Trần Thị Nguyệt Mai (Ohio), Duyên (Michigan), Nguyễn Minh Nữu (Virginia), Phạm Cao Hoàng (Virginia) phối hợp với các anh chị Lê Hân (NXB Nhân Ảnh, California), Nguyễn Đồng (California) Nguyễn Thị Hợp (California), Tạ

Quốc Quang (Texas) thực hiện và hoàn tất việc xuất bản tập tiểu luận Đuổi Bóng Hoàng Hôn của Trương Vũ vào tháng 5.2019. Đây là quà tặng chúng tôi dành cho tác giả - một người bạn vai anh mà chúng tôi quý mến.

Tập tiểu luận Đuổi Bóng Hoàng Hôn gồm 19 bài, khởi đầu là Đêm Đại Dương ghi chút ký ức khi phải rời bỏ quê nhà vào năm 1976: "Những ngày kế tiếp, những năm tháng kế tiếp, hơn một triệu đồng bào lần lượt lao mình vào đại dương. Từ hai trăm đến bốn trăm ngàn trong số đó không bao giờ đến nơi, không bao giờ trở về. Nhớ lại bài Oceano Nox (Đêm Đại Dương) của Victor Hugo, tôi không còn chút xúc động nào nữa. Cái bi hùng trong Oceano Nox không nghĩa lý gì với những thảm kịch kinh hoàng đồng bào tôi đang trải qua trên đại dương".

Và kết thúc là tiểu luận thứ 19: Về Lại Sorrento: "… anh vẫn nhìn thấy đôi mắt em trong những đêm mơ… đừng nói lời vĩnh biệt… hãy về lại Sorrento…" Đây là những lời tôi dịch vội từ bản tiếng Anh, Come Back to Sorrento, phiên bản Dean Martin của bản tình ca bất hủ Torna a Surriento của Ernesto De Curtis. Tôi mê bản nhạc này từ những ngày mới bước chân vào trung học, qua lời ca tiếng Việt của Phạm Duy, Trở Về Mái Nhà Xưa. Lúc đó, tôi chưa hề thật sự sống xa nhà, chưa thật sự có những mất mát lớn nào, nhưng mỗi lần nghe vẫn thấy thắt ruột, cảm giác như mình đang trong tâm trạng một kẻ tha phương trở về ngôi nhà cũ".

Đuổi Bóng Hoàng Hôn là tập tiểu luận có lối hành văn trong sáng và khoa học, dẫn chứng nhẹ nhàng, dễ hiểu, tạo nhiều cảm xúc cho người đọc. Nhưng thực sự đó lại là một tác phẩm không dễ đọc. Nghĩa là sao?

Thông thường khi chúng ta đọc một bài tiểu luận, chúng ta sẽ cảm thấy thú vị vì được dẫn dắt và mở ra nhiều điều mới lạ. Nhưng đọc liên tục ba bốn bài, tôi có cảm giác bị choáng, những tư liệu, sự kiện, và cảm xúc tác giả gửi tới dập dồn, bắt buộc mình phải gấp sách lại, nhắm hờ đôi mắt, ngước lên trần nhà để từ từ tiếp nhận lại những điều vừa đọc được. Cái cảm giác đó có thể của riêng tôi, nhưng đó là cảm giác thật.

Tôi đã đọc Đuổi Bóng Hoàng Hôn rất nhiều lần mới hết cuốn sách. Sau đó đọc lại nhanh hơn, chỉ khoảng ba lần mở ra là đọc được cả 19 bài.

Bài này viết sau rất nhiều người viết về Trương Vũ và Đuổi Bóng Hoàng Hôn như Du Tử Lê, Đào Như, Hoàng Ngọc Tuấn, Nguyễn Hưng Quốc, Lữ Quỳnh, Hoàng Kim Oanh, Trần Vũ… cho nên tôi không lặp lại những gì người khác đã viết, mà chỉ xin ghi nhận đồng cảm với một số câu các tác giả khác đã viết như:

"Trong cuốn ĐUỔI BÓNG HOÀNG HÔN, Trương Vũ viết về nhiều đề tài khác nhau (giáo dục, văn chương, chính trị, quê hương, kỷ niệm…). Những bài viết của anh bao giờ cũng có tính khúc chiết và uyên bác của một nhà khoa học, hoà với cảm xúc thâm trầm của một nghệ sĩ".

(Hoàng Ngọc Tuấn)

Hay là:

"Và hay ở giọng văn: Xuất thân từ một nhà khoa học, Trương Vũ có giọng văn gọn gàng, trong sáng và rất khúc chiết. Bài nào cũng có cấu trúc chặt. Hoàn toàn không có những chỗ đẩy đưa thừa thãi. Tất cả các câu văn đều dừng lại ở chỗ chúng phải dừng. Đọc, rất thích".

(Nguyễn Hưng Quốc)

Và sau chót là:

"Trương Vũ cũng có thể trả lời như vậy, từ hình ảnh đầu tiên Những Cơn Mưa Ngày Cũ và về tự truyện của mình qua thể tùy bút và tiểu luận. Đuổi Bóng Hoàng Hôn là mặt trời đã sau lưng nhưng vẫn còn phía trước, cho một tuổi trẻ khác".

(Trần Vũ)

Đồng cảm và trích lại nghĩa là không cần ghi ra những nhận xét tương tự như thế nữa.

Tôi rất tâm đắc với nhận định của Trần Vũ: xuyên suốt cuốn Đuổi Bóng Hoàng Hôn, tác giả Trương Vũ chỉ nương vào hình bóng của một mặt trời sắp lặn để gửi những tâm tư cho các mặt trời phía trước. Những mặt trời của tuổi trẻ sau này.

Sau khi tốt nghiệp Đại Học và sau Đại Học, Trương Vũ về dạy Toán và phụ trách về Sinh Viên Vụ cho Đại Học Duyên Hải tại Nha Trang. Thời gian dạy học chắc không dài vì biến cố 30 tháng 4. Ông đã vượt biển, rồi tiếp tục học để trở thành nhà khoa học làm việc cho cơ quan không gian NASA, Hoa Kỳ. Khi về hưu, ông dành toàn bộ thời gian cho hội họa. Đọc hết 19 bài tiểu luận trong Đuổi Bóng Hoàng Hôn, tôi nghĩ, sau khi rời bục giảng ở Đại Học Duyên Hải Nha Trang, Trương Vũ tiếp tục làm một người học trò chí tình với các thầy ngày trước và là một người thầy tận tụy với các học trò thuộc các thế hệ sau này. Hãy đọc Đuổi Bóng Hoàng Hôn để nghe Trương Vũ nhớ về thầy Cung Giũ Nguyên, và mênh mang theo thầy Trương Vũ nhắc tới các học trò Trần Thị Thanh Thủy, Nguyễn Văn An, Nguyễn Ngọc Nam, Phan Công Chinh, Tôn Nữ Thu Dung, Nguyễn Văn Vinh… hay những bóng dáng khác, được đề cập tới không phải là học trò chính thức nhưng đã nhận biết bao lời tâm huyết của một trí thức có tâm hồn nghệ sĩ, có kiến văn quảng bác, được ghi bằng lời tâm tình chí cốt.

Xin được nói tới bài Mưa Ướt Vị Thành.

Đây là bài tiểu luận tôi đọc nhiều nhất. Mỗi lần đọc, tôi lại ngạc nhiên vì cái cảm nhận của mình lần này không giống với cảm nhận của mình lần trước. Thí dụ, khi đọc lần đầu, tôi chia sẻ tấm lòng người lính trẻ Trương Vũ, lần đi nhận đơn vị đầu tiên, một nơi rất xa xôi, không có ai quen, tự an ủi mình "Mạc sầu tiền lộ vô tri kỷ, thiên hạ hà nhân bất thức quân" (thơ Cao Thích, bài Biệt Đổng Đại). Trong bài viết này, Trương Vũ đưa bài thơ của Vương Duy và cảm khái:

"Năm đó, dù đã dạy học một thời gian trước khi động viên, tôi chỉ mới vừa qua tuổi 26. Bạn tôi, cũng cùng tuổi và cả hai đều đã có gia đình. Tôi nhớ rất rõ bản tiếng Hán, Vị Thành Khúc (渭城曲), của Vương Duy:

渭城朝雨浥輕塵，*Vị Thành triêu vũ ấp khinh trần*
客舍青青柳色新。*Khách xá thanh thanh liễu sắc tân*
勸君更盡一杯酒，*Khuyến quân cánh tận nhất bôi tửu*
西出陽關無故人。*Tây xuất Dương Quan vô cố nhân*

Và, cả bản dịch của Ngô Tất Tố:

Trời mai mưa ướt Vị Thành
Xanh xanh trước quán mấy nhành liễu non
Khuyên chàng hãy cạn chén son
Dương Quan đến đó không còn ai quen".

Nhưng khi đọc lần thứ hai thứ ba, thì cảm nhận tôi lại chú ý tới đoạn dẫn mà tôi cho là quan trọng nhất trong bài tiểu luận này, bởi chính vì một câu hỏi mà Trương Vũ lúc đó tự cho là mình chưa trả lời toại nguyện của một người bạn trẻ, cho nên mới viết tiểu luận này:

"Một hôm, trong một hội thảo hè dành cho các nhà văn trẻ tổ chức ở đại học St. Mary thuộc tiểu bang Maryland, một nhà văn trao đổi với tôi về trường hợp của cô. Cô mê văn chương, viết rất nhiều truyện ngắn, đang vật lộn với đời sống và phấn đấu với chính mình để xem có nên tiếp tục sống toàn phần cho văn chương và bán phần cho sinh kế, hay ngược lại. Cô muốn tôi lấy kinh nghiệm cá nhân để giúp cô ý kiến. Rất tiếc, hôm đó tôi chẳng giúp gì được vì chẳng có kinh nghiệm nào về chuyện này. Câu trả lời của tôi khá mông lung.

- Tuy nhiên, nhân câu chuyện trên, tôi thấy cần viết một bài về đề tài này, về cái vị trí của văn chương trong đời sống của mình,

để từ kinh nghiệm riêng chia sẻ được gì với người khác. Đặc biệt, tôi muốn chia sẻ với những bạn trẻ giống như tôi trước đây, không được đào luyện tốt về văn chương ở trường ốc và sống với những ngành nghề gần như trái ngược. Tôi xin viết một cách tản mạn, và tản mạn từ những chuyện rất riêng tư".

Đến những lần kế tiếp, khi đọc lại, tôi chăm chú theo dõi những điều ông viết, mà tôi cho rằng chính là những câu ông dành trả lời câu hỏi mà cô nhà văn trẻ kia hỏi ông hồi đó, và cũng chính là câu tôi muốn hỏi ông bây giờ. Càng đọc càng bất ngờ thú vị khi ông kể về tình yêu, và thảm kịch của sự ghen tuông lồng trong một câu chuyện nói về sự đam mê nghệ thuật. Đó là Một Bản Đàn, ý chính của một tác phẩm của Leo Tolstoy.

"Cách đây ba năm, tôi lên Amazon tìm mua CD bản The Kreutzer Sonata cũng do Rubinstein và Szeryng trình tấu để nghe lại. Tôi tin rằng tôi hiểu được ý của Tolstoy khi chọn bản sonate này làm nhan đề cho cuốn tiểu thuyết. Tôi tin rằng cái nghi vấn của tôi đúng. Nhưng, thật ra, đúng hay sai không quan trọng. Quan trọng là chính cái nghi vấn đó đã cuối cùng mang đến tôi một niềm vui, một may mắn, được thưởng thức một bản sonate tuyệt vời. Riêng đối với nhà văn Trương Bảo Sơn, dù vẫn không đồng ý với ông về cách đặt tên cho bản dịch cuốn tiểu thuyết, tôi luôn kính trọng ông, và rất cám ơn ông đã đem đến cho lớp trẻ chúng tôi vào thời đó một món ăn tinh thần rất có giá trị của Leo Tolstoy".

Cuốn sách được gấp lại. Với cái kiến thức nhỏ nhoi của mình, tôi phải tìm đọc tác phẩm Một Bản Đàn của Tolstoy qua bản dịch để hiểu hơn về câu chuyện này.

"Và rồi, tôi nghĩ đến một buổi tối ở giảng đường của trường Đại Học Duyên Hải trên đường Yersin, Nha Trang. Tối hôm đó, bạn tôi, Giáo sư Bửu Ý, thuyết trình một đề tài đặc biệt: "Văn Chương Trên Giấy, Văn Chương Trên Sàn Gỗ." Trong phần thuyết trình, một sinh viên Việt Hán, Dương Đề, được Bửu Ý

chọn lên trình bày vài diễn xuất ngắn. Những câu nói trong phần diễn xuất của Dương Đề luôn chấm dứt bằng câu NGÀY MAI TÔI SẼ VỀ SÀI GÒN".

Nha Trang cách Sài Gòn chỉ hơn 300 cây số mà người sinh viên đó vẫn thèm khát "Ngày mai tôi sẽ về Sài Gòn". Tự nhiên tôi nghĩ lại mình, nghĩ đến một quê hương ngàn trùng bên kia trái đất và mênh mang yêu nhớ vùng đất mình đã phải rời xa. Bỗng dưng ứa nước mắt khi nghe Trương Vũ kể câu chuyện cây cầu bắc qua sông Drina.

"Tôi đồng cảm với cái nhói tim của ông Tể Tướng Thổ, Mehmed Paša Sokolović. Một trong những đứa bé bị bắt qua sông Drina như đã nói trên đây được một gia đình quyền quý Thổ nhận làm con nuôi, đổi đạo, đổi tên. Lớn lên, nhờ tài năng, thăng lần lên đến bậc thang cuối cùng của danh vọng, giúp đế quốc Thổ bành trướng tận Trung Âu, giữ chức Tể Tướng (First Grand Vizier) cho Thổ. Với ông Tể Tướng Thổ, chuyện đứa bé bị bắt đưa qua sông ngày nào tưởng đã hoàn toàn đi vào quá khứ. Nhưng không, có người nói là ông thường bị những cơn nhói tim. Vào một lúc như vậy, có lẽ, ông làm một quyết định lớn là cho xây một chiếc cầu qua sông Drina. Xây từ năm 1566 nhưng mãi đến 5 năm sau mới hoàn tất. Và, từ đó, cây cầu cũng như con sông tiếp tục chứng kiến bao đổi thay, bao bi hài kịch của cuộc đời, và cả bao tàn phá lẫn xây dựng".

Và Trương Vũ kết bài tiểu luận này bằng hai câu thơ:

"Từ một con sông chảy ra biển, một sớm nào tôi đã theo đó mà ra khơi. Tôi đã hò hẹn với con sông, với biển, và với bao nhiêu người là tôi sẽ trở lại. Và, tôi đã gặp lại rất nhiều trong số đó. Tôi nhớ mấy câu thơ của một người bạn Nha Trang của tôi, nhà thơ Hải Phương:

> *"Cám ơn biển*
> *biển trùng khơi con sóng vỗ*
> *trăm nhánh sông hò hẹn chuyến đò qua".*

Đọc Mưa Ướt Vị Thành, và đọc hết Đuổi Bóng Hoàng Hôn, dường như Mưa Ướt Vị Thành là để trả lời một câu hỏi, rất nhiều hay nói chung các tiểu luận còn lại đều mang tính dẫn chứng thêm, bổ sung thêm những kiến văn cần thiết cho câu hỏi từ Mưa Ướt Vị Thành như về nhân văn (Cung Giũ Nguyên: tác giả, tác phẩm), về văn hóa (Giáo dục Việt Nam: những vấn đề căn bản), về chính trị (Mùa đông Prague), về lịch sử (Vị trí của Sáng Tạo trong sự phát triển văn học Miền Nam, Nhìn lại phong trào văn nghệ phản kháng tại Việt Nam từ 1986 đến1989).

Dẫu rằng tác giả đã nói trước rằng: "Tôi xin viết một cách tản mạn, và tản mạn từ những chuyện rất riêng tư. Nhưng thực tế đúng như Đào Như nhận xét:

Anh là chuyên gia nghiên cứu cho NASA tại Trung Tâm Không Gian Goddard từ 1980 cho đến khi nghỉ hưu năm 2005. Anh đã tham dự và phụ trách nhiều công trình khác nhau, về khoa học và kỹ thuật. Đóng góp quan trọng nhất của anh thuộc về lãnh vực nghiên cứu và phát triển kỹ thuật xác định quỹ đạo (Orbit Determination) và phi hành tự động cho phi thuyền (Autonomous Spacecraft Navigation). Anh đã đăng tải nhiều công trình nghiên cứu với tư cách tác giả chính về vật lý và kỹ thuật không gian.

Trong cuốn ĐUỔI BÓNG HOÀNG HÔN, Trương Vũ viết về nhiều đề tài khác nhau (giáo dục, văn chương, chính trị, quê hương, kỷ niệm…). Những bài viết của anh bao giờ cũng có tính khúc chiết và uyên bác của một nhà khoa học, hòa với cảm xúc thâm trầm của một nghệ sĩ".

Với kiến thức uyên bác cộng với sự thận trọng khi viết xuống, những tiểu luận của Trương Vũ mang thật nhiều giá trị minh triết, mà tôi là một thực tế nhất, bởi vì gần gũi về địa lý, thân mật bởi tình anh em, gặp gỡ nhau nhiều nên hưởng rất nhiều lợi ích về kiến thức và cảm thụ văn chương. Nhưng nhiều người đã đề cập điều này rồi nên không muốn nói lại. Vì thế, để kết thúc bài này, tôi nghĩ tới chất nghệ sĩ của ông khi nhớ đến những đoạn ký, giữa sóng nước mênh mông của đại dương, giữa ranh giới của sống chết trong đêm vượt biển lại nhớ về một bài thơ Victor Hugo. Để trả lời một câu hỏi hóc búa thì lại nhớ về một bản Sonate, khi đi du lịch một thắng tích phương tây lại thả hồn mình vào Trở Về Mái Nhà Xưa.

Và còn nữa, tôi yêu thích tấm hình Phạm Cao Hoàng chụp Trương Vũ đang vẽ một bức chân dung Mái tóc lười, đôi mắt đam mê, cây cọ trên tay trước bức tranh đang vẽ và giữa một studio tràn ngập tranh đã hoàn thành. Nét thâm trầm của một trí thức và chất đam mê của một nghệ sĩ hiện rất rõ trên tấm hình này. Nét thâm trầm ấy và chất đam mê ấy chúng ta cũng có thể nhìn thấy xuyên suốt 19 bài trong tập tiểu luận ĐUỔI BÓNG HOÀNG HÔN của Trương Vũ.

NGUYỄN MINH NỮU
Tháng 4. 2021

NGUYỄN THỊ THANH BÌNH

TRƯƠNG VŨ – NHỮNG CHIÊM NGHIỆM ĐUỔI BẮT CHIẾC BÓNG TUỔI TRẺ QUA "ĐUỔI BÓNG HOÀNG HÔN"

Nguyễn Thị Thanh Bình
Virginia, 29.4.2022 - Ảnh Phạm Cao Hoàng.

Đuổi Bóng Hoàng Hôn là tuyển tập tiểu luận do Nhân Ảnh xuất bản vừa mới ra mắt bạn đọc vào tháng 5/2019 đã được đón nhận nồng nhiệt của nhà văn Trương Vũ. Mới đó đã không thiếu những nhận định đầy ưu ái của nhà phê bình văn học nổi tiếng Nguyễn Hưng Quốc, Hoàng Ngọc-Tuấn và cả những nhà phê bình tài tử như nhà văn Trần Vũ, nhà thơ Du Tử Lê...

Cầm tác phẩm vừa vặn 200 trang không quá dày thú thật có nhiều lúc ở nhiều đoạn, tôi đã phải khựng lại đôi lần để thử lượng khả năng nhâm nhi của mình.

Hơn thế nữa, đây là tác phẩm đầu tay của tác giả đã được tuyển chọn và đánh dấu cả cuộc hành trình chữ nghĩa từ năm 1989 đến năm ngoái 2018.

Ở đây vì thế tôi chỉ xin ghi lại vài cảm nhận như một độc giả nhiều phần vì yêu thích một cuốn sách thú vị đến với mọi người thế thôi.

"Đuổi Bóng Hoàng Hôn", tôi yêu tựa đề nghe như thơ này, và hẳn nhiên tôi cũng yêu những trang viết này của một cây viết tiểu luận điềm đạm, có khi thơ mộng và không kém phần sắc sảo của Trương Vũ.

Điều có lẽ nhiều người thắc mắc là sao lại chọn một cái tựa thật thơ cho một thể loại tiểu luận? Và tại sao tác giả của chúng ta lại muốn "Đuổi Bóng Hoàng Hôn"?

Trong phần "Thay Lời Tựa" ở đầu cuốn sách nhà văn Trương Vũ đã bộc bạch là "mượn hình ảnh từ hai câu thơ của Thôi Hiệu trong bài Hoàng Hạc Lâu do Tản Đà dịch".

À thì ra chính tác giả đã giúp chúng ta mở cánh cửa để bước vào thế giới của một nội dung đa dạng phong phú và hàm súc. Hai câu thơ "Quê hương khuất bóng hoàng hôn / Trên sông khói sóng cho buồn lòng ai" rõ ràng ít nhiều đã gói ghém được những hạt lân tinh lấp lánh trong cùng thẳm tâm hồn của một nhà văn tỵ nạn "ra đi mang cả quê hương theo" như Trương Vũ, và chính điều sâu đậm này đã làm xao xuyến tâm tư người đọc nhiều nhất. Ở đây phải nói là từ mọi đề tài mà tác giả Trương Vũ muốn gửi gắm, trong đó có cái nhìn, đề nghị tâm huyết của một nhà giáo như chính nhân thân tác giả trước những tệ trạng giáo dục Việt Nam, những phóng chiếu xã hội học, quan điểm chính trị, quê nhà quê người và những trăn trở, kỷ niệm với chuỗi ký ức trân quý bằng hữu văn nghệ sĩ, cũng như những tưởng niệm chia lìa mất mát... Nhưng trên hết phải nói là văn học văn chương, với những nhận định khách quan, tinh tế mà phải mấy chục năm sau vẫn chưa mất thời gian tính và xác đáng lạ lùng.

Bài viết để lại ấn tượng nhất, mà chính nhà văn Trương Vũ đã đề câu "Tặng những nhà văn Việt Nam" càng đọc càng thấm thía, khiến tôi ước gì những phép lạ thần kỳ trong "Mùa đông Prague" sẽ được chia bớt cho những trí thức và văn nghệ sĩ đúng nghĩa của đất nước mình.

Bài tiểu luận này Trương Vũ viết năm 1989, và cho đăng lần đầu trên một tạp chí văn chương là Văn Học thời nhà văn Nguyễn Mộng Giác làm chủ bút, và cách đây vài năm khi đọc lại, chính Trương Vũ đã phải hiệu đính thêm một vài cảm xúc khoảng hai trang, nhân chuyến đi nghỉ hè ở Âu châu tạt ngang thủ đô Prague của Cộng hòa Tiệp Khắc, và tôi đồng cảm nhất là mấy câu này: "Nhìn lại một số đổi thay chính trị lớn, tôi nghiệm ra một điều: nơi nào có sự tham dự tích cực của giới trí thức và văn nghệ sĩ yêu nước, yêu sự sống, tôn trọng sự khác biệt, và can đảm đứng lên tranh đấu quyết liệt cho điều mình tin, cho những quyền căn bản của con người thì ở nơi đó, sự đổi thay mang lại ít bạo lực nhất, những quyền căn bản được phục hồi và xã hội phát triển nhanh nhất."

Có lẽ cũng chưa trễ lắm để "Mùa đông Prague" được phổ biến ở trong nước, để chí ít những nhà văn chân chính Việt Nam cũng muốn mình chiếm lãnh một chỗ đứng đặc biệt không những trong lòng độc giả, mà còn đóng góp được nhiều tiếng nói cho lương tâm của thời đại chúng ta đang sống, như những nhà văn Tiệp Khắc dưới thời toàn trị.

Một thiên tiểu luận đáng được chú ý khác là "Chiến Tranh Việt Nam, Văn Học V.N.H.N và Phía Bên Kia Thiên Đường". Ở đây không ngờ chúng ta lại cùng bắt gặp với những "hâm nóng" của báo chí lề phải trong nước về vấn nạn hòa hợp hòa giải dân tộc hiện nay.

Điểm nhấn là từ một bài viết khá nổi bật của nhà văn Tạ Duy Anh vào tháng 7/2019 mang tên: "Văn Học Và Sứ Mệnh Hòa Giải Dân Tộc", trong đó tôi nhớ không lầm là Tạ Duy Anh có liệt kê một vài cuốn sách của nhà văn hải ngoại được xuất bản trong nước cũng như những tác giả trong nước được in ấn ở hải ngoại, và dường như Tạ Duy Anh có vẻ muốn giao vai trò gánh vác "công cuộc hòa giải" cho những văn nghệ sĩ trước hết.

Với nhà văn Trương Vũ thì rõ ràng nếu chỉ bàn đến ở mức độ văn chương thì "vẫn chưa có tạp chí trong nước đón nhận bài vở của nhà văn hải ngoại như Hợp Lưu, Đối Thoại (tờ này do Trương Vũ làm chủ bút 1993 - 1994).

Quả thật tôi nghĩ cũng có khá nhiều người đồng tình với nhà văn Trương Vũ ở khoản này: "... Dẫu sao, càng ngày càng có nhiều người ở hải ngoại tin vào khả năng hàn gắn của văn chương. Đối với họ, văn chương là nơi ẩn náu đẹp nhất cho những người có quá khứ khác nhau nhưng cũng muốn nhìn tới trước có thể hòa hợp với nhau...".

Với một tâm thức như thế, và chúng ta thấy Trương Vũ đã dàn trải hết lòng, và như rút ruột, chúng ta chắc chắn mỗi người sẽ tìm và gặp, sẽ đọc và cảm nhận từng hạt lân tinh khác nhau nhưng điều lấp lánh trong mớ chữ nghĩa dày dặn của Trương Vũ với tôi vẫn là hình ảnh đậm nét của một người không còn trẻ nữa nhưng không bao giờ già.

Cũng bởi Trương Vũ là người luôn muốn với bắt thứ tuổi trẻ thần thánh mà mình vừa vụt qua. Tôi chắc tác giả sẽ không mấy hụt hơi để trở về và bắt gặp chính những nét sinh động và tươi mới mà mình hằng tôn vinh, như thần trí sáng tạo: "một cái gì mới và đẹp cho đời sống".

NGUYỄN THỊ THANH BÌNH
Tháng 10. 2019

NGUYỄN THỤY ĐAN

TRƯƠNG VŨ, TÁC PHẨM VÀ CON NGƯỜI

Trương Vũ và Nguyễn Thụy Đan.
Virginia, 3 tháng 9.2021 - Ảnh Phạm Cao Hoàng.

Năm 2021, trong những chuyến đi liên-miên ngang dọc nước Mỹ, tôi tình cờ được nhà văn Nguyễn Minh-Nữu giới-thiệu tập tiểu-luận *Đuổi Bóng Hoàng Hôn* của Trương Vũ. Phải thú thật, cho dù trước đó cũng đã nghe về tên tuổi Trương Vũ trong những bối-cảnh khác, bấy giờ tôi chưa hề biết gì cụ-thể về trước-tác hay sinh-hoạt văn-nghệ của ông. Nghe tựa cuốn sách, tôi lập-tức nhận ra những câu thơ của Thôi Hiệu qua bản dịch hơi hướm phong-dao của Tản-Đà. Tôi đặt mua liền, rồi đọc nhất-khí từ đầu chí cuối. Bấy giờ, mở những trang sách ấy giữa chiều hôm Bắc Cali, có một cảm-giác quạnh quẽ và sầu-thương khác thường. Văn-chương là một địa-hạt nơi tất cả những cuộc tao-phùng đều mang tính mập mờ, không có mối quan-hệ nào được định-nghĩa hay duy-trì bởi những thói thường ở đời. Đọc *Đuổi Bóng Hoàng Hôn*, tôi thấy loáng thoáng hình bóng của những tranh cãi, những đổ vỡ, những tiếc nuối nào đó, dù đã quá-vãng hay không, chung-quy không phải của tôi. Tôi có cảm-giác như đột-nhập vào một hý-trường nào đó, khi hồi cuối đã chuẩn bị hạ màn. Đủ sớm để mường tượng ra cốt truyện, thậm-chí để rơi nước mắt, nhưng chưa đủ sự tham-gia từ đầu để phẫn-nộ trong náo-loạn như những người xung quanh.

Ngày nay, dường như vấn-đề chính gây nguy-nan cho sự đọc và sự viết không phải là tình-trạng thiếu thốn, nhưng là thảm-họa thừa thãi về tác-phẩm. Chúng ta bị đầu-độc bởi những môi-trường tràn ngập những dòng chữ không đầu không đuôi, những thông tin vô-thưởng vô-phạt, những luận-chiến vô-sở-bất-tại. Một phần lớn của trí tưởng-tượng và sức sáng-tạo đáng lẽ phải được dồn vào trước-tác nghiêm-túc, lại yêm-trệ trong những việc tuy giả dạng chữ nghĩa, nhưng lại tổn-hại đến tất cả những gì đáng được gọi là văn-chương. Buồn cười hơn cả, là chính trong nỗ-lực đuổi theo thời-sự để luôn luôn tỏ vẻ kịp thời, giá-trị và sức mạnh của sự viết lại bị hủy ra không. Trong một môi-trường đầy rẫy phù-vân như vậy, viết tiểu-luận không phải là lựa chọn hiển-nhiên nhất. Tiểu-luận là một loại-hình trước-tác buộc tác-giả phải thu-thập và chỉnh-lý suy nghĩ của mình vào một hình-thức cố-định. Đương-nhiên, điều đó có thể nói về bất cứ loại-hình trước-tác nào. Song với tiểu-luận thì sự cố-định-hóa đó mang tính quả-quyết hơn thơ văn. Chúng ta có thể dễ dàng dung-thứ cho một bài thơ hay một truyện ngắn chưa thực sự hay. Tiểu-luận thì khác. Thực-học và thực-tài của người viết được phô bày ra một cách không thương tiếc. Nhìn thoáng qua cách khiển-từ lập-ý của tác-giả, có thể thấy rõ bút-lực. Đọc kỹ hơn một tí, thì kiến-thức và tài-hoa rồi cũng lộ-diện. Xét về phương-diện này, phải công-nhận *Đuổi Bóng Hoàng Hôn* là một tập tiểu-luận mẫu mực, có thể đặt cạnh những tập kinh-điển của văn-học hải-ngoại như *Ly Hương* của Võ Phiến và Lê Tất Điều.

Bố tôi sinh-trưởng ở Nha-Trang. Trước 1975 học ở trường trung-học Võ Tánh. Nếu lịch-sử đã khác, rất có thể đã là học trò của thầy Trương Hồng-Sơn. Lịch-sử đã không khác. Đến đời tôi, người tôi gặp không còn là thầy Trương Hồng-Sơn năm xưa, nhưng là kỹ-sư hưu-trí, họa-sĩ kiêm nhà văn Trương Vũ. Đôi khi, tôi tự suy gẫm, có phải tôi thích-thú *Đuổi Bóng Hoàng Hôn* chính vì dấu vết của những mối tương-quan đáng lẽ đã có thể kết nối tôi với tác-giả chăng? Song le, con đường quanh co của số-phận đã đưa tôi đến với tác-giả một cách khác. Sự gặp gỡ cũng ngỡ ngàng như khi đọc tập tiểu-luận. Có quá nhiều những câu chuyện, những chuyển-hướng, những chia sẻ và những lặng im. Phàm người trong làng văn-nghệ với nhau, thường thì xưng-hô giản-tiện anh anh em em, vừa phóng-khoáng, vừa thân-tình. Với Trương Vũ, tôi chưa bao giờ yên-tâm để xưng-hô như vậy. Có một điều gì đó trong tác-phong nhã nhặn của ông, trong lối ăn mặc đi đứng vừa sang trọng vừa ôn-hòa, khiến tôi tự thấy mình là kẻ phàm-phu tục-tử chẳng hiểu vì đâu được ngồi cùng chiếu, hầu chuyện bậc danh-môn vọng-tộc. Từng cử-chỉ, từng lời nói, từng khoảng lặng dường như tràn đầy một tinh-thần khoan thai, thong-dong tự-tại nào đó. Gặp Trương Vũ đem lại cho tôi cảm-giác hy-hữu được tiếp-cận một tri-thức, một nghệ-sĩ, một bậc thầy đúng nghĩa.

NGUYỄN THỤY-ĐAN
15 tháng 10. 2024

NGUYỄN TƯỜNG GIANG

NHƯ MỘT LỜI CHIA TAY

Trương Vũ và Nguyễn Tường Giang.
Ảnh Phạm Cao Hoàng – Virginia, 19.11.2023.

Đầu tháng ba 2024 Nguyễn Quang gọi điện thoại mời đến nhà ăn cơm trưa cùng một số thân hữu để tiễn đưa Trương Hồng Sơn về Việt Nam. Tôi vì bận việc nhà nên không thể tham dự. Cũng chỉ tưởng Trương Hồng Sơn về Việt Nam thăm bạn bè hoặc có việc riêng như mọi lần khác. Ngay ngày hôm sau tôi ngạc nhiên khi nhà văn/ bác sĩ Ngô Thế Vinh gọi điện thoại hỏi về việc Trương Hồng Sơn đưa chị An về sống luôn ở Việt Nam và thắc mắc vì điều kiện sống và chăm sóc sức khỏe không được tốt như ở Mỹ. Ngô Thế Vinh là nhà văn/ bác sĩ luôn luôn lo lắng cho sức khỏe và đời sống của bạn văn nghệ hỏi tôi sao THS lại có quyết định đột ngột đưa vợ (chị An) về VN, tôi chỉ giải thích là gần đây ít khi trò chuyện với THS nhưng biết chắc chắn là không phải vì lý do tài chánh hay gia đình. THS là một người rất điềm đạm, suy nghĩ cẩn thận và quyết định về VN hẳn là một quyết định khó khăn nhưng thích hợp nhất. Mới đây Phạm Cao Hoàng có cho biết tình trạng anh chị THS ở VN rất tốt đẹp. THS đã bắt đầu vẽ lại và viết bài gửi vào blog Phạm Cao Hoàng. Trên Facebook thấy THS đẩy xe lăn cho chị An tươi vui như một cuộc dạo chơi lãng mạn (a romantic promenade).

Trương Hồng Sơn là một người (nhà giáo) điềm đạm và từ tốn. Tuy nhiên đó là một người nghiêm khắc và nghiêm chỉnh với chính mình, mặc dù đã có lúc *"nghiêm khắc hơn với học trò mình, với nhiều người xung quanh nhưng lại ít nghiêm khắc với chính mình hơn"*. THS rất trung thành với những nguyên tắc đạo đức được giáo dục vào thời của đa số chúng ta thế kỷ trước và sẵn sàng bảo vệ hết mình các nguyên tắc đó. Tôi rất ngạc nhiên khi biết được THS là người rất quảng giao, gần như những bạn bè tôi quen biết đều là bạn của THS. Một điều đáng quý là THS rất trân trọng và quý mến các bạn trẻ, hình như muốn trao đổi và gửi gắm kinh nghiệm của mình cho thế hệ sau (một điều đáng buồn khi bao nhiêu học giả, nhà nghiên cứu chuyên môn với những công trình làm việc nhiều năm lại không có truyền nhân). Đọc Đuổi Bóng Hoàng Hôn tôi biết thêm đôi chút về đời sống, công việc và hoài bão của THS, cũng là hoài bão của đa số trí thức miền Nam trong giai đoạn đau buồn và bất hạnh của đất nước, hoài bão đó bây giờ buồn thay chỉ còn là dư vị trong tâm tưởng của thế hệ chúng tôi.

Ở tuổi của THS và tôi bây giờ, những người đã qua số 80 xa bờ sinh và gần cửa tử, hẳn không tránh được hai chữ lão và bệnh của nhà Phật. Bạn bè cùng lứa nhìn đi nhìn lại không còn bao nhiêu, đã sang phía bên kia hay đang nằm cô đơn trong viện dưỡng lão nhìn lên trần nhà mà tưởng nhớ đến bầu trời xanh và những cánh diều nơi quê nhà. Ở gần nhau mặc dù ít khi gặp gỡ nhưng vẫn có cảm tưởng muốn nhìn thấy nhau lúc nào cũng được, bây giờ THS đã ở xa, nghĩ không biết còn có dịp nào gặp lại nhau. Khi THS về VN tôi không có mặt tiễn đưa, THS cẩn thận nhờ Nguyễn Quang trao lại tôi hai cuốn Kinh Thủ Lăng Nghiêm THS mượn đọc khi đến nhà tôi trong bữa tiệc trao bức tranh chân dung tôi THS bỏ gần nửa năm để hoàn thành, thấm thoát mà đã năm năm trời, không biết đây có phải là điềm dự báo khó có dịp gặp lại nhau không. Đọc *Mưa Ướt Vị Thành*, nghĩ đến thân già, nostalgia, nỗi nhớ mong về đôi điều lỡ dở, tôi lại nghĩ đến sự lỡ dở khi không có mặt trong buổi "tiệc" tiễn đưa THS về quê nhà, không được cụng ly rượu vang đỏ (bao lần cùng ngồi uống với Nguyễn Mạnh Hùng, nghe nhạc Chopin ở quán Con Mèo Đen). *"Khuyến quân cánh tận nhất bôi tửu, Tây xuất Dương Quan vô cố nhân"*, người xưa đi qua Nhạn Môn Quan đến vùng rợ Hồ chẳng còn ai quen biết, bây giờ THS về quê cũ hẳn còn nhiều cố nhân, mong rằng không phải như Hạ Tri Chương *"Nhi đồng tương kiến bất tương thức, Tiếu vấn khách tòng hà xứ lai"*.

Tháng ba, khi biết được THS đưa chị An về VN với ý định ở lại, không biết còn có dịp gặp lại nhau không, tôi có làm bài thơ ngắn tính gửi đăng trên blog PCH nhưng lười biếng nên quên đi, câu chót của bài thơ tôi cứ đắn đo mãi có nên dùng một câu nói rất bình thường và giản dị nhưng Trịnh Công Sơn đã dùng âm nhạc thần thánh hóa *"Như Một Lời Chia Tay"*.

KHÔNG GẶP BẠN KHI BẠN VỀ QUÊ NHÀ
Gửi Trương Hồng Sơn

Bây giờ bạn ở xa
Cách nửa vòng trái đất
Cùng tuổi già nhiều bệnh
Chắc khó còn gặp nhau

Mỗi nhà đều có việc
Vui buồn khó sẻ chia
Đôi lời thăm hỏi bạn
Thay một câu giã từ
(Như một lời chia tay)

NGUYỄN TƯỜNG GIANG
Tháng 7.2024

Phụ bản 30

CHÂN DUNG NGUYỄN TƯỜNG GIANG

Tranh Trương Vũ,

sơn dầu trên bố, 18" x 24", (2019).

NGUYỄN TƯỜNG LÂN

TẢN MẠN VỀ MỘT NGƯỜI THẦY

Nguyễn Tường Lân

Một buổi chiều khi ngồi cùng thầy Trương Hồng Sơn (Trương Vũ) bên bờ kênh nơi ngoại ô thành phố, tôi chợt cảm nhận bóng hoàng hôn bảng lảng phía dòng nước xa xa. Như tựa đề cuốn sách mà thầy đã trao tặng trong lần đầu tiên gặp lại sau 50 năm: "Đuổi Bóng Hoàng Hôn".

Tôi đã đọc cuốn sách này trong nhiều giai đoạn khác nhau, tại nhiều thành phố khác nhau. Mỗi lần đọc thì tôi lại có những cảm xúc khác nhau. Tuy nhiên điều giống nhau là lúc nào cũng là nỗi hoài niệm mênh mông tràn lên trong tâm thức.

Từng trang sách được mở ra như từng mảng ký ức quay về, cuồn cuộn dâng cao như dòng sông mùa nước lũ.

Đâu đâu tôi cũng nhìn thấy hình bóng của mình, hình bóng của bạn bè mình và hơn hết là hình bóng của một thời hoa mộng bỗng hiện ra lung linh hơn bao giờ hết.

Tuy nhiên, hoài niệm chỉ là tâm trạng. Với thầy, nhìn về quá khứ, không phải chỉ để hoài niệm, mà để thấy lại mình thấy lại người rõ hơn. Để tìm lại một tình yêu, một tình người nào đó đã mất. Dù có bao thảm kịch, hãy hướng về phía trước với cách nhìn tích cực, góp phần mình cho một tương lai tốt đẹp hơn.

Như câu chuyện thầy viết về vị tể tướng năm xưa. Thời thơ ấu, ông đã gánh chịu sự chia cắt tàn bạo của dòng sông Drina. Thảm kịch đã in hằn trong tâm thức ông không bao giờ phai nhạt. Để một ngày ông đã quyết định xây chiếc cầu bắc qua sông Drina.

Tôi cho rằng người viết sách có lẽ đã hoàn thành sứ mệnh của mình: bắc một cây cầu nối quá khứ đến một tương lai tươi sáng hơn.

Sách của thầy trang trải nhiều vấn đề khác nhau.

"Hãy đem văn chương vào đời sống. Dù có làm thơ hay viết văn hay không, hãy đến với cuộc đời bằng tâm hồn của một thi sĩ. Bạn sẽ thấy cuộc đời đẹp hơn. Bạn sẽ thấy con người đẹp hơn." Tôi rất thích lời khuyên này của thầy dành cho các bạn trẻ. Tôi cảm thấy được đồng cảm và hạnh phúc khi đọc lời khuyên này. Ngoài công việc chính của mình là về kỹ thuật, tôi dành một khoảng thời gian không nhỏ cho thi ca để có thể đến với cuộc đời bằng tâm hồn của một thi sĩ. Dĩ nhiên không bao giờ tôi tự cho mình là thi sĩ. Nhưng quả thật, trải qua bao thăng trầm, thi ca đã thực sự như một điểm tựa cho tôi dựa vào trong đời sống.

"*Những cơn mưa ngày cũ*" làm tôi nhớ lại hình ảnh cậu sinh viên mộng mơ ngày nào và bài thơ được viết ra trên con đường đến giảng đường.

Mai anh lên dốc Rù Rì
Ngồi trên xe buýt thầm thì yêu em

"*Về lại Sorrento*" làm tôi nhớ đến Nha Trang, thành phố quê hương xa vời, nhớ đến mối tình thơ và con phố nhỏ của lần đầu gặp gỡ. Tôi mường tượng lại khuôn mặt trầm ngư lạc nhạn của nàng với mái tóc dài bay trong gió như áng mây vàng rực rỡ hiện ra giữa đời tôi.

Mỗi bài viết trong "Đuổi Bóng Hoàng Hôn" luôn cho tôi một cảm xúc, một tự vấn khác nhau. Tôi có một thời gian hạnh phúc khi được thường xuyên đến thăm thầy. Và mới đây, được xem một bức tranh thật đẹp về mùa thu thầy vừa hoàn tất. Tôi có tâm sự với thầy: *"Mỗi khi ôm đàn ca hát thì lòng cảm thấy rất bình an như thể em đang thực hành thiền định. Không hiểu lúc thầy vẽ tranh thì có cùng cảm giác như vậy không?"*

Thầy trả lời: *"Có sự khác nhau Lân à. Vẽ hay viết, không phải lúc nào cũng bình thản đâu. Nhiều khi đó là một cuộc chiến dữ dội của nội tâm. Muốn tạo nên một tác phẩm ưng ý, mình phải chống chọi với rất nhiều trở lực. Trở lực do giới hạn của khả năng, của hoàn cảnh, của thời gian v.v... trong cái không giới hạn của đam mê và ước vọng về sự hoàn mỹ. Sự cô đơn thường khi rất tàn bạo."*

Lúc đó tôi dường như đã hiểu phần nào tâm trạng của thầy. Bên trong vẻ ngoài điềm đạm, phong thái thoát tục của thầy là một tâm hồn nghệ sĩ nổi sóng khi sống tận cùng với những đam mê nghệ thuật của mình. Khi đó thầy không còn là một vị giáo sư nghiêm khắc với chính mình hay với học trò nữa. Thầy cũng không còn là nhà khoa học với những quỹ đạo không gian. Mà đó là lúc thầy được tự do nhất, phóng khoáng nhất và quyết liệt nhất. Nhưng có lẽ, đây là lúc thầy ít thích ứng nhất với xã hội phàm trần vốn dĩ rất phức tạp này.

Chúng tôi hay ngồi uống rượu, khi thì nói chuyện đời, khi thì chuyện văn nghệ, thi ca. Thầy hay nói đùa với các học trò rằng: *"Có lẽ thầy là ông thầy hư nhất trong các thầy."*

Chữ "hư" được ngụ ý là có quá nhiều đam mê khác nhau.

Tôi cũng thật lòng trả lời: *"Có lẽ điều em thích nhất ở thầy là cái hư đó."*

Một cách nhìn rộng mở về đời sống, một tấm lòng bao dung, một tâm hồn nghệ sĩ có lẽ sẽ luôn truyền cảm hứng cho các học trò của thầy và cho cả thế hệ mai sau.

NGUYỄN TƯỜNG LÂN
(Cựu sinh viên Đại học Duyên Hải Nha Trang)
Tháng 10.2024

NGUYỄN VY KHANH

TRƯƠNG VŨ VÀ VĂN HỌC HẢI NGOẠI

Nguyễn Vy Khanh

Với 50 năm văn học hải ngoại, Trương Vũ (tên thật Trương Hồng Sơn) là một tên tuổi thành phần nhưng không hẳn thường trực một cách liên tục. Đang biên soạn về Văn học Hải ngoại, chúng tôi rất thích thú khi được đọc những bài viết trong Đuổi Bóng Hoàng Hôn được ông thân tình gởi tặng.

Trương Vũ phân tích văn chương, trong khi chúng tôi ghi nhận lịch sử định hình và sinh hoạt. Chúng tôi từng theo dõi sinh hoạt văn học hải ngoại, biết Trương Vũ qua các tạp chí Hợp Lưu, Văn Học có thời ông làm cố vấn hoặc chủ biên, Đối Thoại (chủ bút, 1993-1994) và để ý tới ông khi theo dõi tạp-chí The Vietnam Review (1996–1997) - ông là đồng chủ biên với Huỳnh Sanh Thông và Hoàng Ngọc Hiến cũng như đồng chủ biên với Wayne Karlin, Lê Minh Khuê thực hiện tuyển tập truyện ngắn The Other Side of Heaven: Post-War Fiction by Vietnamese and American Writers (Curbstone Press, 1995) gộp thơ văn về chiến tranh của 3 phía Hoa-Kỳ, Việt Nam Cộng Hòa và Cộng sản Hà-Nội. Tôi cũng như ông từng tham gia diễn đàn Talawas và cộng tác với Hợp Lưu, Văn Học, Văn, Trăm Con, v.v... (và cũng dạy học, lập gia đình và sinh sống ở Nha Trang một thời gian rất ngắn so với người "bản xứ" Trương Vũ).

Đuổi Bóng Hoàng Hôn (Nhân Ảnh, 2019) gồm những tiểu luận đánh dấu những giai đoạn sinh hoạt báo chí và đóng góp cho văn học hải ngoại bên cạnh những tùy bút về quê nhà, các Thầy Cô, học trò cũ và bạn hữu. Như tựa sách chung, gần như trong tất cả 20 bài viết Trương Vũ đều ít nhiều hoài vọng và tham chiếu cố hương và thời xưa, trước. Ông muốn đuổi được bóng hoàng hôn nhưng thú nhận là khó: "Rất nhiều kỷ niệm đã giúp tôi trưởng thành. Không phải trưởng thành trong cái nghĩa chồng chất thêm tuổi tác, mà trong cái nghĩa hài hòa với cuộc đời" (tr. 14); "Mỗi người trong chúng ta đều có một Sorrento, để về lại trong hồi tưởng. Dù có lẫn lộn với bao cảm xúc trái nghịch nhau, khi về lại, ít nhiều chúng ta cũng tìm được ở đó một góc để nghỉ ngơi" (tr. 204) đồng thời ông cũng tình thực "sống ở Mỹ hơn nửa đời người. Rất khó để nói rằng nước Mỹ không là một quê hương mới" (tr. 19).

Trên cái nền "bóng hoàng hôn" là những chân dung và sinh hoạt văn học, từ nhóm Sáng Tạo của miền Nam đến các phong trào đối kháng ở miền Bắc và phản kháng theo "Đổi mới" sau 1987, từ tiền bối Cung Giũ Nguyên đến Mai Thảo, Võ Phiến và các nhà văn ở hải ngoại như Võ Đình, Cao Xuân Huy, Phạm Cao Hoàng, Phùng Nguyễn, Đinh Cường, Nguyễn Minh Nữu, v.v… Trong bài này, chúng tôi ghi nhận những phân tích, lý giải liên quan đến văn học hải ngoại.

- Chiến Tranh Việt Nam, Văn Học Việt Nam Hải ngoại và Phía Bên Kia Thiên Đường

Bài viết về ba đề tài, tựu trung là văn học trong liên hệ trong-ngoài, người và ta, bảo thủ và khai phóng.

Trương Vũ đánh giá tạp chí Văn Học: "có nhiều ảnh hưởng nhất trong việc nuôi dưỡng và phát triển văn học và cả văn hóa Việt

Nam nói chung. Trong suốt hơn một thập niên, Văn Học là nơi gặp gỡ của rất nhiều nhà văn và học giả để nuôi dưỡng lòng đam mê của họ cho văn chương và nghệ thuật mà ở đó liên hệ khá phức tạp giữa những người Việt có khuynh hướng hay quá khứ chính trị khác nhau khả dĩ tìm được một hòa hợp. Văn Học cũng đã tạo được cảm hứng cho giới trẻ Việt lớn lên trong các quốc gia Tây phương phát triển năng khiếu của họ để trở thành nhà văn, nghệ sĩ, hay học giả của thế giới Việt ngữ hay văn hóa Việt…" (tr. 83). Ngoài ra, trên tạp-chí Văn Học đã khởi/gây một số tranh luận văn-học và văn học-chính trị như về văn-chương ghetto, văn học hải ngoại, thơ Con cóc,... Và sau các số 49 và 50 (tháng 3, 4-1990) về "văn chương phản kháng" ở trong nước, Văn Học đã trở nên mục tiêu đánh phá của những tờ báo coi hiện tượng này chỉ là phản kháng giả, hay là một đòn đánh phủ đầu của Nhà nước Việt-Nam đối với giới cầm bút cả trong cũng như ngoài nước – với sự ra mắt tiếp theo của tuyển tập Trăm Hoa Vẫn Nở Trên Quê-Hương (phụ đề "Cao trào văn-nghệ phản kháng tại Việt-Nam 1986-1989"; Lê Trần, 9-1990). Trương Vũ bàn về hiện tượng này và ghi nhận rằng, "Dầu sao, càng ngày càng có nhiều người ở hải ngoại tin vào khả năng hàn gắn của văn chương. Đối với họ, văn chương là nơi ẩn náu đẹp nhất cho những người có quá khứ khác nhau nhưng cũng muốn nhìn tới trước có thể hòa hợp với nhau..." (tr. 85).

Ông cũng nói đến "một nỗ lực đáng kể khác, rất cấp tiến và có ảnh hưởng lâu dài hơn, là sự ra đời của tạp chí Hợp Lưu ở California…".

Nhìn lại những biến cố chính trị và hiện tượng văn học vừa kể, Trương Vũ tin rằng "... giấc mơ thật sự của một nhà văn phải là sáng tạo từ chất liệu của đời sống, bao gồm cả những thảm kịch, một cái gì mới và đẹp cho đời sống" (tr. 85).

- Nhìn lại phong trào văn nghệ phản kháng tại Việt Nam từ 1986 đến 1989

Trương Vũ nhìn nhận các phong trào văn học hầu hết đều là sự phản kháng của Ngòi Bút chống Bạo Lực. Theo Trương Vũ, Ngòi Bút và Bạo Lực là hai thứ không thể cùng sống chung với nhau mà không làm biến thái hoặc triệt tiêu nhau: "Ngòi Bút thật mạnh thì Bạo Lực triệt tiêu, Ngòi Bút mạnh vừa phải thì Bạo Lực chỉ biến thái và ngược lại…" (tr. 29). Ông nhận xét về phong trào phản kháng thời Đổi Mới: "Ngoài Nguyễn Huy Thiệp và Phạm Thị Hoài, không có nhiều nỗ lực lớn để làm mới văn học nghệ thuật trên căn bản nghệ thuật thuần túy. Và, cái điểm đáng chê trách nhất đối với phong trào này, là với con số gần 80 người làm nghệ thuật có tài năng, họ vẫn còn giới hạn cái nhìn của họ về một đất nước như thể vẫn còn bị chia đôi như trước 1975" (tr. 28).

Từ đó, ông đặt vấn đề "Ngòi Bút và Bạo Lực" cho người làm văn học ở hải ngoại: "Nếu Ngòi Bút đủ mạnh để làm thăng hoa cuộc đời thì Bạo Lực tự nó sẽ đi ra khỏi cuộc đời. "Mạnh" ở đây không phải với cái nghĩa "trong thơ có thép" mà với cái nghĩa có nghệ thuật, có sáng tạo, có sức thu hút, có thuyết phục, có tình người... Sức mạnh của ngòi bút chúng ta ở hải ngoại như thế nào? Về lượng chắc nhiều lắm. Về phẩm, văn chương của chúng ta có mới không? Nội dung của nó có chứa đựng được những bức xúc, những trăn trở, những khúc mắc, những suy tư thời đại của chúng ta, có khai mở cái thẩm mỹ, cái tầm nhìn về tương lai của chính chúng ta và những thế hệ sau này? (…). Khi nghĩ đến Văn học nghệ thuật chúng ta buộc phải nghĩ đến những giá trị lớn (…) Trước khi dứt lời, tôi xin nói đôi điều liên quan đến người đọc. Ở hải ngoại sống hết lòng với văn chương khó lắm."...

"Khi nói về Ngòi Bút và Bạo Quyền, hay Bạo Lực, điều mà tôi nghĩ đến và mong rằng chúng ta sẽ không để cho xảy ra ở hải ngoại (…) Đó là: một thái độ thờ ơ, mệt mỏi trước sách vở. Tôi muốn nói: sách vở của văn học nghệ thuật Việt Nam. Thái độ đó, thưa quý vị, có khả năng bẻ gãy Ngòi Bút còn mạnh hơn cả Bạo Lực" (tr. 31, 32).

- Người Đọc Sách Với Cái Thật, Cái Giả trong Văn

Những năm 1989-1990 ở hải ngoại nổi lên những tranh luận có hay không có một phong trào văn chương phản kháng ở trong nước. Trong bài này, Trương Vũ "quy tụ quanh cái liên hệ giữa những sáng tác văn học với những người đọc sách cùng với vị trí và khả năng của họ trong việc nhận diện cái thật, giả trong văn". Ông muốn phá "luận cứ khá phổ biến cho rằng phong trào Nhân Văn Giai Phẩm vào năm 1956 mới đích thực là một phong trào phản kháng vì có tính cách tự phát, trong khi đó phong trào 'văn chương phản kháng' được bàn đến ở thời điểm này chỉ là một phong trào văn nghệ cởi trói do Nguyễn Văn Linh khởi động, sách của họ được phép xuất bản, họ vẫn được tiếp tục ăn lương, và chưa có ai ở tù", ông muốn chứng minh "cái luận cứ cho rằng phong trào Nhân Văn Giai Phẩm có tính tự phát để dựa vào đó phủ nhận tính phản kháng của phong trào văn chương hiện tại là một luận cứ không phản ảnh sự thật" (tr. 51, 54).

Ông nói đến dư luận phủ nhận "văn học Đổi Mới" ở trong nước: "Cái khó khăn là sự can đảm nhận diện những sự việc như vậy trong khi nó đang xảy ra. Đó là điều mà chúng ta đang làm ở đây khi cố gắng nhận diện những gì đang thực sự xảy ra trên quê hương. Và đặc biệt, trong trường hợp này, cố gắng nhận diện và đánh giá một dòng văn chương tại quốc nội. Nhận diện và đánh giá một cách nghiêm chỉnh và can đảm". Theo ông, "để đánh giá cái dòng văn chương đó, để nhận diện những gian dối đó trong văn, anh phải trực tiếp nhìn vào tác phẩm của họ. Và, phải chính anh, người đọc sách, bằng khối óc của anh, bằng con tim của anh, anh đánh giá được cái thông minh hay ngu xuẩn của người viết và cảm nhận được cái xúc động chân thành hay giả dối của họ" (tr. 56, 59).

Để nâng cao dân trí, ông cho rằng phương cách tốt nhất vẫn là "đọc sách và tự do lựa sách để đọc", "người đọc sách phải trực diện với chính tác phẩm", và ông kết luận: "Đối với người Việt Nam đang sống đời lưu vong ở hải ngoại, trong một hoàn cảnh mà những nghi kỵ đối với tất cả những gì xuất phát từ quê hương vẫn còn quá lớn, thì những sáng tác văn chương phải nằm trong số những sản phẩm tinh thần được dụng đến trước tiên. Bởi vì, cái gian dối ở đâu tôi không dám nói, cái gian dối trong văn rất khó đánh lừa được ai" (tr. 60).

Các vận động chính-trị qua bốn thập niên đầu từ tích cực đến tiêu cực, từ chính thống đến tà đạo, cũng đã ảnh-hưởng đến sinh hoạt văn-học: có ảnh-hưởng tích cực cũng như xấu đến sức sáng-tác, đến nội-dung - thực tế và không tưởng.

Văn-chương phản kháng từ trong nước từ thời chính sách Đổi Mới, đã tốn rất nhiều bút giấy của nhiều nhà văn và báo-chí hải-ngoại – đã có sự phủ nhận phong trào văn chương phản kháng (phản kháng "quốc doanh") ở trong nước và rồi "Đổi Mới" đã trở thành "hiện tượng", có bước tới nhưng dậm chân khiến sáng-tác xuống dốc thê thảm dù nhờ đó đã có vài tác phẩm chứng tỏ có "thực chất" đổi mới về nội dung và văn chương. Hải ngoại cũng vì ở trong "đổi mới" mà người ủng hộ hoặc chào đón, bị phỉ báng đủ điều, trong số bị đích danh.

Hải ngoại đang "dầu sôi lửa bỏng" thì tạp-chí Hợp Lưu với chủ biên Khánh Trường ra mắt, tiêu biểu cho khuynh-hướng không phân biệt nguồn gốc, nhân thân qua con đường văn-chương – thường bị gán nhãn "hòa hợp hòa giải". Trong số ra mắt tạp-chí này vào tháng 10-1990, Khánh Trường cho biết: "Chúng tôi quan niệm rằng, tác phẩm, dù rằng đứng trên quan điểm nào, nếu thực sự giá trị, thực sự đáp ứng được lòng mong muốn của đa số độc giả thầm lặng, thì dứt khoát đó phải là tiếng nói nhân bản, tiếng nói của lòng lương thiện. Văn học nghệ thuật không chỉ đáp ứng cho hiện tại, nó sống mãi với thời gian. Chế độ chính trị nào rồi cũng qua đi, cái còn lại sẽ vẫn là cái cận nhân tình, cái đẹp, cái tốt,...". Rõ, đây cổ võ cho một văn nghệ tự do, trong nội dung cũng như kỹ thuật có thể so sánh với phần lớn tác phẩm của Nguyễn Huy Thiệp, Phạm Thị Hoài, Phan Thị Vàng Anh – đối nghịch với thứ "văn chương" thù hằn, cuồng chống đến cùng hoặc "đổi mới" theo chỉ thị.

- Lời Bạt Cho Chủ Đề Yêu Của Hợp Lưu

Trương Vũ đã phân tích 27 truyện ngắn viết về chủ đề "Yêu" trên Hợp Lưu số 68 và 69 (2003), và nhìn chung ông thấy có "nỗ lực sáng tạo của các tác giả. Văn phong có mới, không khí có mới, nội dung có mới…". Tác giả có trong và ngoài nước nhưng đa số là phái nữ, và nam cũng như nữ đều đã tốt nghiệp cấp đại học. Trương Vũ nhìn ra viết về Tình yêu nhưng "ở đây đa số là thảm kịch, hay là thân phận…. không thấy một 'happy ending' cho tình yêu, hay cả cho tình dục", phần lớn các truyện nói đến cái buồn hoặc bi đát của thân phận người nữ trong tình yêu hoặc đời sống gia đình, nghề nghiệp. Cuối bài, ông cho rằng trong khung cảnh ngày càng ít người đọc ở ngoài nước, nỗ lực của 26 tác giả này "không bình thường" vì theo ông "văn chương chỉ được đánh giá bằng chất lượng. Nỗ lực này có chất lượng" (tr. 155, 156, 169).

Một phần Đuổi Bóng Hoàng Hôn viết về các tác giả, có chấm phá và cả phân tích.

- Vài Suy Nghĩ Tuyển Tập Mây Chó của Võ Đình

Trương Vũ đọc Mây Chó như để "bắt gặp lại những nét đặc sắc" của Võ Đình: "tôi luôn nhận thấy ba điểm nổi bật trong văn chương của ông. Thứ nhất, ông viết bằng tất cả những rung động, hiểu biết, suy tư, kinh nghiệm của một con người toàn diện với tài năng và vốn sống rất đặc thù của ông. Ông đem tất cả vào tác phẩm một cách tự nhiên, đúng lúc, đúng chỗ, không thừa không thiếu. Qua văn ông, người đọc thấy rõ một cá tính rất mạnh, mạnh trong cả ba tính Việt, Pháp, Mỹ – phát sinh từ hoàn cảnh sống đặc biệt của ông – về cả bề dày của văn hóa cùng những thói quen trong ứng xử. Thứ hai, ông tỏ ra có một ham thích đặc biệt và đã rất thành công khi dựng chuyện hay truyện từ những sự việc hay nhân vật rất bình thường hay tầm thường trong đời sống….

Sau cùng, dù viết truyện hay chuyện, không khí nghệ thuật, đặc biệt không khí hội họa luôn luôn bao trùm văn chương của Võ Đình (tr. 136).

- **Phùng** là Phùng Nguyễn và cái chết đột ngột của nhà văn, từng là Chủ bút của Hợp Lưu một thời gian ngắn - thời có số về chủ đề "Yêu". Trương Vũ đã đặc biệt chú ý đến truyện Ca Bin: "Ca bin của Phùng Nguyễn được viết với một cấu trúc rất lạ, một phối hợp của tân hình thức và hậu hiện đại. Một bài thơ tiếng Anh với lời chuyển ngữ cố ý làm khác và cả một màn hình điện toán đã được sử dụng thật thành công cho cấu trúc này. Truyện ngắn của Phùng Nguyễn có khả năng mở đầu cho một phong trào viết truyện mới. Ở đây không có thảm kịch. Nó lẫn lộn cuộc đời thực với cuộc đời trong mơ, đuổi bắt lẫn nhau, và người đọc khó phân biệt được cái mơ và cái thực. Đó là cái đẹp tuyệt vời của một tình yêu tự nhiên và rộng mở, không ràng buộc, không tự nhốt mình lại như trong một ca bin" (tr. 177).

- **Huy** viết về Cao Xuân Huy và những gặp gỡ đầu ở miền Thượng Pleiku trước 1975 và lần cuối tiễn biệt nhà văn về chốn vĩnh hằng.

- **Lá Mùa Thu** viết về họa sĩ và nhà thơ Đinh Cường - trong 3 năm sau cùng đã đăng 875 bài thơ trên blog của Phạm Cao Hoàng: "Họa sĩ Đinh Cường đã cống hiến cho hội họa Việt Nam một tài sản lớn. Nhà thơ Đinh Cường đã làm thơ rất nhiều, như một cách thể hiện cái vi tế và phong phú của đời sống, rất đặc thù". Trương Vũ cũng là họa sĩ, ông tỏ ra đồng cảm và đồng tình với các họa sĩ-nhà văn thơ như Đinh Cường, Võ Đình,... Ông hiểu Đinh Cường khi viết: "Người vẽ tranh, người làm thơ Đinh Cường chắc chắn có được một niềm hạnh phúc lớn khi bằng nỗi đam mê, tài năng, trí thông minh, và sức làm việc kiên trì để tạo nên những tác phẩm để đời, ưng ý. Niềm hạnh phúc đó không mấy ai khác có được. Tuy nhiên, khi tập tễnh bước vào cái thế giới của nghệ thuật, tôi cũng bắt đầu hiểu ra rằng mọi thứ không hẳn đơn giản như thế. Không hẳn chỉ có cái hạnh phúc đó. Nó còn có đau đớn, dằn vặt.... Đam mê càng lớn, ước vọng càng cao, càng dễ thấy cái giới hạn của sức lực mình. Ráng tạo một tác phẩm như ý rất thường khi không khác như lao đầu vào một cuộc chiến của nội tâm. Dù xung quanh có bao người thân yêu, có bao bạn bè tốt, cuối cùng cũng chỉ có một mình mình thôi phải đương đầu với nó. Nỗi cô đơn rất khó tả" (tr. 183).

Đọc **"Thơm Mãi Mùi Hương" của Phạm Cao Hoàng**, Trương Vũ đã nghĩ "Thơ, văn, âm nhạc, nghệ thuật, cùng với những đóng góp và cách đóng góp như nói trên, đã giúp làm cho mảnh đất mà chúng ta đang sống ở đây luôn còn thơm mãi mùi hương. Không có nó, đất cằn cỗi và trơ trẽn" (tr. 190). Cũng như đã dùng con mắt nhà họa để "đọc" PCH: "Khi đọc những dòng thơ PCH viết cho cha mẹ, cho chị, cho người thân, tôi có thể tưởng tượng ra hình ảnh của những con người này. Hoàng không vẽ chân dung, nhưng qua vài dòng cảm xúc, tôi hình dung ra được ánh mắt của họ, nhận ra được cái bên ngoài mộc mạc đó chất chứa bao tình thương nào, bao hy sinh, bao khắc khoải nào" (tr. 186).

Trong bài viết về **Cung Giũ Nguyên**, Trương Vũ cho rằng tác phẩm Le Boujoum dù đã viết từ năm 1980 ở trong nước cũng "xứng đáng để trở thành một đề tài tranh luận nghiêm túc về văn chương hậu hiện đại của những nhà văn Việt Nam, dùng bất cứ ngôn ngữ nào để hoàn thành tác phẩm" (tr. 149). Thiền nghĩ Le Boujoum mang những suy tư triết lý mang tính tổng hợp/ syncrétisme cũng như tính độc đáo Cung Giũ Nguyên. Cung Giũ Nguyên cho rằng "mỗi người có một cách đọc riêng, mỗi người tìm trong một văn bản điều gì người ấy muốn gặp (…)", có thể Thái Huyền "chỉ là một sự nhại lại, một sự bắt chước vụng về và phạm thánh sách của Moise" và cũng có thể "Thái Huyền nói đến ngôn ngữ, lưu ý đến sự bất cập tự tại của ngôn ngữ và sự cần thiết của ngôn ngữ…" (Đại Nam, 1994, tr. VIII, X). Tóm, không gian và nội dung, sứ điệp truyền tải của Thái Huyền không dễ đọc / tiếp nhận và khá lựa chọn độc giả!

- Vị trí của Sáng Tạo trong sự phát triển văn học miền Nam sau 1954

Cách xuất hiện của Sáng Tạo được Trương Vũ xem là "điểm đổi hướng" trong sinh hoạt văn học nghệ thuật miền Nam. "Trong suốt 31 số liên tiếp, Sáng Tạo đã không ngừng cổ võ cho những thí nghiệm và khám phá trong nghệ thuật", để đặt câu hỏi cho hôm nay: "Đất nước chúng ta ngày nay đã thống nhất và trải qua gần bốn mươi năm thanh bình, theo cái nghĩa không có bắn giết nhau bằng súng đạn. Qua cái thời gian dài đó, văn học chúng ta, ở trong hay ngoài nước, đã vượt đi những chặng đường nào?". Tuy vậy, TV đã tinh tế khi nhận định, "Một khía cạnh tiêu cực của nhóm Sáng Tạo là sự thiếu vắng những cây viết nữ nòng cốt, khác với trường hợp của VHNN [Văn Hóa Ngày Nay], cũng như của các tạp chí văn học khác xuất bản về sau này. Bên cạnh đó, mặc dầu cổ võ cho những trào lưu tiến bộ, những sáng tác văn học ở Sáng Tạo vẫn chưa bao gồm được những sắc thái liên hệ đến người nữ ở những khía cạnh có tính thời đại, xã hội và trí thức, như thấy rõ trong văn học Nhật Bản từ thế kỷ 19" (tr. 131).

Trở lên là một số quan điểm và nhận xét của Trương Vũ về văn học và văn học hải ngoại. Phần chúng tôi có nhận xét là văn-học hải-ngoại có một đặc điểm có tính bao trùm là "tính chính-trị" vừa là động cơ, là lý do tồn tại, hiện hữu, vừa là mục-đích. Nếu không tranh đấu tiêu diệt chủ nghĩa cộng-sản và những thế lực làm kiệt quệ đất nước, làm dân tộc mất quyền tự chủ thì là tranh đấu, vận động cho tự do dân chủ và quyền làm người. Mà nhân quyền và quyền dân sự thì phải đấu tranh mới có. Lưu vong vì đất bằng nổi sóng, vì xã-hội nhiễu nhương, khủng hoảng mà bản thân không được quyền hay không thể ra tay; lưu vong do đó là để sống còn đồng thời để thực hiện những mục-đích và công tác này dưới nhiều hình-thức mà văn-chương là một. Di tản, tỵ nạn, lưu vong,... qua nhiều giai đoạn, người miền Nam rồi cả nước và rồi cả những người từng theo chủ nghĩa cộng-sản. Tất cả đã xây dựng, góp phần làm nên nền văn-học hải-ngoại. Từ đó là chính nghĩa, có chính nghĩa khiến công tác văn-học trở thành bổn phận, có lý do tồn tại, có nội-dung, để đi tới trước, khiến văn-học hải-ngoại khác và đối nghịch với thứ gọi là "văn-học chính thống" nhưng thật ra chỉ là "minh họa" và một giọng điệu "lưỡi gỗ" của trong nước.

Nhà văn Việt thường viết vì nhu cầu... viết hoặc vì một mục đích nhưng ít thấy vì sứ mạng thực sự văn nghệ. Văn-chương chết vì ngoài những ám ảnh, vũng lầy còn là vì văn hóa chết, tinh thần chết, nhường chỗ cho vật chất và tính toán, tham vọng của con người. Mà văn-chương chết sẽ đưa đến kiệt quệ tinh thần! Vậy thì văn-chương có còn là thứ cần thiết không và cần thiết cho ai? Văn-chương có giá trị hay có thể hiện hữu tự tại không?

Nói chung, chủ đề tư tưởng của văn học hải ngoại lưu vong tỵ nạn không phải là khía cạnh đi tìm sự giải phóng cho chính bản thân mình mà là giải phóng cho tập thể! Có lưu vong vĩnh viễn, tự nguyện, có lưu lạc sống tạm xứ người, có di dân kinh tế,… nhất là ở những địa phương đông đảo người Việt khiến có thể sống và viết bằng tiếng Việt không cần hội nhập, nhưng cối lõi nhân sự và tâm thức của cộng đồng người Việt hải-ngoại có tính chính-trị, là chính-trị, theo nghĩa đối kháng với chế độ và chủ nghĩa cộng-sản ở trong nước, hoặc tranh đấu cho những lý tưởng chính-trị muôn đời như tự do, dân-chủ và nhân bản, và đặc biệt luôn nhắm đến quê nhà và nước Việt – có nghĩa hải-ngoại là không gian duy nhất còn lại đối với người Việt để viết và nói lên những điều này, kể cả những người rời nước công khai và chính thức về sau.

Chúng tôi chào đón Đuổi Bóng Hoàng Hôn của Trương Vũ là một tác phẩm hiếm hoi mang tính văn học góp phần tích cực cho việc nhận định và phê phán những sinh hoạt và biến động qua năm thập niên văn học hải ngoại luôn thực sự hiện diện.

NGUYỄN VY KHANH
Tháng 9.2024

NGUYỄN XUÂN THIỆP
ĐỌC TRƯƠNG VŨ

Nguyễn Xuân Thiệp và Trương Vũ.
Virginia, 15.8.2015 - Ảnh Phạm Cao Hoàng.

Trương Vũ là người giàu kiến thức, quê ở Nha Trang, trước 1975 từng là giáo sư dạy toán ở Đại Học Duyên Hải. Trong thời gian này, anh có tham gia một vài hoạt động văn học nghệ thuật, với sự góp mặt của Đinh Cường, Bửu Ý, Huy Tưởng... Anh là người chân tình lại gắn bó với đất nước và bạn bè. Qua Mỹ, sau khi học hành xong, anh làm việc ở Trung Tâm NASA, và đã có nhiều đóng góp vào sinh hoạt văn học ở hải ngoại. Đồng Chủ Biên tuyển tập văn chương chiến tranh The Other Side of Heaven (do Curbstone Press xuất bản năm 1995). Nguyên đồng chủ biên tập san Việt Học The Vietnam Review của Đại học

Yale (1996-1998). Nguyên chủ bút tạp chí Đối Thoại, California (1993-1994). Hợp tác, đóng góp bài vở cho một số tạp chí văn chương (giấy và mạng) như Văn Học, Hợp Lưu, Văn, Talawas, Tiền Vệ, Da Màu, Tương Tri, các blog như Phạm Cao Hoàng, Phố Văn, Trần Thị Nguyệt Mai...

Ngoài viết văn và sinh hoạt xã hội, Trương Vũ cũng miệt mài sáng tác hội họa và đã tham dự một số triển lãm tại Hoa Kỳ. Anh cũng đã vẽ nhiều tranh chân dung cho bạn bè trong giới văn nghệ. Bạn bè đều yêu quý anh, thường xuyên lui tới họp mặt khi anh và chị An định cư ở Maryland.

Tác phẩm đã xuất bản: ĐUỔI BÓNG HOÀNG HÔN (Tuyển tập 19 bài tiểu luận - NXB Nhân Ảnh, Hoa Kỳ, 2019).

Với Trương Vũ, tôi có mối giao tình -có thể nói như thế- cũng đã ngoài hai mươi năm. Lần đầu tiên được biết Trương Vũ là qua một bài ký của Hoàng Khởi Phong kể lại chuyện chạy loạn qua Nha Trang khoảng tháng 4.1975, không có phương tiện di chuyển, may được Trương Vũ cho một chiếc xe, nhờ đó thoát nạn. Qua câu chuyện kể của Hoàng Khởi Phong, tôi bắt đầu có cái nhìn thiện cảm với Trương Vũ.

Thời gian trôi qua, mấy lần qua chơi Virginia, qua sự giới thiệu của Đinh Cường, tôi được gặp Trương Vũ. Tôi được cùng bè bạn tới chơi nhà anh (ở Maryland?) một vài lần. Anh cũng đã lái xe đón đưa tôi khi sang chơi Virginia. Rồi anh em họp mặt ăn uống ở Sài Gòn Quán. Một cuộc họp mặt cũng ở nhà Trương Vũ (may thay trí nhớ tôi còn ghi lại được): hôm ấy có Hải Phương, Hoàng Xuân Sơn, Đinh Cường… Và có cả hiền nội nữa. Tôi cũng từng có được một vài dịp chuyện trò trao đổi với anh về văn chương, nghệ thuật. Anh luôn chứng tỏ là người có kiến thức rộng, điềm đạm, cởi mở. Một lần thay mặt Báo Trẻ ở đây, tôi mời Trương Vũ qua Dallas triển lãm tranh và tham dự sinh hoạt văn hóa 'Đọc Thơ và Hát Thơ'. Dịp này có Nguyễn Hưng Quốc, Hoàng Ngọc-Tuấn, Phan Xuân Sinh, Hoàng Đình Bình, Tô Thẩm Huy và một số anh em khác tham dự. Và tôi đã chở anh tới cuộc vui ở ngôi nhà nghỉ mát bên bờ hồ Irving của Nguyễn Xuân Phước. Cảm động và đáng ghi nhớ nhất là anh đã vẽ chân dung tôi tại phòng vẽ nhà anh. Thời gian đó, tôi được đọc một số tùy bút và tiểu luận của Trương Vũ đăng rải rác trên báo giấy và các trang mạng. Tôi thật sự yêu quý những bài viết của anh. Một lần ngồi uống với nhau, tôi đề nghị Trương Vũ gom lại và cho in thành sách. Anh nói cũng đang chuẩn bị và đang tìm nhà xuất bản. Ít lâu sau, Đuổi Bóng Hoàng Hôn ra đời.

Trang viết của tôi tiếp theo đây là ghi lại hình và bóng và những bước lãng du cùng cái nhìn của Trương Vũ qua "Đuổi Bóng Hoàng Hôn".

"Đuổi Bóng Hoàng Hôn" của Trương Vũ, theo tôi, là một tác phẩm giá trị, đáng đọc. Nó vừa là tùy bút vừa là tiểu luận bao quát nhiều vấn đề, từ chính trị, đến văn hóa trong đó giáo dục và nhất là văn học được chú trọng nhiều nhất. Tôi đọc và đặc biệt bị cuốn hút bởi những bài: VỀ LẠI SORRENTO, MƯA ƯỚT VỊ THÀNH, NÓI VỚI CHÀNG SIÊU, NHỮNG CƠN MƯA NGÀY CŨ, ĐÊM ĐẠI DƯƠNG, VỊ TRÍ CỦA SÁNG TẠO TRONG SỰ PHÁT TRIỂN CỦA VĂN HỌC MIỀN NAM, NHÌN LẠI PHONG TRÀO VĂN NGHỆ PHẢN KHÁNG... Tôi cũng đã có một bài thơ nhân đọc và cảm xúc với Mưa Ướt Vị Thành của Trương Vũ. (*)

Qua "Đuổi Bóng Hoàng Hôn", tôi nhận ra tài năng của Trương Vũ. Anh là nhà khoa học đi vào cõi văn chương và có một văn phong trong sáng, ngôn từ gọn gàng, sắc nét. Cũng có khi anh hơi miên man nhưng biết dừng lại ở chỗ phải dừng. Với kiến thức sâu rộng, Trương Vũ đưa chúng ta từ Đường Thi đến văn học Tây Phương với Tolstoy, Tchekhov và cả nhạc cổ điển. Trương Vũ còn là người yêu đất nước quê hương. Qua những trang văn của "Đuổi Bóng Hoàng Hôn", ta nghe được tiếng mưa và cảm nhận được mùi gió biển của Nha Trang. Hãy nghe: *"... Nhưng cái gì khiến mỗi lần nghe Come Back to Sorrento tôi thắt ruột và nhớ đến Nha Trang? Hay, có nhiều đêm, chỉ nghe tiếng sóng biển cũng nhớ đến Nha Trang, ngửi hơi gió biển cũng khiến nhớ đến Nha Trang? Có lẽ vì Nha Trang liên hệ chặt chẽ đến một thế giới của tuổi trẻ, trong đó có biển, có phố, có những hàng cây, những con đường... Và, trên hết, ở đó, không phải chỉ có hạnh phúc mà còn có đau buồn, mất mát. Không phải chỉ có niềm vui mà còn có luyến tiếc, ray rứt, nợ nần. Không phải chỉ có thành công mà còn có thất bại. Không phải chỉ có điều tốt mà còn biết bao lỗi lầm... Nhưng đặc biệt, đó là một thế giới mang đầy dấu vết sâu đậm từ những liên hệ con người. Rất đặc thù. Một thế giới riêng cho mỗi người trong chúng ta.*" Như vậy đó... Trương Vũ đặc biệt yêu quý trường xưa, thầy cũ, bạn cũ. Thầy Cung Giũ Nguyên đã để lại trong tâm hồn Trương Vũ những ký ức thật đẹp, thật đáng quý. Anh yêu mái trường từng in bóng mình và bạn bè. Đại Học Duyên Hải mãi mãi in sâu trong tâm tưởng của Trương Vũ với những sinh hoạt văn chương nghệ thuật và những hội ngộ đầu tiên trong đời. Cuộc chiến trên đất nước cũng để lại những vết hằn trên ngày tháng và tâm tư người trong cuộc. Trong đời riêng, Trương Vũ từng qua Trường Bộ Binh Thủ Đức, ra trường làm sĩ quan đi trấn đóng ở hải đảo xa: *"Ở hải đảo có một thời gian tôi làm sĩ quan tuần tra. Tôi nhớ, một buổi tối, mưa tầm tã, khi hết phiên trực, tôi ghé vào lều của một ông thượng sĩ già, xin cà phê uống. Ở đó, người sĩ quan trực kế tiếp, MDT, cũng đang ngồi uống cà phê. MDT trước khi động viên dạy Pháp văn ở Huế. Trong khi trò chuyện, bỗng nhiên T. nói về những tiểu thuyết Pháp đang ăn khách như Bonjour Tristesse, Un Certain Sourire,... của Françoise Sagan, rồi quay trở lại nói về những tác phẩm học ở thời trung học, những tác phẩm của Alphonse Daudet hay Anatole France, rồi Nguyễn Du của ngày xưa, rồi Bùi Giáng của ngày nay, rồi quay sang nói về Sartre, về Camus, v.v... Chúng tôi nói say sưa, ông thượng sĩ già châm thêm cà phê, lặng lẽ nghe và thỉnh thoảng nở nụ cười độ lượng. Trước khi chia tay và bắt đầu phiên trực của mình, T. nói với tôi: "Tụi mình... à la recherche de la jeunesse perdue!"*

Như ta thấy trên, Trương Vũ mặc dù theo ngành toán học, từ thời trẻ đã yêu thích văn học. Trong tác phẩm của mình, anh đã dành một hai chương để luận bàn về những hiện tượng văn học của hai miền Nam Bắc. Ở miền Nam, Trương Vũ ghi nhận: *"Tháng 10 năm 1956, tạp chí Sáng Tạo ra đời, đóng góp vào sự phát triển của nền văn học miền Nam vào một giai đoạn đầy biến động của đất nước."*

Không phải chỉ trong đất nước mà những biến động còn diễn ra nhiều nơi trên thế giới. Tâm tư con người thời đại khao khát một bầu trời mới rộng rãi với những ước mơ. Tạp chí Sáng Tạo ra đời đã làm thay đổi bầu không khí văn học nghệ thuật của đất nước. Trương Vũ, trong bài viết về tạp chí Sáng Tạo, đã đặc biệt ghi nhận công lao của Mai Thảo, Thanh Tâm Tuyền và Duy Thanh. Nhìn lại phong trào văn nghệ phản kháng tại Việt Nam từ 1986 đến 1989, Trương Vũ có nhận xét: *"Trong một thời gian khá lâu, sau kinh nghiệm tàn bạo của vụ án "Nhân Văn Giai Phẩm" vào 1958, trí thức và văn nghệ sĩ miền Bắc không còn muốn dính dự vào những vấn đề chính trị có tính cách tranh cãi. Tuy nhiên, dầu muốn dầu không, sau 1975, họ phải chạm trán với một thực tế hoàn toàn trái ngược với những điều dự đoán. Những khác biệt quá lớn giữa cái họ thực sự thấy với cái lẽ ra họ nên thấy bắt đầu khiến họ chao đảo."*

Khởi đi từ đó, nhất là sau chủ trương đổi mới của Tổng Bí Thư Nguyễn Văn Linh vào đầu năm 1987, một đòi hỏi bức thiết dấy lên, yêu cầu chấm dứt thời của văn học minh họa. Trong những đóng góp đầu tiên phải kể đến công lao của nhà văn Nguyễn Minh Châu, Hoàng Ngọc Hiến, Nguyên Ngọc. Tiếp theo là sự xuất hiện của một lớp nhà văn mới, tác phẩm của họ theo ghi nhận của Trương Vũ *"mang những sắc thái chính sau đây: phản kháng sự áp đặt quyền lãnh đạo của Đảng lên trên quyền sáng tác của nhà văn; phủ nhận "công lao" của chủ nghĩa cộng sản trong hai cuộc chiến; quy kết cho xã hội chủ nghĩa về tình trạng nghèo đói, phân hóa, bất công, và chậm tiến; đòi quyền của cá nhân được lựa chọn cách sống của mình; lên án sự lạm quyền của cán bộ cao cấp đã tàn phá xã hội và con người; công kích sự tôn sùng thần tượng; v.v..."* Ở thời kỳ này phải kể đến những tên tuổi như Nguyễn Duy, Trần Vàng

Sao, Nguyễn Huy Thiệp, Dương Thu Hương, Phạm Thị Hoài, Trần Mạnh Hảo, Nhật Tuấn, Nguyễn Quang Lập, Bảo Ninh, v.v... Đặc biệt, Trương Vũ đánh giá cao công lao đóng góp của Nguyễn Huy Thiệp và Phạm Thị Hoài.

Một điều nữa cần ghi nhận: Trương Vũ đặc biệt yêu quý bạn bè. Trong "Đuổi Bóng Hoàng Hôn", Trương Vũ dành nhiều trang cho bằng hữu trong văn chương nghệ thuật. Đó là Đinh Cường, Cao Xuân Huy, Phùng Nguyễn, Phạm Cao Hoàng, Võ Đình,... Họ là những người Trương Vũ đã gặp trong các sinh hoạt văn học nghệ thuật và đã có mối thân tình sâu đậm qua thời gian. Trương Vũ viết về họ với niềm ưu ái. Hầu hết những bằng hữu thân thương này đã đóng góp hoặc ít hoặc nhiều vào văn học nghệ thuật ở hải ngoại.

Cuốn sách của Trương Vũ quả thật hấp dẫn. Lẽ ra tôi còn nói thêm nhiều điều nữa nhưng thôi tạm dừng ở đây, chờ một dịp khác. Hoàng hôn đang xuống trên đời tôi đời bạn. Ta sẽ làm gì đây? Dang tay đón chào hay đuổi theo cái bóng của nó. *Từ giã hoàng hôn trong mắt em / Tôi đi tìm những phía không đèn / Gió mùa thu sớm bao dư vị…* (Đinh Hùng). Thôi xin hãy tạm dừng lại bên nhau cùng chia sẻ những vui buồn trước khi thu tàn đông tới.

NGUYỄN XUÂN THIỆP
Texas, tháng 10.2024

MƯA HOÀNG HÔN... *

chiều
trong căn nhà gỗ. xưa
ngồi
nghe mưa rơi
trên những trang văn. đuổi bóng hoàng hôn
ôi. mưa từ nha trang. ngày nọ
mưa tới vị thành
và đâu nữa
qua mưa
những mái nhà
cánh cổng rêu phong
cây bông sứ. đợi người
góc tường
câu thơ. đề tên ai. đã khuất
ngày qua. ngày qua
trương vũ
ngày ấy
trên đường tới đơn vị. leo lên một ngọn đồi
quán nhỏ. tiếng mưa. âm
chung trà. chiều. rơi trên mái
và trong phiên trực đêm
nơi lều cỏ. của người thượng sĩ già
nâng ly cà phê. uống. nhìn mưa
qua khói thuốc
o. ma jeunesse
thời gian. chiến trận. mịt mù
khi về lại
cái chết của galois. màu đỏ

và
bản sonate cho kreutzer
tolstoi
đã nằm yên. trong ánh tàn dư. chiều muộn
trương vũ ơi. còn tôi và bạn
dắt nhau đi. qua chiếc cầu. trên sông drina
tiếng trẻ gào
mẹ. tóc rũ. mưa
ôi. phùng nguyễn
cao xuân huy. và tờ văn học
đinh cường. trước giá vẽ. rừng natick
tiếng còi tàu. và những cánh dã quỳ. tứa máu
thầy cung giũ nguyên
le boujoum. trang huyền sử của nguyệt thực. và hoàng hôn
ai đi trên đồi sương tím. không về
mai thảo. thanh tâm tuyền
và võ đình
ở đâu. phía bên kia thiên đường
on the other side of heaven

chiều nay
hẹn với huy tưởng
come back to sorrento
sẽ không khóc
trương vũ ạ
sóng biển. sóng biển. chiều
con albatross đang bay qua bờ sóng...

Nguyễn Xuân Thiệp

(*) Cảm xúc khi đọc 'Đuổi Bóng Hoàng Hôn' của Trương Vũ.

Phụ bản 31
CHÂN DUNG NGUYỄN XUÂN THIỆP
Tranh Trương Vũ,
sơn dầu trên bố, 18" x 24", (2017).

PHẠM CAO HOÀNG
HAI BÀI THƠ CHO TRƯƠNG VŨ

Trương Vũ đang trao cho Phạm Cao Hoàng
bức chân dung vừa hoàn tất.
Virginia, 10.7.2022 - Ảnh Julia.

TÔI ĐANG VẼ TÂM HỒN CỦA BẠN

Tặng anh Trương Vũ

khi tôi ngồi trước giá vẽ
bắt đầu những nét chấm phá phác thảo chân dung bạn
đôi mắt của bạn có thể mơ màng hay đầy nghị lực
khuôn mặt của bạn có thể ưu tư hay hồn nhiên
vai của bạn có thể thẳng hay nghiêng
sao cũng được
miễn là bạn phải là bạn

tôi là họa sĩ chọn những nhân vật mà mình muốn vẽ
khuôn mặt mỗi người có thể khác nhau
nhưng những nhân vật tôi chọn đều có một điểm giống nhau:
các bạn là người có một tâm hồn đẹp
tôi tin điều đó
và khi vẽ chân dung bạn
có nghĩa là tôi vẽ tâm hồn của bạn
tôi vẽ tấm lòng nhân hậu của bạn
và nếu cuối cùng chúng ta có được bức chân dung đẹp
thì chính bạn là người góp một phần rất lớn trong việc sáng tạo
ra tác phẩm đó

khi tôi ngồi trước giá vẽ
bắt đầu những vệt sơn dầu vẽ chân dung bạn
bạn ngồi đó nhiều tiếng đồng hồ
trên chiếc ghế dành cho người mẫu
có lúc bạn sẽ rất mệt mỏi và ngủ gục
thì cứ ngủ, không sao đâu
vì tôi đang vẽ tâm hồn bạn mà
một tâm hồn luôn luôn tỉnh thức
và lúc này đây
bạn hãy nghĩ về những người mà bạn yêu thương nhất
đất nước của bạn
gia đình của bạn
bạn bè của bạn
những ân nhân trong cuộc đời bạn
để khuôn mặt của bạn trên bức chân dung
sẽ là một khuôn mặt tràn đầy yêu thương và thánh thiện

Virginia, October 12, 2017

TẠM BIỆT MỘT CĂN PHÒNG

Gửi anh Trương Vũ

Căn phòng này
chiếc bàn này
nơi chúng ta đã từng ngồi
nâng ly
chúc mừng một bức tranh vừa hoàn tất
chúc mừng một cuốn sách vừa in xong
chào mừng một người bạn từ phương xa đến
có thể là từ Việt Nam
có thể là từ châu Âu
có thể là từ châu Úc
có thể là từ Canada
hay một nơi nào đó trong nước Mỹ này
ngồi bên nhau nhìn những chiếc lá vàng mùa thu Vienna
nhắc cùng nhau những kỷ niệm một thời
và nghe những ca khúc của chút-tình-đọng-lại.

Căn phòng này
không gian này
nơi có người họa sĩ
trầm ngâm ngồi trước giá vẽ
thả hồn vào nỗi đam mê
vẽ đôi mắt đẹp người thiếu nữ của đời mình
và nơi đây những bức chân dung đã ra đời
những khuôn mặt dịu dàng
những khuôn mặt phúc hậu
những khuôn mặt hiền hòa
thơm mùi sơn dầu
thơm tình bằng hữu
phảng phất nỗi buồn xa xứ
nhớ không Duyên?
nhớ không Nguyệt Mai?
nhớ không Cúc Hoa?
và nhớ không các bạn của tôi?

Căn phòng này
chiếc bàn này
không gian này
chiều nay
tôi ngậm ngùi tạm biệt.

Virginia, 21.2.2024

PHẠM CAO HOÀNG

Phụ bản 32
CHÂN DUNG TRƯƠNG VŨ
Tranh Nguyễn Sông Ba,
sơn dầu trên bố, 60cm x 90cm, (2024).

PHẠM NHUẬN

TRƯƠNG HỒNG SƠN
CÁI TÂM MÂY TRẮNG

Trương Vũ đang trao cho Phạm Nhuận
bức chân dung vừa hoàn tất – Maryland, 2008.

hư vô áo nắng vẫy chào
bóng ai ngồi lạnh hồn chao mái dầm
tiếng chim gõ kiến đục trầm
từ trong gỗ nẻ nụ mầm hoa xuân
núi sông tàng ẩn kinh luân
tùng bách nắng nhuộm bồ quân áo chiều

ấm lòng bếp lửa nguyên tiêu
vườn ngoài vừa mới cội điều trổ bông
câu thơ ủ giọt nến hồng
trang sách thầm lặng cầu vồng sắc bay
đất trời chuyển gió heo may
gầy hơi khói trấu mắt cay ngõ rừng
nghe ra cả tiếng muôn trùng
thiên thu còn lại nửa vừng trăng xanh
tiêu sơ chiếc lá đoạn đành
thường hằng giọt nước dỗ dành ngọn cây
rêu xanh mất tuổi tháng ngày
thư kinh khép lại trang đầy trang vơi
ngủ quên quán trọ đất trời
cái tâm mây trắng nụ cười ngôn phong
lạc giòng cá động vàng rong
chân cầu tịch tĩnh đục trong đi về
bước chân tĩnh lặng trầm mê
vòng quay vạn vật rớt về tịnh không
tiếng gà gọi giữa mênh mông
thoảng trong sâu thẳm tiếng sông gọi đò
lạnh bấc trầm mặc cánh cò
quay đầu dốc núi đâu bờ tử sinh

PHẠM NHUẬN
Maryland, 2000

Phụ bản 33
CHÂN DUNG PHẠM NHUẬN
Tranh Trương Vũ,
Chất liệu hỗn hợp trên bố, 24" x 30", (2008).

Phụ bản 34
CHÂN DUNG NGUYỄN DIỆU ĐOAN TRANG
Tranh Trương Vũ,
sơn dầu trên bố, 20" X 24", (2016).

PHAN TẤN HẢI

TRƯƠNG VŨ, NHƯ LÀ TRƯƠNG VŨ

Phan Tấn Hải

Lần cuối, nghĩa là lần mới nhất, không phải là lần cuối cùng, tôi gặp Trương Vũ tại nhà của Trần Vũ, khi Trương Vũ ghé Quận Cam, trước khi anh bay lên Bắc California để thăm chị ruột của anh, họa sĩ Trương Thị Thịnh. Lúc đó là, có lẽ năm ngoái. Lúc đó, mối giao tình của Trương Vũ và tôi đã trải rộng từ hơn ba thập niên, từ những ngày tôi còn ở Miền Đông Hoa Kỳ.

Thời xa xưa, tôi gọi anh bằng tên là anh Sơn, anh Trương Hồng Sơn, khi nhìn anh như một nhà khoa học. Và nhiều năm sau, khi đọc nhiều bài viết của anh trên Văn Học và Hợp Lưu, tôi gọi anh qua bút hiệu là Trương Vũ. Rồi vài năm gần đây là nhìn anh như họa sĩ. Thời gian đã cho anh hiển lộ qua nhiều tài năng, và với rất nhiều tóc bạc. Nhưng nụ cười của Trương Vũ vẫn hiền lành, đôi mắt vẫn tinh anh, cử chỉ và thái độ vẫn luôn là từ tốn, cẩn trọng, dịu dàng.

Thực sự, Trương Vũ thuộc thế hệ đàn anh của tôi, tuy rằng khi giao tiếp, văn nghệ sĩ vẫn không có thói quen cách biệt như xã hội đời thường. Đúng ra, nếu nói kiểu đời thường, giữa anh và tôi có nhiều cách biệt, rất nhiều cách biệt: Trương Vũ là một nhà khoa học, một lĩnh vực mà tôi chẳng biết gì. Nhưng môi trường tôi tiếp cận với anh là văn nghệ. Lần đầu tiên tôi gặp họa sĩ Võ Đình là tại nhà của Trương Vũ, trong một thị trấn ở Maryland. Lúc đó, tôi cư trú ở Virginia, nơi tôi đều đặn viết bài gửi về nhà văn Tưởng Năng Tiến ở tòa soạn Nhân Văn tại San Jose, Bắc California. Thời đó là thuở còn viết tay trên giấy, mỗi truyện ngắn gửi đi là hồi hộp, lo sợ bưu điện sẽ làm thất lạc phong bì, bên trong là xấp giấy truyện ngắn dày hơn mười trang viết tay, rằng có bao giờ phong bì này sẽ bay vào hư vô.

Virginia là nơi đã cho tôi nhiều tình bạn văn nghệ tuyệt vời. Đúng ra, cùng thế hệ, có lẽ cùng tuổi với tôi, bạn văn nghệ lúc đó ở Virginia chỉ có anh Nguyễn Văn Khanh, người về sau đã nổi bật trong lĩnh vực truyền thanh, và rồi có thời gian điều hành Đài Á Châu Tự Do (RFA). Ngoài ra, đều là đàn anh, đàn chị của tôi. Từ nơi đó, tôi đã có giao tình thân thiết với Giáo sư Nguyễn Ngọc Bích, người về sau là Chủ Tịch Trung Tâm Văn Bút Miền Đông Hoa Kỳ, mà tôi có cơ duyên làm Tổng Thư Ký cơ chế này, trước khi sang California định cư. Rồi cũng nơi Virginia, tôi hân hạnh làm bạn với những người đi trước, như nhà báo Ngô Vương Toại, nhà thơ Giang Hữu Tuyên, nhà thơ Trương Anh Thụy, và một số vị nữa. Những địa danh không quên được, với các thị trấn thơ mộng, như Springfield, Falls Church, Arlington…

Tuy nhiên, người gần với nhiều hoạt động của tôi trong làng báo về sau, lại là Trương Vũ, người cách xa tôi một tiểu bang và khoảng 2 giờ lái xe. Lúc đó, tôi chỉ nhìn anh như một khoa học gia. Có một lần, Trương Vũ chở tôi vào thăm một căn cứ khoa học, có lẽ là NASA hay một cái gì tương tự, mà nơi nào cũng có lính quân cảnh đứng gác. Và chỉ một lần thôi, nhưng là một kỷ niệm khó quên. Lúc đó, chị Trương Vũ còn ở Việt Nam, và đó cũng là lý do Trương Vũ thường tổ chức các buổi họp mặt văn nghệ, nơi đó thường xuyên là có mặt GS Nguyễn Ngọc Bích, họa sĩ Võ Đình, và những người mà tôi thường gọi tắt (kiểu thân tình nhưng hơi hỗn) là Tuyên, Toại, Khanh… Về sau, Miền Đông có thêm các nhà văn Nguyễn Thị Hoàng Bắc, Nguyễn Thị Thanh Bình…

Trương Vũ không tập trung vào sáng tác văn học, cho dù anh là bạn của hầu hết các nhà văn, nhà thơ. Trương Vũ viết các bài lý luận, một phần lớn gắn liền với phê bình văn học, thường là hiển lộ các cảm xúc liên hệ tới các vấn đề xã hội và văn học quốc nội. Nghĩa là, Trương Vũ theo dõi tình hình trong VN thường xuyên. Theo tôi nhớ, Trương Vũ không viết thường xuyên trên tạp chí Văn Học, cho dù giao tình anh có thể là thân tình với nhà văn Nguyễn Mộng Giác, một bậc trưởng thượng của tôi. Tôi nhớ, lần nào anh Nguyễn Mộng Giác lên thăm Miền Đông, đều được GS Nguyễn Ngọc Bích và nhà khoa học Trương Hồng Sơn đón tiếp nồng nhiệt. Thế rồi, tôi thấy, Trương Vũ lộ ra cảm xúc sôi nổi khi xã hội Việt Nam bước vào thời kỳ Đổi mới, và văn học Việt Nam bước vào thời kỳ Cởi trói. Lúc đó, nhà văn Dương Thu Hương xuất hiện như một người đi giữa hai làn đạn. Lúc đó, Khánh Trường trình làng tạp chí Hợp Lưu, đăng nhiều sáng tác từ trong Việt Nam gửi ra, ban đầu, phần lớn là nhờ nhà văn Nhật Tiến chuyển đến. Lúc đó, Trương Vũ gọi những sáng tác đó là phong trào văn nghệ phản kháng tại Việt Nam từ 1986 đến 1989, và anh kỳ vọng… Bây giờ, dân chủ vẫn còn là một ước vọng xa vời tại Việt Nam, kể cả khái niệm tự do sáng tác cho các nhà văn, nhà thơ.

Một đôi khi, tôi nghĩ về Trương Vũ và đối chiếu anh với những hình ảnh tôi gặp hàng ngày, qua các bản tin. Công việc của tôi là nhà báo, hàng ngày dịch tin, luôn luôn nhìn thấy những bất tường của thế giới. Cuộc chiến ở Ukraine, tình hình Biển Đông, thảm sát ở Trung Đông, giá xăng lên và xuống ở California… Luôn luôn, thế giới này, vui cũng ít hơn buồn. Những lúc đó, nhớ tới Trương Vũ, lòng tôi như dịu lại. Tìm đâu ra trên thế giới này một người như Trương Vũ, một nhà khoa học lưu vong, sống thật xa quê nhà mà lòng lúc nào cũng ước mong những gì tốt đẹp nhất cho quê nhà. Tôi đoán rằng, Trương Vũ cầm bút viết chỉ vì những cảm xúc hướng về quê nhà, về bạn văn… và Trương Vũ đã cầm cọ vẽ để cho nước mắt khỏi rơi, và để cho màu sắc che đi những nỗi u uẩn trong tâm hồn anh, một người tỵ nạn đã bị bứt rời nơi anh rất mực yêu thương.

Đôi khi, tôi thử nhìn xem những trường hợp tương tự, nhưng thực sự không có một hình ảnh nào để thấy gần gần như Trương Vũ. Khoa học gia viết văn có Isaac Asimov, có Carl Sagan, có Arthur C. Clarke, nhưng họ không vẽ. Khoa học gia và là họa sĩ lại càng hiếm hơn, có Samuel Morse, có Santiago Ramón y Cajal, nhưng họ không viết văn. Khoa học gia và là người tỵ nạn có Albert Einstein, có Viktor Frankl, có Leó Szilárd, nhưng họ không gắn liền với các các chuyển biến văn nghệ nơi họ lưu vong và nơi quê cũ của họ như anh. Và Trương Vũ, chỉ có thể như là Trương Vũ.

Những lúc đó, tôi nghĩ, tôi đoán, tôi biết Trương Vũ làm gì vào những buổi chiều tuyết rơi rất buồn. Nhà anh ở Maryland, nơi đó tuyết rơi vài tháng mỗi năm. Tôi hình dung ra, Trương Vũ khi ngưng tay vẽ, sẽ ngồi nhìn tuyết rơi ngoài hiên trước, tay nâng ly rượu, và nhớ tới câu thơ Lý Bạch: *Thiên lý tương tư minh nguyệt lâu... Nơi lầu trăng sáng, thương nhớ nghìn dặm rất xa...* Tôi cũng đoán rằng, bức tranh cuối cùng Trương Vũ muốn vẽ sẽ là hình ảnh một họa sĩ ngồi nhìn ra, vẽ những trận mưa tuyết rơi ngoài hiên nhà, và vọng rất xa là dáng núi Blue Ridge Mountains. Bên kia dãy núi, nơi những ngàn dặm rất xa, vượt ra ngoài trùng dương bát ngát, cũng là những phương trời ký ức của anh.

PHAN TẤN HẢI
Tháng 9.2024

THỤY KHUÊ

TRƯƠNG VŨ TRONG MÀU HOÀNG HÔN

Trương Vũ và Thụy Khuê
Virginia, 2012

Gần bốn mươi năm quen, chúng tôi chỉ gặp nhau mấy lần.

Biết anh vẽ tranh, nhưng tôi chưa được xem; người ở Mỹ, người ở Pháp, chân trời góc biển. Tiểu luận văn học của anh, tôi có đọc, xuân thu nhị kỳ, anh viết ít và đăng rải rác. Bốn bài: *Lời bạt cho chủ đề yêu của tạp chí Hợp Lưu (2003), Giáo dục Việt Nam những vấn đề căn bản (2005), Tiếng sóng (2009), Vị trí của Sáng Tạo trong sự phát triển Văn học miền Nam sau 1954*

(2014) là hình ảnh Trương Vũ như tôi đã biết: nhận định văn học tinh tế; nhà giáo tâm huyết; thiết tha trung thành trong tình bạn; có cái nhìn tổng thể về Sáng Tạo.

Khi anh bắt đầu vẽ, tôi không còn trở lại Mỹ như xưa. Rồi những năm sau này đắm chìm trong biên khảo, không có thì giờ đọc, xem, các sáng tác mới như trước.

Xin thành thật cảm ơn anh Phạm Cao Hoàng đã gửi cho sưu tập văn, vẽ của Trương Vũ để tôi biết được những điều bấy lâu nay chưa biết, được làm quen với một Trương Vũ khác, tôi giật mình: Con đường thiên lý đời anh tôi chưa hay, nhưng nhiệm mầu thay, những kỷ niệm chung của chúng tôi, dù sống xa nhau vạn dặm, đã được anh hòa tan trong chữ nghĩa và màu sắc: những cánh hoa, những chiếc lá, những ngọn gió... tản mạn cả cuộc đời anh, trong có một chút chúng tôi, ẩn hiện đâu đó dưới màu thu huyền ảo, lung linh ánh sáng, chói lòa mâu thuẫn, rạng rỡ thương yêu, luận tranh hờn giận, của những cuộc đời xa xứ, của một dân tộc lạ lùng.

Nước Mỹ của người Việt di tản có hai cực: Miền Tây, Cali, là Quận Cam, thủ đô tỵ nạn, báo chí rầm rộ... Miền Đông, lãng mạn nên thơ, mang màu sắc lịch sử Hoa Kỳ, tập hợp nhiều trí thức, nghệ sĩ sống tản mạn, như xa cách với một nhân quần... vội vã, bình dân.

Văn chương hải ngoại, dù sinh ở Quận Cam, nhưng được "chính thức" ra đời từ Washington D.C., trong buổi Đại hội Văn bút Việt Nam Hải ngoại tổ chức tháng Tư năm 1988. Anh Trần Thanh Hiệp, người anh cả trong làng văn bút ngày xưa, là chủ tịch, tôi được anh dẫn từ Paris qua kinh đô ánh sáng, như một "mầm non có nhiều triển vọng". Giáo sư Nguyễn Ngọc Bích đọc diễn văn khai mạc, nhà văn Mai Thảo từ Cali sang, trịnh trọng tiếp lời, họa sĩ Võ Đình từ Hyattsville xuống. Anh Võ Đình dồn cho tôi một trận vì bài phê bình vừa xuất hiện trên Văn Học, dám chê truyện ngắn *Xứ sấm sét* của anh. Rồi từ đó chúng tôi thân nhau, một tình bạn khăng khít, anh hay sang Paris, anh gọi tôi bằng o với giọng Huế đặc, cho tới khi qua đời. Năm đó tôi chưa gặp Trương Vũ.

Nhưng từ sau, mỗi lần đến Washington D.C. tôi đều gặp Trương Vũ, có khi chúng tôi ở nhà con gái anh chị. Lúc đó Trương Vũ - Võ Đình là hai "ngôi sao" ở Virginia: Võ Đình, họa sĩ kiêm nhà văn có cây cọ tài hoa, có chữ nghĩa phù thủy. Mấy năm sau, Virginia có thêm Đinh Cường, một cây cổ thụ thơ họa từ Việt Nam sang và năm 2012, một ông thầy thuốc ở ẩn Nguyễn Tường Giang, con trai Thạch Lam, xuất bút với *Khói hồ bay* lãng đãng trên sông Potomac.

Trương Vũ, là Mạnh Thường Quân chính hiệu, lấy tiền lương của mình đóng góp cho "bọn nó" làm báo. Văn học hải ngoại tồn tại được, nhờ thế. Nhà anh, văn nghệ sĩ phương xa đến ăn nhờ ở đậu, anh là ngân hàng thường trực chi tiền cho hai tờ báo Văn Học, Hợp Lưu, mà tôi cộng tác, chưa kể những tờ báo khác, các quỹ này, quỹ kia, tôi không biết tên.

Virginia cũng là nơi đầu tiên cho tôi yêu thu trên đất Mỹ. Bạn đến đúng lúc, thu sẽ vây quanh bạn trong vườn nhà Trương Vũ, vườn nhà Nguyễn Mạnh Hùng... Lúc đó bạn mới cảm thấy: *Vàng rơi! vàng rơi! thu mênh mông!* của Bích Khê, người thơ chưa bao giờ nhìn thấy mùa thu, nhưng đã sống với thu trong tiền kiếp.

Ngồi quán thu trò truyện với Đinh Cường, Nguyễn Tường Giang... hay ngồi uống trà trong nhà Giáo sư Nguyễn Mạnh Hùng, là bạn đã tiếp thu được nửa phần tinh hoa của kinh đô ánh sáng. Nhưng đó là chuyện về sau.

Bây giờ trở lại ngày ấy, tức là thời kỳ đầu, Nguyễn Mộng Giác ngày ngày lái xe ra chốn vắng viết *Mùa Biển Động*, ngàn trang, rung chuyển sự khâm phục trong tôi. Ngày ấy, Võ Đình tay viết, tay vẽ, tạo một vũ trụ chữ nghĩa và hội họa giao thoa chưa từng thấy. Ngày ấy, có Đỗ Kh. vung *Cây gậy làm mưa* đi khắp nơi, giảng truyền thứ kinh thánh chống kỳ thị: phải biết yêu Liban, yêu người Ả Rập... như yêu chính mình; đã hơn ba mươi năm qua, Liban vẫn chờ một tình yêu đến muộn. Ngày ấy, Trần Vũ nổi lên như một khuôn mặt muốn đội đá vá trời, với giọng văn lạ lùng táo bạo, coi thường cả thượng đế. Ngày ấy, có Hồ Trường An, biệt hiệu "bà già trầu", thường gọi điện thoại kể chuyện thâm cung bí sử trong hậu trường Văn học miền Nam, chuyện Võ Phiến và hộp thư tình Bách Khoa lãng mạn. Ngày ấy, Mai Thảo say sưa trong những bữa nhậu, có Vũ Huy Quang, đứa em thủy chung, hầu rượu, nghe chửi. Có Nhật Tiến nghiêm khắc phản đối lắc đầu. Có Đỗ Ngọc Yến, Phan Tấn Hải đánh xe đến cửa tiệm ăn, đón ông anh ngất ngưởng về nhà trọ. Còn biết bao nhiêu khuôn mặt nữa mà tôi không nhớ...

Tất cả chết hết rồi, chỉ còn lại Trần Vũ, Đỗ Khiêm, Phan Tấn Hải... và tôi, một bà già 80 tuổi mắt mờ chân chậm, ngày đêm lần mò viết những chương chót của một quyển sách, Alzheimer đuổi sát sau lưng, trí óc suy tàn, bắt đầu quên tiếng Pháp, rồi sẽ quên cả tiếng mẹ đẻ, tất sẽ phải dừng.

Trương Vũ, người bạn mà cho đến bây giờ, tôi vẫn tưởng chỉ có bốn đức: nhà giáo, nhà khoa học, Mạnh Thường Quân, viết tùy bút tiểu luận - giờ mới biết anh còn cầm cọ giải buồn, là đức thứ năm. Qua tranh và văn anh, tôi thấy lại cả một dĩ vãng đầy ắp kỷ niệm vui buồn gần bốn mươi năm "cầm bút vui chơi", bởi vì chúng tôi không ai là nhà nghề, tất cả đều tài tử, trừ Nguyễn Mộng Giác đã thành danh ở trong nước. Những đầu hoa, nhánh cỏ, trong tranh anh, chính là những tuổi trẻ của thời ấy phần lớn là những "nhà văn nữ" (ngày ấy âm thịnh dương suy) nổi lên trong khu vườn nhiều xuân sắc mà Trần Vũ, là kẻ làm vườn, nhổ cỏ, có khi còn tự tiện nhổ cả hoa trồng lại. Tôi không nhớ hết tên những đóa hoa đã nở rực rỡ như những mùa xuân sớm của một đất nước vừa đã tan tành.

Bây giờ nhẩm lại con đường cũ từ cuối thập niên 1980... Nguyễn Mộng Giác, là người tiên phong, thâm trầm, ít nói, đã nổi tiếng ở hải ngoại với những tập *Mùa Biển Động*, anh điều hành tờ Văn Học từ số 1 (tháng 2-1986).

Nhưng anh đã bắt tay vào việc trước đó: anh giúp đỡ nhà văn Võ Phiến làm tờ Văn Học Nghệ Thuật, số 1, ra tháng 5-1985.

Ông Võ Phiến được tiếng thơm, nhưng thực ra công lao thuộc về Nguyễn Mộng Giác, vừa đi làm, vừa điều hành tất cả: lựa chọn bài vở và đánh máy (lúc đó chưa có máy tính, mọi người gửi bản thảo đến tòa soạn và anh Giác đánh máy, lên trang). Ông Võ Phiến làm chủ nhiệm, nhưng không phải làm gì cả. Nguyễn Mộng Giác gọi ông bằng "chú". Hơn nửa năm sau (đầu năm 1986), Văn Học Nghệ Thuật ra được 6 số, Võ Phiến mệt mỏi, trao cho Nguyễn Mộng Giác thừa kế hoàn toàn tờ báo này. Anh Giác phải khó khăn lắm mới được phép ông cho đổi tên là Văn Học, và buộc phải viết lời cam kết, trong lá thư mở đầu của tờ Văn Học số 1, sau lời của Võ Phiến tuyên bố rút ra vì vấn đề sức khỏe, là lời của Nguyễn Mộng Giác cam kết sẽ theo đúng chỉ thị và con đường Võ Phiến đã đặt ra.

Tuy nhiên trên Văn Học những số đầu vẫn không thấy ghi tên Nguyễn Mộng Giác làm chủ bút mà ghi một ban biên tập mới với tên rất nhiều người. Một thời gian sau mới thấy tên Nguyễn Mộng Giác hiện ra. Khi sang Paris, anh tâm sự với người bạn ở xa, anh bị "chú" đì như thế nào. Đối với chúng tôi, Võ Phiến như ông Địa trên bệ thờ, kính cẩn, mỗi lần sang Cali đều được anh Giác hay thầy Từ Mẫn lái xe từ Quận Cam lên Los Angeles cúng bái. Nguyễn Mộng Giác mới là người anh cả, khai sinh và dìu dắt cái mà sau này sẽ được gọi là *Văn học hải ngoại*.

Nguyễn Mộng Giác làm việc cật lực, có Cao Xuân Huy giúp sức đánh máy, có anh Nhật Tiến trợ lực trong ngoài. Hoàng Khởi Phong đứng tên trên giấy là Giám đốc cả hai tờ Văn Học Nghệ Thuật và Văn Học. Trong ba năm, Nguyễn Mộng Giác đã quy tụ được tất cả "nhân tài năm châu" thời ấy cho tờ Văn Học, nhờ cách cư xử chân tình và với nhã độ của anh. Tới khi chị Diệu Chi qua, anh Giác nhất định thôi. Trương Vũ từ Washington D.C. qua, tôi từ Pháp sang, khuyên can không được. Anh Giác chịu nhận giữ tên làm vì: Văn Học số 39, tháng 4-1989, chính thức ghi: Chủ nhiệm Nguyễn Vinh Hiển; chủ bút Nguyễn Mộng Giác, Tổng thư ký tòa soạn Hoàng Khởi Phong, là bút hiệu của Nguyễn Vinh Hiển. Cao Xuân Huy vẫn trung thành. Có Khánh

Trường nhập cuộc. Trần Vũ xuất hiện với truyện ngắn *Ngôi nhà sau lưng văn miếu* trên Văn Học số 42 (tháng 7-1989)...

Năm 1991, Khánh Trường đứng ra thành lập tờ Hợp Lưu với Phan Tấn Hải trợ lực, can đảm chủ trương "giao lưu" cùng các nhà văn trong nước, một lập trường còn rất kỵ, bị đánh tơi bời, nếu không có sự che chở của anh Mai Thảo. Mai Thảo vốn ghét cộng sản, nhưng anh bảo vệ những đứa chủ trương khác với anh, hồi đó tôi phụ trách chương trình Văn học nghệ thuật ở RFI, cũng bị coi là thân cộng. Hỏi anh, anh bảo: *"cô muốn làm gì thì làm"*. Anh là người đích thực tôn trọng tự do của người khác, người Việt chúng ta không có nhiều. Anh Phạm Duy chỉ vì về nước hơi sớm, đã bị tẩy chay cho đến chết.

Ở Cali, ngoài hai tờ Văn Học và Hợp Lưu, còn có tờ Văn của Mai Thảo và tờ Khởi Hành của Viên Linh. Văn sống phong lưu nhờ những độc giả trung thành của Mai Thảo ở khắp năm châu, và Viên Linh là một kiện tướng trong nghề báo, đến Nguyễn Huy Thiệp ở trong nước ra, cầm tờ Khởi Hành, cũng phải khâm phục. Đó là những tờ báo cột trụ của *Văn học hải ngoại*.

Trương Vũ và Nguyễn Mộng Giác là hai người bạn tôi phục nhất, ngoài chuyện văn chương, cả hai di tản một mình, chờ vợ hơn mười năm, mang hình ảnh "vọng phụ" trái chiều, và một sự thủy chung thần thoại trong thời đại chúng tôi. Từ khi chị An và các cháu sang Mỹ, anh chị Trương Vũ tổ chức họp bạn tưng bừng, mỗi khi có khách quá cảnh. Trong những bức vẽ chân dung bè bạn và người thân, Trương Vũ lột tả tài tình vẻ đẹp hiền hậu của người bạn đường, như để tạ ơn đời.

Bẵng đi bao năm, tôi đã quên hẳn cái "lịch sử" này, cho đến hôm nay khi đọc Đuổi bóng hoàng hôn và xem tranh Trương Vũ, tôi nhặt ra từng kỷ niệm, tôi đếm ra từng khuôn mặt.

Ở Trương Vũ là lòng vị tha ít thấy trong lòng người di tản, anh đã sớm bước qua những tương tàn đổ nát, phân liệt chia lìa để chỉ nhìn thấy tình thương. Từ lâu rồi anh không còn chia đôi chiến tuyến: chữ anh nhẹ nhàng như những sợi bông gòn mềm mại đắp lên vết thương cho mau lành. Anh bảo: *"Thời gian qua, bao nhiêu thay đổi, bao nhiêu biến cố dồn dập trên thế giới, và bao nhiêu sự thật phơi bày trên đất nước, tôi không còn nhìn về ngày 30 tháng 4 như xưa nữa"*.

Những kỷ niệm của anh được che bằng màn sương mờ ảo của yêu thương và tha thứ. Những khuôn mặt xưa chói rạng hơn bao giờ qua những cỏ hoa muôn màu, anh vẽ trong những ngày tháng khác nhau, dùng cảnh nói người: những tội ác, phản bội, thù nghịch, căm hờn được anh hóa thân trong màu đỏ của lửa thành những tàn tro vô hại. Còn quá ít những tác phẩm giải oan như thế, đất nước này cần nhiều ngòi bút như anh, cần nhiều bức vẽ như tranh anh.

Đuổi bóng hoàng hôn khởi hành bằng chuyến vượt biển, vào một *đêm đại dương* tháng 3 năm 1976, của một người và bốn bạn đồng hành, không kinh nghiệm hải hành, trên chiếc ghe đánh cá nhỏ, chèo từ Nha Trang đến Phi Luật Tân. Một đêm, đang chèo, người ấy nhớ câu thơ Victor Hugo ca tụng những người thủy thủ lao mình vào đại dương, bao người đi không trở lại. Người ấy và bốn bạn đồng hành đến nơi vô sự, con thuyền là một trong những chiếc di tản đầu tiên cập bến Manilla. Nhưng những chiếc sau, không may mắn thế... Từ đó, người ấy xé câu thơ Victor Hugo trong ký ức, bởi chữ không có nghĩa gì trước một mạng người…

Ba mươi nhăm năm sau, người ấy nhớ tới *Những cơn mưa ngày cũ*, ở Nha Trang, ở Sài Gòn, không giống mưa trên đất Mỹ, hẳn rồi, bởi làm sao Mỹ có được một cậu học trò dám "dạy" thầy không nên bắt học trò xếp hàng đón một ông lớn tới thăm trường. Một cậu học trò khác, sau ba mươi tháng tư hỏi thầy: *"Tại sao trước đây thầy như vậy mà bây giờ thầy lại như vậy?"* Thầy thần mặt ra. Những *giọt mưa ngày cũ* tưới lạnh tâm hồn, khiến thầy giật mình, tỉnh lại. Rồi trong những năm biệt xứ, học trò đến chăm sóc gia đình thầy, học trò dạy học con thầy.... Quê hương anh và chúng tôi có những con người như thế...

Rồi anh chị trở về nước năm 2001, 2006... người học trò năm xưa đến xin lỗi đã "trót dạy" thầy. Trải những thăng trầm, biến đổi, với những kiên gan, bền chí, học trò anh đã vượt qua và trở thành những giáo sư đại học như anh ngày trước... Tôi đọc trong anh niềm tin tưởng ở tương lai. Tuy không chung quá khứ với anh, nhưng có những kinh nghiệm khác, khiến tôi cũng tin tưởng vô cùng vào tuổi trẻ nước tôi.

Nhưng đoạn gây xúc động hơn cả, là khi anh đọc bài thơ *Độ Tang Càn* (Qua sông Tang Càn) của Giả Đảo: Khách ở Hàm Dương đến trọ Tinh Châu đã được mười năm, ngày đêm tưởng nhớ Hàm Dương. Một ngày kia khách vượt sông Tang Càn, lại ngoảnh về Tinh Châu mà nhớ. Rồi anh thả một câu kết mơ hồ loang sóng như nói với chính mình: *"... phải có những hình ảnh, những kỷ niệm, những giây phút bất chợt, những vết son hay những vết hằn, đã đi theo người khách từ Hàm Dương đến Tinh Châu. Rồi từ Tinh Châu, theo khách, vượt sông Tang Càn, đã làm cho khách lớn hơn, và ở với khách cho đến ngày trút hơi thở cuối cùng"*.

Anh và tôi đều là những kẻ đi về Tang Càn nhiều bận và cũng đã nhiều bận hỏi lòng, nhưng dường như không ai trả lời được dứt khoát. Hơn sáu mươi năm sống ở Pháp, biết bao lần tôi tự hỏi quê hương là gì? Là món ăn, là giọng ca quan họ, là thể chế, là cảnh đẹp tuyệt vời, là thành quách lịch sử? Cuối cùng, tôi tự nhủ: quê hương chỉ đơn thuần là dân tộc và gia đình, nhưng dân tộc tôi ở bên này sông, gia đình con cháu tôi ở bên kia sông, làm sao tôi chọn?

Nói với chàng Siêu, là câu chuyện của những người chinh phu hiện đại, trong một đêm liên hoan chào quân kỳ trên đất Mỹ: *"Lúc đó, bạn tôi, cựu tiểu đoàn trưởng Tiểu đoàn 8 Thủy Quân Lục Chiến bước lên máy vi âm. Có vẻ như anh lấy hết sức bình sinh để hét lên một tiếng "nghi...ê...ê...m" rung động cả phòng tiệc. Tiếng hô của anh kéo dài hơn bình thường.*

Tiếng ồn ào giảm dần. Cuối cùng thì tắt hẳn. Tiếng hô của anh cũng ngừng lại ở đó. Nhờ vậy quốc kỳ và quân kỳ được tiễn đưa trong trang nghiêm.

Sau đó, nhạc dạ vũ trổi lên. Vui nhộn. Một số người tiến ra sàn nhảy, dẫn đầu là một trung tướng thuộc quân lực Việt Nam Cộng Hòa".

Anh liên kết tiếng hô của vị sĩ quan Việt Nam Cộng Hòa là bạn anh với tiếng hô của một sĩ quan Nhật trong phim *Những giấc mơ* của Kurosawa.

Rồi anh kể người sĩ quan vừa ra khỏi trại tù, lầm lũi đi vào đường hầm để trở về nhà:

"Ra khỏi đường hầm, anh khẽ quay đầu nhìn lại và thấy bóng một người đang chạy ra. Một người lính trang bị súng ống đầy đủ như lúc lâm trận. Anh thốt lên:

"Binh nhì Noguchi?"

Người lính đứng nghiêm-một người lính rất trẻ -gập người xuống chào một cách kính cẩn rồi nói:

"Thưa đại đội trưởng. Chính tôi."

Sau đó người lính hỏi dồn dập:

"Đại đội trưởng, ông hãy nói thật với tôi đi. Có phải tôi đã tử trận rồi không?... Tôi nhớ là tôi đã đi về nhà và đã ăn những cái bánh mẹ tôi làm cho tôi..."

"Noguchi... Em trúng đạn và ngất xỉu. Rồi em tỉnh dậy. Tôi đỡ em trên tay. Em nói với tôi là em đã đi về nhà và ăn những cái bánh đặc biệt do mẹ em làm... Khoảng năm, sáu phút sau em tắt thở. Em chết thật rồi mà."

Noguchi lảo đảo, rồi đứng nghiêm và gào lên:

"Vâng... Nhưng...ba mẹ tôi vẫn tin là tôi còn sống."

....

"Noguchi thất thểu đi trở lại rồi biến mất trong đường hầm.

Người sĩ quan sắp sửa cất bước. Bỗng anh lại nghe từ trong đường hầm tiếng đi rầm rập của một toán quân... tiến gần đến anh, người dẫn đầu hô to ra lệnh toán quân dừng lại, ra lệnh bồng súng chào, rồi dõng dạc nói:

"Trình diện đại đội trưởng. Trung đội 3 đã trở về doanh trại... Hoàn toàn vô sự."

Người sĩ quan nhìn chằm chặp vào toán quân. Nửa cười, nửa mếu. Một phút im lặng... anh lấy hết bình tĩnh, rồi nói:

"Các anh em nghe đây... Trung đội 3 đã hoàn toàn bị tiêu diệt... anh em đều tử trận... Tôi đã tung Trung đội 3 vào trận chiến để rồi tất cả đều bị giết. Lỗi tại tôi... Tôi chỉ mong được chết như các anh em... Hãy về lại nơi nằm nghỉ của mình đi. Hãy yên giấc với ngàn thu đi."

Gài lại nút áo cho nghiêm chỉnh, lấy hết sức bình sinh hô "nghiêm", hét thật to cho Trung đội quay lại. Trung đội 3 làm theo lệnh anh, bước răm rắp trở lại đường hầm."

Akira Kurosawa là một trong những tượng đài điện ảnh thế giới, ngự trị từ *Rashomon*, 1950, sáng tạo cách nhìn đa chiều một sự kiện. Các đạo diễn lừng danh Sergio Leone, George Lucas, Steven Spielberg... từng nhận ông là thầy. *Những giấc mơ (Yume, Dreams, Rêves)* là một trong ba tác phẩm cuối cùng (sau đó còn hai phim nữa). Năm 1990, *Những giấc mơ* được trình bày ở liên hoan Cannes. Họ trịnh trọng trao *Cành cọ vàng* cho cả sự nghiệp của ông, nhưng hững hờ không chú ý đến *Những giấc mơ*. Sau này, người ta cũng không chọn ghi trong danh sách tác phẩm của Kurosawa.

Nhờ Trương Vũ rút ra *đoạn mơ* này, tôi mới biết rằng cuối đời Kurosawa đã "liên lạc" được với thế giới bên kia, ông đã mô tả cảnh đi về giữa hai cõi âm dương qua con đường hầm "có thật" mà người Âu không thể hiểu. Tả cảnh chiến tranh đến được như thế, thực ngang ngửa Guernica, tuy không có những nhát giáo gươm, đạn bom xé vụn của Picasso, nhưng có độ kinh hồn, sâu lắng khác, bởi Kurosawa đi xuyên hết hai cõi. Tôi suy ra không biết Kurosawa còn bao nhiêu đoạn phim kiệt tác như thế không được người Âu "công nhận".

Sự cách biệt không phải là Âm Dương mà là Á Âu, trường tồn và miên viễn. Năm 1968, Kurosawa được trân trọng mời làm đạo diễn phần Nhật của phim *Tora! Tora! Tora!* về trận *Pearl Harbor*: 20th Century Fox và Kurosawa Production hợp tác sản xuất. Ít lâu sau Kurosawa bị sa thải, người ta xì xào vì bệnh "tâm thần", và ông đã phải khốn đốn trong 10 năm sau đó. Là người Việt, tôi để ý thấy điều này: trong phim Mỹ về chiến tranh Việt Nam, người ta thường xóa sổ quân đội Việt Nam Cộng Hòa. Dù người di tản trên đất Mỹ có đến hàng triệu, nhưng họ lại mượn người Lào, người Miên, người Mã... đóng phim, nói một thứ tiếng lạ lùng nào đó, được gọi là tiếng Việt.

Karosawa hình như chưa nghĩ đến tại sao hai quả bom nguyên tử trên Hiroshima và Nagasaki có thể gợi nhớ đến một thứ được coi là *tội ác chống nhân loại*, mà cả thế giới hình như *chưa một ai* dám nghĩ đến, dám gọi tên ra? Vậy thì làm sao ông có thể cộng tác với Mỹ để làm một phim chủ đề *Pearl Harbor*, với tham vọng ngầm biện hộ cho Nhật Bản. *Điên là phải*. Ai cho phép Nhật Bản được độc quyền tội ác?

Nhưng Trương Vũ làm gì trong cái thế giới tắc nghẽn cảm thông này?

Anh đem tiếng hô *nghiêm* của vị sĩ quan Nhật gọi lính quay về *nhà mồ*, đặt cạnh tiếng hô *"nghi...ê...ê...m"* của vị sĩ quan quân lực Việt Nam Cộng Hòa trước khi người chỉ huy tối cao ra *sàn nhảy*. Một sự sắp đặt tài tình, từ chủ ý lẫn dàn cảnh mà chỉ một người cựu quân nhân như anh mới đủ thẩm quyền để viết như thế. Hiểu thế nào mặc lòng, và như thường lệ, đối với những tác phẩm có chiều rất sâu, bạn muốn nghĩ thế nào cũng được.

Nắng vàng trong rừng thu bắt đầu bằng một hình ảnh tầm thường mà trĩu nặng: Người đàn bà da trắng ngồi trước thềm nhà, ở

Philadelphia, bà *ngồi im lặng, bất động, mắt nhìn xa, đăm chiêu, trông như một pho tượng Rodin*... mỗi khi anh đi qua để đến trường, anh đều thấy bà... Anh tra vấn, anh phân tích xem bà nghĩ gì, cái đầu ấy chứa bao nhiêu suy tư, bao nhiêu kỷ niệm, anh tưởng tượng mình sẽ đến gần trò chuyện, hỏi thăm cái dĩ vãng xa xăm ấy mà anh chưa dám, anh không biết làm cách nào. Rồi anh rời Philadelphia, khi trở lại, người đàn bà ấy không còn ngồi đấy nữa, nhưng những hình ảnh phụ nữ bất hạnh của dân tộc anh, tiếp nối luồn vào hồn anh, không ngừng nghỉ trong suốt cuộc đời còn lại, dù anh không dự vào đời họ, anh chỉ nghe kể lại, anh vẫn bị họ chi phối, anh vẫn bị họ đánh thức... Đó là kiếp của những người cùng chung nhau hai chữ *đồng bào*. Rồi anh vẽ bức tranh *Nắng vàng* (2010), để đắp lên những đớn đau của họ bằng màu sắc.

Trong *Về lại Sorrento*, anh nhớ lại hình ảnh bà Hai điên, ở gần ngôi nhà cũ của anh trên đường Hàn Thuyên, *"... một người đàn bà thường ngồi vắt vẻo trên bức tường trước nhà, la hét, chỉ chỏ, cười nói, chửi rủa. Năm tôi khoảng mười tuổi, bà chưa điên. Một buổi chiều gần tối, khi đang chia phe đánh lộn với lũ bạn trong xóm thì có đứa bé khoảng năm tuổi đến nói với tôi là bà Hai gọi tôi. Tôi theo nó vào nhà, một căn nhà tăm tối, nhỏ như một cái am, ở sau những căn nhà cất cho nhân viên quan thuế. Bà Hai muốn tôi viết giùm một bức thư cho mạ và những bà con của bà ở Huế. Bà đọc cho tôi viết và hứa sau khi viết xong sẽ cho tôi hai đồng. Đang viết nửa chừng, tôi nhớ đến "trận đánh" ngoài kia nên nói với bà tôi phải chạy ra chơi sau đó sẽ trở lại viết tiếp. Tôi đã không trở lại viết tiếp. Rồi quên bẵng đi cho đến khi tôi đã trở thành người lớn, đã lập gia đình và có con, và bà Hai đã trở thành bà Hai điên..."*

Cách đây tám năm [tức là năm 2001] anh trở về Nha Trang, anh có đến thăm lại khu nhà cũ, bà Hai điên không còn nữa... Anh tự dằn vặt, nếu hồi đó anh không ham "trận đánh", anh ở lại viết nốt lá thư cho bà, anh đã... anh đã... cuối cùng anh chỉ có một nguyện ước là làm sao đi ngược thời gian trở lại đúng ngày giờ hôm ấy, viết nốt lá thư cho bà Hai. Một nguyện vọng nhỏ nhoi, nhưng anh không làm được. Anh viết cho anh mà cho tất cả mọi người, chúng ta biết bao nhiêu lần thất hứa, biết bao lần *quên*, biết bao lần tưởng mình vô tội... Tôi nghĩ trí tưởng tượng phong phú của anh chừng như đã nghĩ đến khả năng: nếu anh giúp *bà viết thư cho mạ* ngày ấy, biết đâu bà sẽ không điên, biết đâu... biết đâu... Trong hội họa của anh, tôi thấy nhiều lớp chồng chất lên nhau tương tự như những biết đâu, biết đâu... ngày ấy.

Mưa ướt Vị Thành tập hợp nhiều hồi đoạn của đời anh, từ lúc còn là giáo sư toán trẻ, bị động viên, ra trường sĩ quan, được gửi đến một nơi hẻo lánh. Một ngày mưa trên đỉnh đồi hải đảo, anh lính trẻ ngồi nhớ đến -không phải người yêu mà là- những câu thơ Vương Duy, cả bản chữ Hán lẫn bản dịch Ngô Tất Tố:

Trời mai mưa ướt Vị Thành
Xanh xanh trước quán mấy nhành liễu non
Khuyên chàng hãy cạn chén son
Dương Quan đến đó không còn ai quen

Ai viết như thế thì tôi không tin, nhưng Trương Vũ viết tôi tin. Bởi vì bốn câu thơ này chính là chân dung anh, là bức chân dung còn thiếu trong sưu tập tranh chân dung của họa sĩ Trương Vũ, vì anh bảo: *"nhìn gương thấy mặt mình nản quá"*. Ai lại viết như thế! Người ta thường thấy mặt mình đẹp quá, nhiều họa sĩ có đến cả chục bức chân dung tự họa kia mà.

Nhưng thôi, xin trở lại với câu thơ Vương Duy:

"Dương Quan đến đó không còn ai quen".

Ta chẳng cần biết Vị Thành ở đâu, Dương Quan ở đâu, bởi vì nhà thơ đã biến đổi nhiệm vụ định danh của những chữ này, cho chúng trở thành vô danh, bất định:

Trời mai mưa ướt Vị Thành, hay *Trời mai mưa ướt Long Thành*, cũng thế.

Dương Quan đến đó không còn ai quen hay *Hàm Dương đến đó không còn ai quen*, cũng thế.

Tức là nhà thơ đã làm cho tâm sự của riêng mình thành tâm sự của trăm mình, vạn mình...

Để mấy trăm năm sau, anh lính mới Trương Vũ, trên đỉnh đồi hải đảo, đọc thơ Vương Duy thấy đúng tâm trạng mình. Rồi thơ ám vào anh, nên lúc nào anh cũng thấy đúng, từ Nha Trang sang Manilla, từ Manilla đến Philadelphia, từ Philadelphia về Washington D.C., rồi từ Washington D.C. trở lại... cố quận: *Anh đi đến đó, không còn ai quen*... người đàn bà Rodin, bà Hai điên cũng không còn, chỉ mưa là còn. Nhưng ngược lại, anh mua được một mảnh trời: *trời thơ* mà anh yêu quý và anh đã ở với thơ suốt cuộc đời làm khoa học, anh khuyên mọi người: *"Dù có làm thơ, viết văn hay không, hãy đến với cuộc đời bằng tâm hồn thi sĩ. Bạn sẽ thấy cuộc đời đẹp hơn"*. Mấy câu thơ Vương Duy theo anh trong hội họa, hay anh theo gót Vương Duy, không thể biết được, nhưng chắc chắn đó là những câu thơ định nghĩa đời Trương Vũ.

Hội họa Trương Vũ

Anh vào hội họa như thế nào?

Anh không *vào hội họa* mà *bẩm sinh anh biết vẽ*. Văn có thể học mà viết được. Thơ và họa, nếu không phải trời sinh, thì chịu. Những ai đến trường học vẽ mà trở thành họa sĩ, là họ đã biết vẽ từ trước khi đến trường. Nhà Trương Vũ có "mả" vẽ, chị Trương Thị Thịnh là họa sĩ nhà nghề. Trương Vũ hồi trẻ cũng muốn học vẽ, nhưng cha bắt học toán, "thiên tài" bị bóp chết từ trứng nước. Nhưng rồi đâu vào đấy, "thiên tài" vẫn trở lại với sở thích ban đầu. Đây là những hàng anh viết về Đinh Cường, nhưng có rất nhiều anh trong đó:

"Thế giới của tôi khá bình dị, gần với thực tế, không có những lực đè nén để buộc tôi phải chìm đắm vào những lớp sâu của tâm hồn. Tôi thích thơ của Đinh Cường, tôi ngưỡng mộ tranh

của Đinh Cường. Tôi cảm được có một giá trị cao nơi tác phẩm của bạn tôi. Bố cục, màu sắc, hình họa, và tính trừu tượng rất đặc thù. Tôi cũng cảm được rằng ở đây dường như có một chút phối hợp hài hòa giữa Modigliani với Picasso, và trên hết là của chính tài năng và tâm hồn của Đinh Cường, rất riêng. Tuy nhiên, dù ngưỡng mộ, tôi vẫn cảm thấy một chút xa cách. Chẳng hạn, tôi biết được, thấy được những thiếu nữ trong tranh Đinh Cường đẹp, rất đẹp, nhưng tôi không thấy gần với họ, không có cảm giác mình đụng được những con người như thế. Cho đến khi tôi bắt đầu vẽ; bắt đầu xa rời dần cái thực tại bình thường của đời sống hàng ngày để đi vào cái thực tại của nội tâm. Lúc đó, những thiếu nữ của Đinh Cường cũng bắt đầu rời khỏi những con đường nhỏ của cố đô Huế năm xưa, hay rời khỏi những nấm mồ hoang sau nhà Bồ Tùng Linh, để đi vào thế giới riêng của tôi, như những con người rất thật. Cả cái nhà thờ con gà ở Đà Lạt, những phố xá, núi đồi trong mù sương ở Dran, hay anh da đen thổi kèn đồng ở Mỹ, v.v... , đều như thế. Tất cả khiến cho cái thế giới nội tâm của tôi nhộn nhịp lên, làm cho đời sống giàu hơn.(....)

Đam mê càng lớn, ước vọng càng cao, càng dễ thấy cái giới hạn của sức lực mình. Ráng tạo một tác phẩm như ý rất thường khi không khác như lao đầu vào một cuộc chiến của nội tâm. Dù xung quanh có bao người thân yêu, có bao bạn bè tốt, cuối cùng cũng chỉ có một mình mình thôi phải đương đầu với nó. Nỗi cô đơn rất khó tả.

Thường tình là như vậy, huống chi, khi biết mình mắc thêm một chứng bệnh trầm kha. Lúc đầu, bạn tôi vẫn giữ nguyên cái an nhiên tự tại thường tình và tin tưởng nhiều vào khả năng của y học. Vẫn vẽ nhiều, vẫn viết nhiều, vẫn gặp gỡ bạn bè thường xuyên, như không có gì xảy ra. Chấp nhận những đớn đau của chemo như điều không thể tránh. Cho đến khi, cơ thể yếu hẳn dần. Lúc đó, theo dõi những bài thơ trên blog Phạm Cao Hoàng, những bài thơ được viết ra như viết nhật ký, tôi có cảm tưởng như nửa khuya nào bạn tôi cũng thức dậy. Ngó qua khung cửa sổ, nhìn bóng đêm, nhìn vầng trăng. Rồi, nhìn lên kệ sách. Rồi đi tìm những cuốn sách, những bài thơ của bạn bè. Rồi viết cho người này, người nọ, cho những người còn sống, cho những người đã chết. Thi thoảng còn từ ký ức phác hoạ vài chân dung của bạn bè. Tôi cảm phục sức làm việc phi thường, ý chí cống hiến thanh thoát, nhưng đồng thời, tôi cũng cảm nhận nỗi cô đơn cùng cực của bạn. Nói như Đinh Trường Chinh, "cô đơn đi vào bóng tối". (Lá mùa thu)

Bao nhiêu năm trước tôi đã "tiên đoán" Virginia có ba ngôi sao: Võ Đình, Trương Vũ và Đinh Cường, lúc đó là đoán mò, tôi nhìn Trương Vũ như một nhà Mạnh Thường Quân thành công trong khoa học, là một vì sao, vì chữ Nasa làm chúng tôi lác mắt. Bây giờ, không đoán mò nữa, tôi đã có một Trương Vũ văn chương hội họa như Võ Đình, Đinh Cường, trước mặt, như thể hai anh hiện về. Đó là sự phối hợp tài tình giữa hồn thơ và tài năng thiên bẩm hội họa.

Tôi yêu lắm những dòng chân dung kép Trương Vũ viết và vẽ Đinh Cường, đường nét thành thật, rõ ràng vẽ một người mà thành hai, viết về họa mà thành thơ. Nhờ đó, tôi thấy được bạn tôi, một người làm khoa học, đã hóa thân trong màu sắc và cây cọ như thế nào, tại sao tranh anh lại thế. Bởi tranh Trương Vũ dưới cái đẹp hội họa rực rỡ tươi sáng còn giấu một chiều sâu u uẩn của bi kịch nội tâm đã hòa tan trong màu sắc, trở thành lớp da thịt thứ nhì. Những bức tranh của anh, dù có đề năm, nhưng *tâm sự* và *kỷ niệm* không có ngày sinh, ngày mất, mà lộn tùng phèo sinh tử, nhưng tôi, kẻ ngắm tranh, vẫn nhận ra thể xác và hình hài của chúng trong tác phẩm của anh.

Là nhà khoa học, tranh anh luôn luôn có bố cục chặt chẽ, màu sắc nghiên cứu kỹ càng. Anh học vẽ một mình. Nghệ thuật tạo hình là một trong những khuôn khổ khắc nghiệt nhất của các kỷ luật, nhưng anh còn khắc nghiệt hơn với chính mình, tranh anh hầu như bức nào cũng là một công trình lao động kiệt lực, không có chi tiết nào bị bỏ qua, không có một sơ hở nào để phê phán: Tôi tưởng tượng anh vẽ tranh như các họa sĩ thời Phục Hưng, dày đặc chi tiết, chăm chút từng nét, từng vết. Thoạt mới nhìn qua tưởng cứ ném sơn lên vải bố là xong, không phải vậy, mỗi cánh hoa mà ta tưởng là cánh bướm, cũng phải chăm sóc bằng kính hiển vi, chưa kể những hình hài li ti khác, âm thầm, kín đáo có mặt, để tạo hồn tranh, tạo đời sống tâm linh, tạo những lớp đau khổ khác nhau, mà chỉ những kẻ thật sự yêu tranh mới lột ra được.

Qua những tác phẩm được Phạm Cao Hoàng giới thiệu trên mạng, tôi chia tranh anh làm hai "trường phái" ấn tượng và hậu ấn tượng, mặc dù tôi không thích gọi tên trường phái này nọ, tranh chỉ là tranh, không cần nhãn hiệu. Tôi chia cho dễ nói.

Tôi đoán, lúc đầu anh gắn bó với ấn tượng ở điểm mấu chốt: Làm nhòe khung cảnh như có một màn sương mỏng buông xuống không gian. Thay vì nhận diện khung cảnh rạng đông như bức ảnh chụp, Monet cho ta cái ấn tượng về rạng đông, cái này ông "học" trong thơ, chủ yếu thơ Đường, và muốn như thế, phải xóa bỏ đường nét rõ ràng, để bức tranh hiện ra mờ ảo, thơ mộng. Anh dùng nghệ thuật ấn tượng, tức là dùng *màu* thay *nét vẽ* (dessin) để tạo không gian mơ, không gian thơ, mà đóa hoa đôi khi chỉ là một chấm, một nét quệt, một vết màu, bởi anh đã xóa dessin, tức là xóa biên giới giữa vật và không gian. Không cần dessin mà dùng trực tiếp màu, *chỉ có màu* cũng đủ làm nên một đóa hồng, một nhánh tường vi, và đó chính là *nghệ thuật ấn tượng*.

Tôi lại đoán, ít lâu sau, anh thấy giới hạn của *ấn tượng* trong thơ mộng, nên anh bỏ những quy ước ấy, anh vẽ theo ý anh, có thể dùng dessin, dùng tất cả, màu sắc và các cách quét sơn, bôi màu, để diễn tả những thực tế phũ phàng, những đam mê không biên giới... con đường ấy, được gọi là *hậu ấn tượng*.

Nhà hoang trong ngày thu (2010), dường như anh muốn Việt hóa cảnh vườn nhà Monet, với những màu sắc và phong cảnh quê hương anh, trầm buồn, nên thơ, mơ mộng.

Gió thu (2011) và *Hồi sinh* (2022) là những bức tranh giao thoa giữa các vùng nghệ thuật. Anh vẫn còn ở trong hiện thực, chưa xóa dessin cho mờ ảo, nhưng tranh đã có nhiều chất thơ, ít khi anh vẽ rừng cây cao như thế: *Hồi sinh*, với tôi, anh vẽ Lưu Trọng Lư trong ký ức. *Gió thu*, cây cao mà uyển chuyển như bóng dáng những thiếu nữ đi trong rừng, tôi thấy như anh vẽ Nha Trang trong hồi tưởng, thời còn những niềm yêu chưa ngỏ, những cô học trò rụt rè, chắc thời trẻ anh tung hoành lắm, nên bây giờ vẫn còn đọng lại những nét phong vân.

Bức tranh *Gokayama trong cách nhìn biến đổi* (2009), ở trong phong cách hậu ấn tượng, đặc biệt quyến rũ, nhưng tôi tự hỏi: anh có cần ghi mấy chữ *trong cách nhìn biến đổi* không? Hình như không cần thiết lắm. Người xem tranh không cần biết Gokayama ở đâu, ảnh thực thế nào, không cần biết Hàm Dương, Tiêu Tương là đâu, chỉ một bức *Gokayama* trước mặt là đủ. Tác phẩm vừa tan tác vừa chặt chẽ (tranh anh bố cục luôn luôn chặt chẽ), màu sắc chói lọi nhưng mang ám ảnh đen tối tinh vi, anh thể hiện được tinh thần nghệ thuật xuất chúng của người Nhật Bản mà ít dân tộc nào có được, qua bức tranh này.

Tranh thu của anh, trừ *Cơn lũ ngày tàn thu* (2014), thường mang những tên không tiếng động: *Vào thu, Như tuổi vào thu, Màu thu, Sáng mùa thu...*

Vào thu (2014), phân bố làm hai cảnh: phần trời u ám, phần đất dịu dàng. Trong vườn, màu ngả xuống dần dần, những cánh hoa êm ả sửa soạn rời đài hoa. Một cảnh chia ly nhẹ nhàng đang bước tới trong tịch lặng và buồn bã. *Như tuổi vào thu* (2015) là một bức tự họa, anh vẽ tuổi mình, tuy đã *vào thu* nhưng vẫn lóe lên những tia sáng rực rỡ, những màu sắc đam mê, những năng lực khác thường, chen nhau trỗi dậy, không ngừng nghỉ. Là anh.

Cơn lũ ngày tàn thu (2014) cấu trúc như một bản nhạc với ba giai điệu: Trên cùng là trời đất giao thoa: trời sập xuống thấp để được gần đất, mây hoảng loạn tan trong gió. Khúc hai: nước cuốn, *hoa trôi tan tác biết là về đâu*. Khúc ba: lau sậy trên bờ đồng tình đổi sang màu vàng, vươn cao, cưỡng lại nước lũ.

Với bức *Tịch lặng trong thu nồng* (2018), anh xa thêm ấn tượng, tức là anh tự do hơn, không còn lệ thuộc vào bất cứ quy tắc, màu sắc nào, anh có thể dùng tất cả mọi "dụng cụ" mọi phương pháp để vẽ và anh đưa ra một phong cảnh tuyệt vời với màu đỏ nồng thắm, trong một mùa thu hoàn toàn tưởng tượng, nhưng uyển chuyển và lả lướt vô cùng

Lửa hồng trong tuyết giá (2015) là một thành công khác, anh hoàn toàn ra khỏi ấn tượng để đi vào hậu ấn tượng, anh thành lập cõi hội họa của riêng mình, anh đem *Lửa hồng* vào trong *tuyết giá* với những nét hình họa mạnh mẽ, màu sắc quyết liệt, có ảnh hưởng Van Gogh, Gauguin, thời hai ông dứt khoát bỏ ấn tượng mà đi, anh diễn tả những xung động nội tâm, những đam mê, những hỗn độn trong anh, như chưa bao giờ để lộ.

Hồi sinh 2 (2022), anh tiếp tục nét bút mạnh dạn và quật khởi, tưởng như có hồn hướng dương của Van Gogh nhập vào, đó vẫn là anh, từ bảy năm trước với *Lửa hồng trong tuyết giá* (2015), là Trương Vũ của đam mê trong sáng tạo.

Bức *Lối mòn trên đồi hoang* (2019) kết tụ những kinh nghiệm trong đời tranh từ trước đến bấy giờ: một bút lực tự chủ và tự tại, họa sĩ làm chủ màu sắc, ánh sáng, làm chủ những rối rắm, những tan tác, những cái nhỏ vô cùng... Tác phẩm phơi bày một sự hoang tàn không thể nói.

Màu thu (2019) diễm lệ đỏ, thu trong tuổi hoàng hôn, anh tiễn thu bằng những màu sắc đầy hỏa lực, như để thể hiện cuộc giao hoan cuối cùng giữa màu sắc và ánh sáng.

Sáng mùa thu, không rõ sáng tác năm nào, đẹp lạ, tên lạ, đáng lẽ phải gọi là *chiều thu* hay *tối thu*, bởi dưới chân hoa là bóng tối, nhưng anh lại gọi là *sáng mùa thu*. Anh trở lại cấu trúc âm nhạc, bức tranh như một bản đàn với ba khúc điệu: *Ánh sáng* rực rỡ trên những thảm màu nhỏ, được anh bỏ rơi thành những bông hoa trên cành; hay được trải rộng như những vòng hoa là là trên mặt đất. Những gam màu đen len lỏi trong ánh sáng, như muốn tìm một chỗ ngồi. Và lửng lơ trên trời là những quầng mây xanh ngả xám... *Sáng mùa thu*, một buổi sáng đang chìm dần vào bóng tối, như thể anh đang sống lại những buổi sáng đớn đau tuyệt đỉnh của Cao Xuân Huy trong *Tháng ba gãy súng*, những buổi sáng cuối cùng của Huy cầm cự với ung thư... trong tuyệt vọng vẫn ngoi lên những tia hy vọng.

Vườn hoang (2011), hiện ra những *phiến băng dài trên hai tay xuôi, những phiến băng hồng em mang trên vai* của Trịnh Công Sơn. Đã bao lần tôi lẩm nhẩm hát, vừa hát vừa thử hình dung xem những phiến băng ấy như thế nào, mặc dầu vẫn biết đây là một hình ảnh siêu thực, không có nghĩa trong hiện thực. Nay tôi tìm thấy trong *Vườn hoang* (2011), *Một ngày bình yên trong chiến tranh* (2015), *Về nơi thôn dã* (2016), *Quê hương tàn chinh chiến* (2018), *Hoang dã* (2019)... của anh, vô vàn những phiến băng ở các vị trí và hình thế khác nhau, xếp thành thành quách, phiến mộ, mộ xanh, mộ đỏ, ẩn hiện mơ hồ, lửng lơ, như vô hình, mà có thật, nhờ sự nhiệm mầu của nghệ thuật, hiện ra trước mắt tôi, mà lại như đã hóa thân trong tim những người đồng điệu, đã sống, đã chết, đã ngã xuống, trên quê hương, có *người chết đến hai lần*.

So với tranh thu, anh vẽ ít tranh xuân, mặc dù xuân Virgina vô cùng quyến rũ, những cây đào Nhật Bản tuyệt đẹp không khác gì được trồng trên đất Phù Tang.

Khi mùa xuân trở lại (2016) là bức tranh rất lạ: anh xóa xuân đi bằng những vết cọ quét mạnh, đỏ rực, như để dập vùi, không muốn nhìn xuân. Nhưng chính những vết quét lạ lùng này làm bức tranh có gì quyết liệt, đặc thù, và bao giờ cũng vậy, cái lạ làm thành tác phẩm.

Hai năm sau anh vẽ *Mừng xuân* (2018), bức tranh xuân đầu tiên làm tôi xao xuyến, ghi vẽ tháng 2-2018, mới gần đây thôi: hai màu đỏ vàng ngự trị, những cánh bướm và những cánh hoa chen chúc, khó phân biệt đâu là bướm đâu là hoa, chúng dìu nhau trong vũ điệu, theo chiều gió, từ tranh ta nghe thấy tâm sự rộn ràng của hoa bướm bên nhau, thì thầm âu yếm như những tiếng tim, vừa trải qua một mùa đông giá lạnh, gọi nhau tìm đến một mùa xuân ấm áp.

Bến nước đen (2017) đẹp não nùng, lần đầu tiên tôi thấy bóng người khá rõ trong tranh: hai phụ nữ chèo thuyền trên con nước đen, từ vùng tối chèo sang vùng sáng, họ phải vượt qua đám cỏ hoa màu đỏ quyến rũ và cạm bẫy để tới bên kia, là vùng hoa trắng an bình. Nhưng làm sao vượt được? Ái ngại cho hoa hay ái ngại cho người. Họ vượt cồn hoa hay họ vượt cồn biển? Phải vô cùng nhạy cảm mới dám đặt cho mình những câu hỏi như thế!

Sau những gam màu nóng, tới những bức *Hoàng hôn trên bờ sông* (2012), *Bèo giạt* (2014), mọi đam mê như đã trầm xuống, anh tịch lặng, an nhiên, ở ẩn, không còn gây gổ trong tâm hồn. *Nắng chiều trên sông* (2019) bình yên hơn nữa, anh thảo cảnh bồng lai có một gia đình thiên nga đang trò chuyện, có đám mây trắng Võ Đình, và có tất cả cảnh thanh bình của một đất nước chỉ quen màu chinh chiến.

Điều kỳ lạ là nhiều bức tranh Trương Vũ làm tôi nhớ tới văn Võ Đình, hoặc kéo trí tưởng của tôi về với Võ Đình.

Bóng mây lạc lõng (2013) và *Vân cẩu* (2016) làm tôi nhớ *Người chạy bộ* của Võ Đình, anh Đình kể chuyện một người đàn ông ngày ngày chạy bộ, qua cái park hay một con đường mòn, thấy những thứ rau cỏ dưới chân, mới đầu ông ta còn ngần ngại, sau ông ta dẫm đại lên, rồi ngó lại thì thấy sau bước chân ông, bọn cỏ "hèn mọn" này khơi khơi sống lại như không có chuyện gì xảy ra. Những thứ cỏ rau cứng đầu cứng cổ này là "*rau má dại hoa vàng, me đất hoa hồng, rau trai hoa tím, rau bướm bạc hoa trắng... Những thứ rau cỏ dại hèn mọn, nếu không chạy máy xén thật sát đất là chúng tưng bừng nở hoa, những nhánh li ti nhỏ xíu mà màu sắc tươi rói, sáng ngời!"*[1] Thấy chúng hỗn hào quá, Võ Đình bèn trị tội bằng cách nhổ lên ăn thử, không chết, bèn đem nấu canh, xào xáo, và đặt tên nọ tên kia, rau má, rau me, rau trai... gọi chung là rau tập tàng, nấu canh tập tàng... Anh bảo chúng nó từ Việt Nam di cư sang, nên không hợp thủy thổ... nghĩa là anh viện một trăm lẽ để biện hộ cho chúng cái tội cứng đầu. Nhưng thật ra anh biện hộ cho anh về căn bệnh ung thư nhớ nước không thể nào chữa khỏi.

Rồi những cây nho biển của Võ Đình *"... chen chúc rậm rạp trên bờ biển, luôn luôn xao xác vì gió thổi ngày đêm. Thân cây mảnh nhưng u nần, quần quại từ gốc lên đọt. Lá to bản, tròn trịa, cứng và dày, màu lục xám, gân lá đỏ rực, những đường son sắc nét"*[2] lại là một cớ khác để anh biện hộ cho cái nhìn méo mó nghề nghiệp của anh, tất tật cái gì cũng nhìn như họa sĩ, chỉ thấy hình hài và màu sắc! Và chính những cái nhìn kỳ khôi đó làm nên chữ nghĩa Võ Đình, tinh vi, tế nhị chả kém gì Tchekhov, thứ chữ rất hiếm của người Việt ta, nhưng nào ai để ý, một trăm triệu người Việt, có mấy ai đọc Võ Đình.

Buổi mai trên bờ biển Pacific Grove (2013) của Trương Vũ mang một gam màu khác với bình thường: màu tim tím như màu Huế tàn phai của Võ Đình đem trồng trên đất Mỹ, nó giống như rau má, như cây nho biển, như vũng nước đọng trước cửa Thượng Tứ... của Võ Đình, đều sinh ở Việt Nam. Buổi mai trên bờ biển Pacific Grove, cũng thế, là bức tranh anh vẽ với màu và sơn Mỹ, nhưng tim và ruột Việt, nó tự nhiên như hơi thở và đẹp tuyệt vời, như anh trải mình ra vậy.

Những tác phẩm về thời chiến được anh gói ghém trong phong bao hòa bình nhưng khốc liệt ngầm: *Thôn xa* (2005) trình bày một bản xa trong gió lốc, tranh gần như trừu tượng, có một thứ chuyển động ít thấy trong tranh anh, mà ta có thể coi là bản dạo đầu của những vũ điệu tang thương trên đất nước.

---

[1] Võ Đình, *Người chạy bộ II, trong tập Mây chó*, Tổ hợp xuất bản miền Đông Hoa Kỳ, 2004.
[2] Võ Đình, *Nho biển*, in trong tập *Mây chó*.

Trong cơn điên thế kỷ (2016) lại càng cuồng phong vũ bão hơn nữa. Chuyển động tròn cuốn theo màu sắc rực rỡ, như cơn thịnh nộ của trời đất. Đồng thời cũng diễn tả sự điên cuồng của con người trong chiến tranh.

Thiên đường của đổ nát (2016) là một vườn hoa sau cơn gió lũ. Ta có thể hình dung vườn Địa đàng sau trận cuồng phong. Hiếm có họa sĩ nào trình bày chiến tranh như thế.

Cái còn lại sau điêu tàn (2018) rực rỡ nổi lên, nét sơn mạnh dạn như anh vẽ bằng dao, trát dày, như dứt khoát muốn dựng lại quá khứ đổ nát đã tàn phai trên nền đêm đen tối.

Độc thương nhiên (mình ta rơi lệ) (2018) lạc lõng trong hoang tàn đổ nát, như con chim một mình trong thiên nhiên vô cảm, nó đứng một mình, trước không có ai, sau không còn ai, chỉ một mình, trong thanh bình, nhưng chỉ còn mỗi một mình mình.

Hồi tưởng một ngày thanh bình trong đổ nát (2019) vẫn ở trong dòng hiện thực mạnh mẽ, tranh có nhiều tầng, tầng trên cùng là thanh bình và ánh sáng, tất cả những cố gắng quật khởi sau chiến tranh đều đồng thanh với màu sắc để vươn lên trên những đốm đen của tàn phá.

Nghĩ về một linh hồn trên biển (2010) là bức tranh duy nhất gợi lại chuyện vượt biển trong *Đêm đại dương*, thể hiện bạo lực kinh hoàng của sóng bão, của những con thuyền lồng lên, oằn oại sắp tan tành, một chiếc khăn tang thấp thoáng trên hậu trường... Tất cả ẩn trong những vết sơn dường như quét vội mà vẫn kỳ ảo.

THỤY KHUÊ
Paris, 20 tháng 10.2024

TRẦN ANH CHƯƠNG

TRƯƠNG VŨ, UYÊN BÁC MÀ KHÔNG HÀO NHOÁNG

Trần Anh Chương
Ảnh PCH – Virginia, 25.11.2018

Một buổi chiều mùa hè năm 2012, chúng tôi ngồi trong một quán rượu ở Toruń (một thành phố ở Ba Lan, nằm cạnh bờ sông Vistula), một người bạn của tôi bỗng nói: *"Tôi vừa đọc được một bài viết rất hay của Trương Vũ: Bài VỀ LẠI SORRENTO. Các bạn nên đọc bài viết này"*.

Trương Vũ viết bài này dựa vào cảm xúc từ bản nhạc bất hủ TORNA A SURRIENTO [(1)]. Bạn tôi là một giáo sư, Trương Vũ là một nhà khoa học và cũng là một nhà giáo. Cái đẹp và đau khổ của con người là chung, cho dù chúng ta đến từ đâu. Đối với người Việt qua những cuộc bể dâu, khi những hạt bụi đã lắng xuống, có cái gì gần gũi giữa những con người đàng hoàng đến từ bất cứ quá khứ nào cho dù có thể có những khác biệt.

Cái tên của Trương Vũ được nhắc lên trong quán rượu bên bờ sông Vistula ấy. Có lẽ trong ánh chiều chập choạng in hình những tháp nhà thờ trên những con đường lát đá đã mòn ở Toruń chúng tôi nhìn thấy hình bóng tuổi trẻ của mình mấy mươi năm về trước hiện về. Nếu Phạm Duy đã đặt lời Việt một cách xuất sắc dựa trên melody của bài hát thì bài viết của Trương Vũ cũng là một sự lắng đọng của cái đẹp rất gần với người Việt. Cái đẹp trong sự mất mát và đổ vỡ!

Sau này tôi có cơ may gặp được Trương Vũ, đọc nhiều bài viết của ông hơn. Trương Vũ viết không nhiều, tổng hợp lại trong một cuốn sách duy nhất: ĐUỔI BÓNG HOÀNG HÔN. Đọc những bài tiểu luận của Trương Vũ và tiếp xúc với ông, tôi thấy sự nhất quán giữa văn chương và con người Trương Vũ. Trương Vũ xem trọng sự đàng hoàng và lương thiện của trí thức, của người cầm bút khi đưa ra ý kiến của mình. Đối với ông đó là sự bình đẳng trong đối thoại để tìm ra một đồng thuận hay lời giải cho một vấn đề xã hội. Ảnh hưởng của văn hóa Pháp và đời sống tự do ở Mỹ thể hiện rõ trong những luận cứ của Trương Vũ. Là một nhà khoa học đã làm việc cho NASA nhiều năm, ông biết một phần sức mạnh của nước Mỹ là từ sự tôn trọng và đầu tư khoa học của đất nước này. Văn phong của ông chuẩn mực, lôi cuốn và thuyết phục dựa trên tinh thần *"Tôi không đồng ý với anh nhưng tôi sẽ bảo vệ đến cùng quyền được nói của anh."* (2)

Trương Vũ là như vậy nên ông có bạn bè ở mọi cung bậc và ông lắng nghe họ. Già hay trẻ, ngồi cùng Trương Vũ đều cảm giác được tôn trọng. Ngôi nhà của ông gần Washington, D.C. đã tiếp rất nhiều văn nghệ sĩ Việt đa dạng đến từ nhiều nơi trên thế giới.

Trương Vũ viết như một trách nhiệm đối với đời sống. Ông được biết đến giữa bè bạn như một người uyên bác mà không hào nhoáng. Ông không phải là cây đa cây đề văn học để mọi người đều biết. Ông là một cây tùng khiêm tốn, nhưng là vì cây tùng nên ông đã đứng thẳng chẳng nghiêng chẳng ngả qua bao nhiêu thay đổi của thời cuộc.

TRẦN ANH CHƯƠNG
Maryland, tháng 10.2024

(1) Torna a Surriento (Trở về Surriento) là một bài hát nổi tiếng của nhạc sĩ người Ý Ernesto De Curtis (1875 - 1937) với lời của Giambattista De Curtis (1860 - 1926). Chữ "Surriento" trong tiếng Anh được viết là "Sorrento". Ca khúc này được nhạc sĩ Phạm Duy viết lời Việt với tựa đề "Trở về mái nhà xưa".

(2) Câu nói nổi tiếng của nhà văn người Anh, Evelyn Beatrice Hall (1868 – 1956), trong cuốn sách "The Friends of Voltaire" (1906): "I disapprove of what you say, but I will defend to the death your right to say it."

TRẦN THỊ NGUYỆT MAI

NHỮNG KỶ NIỆM
NƠI PHÒNG TRANH TRƯƠNG VŨ

Trần Thị Nguyệt Mai và Trương Vũ.
Virginia, 29.6.2019 - Ảnh Phạm Cao Hoàng.

Tối thứ sáu 23/2/2024, chị Duyên gửi cho tôi link bài thơ "Tạm biệt một căn phòng" [1] của anh Phạm Cao Hoàng ghi *gửi anh Trương Vũ.*

Căn phòng này
chiếc bàn này
nơi chúng ta đã từng ngồi
nâng ly

chúc mừng một bức tranh vừa hoàn tất
chúc mừng một cuốn sách vừa in xong
chào mừng một người bạn từ phương xa đến

Vâng, tôi vẫn còn nhớ căn phòng mà anh Phạm Cao Hoàng nhắc tới trong bài thơ. Biết thì biết đã lâu. Từ những bài thơ mà họa sĩ Đinh Cường gọi là "Những Đoạn Ghi" anh đã viết thay nhật ký:

Như vậy là một ngày Chủ Nhật hạnh phúc
gặp nhau và nói cười cùng nhau, còn chi hơn
... ngồi uống những ly rượu vang ngon, thật ngon
một bàn dài bạn bè quý mến, nhắc lại những
tờ báo đã không còn Văn Học, Hợp Lưu...
bao nhiêu cây viết đã xuất phát từ các sân chơi đó
(Đinh Cường – Từ trưa tới chiều ở nhà Trương Vũ)

Một bạn nào đó nói, các buổi gặp gỡ khác
càng ngày càng ít người thì ở Trương Vũ
càng ngày lại càng đông. thật vậy. vẫn chiếc
bàn thật dài trải khăn trắng đầy thức ăn
ngoài món ăn của gia đình. mỗi người còn
đem tới vài ba món tủ. ăn làm sao hết...
(Đinh Cường – Và một buổi gặp gỡ đông vui
trưa thứ Bảy ở nhà Trương Vũ)

Nhưng lần đầu tiên tôi có mặt, lại là một ngày thật buồn 13-1-2016 – tang lễ của họa sĩ Đinh Cường. Anh Trương Vũ đã mời tất cả mọi người sau buổi lễ đến nhà anh. Ở đó ngoài những người tôi đã gặp buổi tối hôm trước ở nhà anh chị Phạm Cao Hoàng, là các anh Trần Hoài Thư, Lữ Quỳnh, Nguyễn Đình Thuần, Nguyễn Trọng Khôi, Chân Phương, Nguyễn Minh Nữu, anh chị Đỗ Thanh Tùng, các bạn Nguyễn Thị Thanh Bình, Bạch Mai, còn có thêm các anh Nguyễn Tường Giang, Nguyễn Mạnh Hùng, Phạm Nhuận, Hồ Đình Nghiêm, và các bạn Đinh Từ Bích Thúy, Quỳnh Loan,... Nhiều lắm, tôi không thể nhớ hết tất cả tên từng người...

Chúng tôi nâng cốc rượu nhớ về người đã khuất nhưng cứ ngỡ người họa sĩ thân thương vẫn quanh đây cùng thân hữu họp mặt, trong tiếng đàn hát đầy xúc động của họa sĩ Nguyễn Trọng Khôi khúc réquiem "Giấc mộng trên đồi thơm" [2] do chính anh sáng tác tặng anh Đinh Cường. *Ôi cuộc đời quá ngắn. Ôi mộng ngoài tay với. Bạc đầu ước mơ, mỏi chồn gối chân. Còn đi đến đâu cuộc đời... Thôi về lại bóng tối. Thôi về lại mây khói. Để sương trắng bay lạc vào giấc mơ, lạc về cõi xa, xa mù...*

Và lần gần nhất tôi đến nơi đây là trước đại dịch Covid-19. Anh Trương Vũ hẹn bạn bè vào lúc 1:00 giờ trưa ngày thứ bảy 29-6-2019, để cùng chia sẻ cuốn sách "Đuổi Bóng Hoàng Hôn" [3] của anh mới phát hành. Buổi họp mặt đông vui có quý anh Đặng Đình Khiết, Nguyễn Mạnh Hùng, Nguyễn Tường Giang, Nguyễn Trọng Khôi, Nguyễn Quang,..., quý anh chị Phạm Cao Hoàng, Nguyễn Minh Nữu, Đỗ Thanh Tùng, Phạm Nhuận, chị Lãm Thúy và quý bạn Nguyễn Thị Thanh Bình, Hoàng Thị Bích Ty, Đinh Từ Bích Thúy, Quỳnh Loan, Đinh Trường Chinh, Phạm Phú Thiện Giao và cả Nguyễn Thị Hậu ở Việt Nam nhân chuyến sang thăm Hoa Kỳ. Hôm đó cùng anh chị Tùng – Duyên và anh Phạm Cao Hoàng, chúng tôi đã ở lại nhà anh Trương Vũ lan man nói chuyện văn học đến khi chiều đã hết và bóng đêm dần xuống. Tôi hỏi anh Trương Vũ về nhà thơ Nguyễn Đức Sơn (NĐS), người bạn học có cá tính rất đặc biệt của anh. Anh tâm sự nhà thơ NĐS tuy bề ngoài trông rất phức tạp, nhưng là một người chơn chất, một tài năng của văn học Việt Nam. Có thể nói NĐS là một mẫu nghệ sĩ và trí thức rất hiếm hoi, dám sống và nói thật về điều mình tin, nhất là trong hoàn cảnh xã hội Việt Nam của vài chục năm qua...

Rồi đại dịch xảy ra. Như anh Phạm Cao Hoàng đã viết trong bài thơ "Bốn năm sau ngày anh Đinh Cường ra đi":

bốn năm sau ngày anh Đinh Cường ra đi
miền Đông xơ xác trong cơn đại dịch

muốn đến Studio Trương Vũ
xem những bức tranh mới vẽ nhưng không thể
muốn nâng ly cùng các anh Nguyễn Mạnh Hùng, Nguyễn Tường Giang, Phạm Nhuận, Đặng Đình Khiết, Phạm Thành Châu... nhưng không thể
muốn cụng ly cùng các bạn Nguyễn Minh Nữu, Nguyễn Quang, Nguyễn Thị Thanh Bình, Trần Anh Chương, Đinh Trường Chinh... nhưng không thể
các bạn tôi, nhà nào cũng đóng cửa
stay-at-home, stay-at-home, stay-at-home

bốn năm sau ngày anh Đinh Cường ra đi
miền Đông bây giờ tiêu điều trong cơn đại dịch
hàng quán im lìm phố xá hoang vu
muốn ghé Starbucks ngồi nhâm nhi một ly cà phê
nhưng không thể
drive-thru only
...

Buồn. Tất cả mọi người đều buồn. Chúng tôi hẹn nhau sau đại dịch sẽ là một ngày hội ngộ anh em. Nhưng đến nay dịch ấy chưa dứt hẳn vẫn còn những biến thể tiếp tục lây lan, chị Duyên và tôi lại ở xa, nên chúng tôi cũng chưa về Virginia thăm các anh chị...

Căn phòng này
không gian này
nơi có người họa sĩ
trầm ngâm ngồi trước giá vẽ
thả hồn vào nỗi đam mê
...
nhớ không Duyên?
nhớ không Nguyệt Mai?
nhớ không Cúc Hoa?
và nhớ không các bạn của tôi?

Có thể nói họa sĩ Trương Vũ là người tự nguyện thực hiện những chân dung bạn bè nhiều nhất, với một danh sách rất dài: Đặng

Đình Khiết, Lê Xuân Khoa, Nguyễn Ngọc Bích, Đinh Cường, Nguyễn Tường Giang, Nguyễn Mạnh Hùng, Lê Văn Khoa, Nguyễn Xuân Thiệp, Phạm Nhuận, Hoàng Khởi Phong, Nguyễn Minh Nữu, Phạm Cao Hoàng, Hoàng Xuân Sơn,... Nhớ lần anh Trương Vũ hẹn chị Duyên và tôi đến để anh vẽ chân dung cho hai đứa vào khoảng giữa tháng 10/2017. Giữa trăm công ngàn việc bộn bề với quỹ thời gian không phải là bất tận mà anh vẫn dành cho chúng tôi, những đứa em ở xa, những tình cảm đặc biệt khi chọn vẽ... Anh còn đề nghị chị Duyên và tôi đến nhà anh, anh chị sẽ lo cả việc ăn ở cho chúng tôi trong thời gian này. Nhưng anh chị Phạm Cao Hoàng luôn rất dễ thương và chân tình với bạn bè, đã ngỏ lời, "anh Trương Vũ đã lo phần vẽ rất mệt rồi, Duyên và Nguyệt Mai sẽ ở tại nhà Phạm Cao Hoàng..." Anh chị và cháu Thiên Kim đã rất tận tình, chu đáo lo tất cả cho chúng tôi được thoải mái trong thời gian ở đây... Làm sao chúng tôi có thể quên được những ân tình quý giá này?

Căn phòng này
chiếc bàn này
không gian này
chiều nay
tôi ngậm ngùi tạm biệt.

Có quá nhiều kỷ niệm. Hỏi sao anh không rưng rưng khi một mai anh chị sẽ đến một nơi khí hậu ấm áp hơn, thích hợp hơn cho sức khỏe của anh chị. Chỉ là tạm biệt nhưng sao lòng buồn quá đỗi. Không là ruột thịt và chỉ quen anh mấy năm sau này, nhưng chúng tôi rất kính quý anh. Ở anh, tôi thấy được tấm lòng nhân hậu, chung thủy, hết lòng với gia đình, bạn bè, cùng một tình yêu vô bờ bến với quê hương, đất nước. Trên trang tiểu sử ở blog Phạm Cao Hoàng, tôi được biết anh Trương Vũ tên thật Trương Hồng Sơn, tốt nghiệp Cử Nhân Giáo Khoa và học Đệ Tam Cấp Toán tại Đại Học Sài Gòn. Sang Mỹ, anh lấy thêm các bằng Thạc Sĩ Vật Lý Hạt Nhân tại University of Pennsylvania, Thạc Sĩ Kỹ Sư Điện (Truyền Thông) và Tiến Sĩ Khoa Học (Điện trong Kỹ Thuật Không Gian) tại The George Washington University.

Trước năm 1975, anh xuất thân là một thầy giáo toán, được gọi nhập ngũ khi có lệnh tổng động viên lúc chiến tranh ở miền Nam trở nên tàn khốc. Sau hơn hai năm, anh được biệt phái trở về dạy Toán và đặc trách Sinh Viên Vụ tại Đại Học Duyên Hải, Nha Trang cho đến lúc vượt biển và định cư tại Hoa Kỳ từ 1976.

Anh là Chuyên gia nghiên cứu cho NASA tại Trung Tâm Không Gian Goddard từ 1980 cho đến khi nghỉ hưu năm 2006, đã tham dự và phụ trách nhiều công trình khác nhau, về khoa học và kỹ thuật. Đóng góp quan trọng nhất của anh thuộc lãnh vực nghiên cứu và phát triển kỹ thuật xác định quỹ đạo (Orbit Determination) và phi hành tự động cho phi thuyền (Autonomous Spacecraft Navigation). Anh đã đăng tải nhiều công trình nghiên cứu với tư cách tác giả chính về vật lý và kỹ thuật không gian.

Ngoài công việc chính ở NASA, anh có đóng góp vào một số sinh hoạt văn học ở hải ngoại. Đồng Chủ biên Tuyển tập Văn chương Chiến tranh The Other Side of Heaven (do Curbstone Press xuất bản năm 1995). Nguyên Đồng Chủ biên Tập san Việt Học The Vietnam Review (1996-1998). Nguyên Chủ bút Tạp chí Đối Thoại, California (1993-1994). Hợp tác, đóng góp bài vở cho một số tạp chí văn chương (giấy và mạng) như Văn Học, Hợp Lưu, Văn, Talawas, Tiền Vệ, Da Màu, Tương Tri, các blog như Phạm Cao Hoàng, Phố Văn, Trần Thị Nguyệt Mai,...

Về hội họa, ngoài các lớp học rải rác tại đại học và tư nhân, phần chính là tự học. Anh đã tham dự một số triển lãm tại Hoa Kỳ.

Tôi được nghe kể vào những ngày cuối của cuộc đổi đời năm 1975, Nha Trang đang rất hỗn loạn, anh đã cùng các sinh viên của Đại Học Duyên Hải lo công tác cứu trợ đồng bào chạy nạn đổ dồn về Nha Trang qua câu chuyện anh kể về người học trò Dương Thái Đức trong tạp bút Những Cơn Mưa Ngày Cũ. Tháng 3/1976, trên một chiếc ghe đánh cá nhỏ, cùng với bốn bạn đồng hành khác, anh vượt biển khi thấy "... Những tính toán về tương lai của học trò tôi, của chính tôi, bỗng trở thành ảo tưởng. Phía trước mù mịt. Lúc đó tôi mới qua tuổi ba mươi không lâu, đang rất năng nổ bỗng trở nên mất tự tin, trở nên e dè, ngỡ ngàng, lúng túng. Và, cố gắng 'khôn ngoan' như một người đã trải qua bao thăng trầm, bị vùi dập biết bao lần trong đời, để không dám sống thật với mình... May mắn, chúng tôi đến được Manila an toàn. Ghe chúng tôi là một trong những chiếc đầu tiên đến được Manila sau biến cố 1975." [3]

Những năm đầu ở Mỹ, anh quyết định tiếp tục con đường học vấn, lấy Thạc sĩ rồi Tiến sĩ bên cạnh năng nổ trong các sinh hoạt cộng đồng Việt Nam. Anh đã truyền lửa cho các bạn trẻ cùng sinh hoạt mà cho đến nay các bạn vẫn còn nhớ. Tác phẩm "Đuổi Bóng Hoàng Hôn" đã cất giữ những tâm tư, tình cảm cũng như những bài học kinh nghiệm anh muốn trao truyền cho những thế hệ tương lai. Sau đây chỉ là vài chia sẻ.

"... Nhưng, cái thảm kịch lớn nhất vẫn là cái thảm kịch của một dân tộc mà những người làm chính trị đã khiến người dân bình thường sợ họ hơn sợ nỗi chết. Đó cũng là thảm kịch của một đất nước mà quân đội luôn luôn vinh danh về sự hùng mạnh, về những chiến thắng trên trận mạc, nhưng hoặc bất lực, hoặc cố tình làm ngơ trước những cướp bóc, hãm hiếp, giết người man rợ của bọn cướp biển ngoại nhân chỉ có vũ khí thô sơ, dù rằng chiến tranh đã chấm dứt, dù rằng nạn nhân là những con người vô tội hầu hết không hề cầm súng, và họ cũng là những người được sinh ra từ trăm trứng của mẹ mình. Quan trọng hơn hết, để thực sự dấn mình vào những nỗ lực của cá nhân và tập thể cần phải có cho thế hệ này, và cho những thế hệ kế tiếp. Để xã hội nhân bản hơn, tôn trọng những quyền căn bản của con người hơn, và để người dân có tự do, có cơ hội sống một đời có phẩm cách, như trong bao nhiêu quốc gia tiến bộ khác. Chỉ có như thế, cái thảm kịch như từng xảy ra trên biển Đông sau 1975 sẽ không còn xảy ra cho dân tộc Việt Nam trong tương lai nữa." [3]

...

Nhìn lại một số đổi thay chính trị lớn, tôi nghiệm ra một điều: nơi nào có sự tham dự tích cực của giới trí thức và văn nghệ sĩ yêu nước, yêu sự sống, tôn trọng sự khác biệt, và can đảm đứng lên tranh đấu quyết liệt cho điều mình tin, cho những quyền căn bản của con người, thì ở nơi đó, sự đổi thay mang lại ít bạo lực nhất, những quyền căn bản được phục hồi và xã hội phát triển nhanh nhất.

"Giáo dục Việt Nam cần giảm bớt mô thức giảng dạy áp đặt và tăng cường mô thức gợi ý. Cần giảm thiểu sự mệt mỏi của học sinh, nhất là học sinh cấp tiểu học. Đặc biệt, nên giảm bớt lượng kiến thức hay thông tin trong chương trình học. Nhắm đến một hành trình lâu dài hơn của con người. Không nên để họ gục ngã sớm về đầu óc. Đặt nặng vào việc đào tạo giáo chức và dành những đãi ngộ đặc biệt cho họ. Trong trường hợp các nước đang phát triển như Việt Nam, giáo chức phải được tuyển chọn từ thành phần ưu tú nhất của đất nước. Đối với các trường đại học, ngoài việc áp dụng chương trình giảng dạy theo mô hình của các quốc gia tiên tiến tây phương, quyền tự trị đại học cần được ban hành cho đại học Việt Nam. Thiếu sự tự trị, đại học Việt Nam khó thể hoàn tất vai trò đào tạo trí thức của nó. Đề nghị sau cùng, và có lẽ là đề nghị quan trọng nhất, là nhà nước Việt Nam nên xem phát triển giáo dục toàn diện là ưu tiên hàng đầu của quốc gia, xem nguồn nhân lực được đào tạo qua giáo dục là tài nguyên quý giá nhất của đất nước. Và, khi làm chính sách giáo dục nên đặt trọng tâm vào những mục tiêu lớn như đào tạo con người trung thực, có sáng tạo, có tư duy độc lập, biết tôn trọng sự khác biệt, v.v… bên trên sự chuyển giao tri thức. Và, phải quên đi những gì thực sự không còn giá trị nữa." [3]

Anh Trương Vũ kính mến, em rất đồng thuận với MC Nguyệt Ánh. Anh như cây táo trong The Giving Tree của Shel Silverstein mà anh dùng làm đoạn kết cho bài viết cuối cùng *Về lại Sorrento* của "Đuổi Bóng Hoàng Hôn". Anh đã không ngừng cống hiến, vắt kiệt dâng cho đời tất cả. Em rất ngưỡng mộ anh. Và sẽ luôn nhớ lời anh dặn:

"Hãy đem văn chương vào đời sống. Dù có làm thơ hay viết văn hay không, hãy đến với cuộc đời bằng tâm hồn của một thi sĩ. Bạn sẽ thấy cuộc đời đẹp hơn. Bạn sẽ thấy con người đẹp hơn." [3]

Mong anh chị luôn được an lành trong những ngày sắp tới. Và chúng em sẽ có dịp gặp lại anh chị cùng những anh chị khác và bạn bè rất thân quý.

TRẦN THỊ NGUYỆT MAI
Ohio, 3.3.2024

Tham khảo:
1] Tạm biệt một căn phòng – Thơ Phạm Cao Hoàng
http://www.phamcaohoang.com/2024/02/3257-pham-cao-hoang-tam-biet-mot-can.html

[2] Giấc mộng trên đồi thơm – Nhạc và lời: Nguyễn Trọng Khôi
https://vanhocnghethuat.files.wordpress.com/2016/01/giac_mong_tren_doi_thom_nguyen_trong_khoi.pdf

[3] Đuổi Bóng Hoàng Hôn – Trương Vũ
https://www.amazon.com/%C4%90u%E1%BB%95i-B%C3%B3ng-Ho%C3%A0ng-H%C3%B4n-Vietnamese/dp/1927781760/

Phụ bản 35
CHÂN DUNG TRẦN THỊ NGUYỆT MAI
Tranh Trương Vũ,
sơn dầu trên bố, 18" x 24", (2017).

TRẦN VŨ

MẶT TRỜI PHÍA SAU

Từ trái:
Trần Vũ Trịnh Y Thư Bùi Vĩnh Phúc Trương Vũ.
California, 2022.

"Luôn bắt đầu bằng một hình ảnh. Điểm xuất phát phải là một hình ảnh trong đầu mà tôi muốn người đọc nhìn thấy. Hình ảnh ấy mang một xúc động, một cảm giác mà tôi cố gắng tường thuật trên giấy. Tôi chưa rõ nội dung khi bắt đầu viết, tôi không biết liệu sẽ tạo ra một câu chuyện hai trang hay một trăm năm mươi trang, hay cuối cùng sẽ không thành gì hết – chỉ một đoản thiên rồi không đi đến đâu, không khai mở điều gì..."

Eduardo Halfon, cách đây nhiều năm kể về cách hình thành văn bản của chính mình. Halfon chuyên truy lùng căn cước di dân qua trôi giạt rồi tìm về cội nguồn bị áp bức. Có gì giống giữa Trương Vũ với Halfon, một nhà văn Do Thái sinh tại Guatemala?

Giống ở sự trôi giạt. Sự ly tán gia đình. Nhìn cách này, Trương Vũ gần với Halfon: *"Nhiều thứ đã đi vào quá khứ nhưng vẫn để lại những dấu vết sâu đậm trong tim mình. Tôi muốn nói về một câu chuyện thật, được kể lại để làm nền cho tác phẩm The Bridge on the Drina* (Chiếc Cầu trên sông Drina) của nhà văn Nam Tư (Yugoslavia) Ivo *Andrić, người đoạt giải thưởng văn chương Nobel 1961. Tác phẩm lấy bối cảnh của thành phố Visegrad của Bosnia từ thế kỷ 16 trở về sau. Đây là nơi thường xuyên chứng kiến những tranh chấp tàn bạo giữa hai đế chế Thổ và Áo-Hung, và cũng là tranh chấp giữa Hồi Giáo với Thiên Chúa Giáo (gồm Công Giáo và Chính Thống Giáo) liên tục suốt 400 năm. Để ngăn chặn sự phát triển của Thiên Chúa Giáo, người Thổ tổ chức bắt cóc những đứa con nít thuộc gia đình Thiên Chúa Giáo, thường là những gia đình nghèo, đưa sang vùng cai trị của Thổ, bên kia sông Drina. Những đứa bé này được cải sang đạo Hồi và lớn lên như người Thổ. Rất nhiều bà mẹ đưa con đi chợ với mình, quay nhìn lại không thấy con đâu, rượt theo kẻ cướp cho đến bờ sông Drina, dừng lại, ngơ ngác nhìn theo chiếc phà chở con qua sông. Lúc đó, phà là phương tiện duy nhất để qua sông. Bên kia là vùng cai trị của đế quốc Thổ.*

Thời gian đầu ở Mỹ, cả gia đình tôi còn lại Việt Nam. Hình ảnh những bà mẹ đứng ngơ ngác bên này sông Drina luôn ám ảnh. Có nhiều đêm, tôi nằm mơ thấy dẫn các con đi chơi, đang ngồi ăn uống vui vẻ, chợt nhìn lại không thấy con mình đâu."
[Trương Vũ/ Mưa Ướt Vị Thành]

Halfon không khác, trong sự phát tán: *"Bốn ông bà tôi sinh ra: một ở Liban, một ở Ba Lan, một ở Ai Cập và một ở Syrie. Tình cờ tất cả đều đến Guatemala vào giữa thế kỷ 20, bằng lang thang du mục không có gì khác ngoài Do Thái giáo. Nhưng tôn giáo không đủ lấp mất mát và ngơ ngác. Họ đánh mất người thân trên các lục địa khác. Đánh mất vì nhiều lý do mà tôi chưa biết hết. Khổ đau và cô độc thì tôi đã nhìn thấy trong mắt họ."*

Eduardo Halfon và Trương Vũ còn chung cách hình thành văn bản từ một hình ảnh.

Ở Halfon, là trận nắng: "Khi viết Tu Viện, hình ảnh mà tôi có trong đầu là cảm giác khó chịu của một ngày về đến Israël, không muốn về, nhưng bị thúc đẩy bởi một thứ bổn phận đầy phiền toái bắt buộc tham dự đám cưới của chị mình. Bên trong tấm ảnh ký ức còn tất cả sức nóng ngột ngạt của sân bay Tel Aviv. Là hình ảnh đầu tiên khi tôi đặt bút viết." **[Eduardo Halfon/ La Fiction m'aide à passer de l'Individuel à l'Universel].**

Ở Trương Vũ, là trận mưa: *"Tôi nhớ những cơn mưa ở Việt Nam, Nha Trang hay Sàig*òn. Mưa Sàigòn thường đến ào một cái rồi ngưng. Mưa Nha Trang kéo dài lâu hơn, nhiều khi dầm dề, và cái cảm giác ướt át lành lạnh nó để lại thường dai dẳng. Tôi nhớ những buổi tối, ở xa về, tôi lang thang trên bãi biển dưới mưa, nhiều đêm mưa tầm tã vẫn không muốn về. Tôi nhớ những ngày còn ở trung học, ngồi trên thềm nhà đọc sách, nước mưa rơi xuống từ mái hiên, thỉnh thoảng những giọt mưa tạt nhẹ vào người. Tôi nhớ những đêm mưa tôi dạy học trong một lớp luyện thi. Học trò từ nhiều trường khác nhau, Lê Quý Đôn, Võ Tánh, Nữ Trung Học... Lớp học mượn của đình Phương Câu, trống một bên. Khi gió lớn, cả thầy lẫn trò đều ướt. Bốn mươi lăm năm đã qua rồi, tôi vẫn còn nhớ rất rõ nét mặt một số học trò trong *lớp đó. Tôi còn cảm nhận được cái lành lạnh của nước và mường tượng âm vang tiếng cười giòn của các em khi cố lách mình tránh mưa."* **[Trương Vũ/ Những Cơn Mưa Ngày Cũ].**

Đến đây chấm dứt sự giống nhau, vì Halfon truy tìm nguồn gốc của thảm kịch, còn Trương Vũ tìm sự lạc quan sau bi kịch. Trận nắng của Halfon là trận nắng của thực tại bực bõ khi về quê. Cơn mưa của Trương Vũ không phải mưa bi lụy mà mưa qua lớp học, với học trò. Halfon xây cất tiểu thuyết trên sân phi đạo Tel Aviv của một Do Thái kiều hồi hương, Trương Vũ xây cất tiểu luận trên nền gạch ướt mưa của sân trường cũ. Hai tâm thức. Hai hướng đến.

Tháng 5-1979 tôi đạp xe vào ngõi hẻm trên đường Hiền Vương. Ngõi hẻm có hiệu phở đầu ngõ trông sang cây xăng dẫn vào đường Duy Tân. Tôi đến chào thầy Lâm Ngọc Oánh. Tôi nói với thầy: *"Em đến chào thầy."* Hai chữ vượt biên không thốt ra. Thầy Lâm Ngọc Oánh nhìn tôi đăm đăm, thầy không một lần hỏi vì sao, không một lần phát âm hai chữ vượt biên. Tháng 5-1979 là cao trào của vượt biên bán chánh thức, các học trò của thầy thay nhau biến mất. Thầy hiểu nên không cần hỏi và ban lời duy nhất: *"Em đừng làm gì để bản thân, gia đình và dân tộc bị khinh."* Tôi không gặp lại thầy nữa.

Tháng 5-2019 tôi nhận sách tặng của một người thầy khác: thầy Trương Hồng Sơn, bút danh Trương Vũ. Tôi không học với thầy Sơn nhưng thầy Oánh và thầy Sơn đối với tôi không khác lắm, cả hai là sản phẩm của miền Nam, những giáo chức tận tụy và nhận lại ở học sinh lòng kính trọng cùng thương mến. Khác biệt là thầy Oánh ở lại và thầy Sơn ra đi. Chính nhờ ra đi mà thầy Trương Hồng Sơn trở thành khoa học gia rồi nhà văn, họa sĩ Trương Vũ. Nhưng thầy Sơn trở về và cho xuất bản Đuổi Bóng Hoàng Hôn.

Vì sao tựa này?

Đuổi theo chiếc bóng tuổi trẻ của chính mình khi bóng xế chiều tà hay xô đuổi ánh chạng vạng để thấy mặt trời phía sau bóng tối? Đọc hết tập sách, tôi có câu trả lời: cả hai. Chính ý nghĩa của cả hai: Mặt trời đã sau lưng vì tuổi già ập đến nhưng vẫn còn phía trước, phía sau hoàng hôn cho một tuổi trẻ khác. Ý nghĩa này là tựa sách. Một mặt trời của quá khứ và tương lai, từ một điểm nhìn là sân trường Việt.

Vị trí ấy giải thích vì sao Đuổi Bóng Hoàng Hôn là một tập tiểu luận pha tùy bút. Vì sao Trương Vũ chọn lối văn tâm tình ngay cả trong những chương thuần tiểu luận. Không hành văn hàn lâm, không phương pháp luận giải đại học mặc dù tác giả rất am tường. Vì là lời khuyên và tâm tư của một thầy giáo. Nếu, vẫn còn chút ít chất sư phạm mà Trương Vũ thừa nhận: *"nghề dạy học, với thêm chút tự phụ, dần biến tôi thành một người mô phạm trong cái nghĩa nghiêm túc và nghiêm khắc",* thì ưu điểm nằm trong cách trao đổi thẳng thắn với các học sinh mà Trương Vũ xem đã trưởng thành, ngang hàng. Đuổi Bóng Hoàng Hôn phải nhìn ở góc độ này: 2/3 được viết cho học trò cũ và tuổi trẻ ngày mai, 1/3 còn lại cho các bạn cũ. Trong tổng thể, vẫn là cho tuổi trẻ.

Thể tiểu luận khá hiếm trong ngành xuất bản tiếng Việt. Vì ít bán chạy. Vì khô khan. Đuổi Bóng Hoàng Hôn không vậy. Nhờ vào tính chất trữ tình của giọng văn. Nhờ vào điều Trương Vũ tự nhận xét: *"Sau này lên dạy đại học, tôi càng trở nên nghiêm khắc hơn với học trò mình, với nhiều người xung quanh nhưng lại ít nghiêm khắc với chính mình hơn."* Chính sự thiếu nghiêm khắc đó cho chúng ta những chương **Mưa Ướt Vị Thành, Nói Với Chàng Siêu, Lá Mùa Thu, Nắng vàng Trong Rừng Khô, Đất Còn Thơm Mãi Mùi Hương, Về Lại Sorrento**.

Đuổi Bóng Hoàng Hôn còn bật lên hình ảnh những ngôi trường. **Giáo Dục Việt Nam: Những Vấn Đề Căn Bản** là chương quan trọng. Trương Vũ là nhà văn tỵ nạn đầu tiên đặt vấn đề cải cách giáo dục quê nhà, ở vào thời điểm chưa ai bàn đến và chưa nhiều sự kiện tha hóa. Khi biết những kiến nghị, đề nghị, hay đề xuất ngay cả của những nhân sĩ thậm chí của các công thần khai quốc «phục viên» vẫn không được Đảng đương quyền liếc mắt, càng thấy sự tha thiết của một giáo chức miền Nam, là thầy Trương Hồng Sơn. Vĩ tuyến 17 còn hay mất? Thắng trận hay bại trận? Không trầm trọng. Trầm trọng là tương lai. Chức năng của một giáo sư là đào tạo và chuẩn bị cho học sinh bước vào tương lai. Trương Vũ, tức thầy Trương Hồng Sơn không quên điều này. Chương 7 của tập sách là tâm huyết của thầy.

Bỏ ra nhiều công sức thâu thập tổ chức học đường của các quốc gia Á châu, cập nhật với giáo dục Hoa Kỳ và phóng chiếu ngược vào học đường miền Nam, Trương Vũ so sánh từng quốc gia, chỉ ra bất cập căn bản của hệ thống XHCN và đề xuất cải cách. Ba suy nghĩ chính của Trương Vũ là Đại học tự trị, Đãi ngộ giáo chức và Sự Tự do bình đẳng giữa sinh viên với giáo sư trên lĩnh vực tư duy và phát kiến. Không mới với phương Tây, nhưng là hy vọng của một thầy giáo vẫn nghĩ còn trách nhiệm với tuổi trẻ quê cũ.

"Điều cần ghi nhận trong giáo dục toàn diện, không riêng gì cho Singapore, là phần đức dục phải bao hàm tính trung thực, trong sáng, hồn nhiên; phần trí dục phải bao hàm khả năng suy tư độc lập và tôn trọng sự khác biệt; phần mỹ dục phải bao hàm khả năng sáng tạo và khả năng làm đẹp cuộc đời; và phần giáo dục tính xã hội phải bao hàm khả năng biết tôn trọng tính đa dạng của cộng đồng và xã hội. [...] Một nền giáo dục thực sự phát triển con người toàn diện không thể là một nền giáo dục nhằm phục vụ một chế độ, một quan điểm chính trị, một tập thể lãnh đạo, một giai cấp, một tôn giáo,v.v... Lỗi lầm quan trọng nhất trong giáo dục Việt Nam lại nằm ở điểm này. Ở miền Bắc trước khi chiến tranh chấm dứt, và ở cả nước trong khoảng gần 20 năm tiếp theo đó, nó là một nền giáo dục của xã hội chủ nghĩa, nó không chấp nhận những mô hình xã hội khác, những tư duy khác. Bên cạnh đó nó là một nền giáo dục mang tính giai cấp, dành đặc quyền giáo dục cho một thành phần của xã hội. Ngày nay, tính giai cấp quả thật đã giảm đi nhiều. Riêng về các môn học như Triết học Mác-Lê-nin, Chủ nghĩa khoa học xã hội, Lịch sử Đảng, Tư tưởng Hồ Chí Minh, v.v... dù thực tế cho thấy sự thất bại không thể chối cãi của mô hình xã hội chủ nghĩa, chúng vẫn còn là những môn học bắt buộc và chiếm một thời lượng không nhỏ trong chương trình học và cả trong thi cử. Dù rằng, không phải đến bây giờ mà đã hơn mười năm trước đây, các môn học này đã được xem là những môn mà "thầy không muốn dạy, trò không muốn học". Sự bắt buộc này kéo theo một vấn nạn khác của giáo dục: buộc học trò chấp nhận và sống với sự giả dối và bất công. Nhất là bất công với những triết thuyết khác, những đóng góp trí tuệ khác trong suốt quá trình phát triển của nhân loại. Theo Quốc Việt, "Việc đưa lịch sử đảng cộng sản, chứ không phải lịch sử quốc gia và dân tộc thành một môn học bắt buộc là một việc không những đi ngược lại với yêu cầu của xã hội mà còn phản lịch sử, phản dân tộc, và phản tiến bộ." [...]

Giáo dục Việt Nam cần giảm bớt mô thức giảng dạy áp đặt và tăng cường mô thức gợi ý.

Cần giảm thiểu sự mệt mỏi của học sinh, nhất là học sinh cấp tiểu học. Đặc biệt, nên giảm bớt lượng kiến thức hay thông tin trong chương trình học. Nhắm đến một hành trình lâu dài hơn của con người. Không nên để họ gục ngã sớm về đầu óc.

Đặt nặng vào việc đào tạo giáo chức và dành những đãi ngộ đặc biệt cho họ. Trong trường hợp các nước đang phát triển như Việt Nam, giáo chức phải được tuyển chọn từ thành phần ưu tú nhất của đất nước. Trong thực tế, một thanh niên ở tuổi 18 mới bước chân vào đại học chưa có ý niệm gì về những vấn đề như yêu trẻ, như hết lòng đào tạo tốt những thế hệ tương lai của đất nước. Chỉ có lòng tự hào, sự đãi ngộ và vị trí xã hội mới lôi kéo được các sinh viên ưu tú nhất vào các trường sư phạm, gần giống như cái cách mà nước Pháp đã dành cho sinh viên trường Cao đẳng Sư phạm của họ, hay chính sách của Đại Hàn như đã trình bày trên đây. Điều này đòi hỏi một chính sách ưu đãi từ phía chính quyền và một thái độ yểm trợ tinh thần từ xã hội.

Đối với các trường đại học, ngoài việc áp dụng chương trình giảng dạy theo mô hình của các quốc gia tiên tiến tây phương, quyền tự trị đại học cần được ban hành cho đại học Việt Nam. Thiếu sự tự trị, đại học Việt Nam khó thể hoàn tất vai trò đào tạo trí thức của nó. Đây có thể là một liều thuốc đắng nếu chính trị xem đại học như một lực lượng đối kháng nguy hiểm. Nhưng, đây lại là một điểm chuyển hướng quan trọng để những thành phần tốt nghiệp đại học trong tương lai không mang mặc cảm nào với những đồng nghiệp ở các nước tiên tiến, đặc biệt ở các nước Á châu vốn trước đây có cùng điều kiện văn hóa, giáo dục, kinh tế với Việt Nam, như Đại Hàn và Đài Loan. Từ điểm chuyển hướng đó, họ mới có thể đóng góp cho đất nước bằng tất cả sức mạnh tinh thần, lòng hăng say, và niềm kiêu hãnh của họ. Đừng nên quên một thực tế này, một sinh viên Việt Nam *nếu bằng cách nào đó ra khỏi nước, vào học các trường đại học của tây phương, khi trở về (ngay cả khi quyết định ở lại ngoài nước) thường được coi trọng hơn là nếu anh ta chọn ở lại với trường đại học trên quê hương. Sự kính trọng đó phát sinh từ những điều kiện về giáo dục mà sinh viên đó được hưởng ở nước ngoài, bao gồm những điều kiện mà anh ta hoàn toàn bị từ chối nếu chọn ở lại trên quê hương. Đây là một bất công rất khó giải thích.*

Đề nghị sau cùng, và có lẽ là đề nghị quan trọng nhất, là nhà nước Việt Nam nên xem phát triển giáo dục toàn diện là ưu tiên hàng đầu của quốc gia, xem nguồn nhân lực được đào tạo qua giáo dục là tài nguyên *quý giá nhất của đất nước. Và, khi làm chính sách giáo dục đặt trọng tâm vào những mục tiêu lớn như đào tạo con người trung thực, có sáng tạo, có tư duy độc lập, biết tôn trọng sự khác biệt, v.v... bên trên sự chuyển giao tri thức. Và, quên đi những gì thực sự không còn giá trị nữa."* **[Trương Vũ/ Giáo Dục Việt Nam: Những Vấn Đề Căn Bản]**

Những điều trên, thầy Trương Hồng Sơn viết đã hai thập niên, còn nguyên giá trị.

oOo

Đuổi Bóng Hoàng Hôn bao gộp 8 tiểu luận với 2 điểm sách và 10 tùy bút. Đặt sang bên những ghi của tác giả dành cho những người bạn, rồi tùy bút kỷ niệm, còn lại là những luận đề và kiến giải mang những chủ đề vô cùng khác biệt, tách bạch và riêng rẽ. Thông điệp nào chung giữa chúng?

Chương 12: *Trương Vũ* khảo sát bối cảnh lịch sử hình thành của tạp chí Sáng Tạo (như *Lukács luôn yêu sách) với khả năng đổi mới sáng tác của từng thành viên, từ Duy Thanh, Ngọc Dũng đến Tô Thùy Yên, Thanh Tâm Tuyền xuyên qua đánh giá công lao của Mai Thảo. Điểm gây chú ý là tác giả trình bày chi tiết những va chạm với Nhất Linh khi Nhất Linh rời Đà Lạt cho ra mắt Văn Hóa Ngày Nay.*

Trương Vũ trích tấn công của Duy Lam: "Không biết rõ trong thực tế phản ứng của nhóm Sáng Tạo như thế nào đối với VHNN, nhưng sự cọ xát phải lên đến một mức độ trầm trọng. Đến nỗi Nhất Linh đã cho đăng những bài công kích hay chế giễu Sáng Tạo. Một cách không công khai như bài viết của Thu Vân trên VHNN số 3, hay tương đối công khai như bài viết của Duy Lam trên số VHNN Giai Phẩm Xuân 1959: "... đến gần mới biết đó là một họa sĩ của nhóm Sáng Tạo (...) Họa sĩ vẽ tài thật, tác phẩm của họa sĩ thật thể hiện được hết tinh thần và tinh túy nội ngoại của đống rác (...) Bước chân vào tòa báo Sáng Tạo tôi lấy làm lạ vì thấy mỗi người đứng một góc phòng trước một bàn thờ nhỏ treo một bức ảnh bán thân. Họ làm đèn khấn vái rất thành kính và lễ luôn tay. (...) Tôi đến sau lưng văn sĩ M.T. người chủ trương nhóm S.T. anh cũng không hay biết. Lắng tai tôi nghe thấy anh khấn: 'Trời ơi! Người là một người siêu phàm! Người là tất cả. Người ngự trị trên thế giới này! Ta kính phục người, trọng người vô vàn!...'

Tò mò tôi nhìn lên bàn thờ thì chợt giật mình kinh hoảng vì lạ thay anh M.T. đang lễ ảnh anh M.T.! Qua thăm những bàn thờ khác thì đại loại đều thế cả (...)"

Rồi đúc kết: *"Thực tế, mặc dầu được sự đón nhận vô cùng nồng nhiệt từ lúc đầu, trong sự cọ xát đó, người đọc hờ hững với Văn hóa Ngày nay (VHNN). Tạp chí VHNN kéo dài không được hai năm thì đình bản. VHNN quy tụ được rất nhiều cây viết có thực tài. Thế nhưng, nếu nhìn VHNN như một vận động văn học thì ảnh hưởng của nó trong sinh hoạt văn học nghệ thuật của miền Nam lại rất khiêm nhường.*

Ghi lại những cọ xát đó cùng với cách kết thúc đó chỉ để nói lên một điều: miền Nam đã thay đổi nhiều lắm. Mặc dầu rất kính trọng Nhất Linh, người đọc sách ở miền Nam không còn muốn thu mình trong cái thế giới văn chương của ông nữa. Họ gần với Sáng Tạo hơn. Không có gì sai trong chủ trương "văn phải dựa vào thời gian và dựa không gian để vượt không gian". Rất đúng là đằng khác. Tuy nhiên cái thế giới văn chương của Nhất Linh ở VHNN vẫn còn quẩn quanh trong văn chương của trường ốc. Ngoài văn chương cổ điển Việt Nam và Trung Quốc, nó thu hẹp trong ảnh hưởng văn chương Pháp của thế kỷ 19 cộng với Leo Tolstoy và Dostoievski của Nga. Trong suốt các số VHNN, người đọc không thấy sự hiện hữu của thế kỷ 20, cũng như không thấy có dòng văn học nào khác ở thời đại này.

Vào thời điểm đó, sự khao khát sống vượt ra ngoài cái thế giới nhỏ bé của miền Nam đã rất lớn. Những ý thức về độc lập và bình đẳng cũng đã bắt đầu ăn sâu. Có lẽ vì vậy mà tính cách của xã hội miền Nam và của văn học miền Nam gần với Sáng Tạo hơn là với VHNN." [Trương Vũ/ **Vị Trí Của Sáng Tạo Trong Sự Phát Triển Văn Học Miền Nam Sau 1954]**

rong đúc kết này, người đọc bắt gặp lại câu kết của Chương 7 **Giáo Dục Việt Nam: Những Vấn Đề Căn Bản**: "*Và, quên đi những gì thực sự không còn giá trị nữa."* — tức là trong văn chương, phải hướng đến các giá trị phổ quát mới của thời đại, phải nhìn ra thế giới. Phải tìm đến một mặt trời khác, đang trước mặt.

Chương 5: "Vấn đề đáng nói ở đây là sự thức tỉnh của dân tộc Tiệp Khắc. Để nói về sự thức tỉnh này, không có gì hơn là ghi lại một câu viết trên bức tường một hầm xe điện ngầm ở Prague: Chúng ta đã tập bay như chim và tập lặn như cá. Có phải đây là lúc chúng ta bắt đầu sống như những con người?" [*Trương Vũ/ Mùa Đông Prague*]

Vẫn cùng một thông điệp: "*quên đi những gì thực sự không còn giá trị nữa."*

oOo

Trong 10 tùy bút, nếu **Mưa Ướt Vị Thành** thành công nhất ở lối văn tâm tình thì **Cung Giũ Nguyên, Tác Giả và Tác Phẩm** gây tò mò. Xuống đến thế hệ thiếu niên của miền Nam vào năm 75, rất ít ai còn biết đến thầy Cung Giũ Nguyên, ngay cả mối tình với Nguyễn Thị Hoàng.

Trương Vũ viết về thầy mình với tất cả kính trọng. Một vị thầy thông thạo Anh-Pháp-Việt, một tiểu thuyết gia phá cách, có nhân sinh quan và sáng tạo. Một con người đã thăng trầm từ Xứ ủy Trung kỳ sang đến Nền Cộng hòa để cuối cùng thu mình vào "xó góc của Trần Đức Thảo", như Louis Althusser đặt tên cho đất Việt Cộng sản. Là học trò của thầy Cung Giũ Nguyên, Trương Hồng Sơn cũng không thoát khỏi tao loạn: sinh ra giữa chiến tranh Việt-Pháp, lớn lên trong nội chiến để rồi phải thành công dân Hoa Kỳ và làm nhà văn tỵ nạn. Hai thế hệ nối nhau. Sự tan vỡ cũng liền nhau, tan vỡ này viết về tan vỡ kia. Nhưng vẫn cố gắng giữ Chân-Thiện-Mỹ. Cố gắng gieo vào lòng hậu sinh hy vọng. Điểm này thầy Cung Giũ Nguyên đã thành công khi trao cho môn sinh Trương Hồng Sơn.

Đọc **Cung Giũ Nguyên, Tác Giả và Tác Phẩm**, người đọc cảm giác đang nhìn một miếng chai thủy tinh đã bể nhưng còn sáng và đang phản chiếu mảnh vỡ của một miếng chai khác, bể đã lâu, còn nằm đó. Cả hai, dưới nắng Nha Trang, lấp lánh trên mặt cát. Cát chứa trong mình thủy tinh vì cát làm ra thủy tinh.

Chương 14 đặc biệt mang bi kịch của hai thế hệ: đã trang bị rất nhiều tri thức, chung khát khao vun bồi để cuối cùng bị cuốn phăng theo bão táp. Sự tan biến ấy, hay khoảng trống không sau cuồng phong, được Trương Vũ nhắc lại nhiều lần, bằng chính văn của Cung Giũ Nguyên: "*... một vật lơ lửng trên vực thẳm, được những sợi tơ mành của hy vọng giữ lại. Hy vọng nơi ai? Hy vọng nơi gì? Và có lý do nào để hy vọng? Nhờ biệt lệ nào được nâng đỡ như thế này, trong thời gian có giới hạn nhất định. Hay ta lại muốn cho thời gian còn kéo dài mãi, hay ít ra còn lâu nữa mới chấm dứt. Bởi tánh cách đột ngột của sự việc quá rõ ràng,* *nhưng một mối đầu luôn luôn phải có đối ứng tất yếu là đầu mối kia. Tuy sự quên lãng những quy luật thường đi đôi với ảo tưởng. Dưới kia là một vực thẳm âm u cuồn cuộn..."*

Thầy Cung Giũ Nguyên hẳn am tường những câu Pháp văn: «*Toutes nos espérances sont mortes, nous en venons à espérer en un plus grand désespoir./ Tất cả những hy vọng của chúng ta đã chết, chỉ còn trông chờ sự tuyệt vọng lớn hơn.*» Vậy thầy hy vọng gì? Boujoum!

Qua giới thiệu của Trương Vũ, Le Boujoum là tác phẩm quan trọng nhất của Cung Giũ Nguyên. Nhưng trông chờ Boujoum là trông chờ gì? Không ai biết! Và Boujoum là gì? Không ai hiểu! Chính vì tương lai là điều không thể đoán ở vào thời điểm 1976-1980 khi Cung Giũ Nguyên viết Le Boujoum giữa một Nha Trang Walking Dead.

Nhiều thập niên sau có thể phân tích: Boujoum đây là Boojum. Tiếng Pháp nhại âm tiếng Anh, có thể là nhại âm bản địa Baja California; có thể là đâu đó trong trí tưởng của di dân Tô Cách Lan. Boojum là snark. Là con vật vô nghĩa trong trường thi The Hunting of the Snark/ Chuyến Săn Snark của Lewis Carroll. Thơ của Carroll chơi với giữa sự có nghĩa và vô nghĩa của thanh âm và hình tượng trong ngôn ngữ. Qua trích dẫn của Trương Vũ, người đọc hồ như thấy được cái mỏng manh rung động giữa thời này và thời khác, giữa có nghĩa và vô nghĩa, giữa vật chất và tưởng tượng, giữa hy vọng và tuyệt vọng. Nhưng Trương Vũ không viết nhiều về nội dung của Le Boujoum, vì: *"nếu bạn cố gắng đi tìm cốt truyện thì không khéo bạn lạc vào một khu rừng rậm không lối ra, cho dù sau khi bạn tin rằng bạn đã tìm được nó."* Rồi Trương Vũ viết: *"Amdo và Domicella được tái tạo từ Vườn Địa Đàng, cùng với cái đối đãi giữa âm và dương, cái quan niệm trong dương có âm, trong âm có dương, hoặc ý niệm đâu là chỗ bắt đầu, đâu là chỗ kết thúc, ý niệm về chiều thời gian, lúc nào tới lúc nào lui, v.v...* Tính cách này cũng được biểu lộ rõ rệt khi tác giả chọn hai chữ Thái Huyền cho bản dịch tiếng Việt."

Vậy tiểu thuyết Le Boujoum nội dung là gì? Đầy bí ẩn! Như khi người ta hỏi ý nghĩa trường thi Chuyến Săn Snark của Carroll, thì Lewis Carroll trả lời là chính ông không biết... Thế hệ sau khó mường tượng ra Boujoum, nhưng ngờ ngợ bản thể của boojum và snark.

Nhưng nỗi khổ của Le Boujoum là đây: một cuốn tiểu thuyết muốn ra đời trong dạng vật chất của giấy mực in để đến tay độc giả qua ngôn ngữ mẹ đẻ của những độc giả ấy, nhưng dù được khen bởi một giáo sư Tây nào đó trên một tạp chí Pháp văn nào đó, và lẽ ra được nhà Fayard xuất bản năm nào đó, đã phải lặng lẽ biến mất vì lý do tài chánh của Fayard. Rồi Le Boujoum biến thành Thái Huyền được nhà Đại Nam xuất bản tập 1 mà vĩnh viễn không có tập 2. Cũng vì lý do tài chánh... Cuối cùng các môn sinh của thầy Cung Giũ Nguyên, nặng tình thầy trò, đã quyên góp xuất bản năm 2003. Nhưng Văn học Pháp không biết đến Cung Giũ Nguyên. Độc giả Pháp càng không. Riêng lý do tài chánh, thì chỉ cần nhìn vào thư mục sách đồ sộ của nhà Fayard phồn thịnh từ 1857 là hiểu lý do ấy thuần lịch sự. Boujoum, là một thất bại nhập vào dòng chính của văn chương Pháp.

Qua gian truân của Le Boujoum, người đọc mường tượng ra những rối rắm đan chéo trong cảnh huống của người Việt: Nhà văn Cung Giũ Nguyên dùng Pháp văn trên nền Pháp văn ngoài lãnh thổ Pháp, rồi dịch sang tiếng Việt trên nền Việt văn ngoài lãnh thổ Việt Nam, với cách nhìn của một môn sinh lưu vong, trong nỗ lực xuất bản của những học trò còn tôn sư trọng đạo, hoài niệm quê quán... Chỉ riêng Chương 14 này thôi, đầy ắp những nghịch lý của một sự tan nát.

Trương Vũ kể: *"Cách đây hơn 30 năm, các cựu học sinh của trường trung học Võ Tánh Nha Trang tổ chức một buổi họp mặt tại trường cũ, để thăm lại trường xưa và đồng thời cũng để tỏ lòng nhớ ơn thầy cô giáo cũ của mình. Nhiều cựu học sinh lên phát biểu cảm tưởng. Có người cho rằng cái thời còn đi học ở mái trường thật là tuyệt vời và ước sao mình vẫn còn cặp sách đến trường như thuở nào. Có người tiếc rằng hồi đó mình còn trẻ thơ nên không hiểu được lòng thương yêu vô bờ của thầy cô đối với mình, nếu bắt đầu trở lại, chắc chắn sẽ khác đi, v.v... Nghĩ thật mà nói cũng có, nói cho đúng "sách vở" cũng có, và nói cho phải đạo cũng có. Khi đến lượt thầy Nguyên lên phát biểu, thầy kể câu chuyện về Orpheus trong thần thoại Hy Lạp. Orpheus là vị thần của âm nhạc. Những bài thơ và tiếng hát của ông có khả năng cứu sống cả một đoàn thủy thủ bị ma quỷ hóa hình mỹ nhân ngư để dụ dỗ và ám hại. Ông có một người vợ rất đẹp mà ông rất yêu quý* là Eurydice. Trong một cuộc săn đuổi vì chính sắc đẹp của mình, Eurydice bị rắn độc cắn chết. Vô cùng thương xót, Orpheus tìm mọi cách để cứu vợ. Nhờ tiếng đàn tuyệt vời khiến những vị thần giữ cửa địa ngục *xao nhãng, ông lẻn vào được âm cung. Cảm động trước tấm lòng và tiếng hát của Orpheus, các tử thần đồng ý cho Eurydice đi theo ông trở lại thế gian, chỉ với điều kiện là trên đường đi Orpheus không được ngoái nhìn lại Eurydice. Nhưng Orpheus đã ngoái lại, Eurydice liền tan biến và mất vĩnh viễn. Orpheus trở nên điên loạn, cuối cùng kết thúc cuộc đời mình một cách thảm khốc.*

Câu chuyện thần thoại đó hầu như ai cũng biết, nhưng những lời phát biểu của ông vào lúc đó gây cho chúng tôi một ấn tượng mạnh về cái ngụ ý ông muốn gởi đến chúng tôi. Có điều, không phải bất cứ bài học nào của thầy cũng được học trò mang theo ra khỏi cổng trường. Nhưng với ông, về điều ông muốn nhắn nhủ chúng tôi, tôi tin ông sống rất thật với nó. Tôi tin chắc thầy Nguyên có rất nhiều mất mát trong đời ông, và dĩ nhiên là ông ý thức rất rõ về những mất mát đó, nhưng ông không bao giờ chịu để những mất mát đó đánh gục ông. Tinh thần này bàng bạc trong những sáng tác của Cung Giũ Nguyên. Đồng thời, trong Le Boujoum, cũng có rất nhiều bài thơ và tiếng hát biểu lộ phong cách đó." **[Trương Vũ/ Cung Giũ Nguyên, Tác Giả và Tác Phẩm]**

Trương Vũ không kể rõ thầy Cung Giũ Nguyên muốn khuyến cáo môn sinh điều gì? Phải chăng câu chuyện Orpheus chính là thông điệp của Le Boujoum? Đừng đánh mất lòng tin vào ý nghĩa của ngôn từ vô nghĩa nhất, sau đợt tàn phá của bạo lực Cộng sản đánh vào văn chương? Ngay cả những khi không hiểu gì hết, vẫn phải tin vào chữ? Hay Cung Giũ Nguyên muốn nhắc những học trò đã ra đi đừng nhìn lại, vì nhìn lại là định hình (người) và định vị (quá khứ) trong chiều thời gian vẫn chảy tới? Đời sống là một đường thẳng tiệm tiến không có điểm dừng, phải đi tới?

Khi không xác định nội dung của Le Boujoum, có phải vì Trương Vũ hiểu rằng nếu quay nhìn lại tác phẩm sẽ định vị Cung Giũ Nguyên trong ngữ nghĩa và định vị văn bản kỳ lạ ấy? Phải chăng Trương Vũ cũng đã đi tìm Cung Giũ Nguyên như Carroll săn Snark:

In the midst of the word he was trying to say,
In the midst of his laughter and glee,
He had softly and suddenly vanished away —
For the Snark was a Boojum, you see.
(Lewis Carroll, The Hunting of the Snark)

Suốt tập sách, Chương **Cung Giũ Nguyên, Tác Giả và Tác Phẩm** là chương lạ lùng nhất. Nhưng cũng chính Chương 14, áp đáy tuyệt vọng này, bật lên tinh thần của Trương Vũ đã cố hiểu thầy mình và đi tìm giải đáp trong chiều hướng tích cực nhất. Trong **Người Đọc Sách Với Cái Thật, Cái Giả Trong Văn**, khi Trương Vũ viết: *"Sức mạnh của chúng ta là ở cái đầu và con tim. Chính những ý thức về văn minh, về tiến bộ, về tự do, về dân chủ, cùng với khát vọng được sống một đời có phẩm cách của một con người ở thời đại này đã đánh gục chủ nghĩa Cộng sản ở Đông Âu, chứ không phải là súng đạn"*, là thành quả của Le Boujoum.

Tháng 7-1994, mười lăm năm sau vượt biên tôi đạp xe vào ngôi hẻm trên đường Hiền Vương. Ngôi hẻm có hiệu phở đầu ngõ trông sang cây xăng dẫn vào đường Duy Tân. Tôi đến tìm thầy Lâm Ngọc Oánh. Tôi muốn nói với thầy: *"Em đã không giữ được lời hứa với thầy. Em đã đi xin ăn ở đảo Liminangcong và bị dân Phi khinh. Nhưng em đỗ tú tài và cao đẳng nhờ học tích phân, giải tích, ma trận với thầy. Em đến để cám ơn thầy."* Tôi muốn nói với thầy Oánh thật nhiều, là không có thầy, tôi đã bỏ học vì nhà bị đánh tư sản ở trường về nhìn thấy phường đội đóng chốt kiểm kê từng đôi đũa và khuân đi hết những gì quý giá... Thầy Oánh đã khuyến khích, ân cần khuyên nhủ và mở lớp dạy phụ đạo thêm mỗi chiều cho tôi có chỗ đến và tập trung học toán không phải suy nghĩ... Tôi muốn tâm sự với thầy, vì thời điểm 78-79 quá khắc nghiệt khiến thầy trò không dám thố lộ nhiều và tôi có biết bao chuyện muốn kể cho thầy nghe... Nhưng thầy Lâm Ngọc Oánh không còn ở đó, cánh cửa sắt sơn xanh im lìm.

Tháng 5-2019 đọc Đuổi Bóng Hoàng Hôn, tôi không ngừng nghĩ đến thầy Lâm Ngọc Oánh vì toàn tập sách là những câu chuyện tâm tình giữa thầy trò, giữa thầy Trương Hồng Sơn với sinh viên, giữa thầy Cung Giũ Nguyên với học sinh Trương Hồng Sơn. Những câu chuyện hướng thượng, những ý cao tình đẹp, những ý niệm cao vời về tình người, về con người với con người. Tôi thuộc thế hệ xem văn bản là chỗ để đập nát hết các giá trị nên với tôi, Đuổi Bóng Hoàng Hôn là một vật lạ. Sự hiếm quý đã biến mất.

Đứng trước câu hỏi: *"Hình ảnh ban đầu luôn là tự truyện?"*, Eduardo Halfon đã trả lời: *"Vâng, luôn luôn. Tôi viết về cuộc sống của tôi, thời thơ ấu của tôi, mối quan hệ tôi có với cha tôi, ký ức về người tôi yêu... Mỗi nhà văn, bằng cách này hay cách khác, luôn bắt đầu bằng tự truyện của mình. «Bà Bovary, là tôi», phải không? Tự truyện có thể* được *ngụy trang,* đeo *khăn che mặt hoặc* đeo *mặt nạ, nhưng người ta luôn viết bằng một phần của chính mình, về* đời *sống của một con người. Trong trường hợp của tôi, không có mạng che mặt hoặc mặt nạ. Tấm khăn che mở toang, là tôi... Tự truyện là cuộc* đời *của một người nhưng trong chiều sâu, tất cả mọi người* đều *giống nhau. Tất cả mọi người là một người. Tôi không biết cảm giác của người khác, nhưng sử dụng cảm xúc, lo lắng, mong manh, sợ hãi của tôi, nếu tôi làm* đúng *công việc của mình, những người* đọc *tôi sẽ nhận ra những lo lắng, cảm xúc, sự mong manh của họ.»*

Trương Vũ cũng có thể trả lời như vậy, từ hình ảnh đầu tiên **Những Cơn Mưa Ngày Cũ** và về tự truyện của mình qua thể tùy bút và tiểu luận. Đuổi Bóng Hoàng Hôn là mặt trời đã sau lưng nhưng vẫn còn phía trước, cho một tuổi trẻ khác.

TRẦN VŨ
California, tháng 6. 2019

PHẦN 3

HÌNH ẢNH

TRƯƠNG VŨ

BẰNG HỮU VÀ VĂN CHƯƠNG

Trương Vũ và bằng hữu.
Từ trái, hàng sau:
Trương Văn Dân Elena Thanh Bình Phùng Nguyễn
Nguyễn Đình Vinh Trần Doãn Nho Bạch Mai
Nguyễn Minh Nữu Nguyễn Quang Ông Bà Trương Vũ
Kim Mai Cúc Hoa Bà Trần Doãn Nho Phạm Cao Hoàng.
Từ trái, hàng trước:
Đoàn Văn Khánh Nguyên Minh Đinh Cường Phạm Nhuận
Nguyễn Tường Giang Lữ Kiều Ông Bà Lữ Quỳnh.
Virginia, 24 tháng 10.2015.

Gặp gỡ và chia vui ngày Trương Vũ hoàn tất
bức chân dung Đinh Cường - Virginia, 20 tháng 9.2015.

Từ trái:
Hàng trước: Võ Quốc Linh Hoàng Ngọc-Tuấn Nguyễn Hưng Quốc
Cúc Hoa Bà Trương Hồng Sơn.
Hàng sau: Hoàng Đình Bình Nguyễn Ngọc Châu Trương Vũ
Phạm Cao Hoàng
Virginia, 7 tháng 7.2012.

Gặp gỡ Giáo sư Lê Xuân Khoa.
Virginia, 25 tháng 11.2018.

Gặp gỡ Giáo sư Lê Xuân Khoa.
Virginia, 25 tháng 11.2018.

Gặp gỡ và giới thiệu cuốn tiểu luận "Đuổi Bóng Hoàng Hôn".
Virginia, 29 tháng 6.2019.

Từ trái: Nguyễn Quang Quỳnh Loan PP Thiện Giao Duyên
ĐT Bích Thúy Nguyễn Thị Hậu ĐĐ Khiết ĐT Tùng
và Trương Vũ (ngồi).
Virginia, 29 tháng 6.2019.

Đứng, từ trái: Nguyễn Ngọc Phong Phùng Nguyễn.
Ngồi, từ trái: Đặng Đình Khiết Phạm Nhuận Trương Vũ
Nguyễn Trọng Khôi Ngô Vương Toại.
Maryland, 10 tháng 9. 2013.

Từ trái:
Hàng sau: Nguyễn Minh Nữu Đoan Trang Đỗ Thanh Tùng
Duyên Jenna Cúc Hoa.
Hàng trước: Trương Vũ Nguyễn Mạnh Hùng
Phạm Nhuận Nguyễn Tường Giang - Virginia, 18.10.2017.

Từ trái: Trương Vũ Nguyễn Tường Giang
Nguyễn Mạnh Hùng Nguyễn Sông Ba.
Virginia, 19 tháng 11.2023.

Từ trái: Phạm Cao Hoàng Châu Ông Bà Trương Vũ
Nguyễn Thị Thanh Bình Lê Hân.
Virginia, 8 tháng 11.2019.

Từ trái
Đứng: Lữ Quỳnh Trần Doãn Nho Trương Vũ Thanh Bình.
Ngồi: Đinh Cường Lữ Kiều Phạm Nhuận
Virginia, 24.10.2015.

Vẽ chân dung nhà thơ Nguyễn Xuân Thiệp
Virginia, 1 tháng 7.2017.

Từ trái:
Nguyễn Ngọc Phong Đặng Thơ Thơ Nguyễn Minh Nữu Phạm Nhuận
Trương Vũ Hoàng Thị Bích Ti Nguyễn Trọng Khôi Đoan Trang
Virginia, 27.11.2015.

Từ trái, hàng sau:
Nguyễn Minh Nữu Trương Vũ Nguyễn Quang Phạm Cao Hoàng.
Từ trái, hàng trước:
Nguyễn Mạnh Hùng Phạm Nhuận Nguyễn Tường Giang
Nguyễn Xuân Thiệp.
Virginia, 3 tháng 7.2017.

Từ trái: Phó Hồng Hà Hoàng Kim Oanh.
Trương Vũ Nguyễn Minh Nữu - Virginia, 22.10.2019.

Kỷ niệm 50 năm ngày mất nhà văn Doãn Dân.
Virginia, 29 tháng 4.2022.

Kỷ niệm 50 năm ngày mất nhà văn Doãn Dân.
Đứng: Lê Văn Trạch Nguyễn Minh Nữu
Nguyễn Đình Hiếu Trương Vũ Phạm Cao Hoàng.
Ngồi: 5 cô tiểu thư nhà Doãn Dân và Trần Hoài Thư.
Virginia, 29 tháng 4.2022.

Ghé thăm bà Doãn Dân.
Virginia, 8 tháng 10.2022.

Từ trái: Phạm Cao Hoàng Ngọc Phụng Trương Vũ
Thanh Bình Bà Trương Hồng Sơn N. T. Hoàng Bắc Ngu Yên.
Virginia, 23 tháng 10.2021.

Gặp gỡ và giới thiệu tuyển tập "Chút Tình Đọng Lại".
Virginia, 19 tháng 11.2023.

Từ trái: Phạm Cao Hoàng Trương Vũ
Nguyễn Thị Hoàng Bắc Thận Nhiên Đinh Trường Chinh.
Virginia, 17 tháng 4.2022.

Từ trái: Nguyễn Thụy Đan Phạm Thành Châu
Nguyễn Tường Giang Nguyễn Thị Thanh Bình
Phạm Cao Hoàng Trương Vũ Nguyễn Minh Nữu.
Virginia, 3 tháng 9.2021.

www.ingramcontent.com/pod-product-compliance
Lightning Source LLC
LaVergne TN
LVHW020819061026
849530LV00003B/29
* 9 7 9 8 3 4 8 1 7 5 9 1 7 *